கூண்டுக்குள் பெண்க

விலாஸ் சாரங் (1942 – 2015)

விலாஸ் சாரங், கர்நாடக மாநிலத்தில் உள்ள கார்வாரில் 1942இல் பிறந்தார். மும்பையில் இண்டியானா பல்கலைக்கழகத்தில் கல்வி பயின்றார். பம்பாய் பல்கலைக்கழகத்தில் ஆங்கில இலக்கியத்தில் முனைவர் பட்டம் பெற்றார். பின் பேராசிரியர் பிரியோன் மிட்சலின் வழிகாட்டுதலின்படி இரண்டாவது முனைவர் பட்டத்தை ஒப்பீட்டு இலக்கியத்தில் பெற்றார். அவர் பல நாடுகளில் ஆங்கில இலக்கியம் பயிற்றுவித்தார். பின் இந்தியா திரும்பி, பல ஆண்டுகளுக்கு மும்பை பல்கலைக்கழகத்தில் ஆங்கிலத் துறைத் தலைவராகப் பணியாற்றினார்.

முக்கியமான நவீனத்துவ மராத்தி எழுத்தாளர்களில் ஒருவரான விலாஸ் சாரங் குறிப்பிடத்தக்க சிறுகதைகள், கவிதைகள், நாவல் மற்றும் பல விமர்சனக் கட்டுரைகளை தனது தாய்மொழியான மராத்தியிலும் ஆங்கிலத்திலும் எழுதியுள்ளார். இரு மொழிகளில் எழுதினாலும் தன் சிந்தனை மொழி மராத்திதான் என்றும் அதில்தான் சுலபமாக எழுதமுடிகிறது என்றும் கூறுகிறார். அதேநேரத்தில் ஆங்கிலத்திலும் தன் எழுத்துகள் கட்டுக்குலையாமல்தான் இருக்கின்றன என்றும் தன்னுடைய ஆங்கில எழுத்துக்கள்தான் தன்னை இவ்வுலகிற்கு முன் கொண்டு வந்து அறிமுகப்படுத்துகின்றன என்றும் குறிப்பிடுகிறார். அவ்வகையில் அவர் தன்னை "இருமொழி எழுத்தாளர்" என்றே கருதுகிறார்.

சாரங், 1950 மற்றும் 1960களில் தோன்றி நிலை பெற்ற மராத்திய நவீன எழுத்தாளர்களின் வழியே தனக்கான சிறுகதை வடிவத்தைப் பெற்றுக்கொண்டார். 1940களில் பி.எஸ். மர்தேகர் எழுதிய மராத்திய நவீனக் கவிதைகளும், 1950களில் மாறுபட்ட பல புதுக் கவிதைகள்

படைத்த திலீப் சித்ரே மற்றும் அருண் கோலட்கர் ஆகியோரின் கவிதைகளும் சாரங்கிற்குத் தனது கவிதைகளில் புதிய வழிகளைக் கண்டடைய உதவின. 1980களில் மராத்திய இலக்கியம் இந்திய அடிப்படைவாதம் மற்றும் மேற்கத்தியமயமாக்கல் என இரு பிரிவுகளாக நின்றது. அந்தக் குறுகிய, சுலபமான சுழலுக்குள் ஆட்படாமல், ஒரு எழுத்தாளராக தன் சுயதேடலுக்கான களத்தை, மேற்கத்திய ஐரோப்பிய எழுத்தாளர்களான காஃப்கா, காம்யு, சார்த்தர் மற்றும் பெக்கெட் ஆகியோரின் வழியே சாரங் பெற்றுக் கொண்டார். அதன் மூலம் இந்தியத்தன்மை மற்றும் மேற்கத்திய மயமாக்கல் போன்ற அளவுகளைக் கடந்து தனது தனித்துவமான எழுத்துலகை வந்தடைந்தார்.

அவரது மனைவி, ரெபா தாஸ்குப்தா வங்காள வம்சாவளியைச் சேர்ந்தவர், அவர்களுக்கு இரு குழந்தைகள் உள்ளனர். விலாஸ் சாரங் 2015 ஏப்ரல் 14ஆம் தேதியன்று பெரும் புகழுடன் மறைந்தார்.

கூண்டுக்குள் பெண்கள்

விலாஸ் சாரங்

தமிழில்: ஆனந்த் ஸ்ரீனிவாசன்

நற்றிணை பதிப்பகம்

Koondukkul Pengal, a Tamil Translation of the English Collected Short Stories 'The Women in Cages' by Vilas Sarang

Copyright © Vilas Sarang 2006

First published in Penguin Books by Penguin Random House India, 2006

Translated into Tamil by Anand Srinivasan

Tamil translation © Natrinai Pathippagam Pvt. Ltd.

First Edition: July 2019

Published by: Natrinai Pathippagam Pvt. Ltd.
No. 6/84, Mallan Ponnappan Street,
Triplicane,
Chennai - 600 005.
Mobile: 9486177208
natrinaipathippagam@gmail.com
www.natrinai.in

Branch:
No. 89, Raahat Plaza,
Arcot Road, Vadapalani,
Chennai - 600 026.

Printed at:
Sai Thendral Printers,
Chennai - 600 005.

ISBN: 978-81-940162-9-8

Price: Rs. 350

This is a work of fiction. Names, characters, places and incidents are either the product of an author's imagination or are used fictitiously and any resemblance to any actual person, living or dead, events or locales is entirely coincidental.

முன்னுரை

எனது கதைகளின் தொகுப்பை ஃபேர் ட்ரீ ஆஃப் த வாய்ட் என்ற தலைப்பில் 1990இல் பென்குவின் புக்ஸ் இண்டியா பதிப் பித்தது. அது இப்போது அச்சில் இல்லை. இந்தத் தொகுப்பில், முந்தையதில் இருந்தவையும் உள்ளன; கூடுதலாக இதில் இருக்கும் ஆறு கதைகள் முன்பு தொகுக்கப்படாதவை. ஃபேர் ட்ரீ ஆஃப் த வாய்ட் தொகுப்பில் இருந்த பெரும்பாலான கதைகளில் சில மாற்றங்களைச் செய்திருக்கிறேன். கதைகள் மறுபகுப்பு செய்யப்பட்டு ஒவ்வொரு பிரிவிற்கும் ஒரு தலைப்பு கொடுக்கப்பட்டுள்ளது. இது படிப்பவருக்கு வசதியாக இருக்கும் என்று நம்புகிறேன். பகுதித் தலைப்புகள் கதையின் கருக்களை குத்துமதிப்பாக குறிப்புணர்த்து பவை. எதையும் 'வரையறுப்பதற்காக' இடப்பட்ட தலைப்புகள் இல்லை. கதைகள் எல்லாம் ஒரு திட்டம் போட்டு எழுதப்பட்டவை அல்ல என்பதைச் சொல்லத் தேவையில்லை. சில கதைகள் பல வருட இடைவெளியில் எழுதப்பட்டவை. பகுப்பு ஒரு பின்நினைவாக செய்யப்பட்டதுதான்.

நான்காவது பிரிவைப் பற்றி ('குலாக்'கின் நிழல்) ஒரு விளக்கக் குறிப்பு தருவது பொருத்தமாக இருக்கும் என்று தோன்றுகிறது. இந்தப் பிரிவில் இருக்கும் முதல் மூன்று கதைகளும் (இன் த லேண்ட் ஆஃப் என்கி என்ற என்னுடைய நாவலும்) நான் ஈராக்கில் ஐந்து வருடங்கள் வசித்ததன் விளைவாக எழுதப்பட்டவை. எந்தக் கதையிலும் ஈராக் குறிப்பிடப்படவில்லை. 'தீவிரவாதி' கதை மட்டும் மேலோட்டமாக பஸ்ராவில் நடப்பது என்று சொல்லலாம். அதிலும் நாடோ நகரமோ குறிப்பிடப்படவில்லை. நான் ஈராக்கில் இருந்த போது இந்தியாவில் 1975ஆம் வருடத்திய நெருக்கடி நிலை அமலில்

இருந்தது. எனது வருடாந்திர விடுமுறையில் இந்தியாவுக்கு வந்த போது நடந்தவற்றை மனதில் பதித்துக்கொண்டேன். இந்தப் பகுதியில் இருக்கும் எல்லா கதைகளும் என்னுடைய ஈராக் அனுபவத்தையும், நெருக்கடி நிலையையும், மூன்றாம் உலகம் எனப்படுவதன் உண்மையைப்பற்றிய என் புரிதலையும் எதிரொலிப்பவை.

பல்லாண்டுகளாக ஒரு தொழில்முறை புனைவெழுத்தாளனாக இருக்கும் நான் அரசு பற்றியும் புனைவெழுத்து எனும் கலையின் நிலைமை குறித்தும் எனது கருத்துகளை ஒழுங்குபடுத்த முயற்சி செய்துள்ளேன். இது பற்றிய சில குறிப்புகள் இந்நூலில் பின்னிணைப்பாகக் கொடுக்கப்பட்டுள்ளன. இவை இலக்கியத்தில் ஆர்வமுடையவர்களுக்கு சுவாரசியமூட்டக் கூடியதாக இருக்கலாம்.

விலாஸ் சாரங்
பிப்ரவரி 2006

உள்ளே...

I
கடலோர நகரம்

மும்பையில் காதல்-I – கடற்கரையில் ஒரு மாலை – *13*
மும்பையில் காதல்-II – பாறைகள் நடுவே ஒரு நண்பகலில்–*20*
கஸ்தூரி மான் – *33*
ஒரு சுற்றுலா – *52*
கற்படிகளில் – *61*
தெய்வங்களின் புரட்சி – *71*

II
வேட்கைச் சூழல்

தொலைந்த கண்ணி – *86*
கூண்டுக்குள் பெண்கள் – *95*
அழிவின்மையின் மணம் – *106*
ஓம் லிங்கம் – *116*
எம். சாக்கோவுடன் ஒரு நேர்காணல் – *130*
பாரெலும் பொம்பிலும்: ஒரு காதல் கதை – *144*

III
சிற்றுயிர்கள்

ஈக்கள் – *156*
கடிகாரத்தில் சிலந்தி – *162*
முயல் – *170*
வரலாற்றின் முடிவு – *177*
ஒரு இந்திய வல்லூறின் வாக்குமூலம் – *193*

IV
'குலாக்'கின் நிழல்

திரும்புதல் – *201*
கல்லூரியின் தப்பியோடல்கள் – *216*
தீவிரவாதி – *228*
இரண்டு தளபதிகளின் கதை – *245*
சாவு மரம் – *259*

V
நிர்வாணத்தின் தரிசனங்கள்

தொலைபேசித் தோழன் – *276*
நிகில் எழுதிய கடிதங்கள் – *284*
மனுவின் வாழ்வும் சாவும் – *297*
புறப்பாடு – *305*

தொழில்முறை எழுத்தாளரின்
குறிப்புகள் – *314*

...படைக்கும் விருப்பமே அவனது ஆற்றல்.
படைக்கப்படவிருக்கும் பொருட்களின் ஆற்றலே
அவனைச் செலுத்துகிறது.

– விஷ்ணு புராணத்திலிருந்து

I
கடலோர நகரம்

மும்பையில் காதல் - I

கடற்கரையில் ஒரு மாலை

1

மும்பையில் குளிர்காலம் ஒருபோதும் தீவிரமாக இருப்பதில்லை. ஆனால், இவ்வருடம் குளிர் அதிகமாகவே இருந்தது. அரபிக் கடலிலிருந்து குளிர்ந்த காற்று வீசியது. பஜ்ரங்கும் ஷாலினியும் மணலில் கால்கள் புதையப் புதைய கரையோரமாக நடந்தனர். அன்று ஞாயிற்றுக்கிழமை இல்லை என்பதால் கூட்டம் அதிகம் இருக்கவில்லை. சூரியன் அப்போதுதான் மறைந்திருந்தான். வானம் இன்னும் ஒளியுடனேயே இருந்தது.

அவர்கள் சிறிது தூரம் சுற்றி வந்தனர். சிவாஜி பூங்காவின் அருகிருந்த அக்கடற்கரையில் மும்பையின் கழிவுகளைக் கடலில் கொட்டும் பெரும் கால்வாய்க் குழாய் ஒன்று உண்டு. அந்தக் கால்வாயின் பரந்த முகப்பில் வாயுக்களை வெளியேற்றுவதற்கென இருந்த குவிமாட வடிவ சிமெண்ட் கட்டுமானத்தைக் காட்டி ‘இது எந்த சாமிக்கு கட்டின கோயில்?’ என்று பட்டிக் காட்டான் ஒருவன் தன்னிடம் கேட்டதைச் சொன்னான் பஜ்ரங். ஷாலினி சிரிக்க அவள் தோளை அணைத்தான்.

சுவரருகே அமர்வதற்கு இடம் தேடி சுற்றும் முற்றும் பார்த்தான். இன்னும் இருட்டியிருக்கவில்லை. ஆனால் விரைவில் அவ்விடம் ஜோடிகளால் நிரம்பிவிடும். மறைவான இடம் எளிதில் கிடைக்காது. நேரமிருக்கும்போதே நல்ல இடமாகப் பார்த்து அமர்ந்துவிட வேண்டுமென நினைத்தான் பஜ்ரங். கல்லறைச் சுவர்

அருகே அதிகம் பேர் அமர விரும்புவதில்லை என்பதால் அங்கு ஓரிடத்தைத் தேர்ந்தெடுத்தான். ஆல்பெர் காம்யு ஓரிடத்தில் கல்லறைச் சுவர்களின் அடியில் அல்ஜீரியப் பையன்களும் பெண் களும் சந்திப்பதற்கான மறைவிடங்கள் தேடுவதைப் பற்றி எழுதி யிருப்பார். அச்சுவர் அருகே அமர பஜ்ரங் விரும்பியதற்கு அதுவும் ஒரு காரணம். வெகு தொலைவில் இருக்கும் அல்ஜியர்ஸ் நகரோடு சேர்ந்து மும்பையும் மரணத்தை வென்று வாழும் காதலுக்குத் துணை புரிகிறது என்ற எண்ணம் கிளர்ச்சியூட்டுவதாக இருந்தது. உலகம் முழுவதும் காதல் வயப்பட்ட இளைஞர்கள் கல்லறைகளை முற்றுகையிடும் காட்சி பஜ்ரங் மனதில் மின்னி மறைந்தது.

பஜ்ரங்கும் ஷாலினியும் சுவரில் சாய்ந்து அமர்ந்தனர். இருட்டு வது வரை ஷாலினியின் சளசளப்பைப் பொறுத்துக்கொள்ள வேண் டியிருந்தது. அவளது இடதுகை விரல்களை வருடியபடி தொலை வானைப் பார்த்தான் பஜ்ரங். கடல் இருண்டுகொண்டு வந்தது. அலைகள் பெரிதாக எழவில்லை. சுவரிலிருந்து வெகு தொலைவில் இருந்தது கடல்நீர். நீர்விளிம்பில் சிற்றலைகள் சலிப்பேற்படுத்தும் தொடர்ச்சியில் எழுந்தமைந்துகொண்டிருந்தன. இருட்டத் தொடங்கி யிருந்ததால் சேரிவாழ் மக்கள் கடலோரமாக மலம்கழிக்க வரத் தொடங்கினர். ஒருவருக்கொருவர் குறைந்தபட்ச இடைவெளியில் நீரருகே அமர்ந்தனர். அவர்களது கோட்டுரு மாலை ஒளியில் தெளி வாகத் தெரிந்தது.

வயதானவனாகத் தெரிந்த ஒருவன் எழுந்து கழுவிக்கொள்வ தற்காக நீரை நோக்கிச் சென்றான். அலைகள் கரையில் வந்தறையும் இடத்தில் நின்றபடி தன் புட்டத்தை இறக்கினான். நீரில் இறங்கி தேவைக்கு அதிகமாக நனைந்துவிட விரும்பவில்லை அவன். மணலை அறையும் அலையொன்றில் தன்னைக் கழுவிக்கொண்டு விட முனைந்தான். ஒரு அலை வருவதைப் பார்த்து புட்டத்தை இறக்கியவன், இடுப்புவரை தன்னை நனைத்துவிடும் அளவு அது உயரமாக இருப்பதை உணர்ந்து பயந்து உடலை அவசரமாக உயர்த்தினான். அவன் சந்தைத் தொடாமல் கீழே மடங்கிச் சென்றது அலை. மீண்டும் இறக்கி அடுத்த அலைக்காகக் காத்திருந்தான். மீண்டும் அவன் கணிப்பு தவறியது. அலை அவனுக்குக் கீழாகச் சென்றது. நாலைந்து முறை இப்படியே தொடர்ந்தது. ஏதோ உடற்பயிற்சி செய்வது போலவும், நடன அசைவு பழகுவதுபோலவும், கண்ணுக்குத் தெரியாத நூலிழையால் ஆட்டிவைக்கப்படும் பொம்மை போலவும் அவன் தன் புட்டத்தை ஏற்றி இறக்குவதை ஆர்வமாகப் பார்த்துக் கொண்டிருந்தான் பஜ்ரங். அம்மனிதன் ஒரு முடிவுக்கு வந்தவனாக அடுத்த அலை வரும் வரை அசையாமல் இருந்தான். இம்முறை அலை உயர்ந்து வந்து அவனை முழுமையாக

14 ● கூண்டுக்குள் பெண்கள்

அறைந்து நெஞ்சு வரை முழுக்காட்டியது. இதற்குள் இருட்டியிருந்த தால் தூரத்தில் இருந்த அவன் முகத்தில் தோன்றிய உணர்ச்சியை பஜ்ரங்கால் காண முடியவில்லை. ஆனால் எப்படி இருந்திருக்கும் என்று கற்பனை செய்ய முடிந்தது. இதுதானே வாழ்க்கை என்று தனக்குத்தானே சொல்லிக்கொண்டான். ரீடர்ஸ் டைஜஸ்ட் இத ழுக்கு இச்சம்பவத்தை எழுதி அனுப்பினால் என்ன என்று தோன் றியது.

இருட்டியபிறகு கடற்காற்றில் சில்லிப்பு கூடியது. வெம்மை தேடி பஜ்ரங்கை இன்னும் நெருங்கி அமர்ந்தாள் ஷாலினி. நீண்ட நேரம் சுவற்றில் சாய்ந்து அமர்ந்திருந்ததால் இறுக்கமாக உணர்ந்தான் பஜ்ரங். தன்னைத் தளர்த்திக்கொள்ள எண்ணி, மெதுவாக ஷாலினி யிடமிருந்து விலகி எழுந்துநின்றவன் மணலைத் தட்டிவிட்டான். சோம்பல் முறித்தபடி சுற்றும்முற்றும் பார்த்தான். அவனுக்கு இரு புறமும் சுவரையொட்டி இணைகள் அமர்ந்திருப்பதைப் பார்த்தவன் கடற்கரையில் மலம்கழிக்க அமர்ந்திருந்த சேரிமக்கள் இடையே இருந்த இடைவெளியே இவ்விணைகளுக்கும் இடையில் இருந்ததை கவனித்தான். திரும்பி சுவருக்கு மேல் எட்டிப்பார்த்தான். பிணம் ஒன்று அப்பொழுதுதான் சுடுகாட்டிற்கு கொண்டுவரப்பட்டது போல் இருந்தது. சுடுகாட்டுப் பணியாளர் சிதையைத் தயார் செய்வ தற்காகக் காத்திருந்தவர்கள் இறந்த வண்டைச் சுற்றியிருக்கும் எறும்புகள் போல பாடையைச் சுற்றி அமர்ந்திருந்தனர்.

பஜ்ரங் மீண்டும் அமர யத்தனித்தபோது சுவரின் அப்புறத்தில் ஒருவன் எதிர்பாராது எழுந்து நின்றான். பஜ்ரங் கவனித்திருக்க மாட் டான். ஆனால் ஏதோ இடித்தது. எழுந்து நின்றவனைப் பார்த்தான். கடவுளே, அது கன்சன் கொதாரிதானே? அவன் என்ன செய்து கொண்டிருக்கிறான் இங்கே?

கன்சனும் பஜ்ரங்கை அடையாளம் கண்டுகொண்டான். 'ஹேய் பஜ்ரங்!' எனக் கூவினான். 'இங்க என்ன செய்யற?' கல்லூரியில் பஜ்ரங்கின் நெருங்கிய நண்பர்களில் ஒருவன் கன்சன். கொஞ்சம் முயல்மூளை கொண்டவன். அவன் எப்போது என்ன சொல்வான் என்ன செய்வான் என்று சொல்லிவிடமுடியாது.

'சுவரில ஒண்ணுக்கடிக்க வந்தேண்டா. அந்தப் பக்கம் உன்னை எதிர்பார்க்கல' என்றான் கன்சன்.

'உன்னைப் பாத்து எவ்வளவு நாளாச்சு! இங்க எப்படிடா..?'

'அம்மா இறந்துட்டாங்கடா' கன்சனின் குரல் சட்டென மாறி யது. கண்ணீர் பெருக 'அம்மாவ எரிக்க வந்திருக்கேன் பஜ்ரங்...' என்றான். சிறிது நேரத்திற்கு அவனால் பேச முடியவில்லை. கன்சன் அவன் தாய் மேல் கொண்டிருந்த பாசத்தை பஜ்ரங் அறிவான். 'பஜ்ரங், எங்கம்மா எவ்வளவு நல்லவங்க தெரியுமா?'

பஜ்ரங்கிற்கு என்ன சொல்வதென்று தெரியவில்லை. இருட்டில் அருகே அமர்ந்திருந்த ஷாலினி புருவத்தை உயர்த்தி அவனைப் பார்த்தாள். கன்சன் பழைய நண்பன்தான் என்றாலும் இவ்வேளையில் இவ்விடத்தில் பஜ்ரங்கிற்கு இடைஞ்சலாக இருப்பது சரியல்ல. சட்டென்று அவனிடம் விடைபெற எண்ணியபோது 'பஜ்ரங்...' என அழ ஆரம்பித்தான் கன்சன். அவன் உடல் நடுங்கத்தொடங்கியது. அவன் மயங்கி விழுந்துவிடக்கூடும் என்று தோன்றியது. சற்று முன்னால் குனிந்து பார்த்தபோது கன்சனின் மூச்சுக்காற்று அவன் கழுத்தில் பட்டது.

'பஜ்ரங், நான் எப்படி என்னோட உணர்ச்சிகள புரியவைப்பேன்னு தெரியல. இந்த மக்களப் பார்த்தாலே வெறுப்பா இருக்கு' என்றான் கன்சன். தூரத்தில் அமர்ந்திருந்தவர்களைக் காண்பித்து 'அப்பாவுக்கு அம்மா இறந்ததுல நிம்மதி. ரெண்டு வருஷமா படுத்த படுக்கையா இருந்தாங்க அம்மா. சொந்தம்னு சொல்லிக்கிட்டு இவங்க எல்லாம் எங்கிருந்தோ திடீர்னு முளைச்சு வந்தாங்க. வல்லூறெல்லாம் வந்து நிலத்தில இறங்குற மாதிரி. என் வாழ்க்கையில இதுக்கு முன்ன அவங்கள எல்லாம் நான் பார்த்தது கூடக் கிடையாது. ஆனா சாவுக்கும் கல்யாணத்துக்கும் உறவுக்காரங்க எல்லாம் கண்டிப்பா வந்துடுவாங்க. நாட்டில எந்த மூலை முடுக்குல இருந்தாலும் வந்துடுவாங்க. இதோ இவரு பாடை கட்டறதுல எக்ஸ்பர்ட். அவரு தலைமைலதான் எல்லாம். அவ்ளோ சீக்கிரமா கட்டிட்டாங்க. எவ்வளோ இறுக்கமா கட்டமுடியுமோ அவ்வளவு.'

கன்சனின் கன்னங்கள் நனைந்திருந்தன. 'பஜ்ரங், கொஞ்ச நேரத்துக்கு எனக்கு துணையா இருக்கயாடா? இந்தப் பக்கம் உன்னால வரமுடியுமா? இந்த ஜனங்களப் பார்த்தாலே எனக்கு பயமாயிருக்கு. நீ கண்டிப்பா வருவ இல்ல?' என்றபடி கன்சன் அவன் தோளில் கை வைத்தான். பஜ்ரங் அவனை நேராகப் பார்த்தான். பிறகு குனிந்து ஷாலினியின் காதில் 'ஷாலு, கொஞ்ச நேரத்துல நான் திரும்பி வந்துடுவேன். இங்கேயே காத்திருக்கயா? ப்ளீஸ்...' என்றான். ஷாலினி தலையசைத்தாள். அவள் சரி என்றாளா மாட்டேன் என்றாளா என்பதை அறியமுடியவில்லை. ஆனால் காத்திருக்காமல் பஜ்ரங் சுவரைத்தாண்டிக் குதித்தான். கன்சனின் தோளை அணைத்தபடி பாடை இருந்த இடம் நோக்கி நடந்தான்.

2

சிதை தயார் செய்யப்பட்டு கன்சனின் தாயின் உடல் அதன் மீது வைக்கப்பட்டது. இறுதிச் சடங்குகள் செய்யப்பட்டன. பஜ்ரங் கைகளைக் கட்டியபடி சிதை அருகே நின்றிருந்தான். இப்போது நன்கு குளிரத்தொடங்கியிருந்தது.

சிதையைப் பற்ற வைத்தவுடன் தீக்கொழுந்துகள் எழுந்தாடின. சுற்றியிருந்தவர்களின் முகம் சிவப்பாக, வண்ணம் தீட்டிய முக மூடிகள் போலாயின. நெருப்பு அளித்த வெம்மை பஜ்ரங்கிற்கு இத மாக இருந்தது. அசையாமல் நின்றிருந்தவர்களின் முகத்தில் ஆடிய சிவப்பு வண்ணத்தின் பல சாயல்(ங்)களை கவனித்தபடி நின்றி ருந்தான்.

ஷாலினியின் உடல் அளித்த வெம்மையிலிருந்து என்னை அகற் றிக்கொண்டு வந்தான் கன்சன்.. அதனாலென்ன, அவன் தாயின் உடல் இப்போது என் உடலுக்கு கதகதப்பளிக்கிறது என்று எண்ணிக் கொண்டான். ஷாலினி என்னவானாள்? சுவரின் அப்புறத்தில் குளிரில் தனித்து அமர்ந்திருப்பாள். சட்டென அவளைக் குறித்த பரிவு அவன் உள்ளத்தில் தோன்றியது.

நெருப்பின் வெம்மை குளிரை நன்றாகப் போக்கிவிட்டிருந்தது. அவனில் புத்துணர்ச்சி தோன்றியது. சிதையைச் சுற்றிலும் அமைதி யாக நின்றிருந்தவர்களைப் பார்த்தவனுக்கு, குளிரான நாளொன்றில் குளிர்காய்வதற்காக இப்பெண்மணியை இவர்கள் கொன்றிருக்கக் கூடும் என்று தோன்றியது. அந்த வெம்மை அளித்த திருப்தி அவர்கள் முகத்தில் தெரிந்தது.

மும்பையில் குளிர்காலத்தில் இவ்வளவு வெம்மை வேறெங்கு கிடைக்கும்? மிகச்சிறந்த சொக்கப்பனை ஒன்றைத் தங்களுக்காக அவர்கள் உருவாக்கிக்கொண்டுள்ளார்கள் என்பதில் சந்தேகமே இல்லை.

இங்கிருப்பவர்களில் அவர்களது கள்ளத்தனத்தில் பங்கு கொள் ளாதவன் கன்சன் மட்டுமே என்று தோன்றியது. தொலைவை வெறித்துக் கொண்டிருந்த அவனைப் பார்த்தான். பஜ்ரங்கை தான் தான் வரவழைத்தோம் என்பதை மறந்துவிட்டவன் போல் இருந் தான்.

தீநாக்குகள் இன்னும் உயர்ந்தபோது வெப்பம் தீவிரமானது. என்றாலும் பஜ்ரங்கின் கைகளும் பின்புறமும் தேவையான வெப்பத் தைப் பெறவில்லை. அவன் தன் கைவிரல்களைத் தீயின் முன்பாக விரித்தான். சரியான வெம்மை கிடைக்கும்வரை உள்ளும் புறமுமாகத் திருப்பினான். பின்னர் தன் பின்புறத்தை நெருப்பில் காட்டினான்.

பின்புறம் தேவையான அளவு கதகதப்பானதும் முன்புறம் சில்லிடத் தொடங்கியதால் முகத்தை சிதையை நோக்கித் திருப்பி னான். அப்போதுதான் சுற்றி இருந்தவர்கள் தன்னைச் சுட்டிக்காட்டி ஏதோ தங்களுக்குள் கிசுகிசுத்துக் கொள்வதை கவனித்தான். நான் யாரென்று தெரியாததால் இருக்கும் என்று அவனுக்குத் தோன்றியது. தன்னை அறிமுகப்படுத்திக் கொள்வதற்கான இடம் இதுவல்ல என்று நினைத்தான். மீண்டும் விரல்களை நெருப்பை நோக்கி விரித்தான்.

இருவர் தன்னை நோக்கி வருவதைப் பார்த்தான். அதில் ஒன்று கன்சனின் தந்தையாக இருக்கவேண்டும் என்று எண்ணினான். 'இந்த ராட்சஸன் சடங்குக்கு வந்திருக்கானா இல்லைன்னா சந்தோஷமா குளிர்காய வந்திருக்கானா?' குரல் கன்சனின் தந்தையுடையது என்பது தெரிந்தது. என்ன நடக்கிறது என்பதை உணர்வதற்குள் அவர்கள் அவனைத் தாக்கத் தொடங்கினர்.

தன்னைப் பற்றிய கரங்களிலிருந்து விடுவித்துக்கொண்டவன் சிதையின் மறுபுறத்திற்கு பாய்ந்தான். சில கணங்கள் குந்தி அமர்ந்தவன் அடுத்து என்ன செய்ய என்று யோசித்தான். இதற்குள் கன்சனுக்கு நிலைமை புரிந்துவிட்டது. 'பஜ்ரங், பஜ்ரங்...' என்று கூவியவன் வழியில் இருந்தவர்களைத் தள்ளிக்கொண்டு பஜ்ரங்கைக் காப்பாற்ற விரைந்தான்.

பஜ்ரங் அதற்குள் முடிவெடுத்திருந்தான். ஷாலினி அமர்ந்திருந்த கடலோரச் சுவர் பக்கம் அவனால் தப்பிக்க முடியாது. மறுபுறம் இருந்த சுவர் பக்கமாகத்தான் ஓடவேண்டியிருக்கும். மீண்டும் சட்டென சிதையை ஒரு சுற்று வந்தான்.

திரும்பிப்பார்த்தபோது தான் சுற்றி ஓடியபோது சிதையைத் தட்டிவிட்டிருப்பதும் ஒருபக்கத்தில் விறகுகள் சரிவதும் தெரிந்தது. தன்னை நோக்கி ஓடிவந்த கன்சன் தான் தட்டிவிட்ட விறகுகளில் தடுக்கி விழுந்ததையும் கவனித்தான். தரையில் மல்லாந்து விழுந்த கன்சன் கைகால்களை காற்றில் விரிக்க எரிந்த விறகுகள் அவன் மீது சரிந்தன.

சுவரை அடைந்த பஜ்ரங் அதில் ஏறி மறுபுறமாகக் குதிப்பதற்கு முன் கடைசியாக ஒருமுறை திரும்பிப் பார்த்தான். விறகுக்குவியலின் அடியில் கன்சன் காணாமல் போயிருந்தான். பாதி எரிந்திருந்த அவன் தாயின் உடல் அவன் மீது சரிந்திருந்தது. பஜ்ரங் பெயரைச் சொல்லிக் கூவிய கன்சன் இப்போது 'அம்மா, அம்மா...' என்று கதறத்தொடங்கினான். வெறியெழுந்தவனாய் தாயின் உடலை அணைத்துக்கொண்டான். பஜ்ரங்கைத் துரத்துவதில் குறியாய் இருந்த சிலர் கன்சனுக்கு நிகழ்ந்ததைக் கண்டு அவனை அந்தக் களேபரத்திலிருந்து இழுத்துக் காப்பாற்ற முயன்றனர். ஓரிருவர் மனதில்லாமல் பஜ்ரங்கைத் தொடர்ந்தனர். இந்தக் காட்சிகளை சில கணங்கள் பார்த்து நின்ற பஜ்ரங் சுவரிலிருந்து குதித்தான். ஓட்டத்தை நிறுத்தவே இல்லை.

3

பஜ்ரங் தன்னை ஒரு கிரேட் இண்டியன் பஸ்டர்ட் (கானமயில்) என்று எண்ணிக்கொண்டான். அருகி வரும் பறவை இனமான துடிப்பான அப்பறவைக்கு மென்னடை பறவை என்ற பொருள் தரும் அவிஸ் டார்டா என்ற லத்தீன் மொழிச் சொல்லை மூலமாகக்

கொண்ட பஸ்டார்ட் என்று பெயர் வைத்திருக்கும் முரணில் உள்ள ரகசியம் தனக்கு மட்டுமே தெரியும் என்று எண்ணினான். என்னை சுலபமாகப் பிடித்துவிட முடியும் என்றா நினைக்கிறீர்கள்? நான் ஒரு கிரேட் இண்டியன் பஸ்டார்ட். 'அது ஒரு மந்தமான பறவை' என்று நீங்கள் உங்களுக்குள் சொல்லிக் கொள்ளலாம். 'இப்போது அவனை பிடித்துவிடுவோம்.' நீங்கள் இச்சொற்களை சொல்வதற் குள்ளேயே நான் தப்பிவிட்டேன். என்ன முயன்றாலும் என் மீது உங்கள் கரம் படாது. நீங்கள் பிடித்துவிட்டீர்கள் என்றால் இந்நாள் துன்பகரமானதுதான். அழிந்துவரும் இனமான தி கிரேட் இண்டியன் பஸ்டார்டை முழுமையாக அழித்தொழித்துவிடுவீர்கள். அருகி வரும் இனத்தில் தானும் ஒருவன் என்பதால் தன் உயிரைக் காப்பாற்றிக் கொள்வது தன் கடமை என்று அறிந்திருந்தான் பஜ்ரங். அவன் உள்ளத்தில் கர்வம் பெருகியது. ஏக்கம் கலந்த காதலும்.

ஆட்கள் நடமாடமற்ற தெருவை அடைந்த பஜ்ரங் நின்று மூச்சு வாங்கினான். கல்லறை இருந்த பக்கம் பார்த்தான். யாரும் தொடர்ந்து வரவில்லை. நிம்மதி.

இங்கொன்றும் அங்கொன்றுமாக விளக்குகள் இருந்தாலும் அந்தப்பகுதி இருளில் மூழ்கியிருந்தது. செய்வதறியாமல் தெருவில் நின்றான் பஜ்ரங். மனம் ஒழிந்திருந்ததால் அவன் நினைவில் சொற்கள் மிதக்கத் தொடங்கின:

> அரண்மனை அந்தப்புரத்தில் யாரையும் பரிசோதிக் காமல் அனுமதிக்கக் கூடாது. நெருப்புகள் தாமாகப் பற்றி எரிகின்றன; எரிந்த சிகரெட் துண்டுகள் தெரு வோரத்தில் குவிந்தன.
>
> நில் கவனி செல்...
>
> என் காலணியின் நாடாக்களின் நிலைமை பொது விவாதத்திற்கானதல்ல. நானும் அதைக் கோரவில்லை.
>
> இருளில் துலங்காத கோபுரங்கள் வாதம் கொண்டவை.

பின்னர் பஜ்ரங் நடக்கத் துவங்கினான். அவன் செல்வது வீட்டை நோக்கி இருக்கலாம். ஒரு மதிய வேளையில் தான் கடற் கரையில் இருந்தது சட்டென நினைவில் எழுந்தது. எல்லோரும் மாலையில்தான் கடற்கரைக்குச் செல்கின்றனர். அவ்விடம் மதியத்தில் எப்படி இருக்கும் என்று பார்ப்பதற்காக ஒருமுறை மதிய வேளையில் சென்றான். புதியதாக சாயமேற்றப்பட்ட புடவைப் பொதிகளைக் கொண்டுவந்து விரித்துக்கொண்டிருந்த சில சலவைக் காரர்கள் மட்டுமே இருந்தனர். அன்று கொளுத்தும் வெயிலில் நின்ற வாறு வண்ணமயமான புடவைகள் மணலில் காய்ந்து கொண்டி ருப்பதைப் பார்த்துக்கொண்டிருந்தான் பஜ்ரங்.

❍

மும்பையில் காதல் - II

ஒரு நண்பகலில்
பாறைகள் நடுவே

பஜ்ரங், கிங்ஸ் சர்க்கிளில் இருந்த கட்டடங்களில் வழக்கமான வியாபாரத்தை முடித்தபோது இரண்டு மணி ஆகியிருந்தது. மாதிரி களை வைத்திருந்த பெட்டியைப் பூட்டிய பஜ்ரங் தாதருக்குச் செல்லும் பேருந்தில் ஏறினான். செய்தித்தாள்கடை வைத்திருந்த நண்பன் ரஞ்சித்திடம் பெட்டியைக் கொடுத்தான்.

'சீக்கிரம் முடிச்சுட்ட போல' என்று கேட்டான் ரஞ்சித். 'ஆமாண்டா, மதியம் சொந்த வேலை இருக்கு' என்றான் பஜ்ரங். 'வியாபாரம் எப்படி போயிட்டிருக்கு?' 'சுமாரா இருக்கு. நிறைய பேர் இப்போ வீட்டுக்கு வீடு போய் சேல்ஸ் பண்ண ஆரம்பிச்சுட்டாங்க. எனக்கு வியாபாரம் குறைஞ்சு போச்சு.'

மாலையில் வந்து பெட்டியை வாங்கிக்கொள்வதாக ரஞ்சித் திடம் சொல்லிவிட்டு மீண்டும் ஒரு பேருந்தில் ஏறினான். பந்த்ராவில் உள்ள நியூ டாக்கீஸ் அருகே 2.30 மணிக்கு ஷாலினியை சந்திப்பதாக சொல்லியிருந்தான். பேருந்திலிருந்து இறங்கும்போது 2.35 ஆகி விட்டது. நியூ டாக்கீஸுக்கு நடக்கத் தொடங்கியதும்தான் தாதரி லேயே ஒன்றுக்கிருந்துவிட்டு வந்திருக்கவேண்டும் என்ற நினைவு எழுந்தது. பிற்பகல் முழுவதும் ஷாலினியுடன் இருக்கவேண்டும் எனும்போது இதை ஒழுங்காக செய்துவிட்டு வந்திருக்க வேண்டும். இப்போது எங்கே செல்ல? ரயில்வே ஸ்டேஷனுக்கு செல்லலாம். ஆனால் இன்னும் நேரம் விரயம். ஏற்கனவே தாமதமாகப் போய்க்

கொண்டிருந்தான். இருந்தும் ஸ்டேஷனுக்குச் சென்றுவிட்டு பின்னர் நியூ டாக்கீஸுக்கு நடந்தான். ஷாலினி அவனுக்காகக் காத்திருந்தாள்.

முகத்தைச் சுளித்தபடி, 'எவ்வளவு நேரம்?' என்றாள் ஷாலினி. 'இங்க நிக்கிறது கொடுமை. எல்லாரும் பார்த்துக்கிட்டே இருக்காங்க.'

'சாரி, பஸ்ஸுக்கு ரொம்ப நேரம் காத்திருந்தேன்' என்றான் பஜ்ரங்.

ஒரு டாக்ஸி பிடித்து பாண்ட் ஸ்டாண்டுக்கு சென்றனர். அங்கிருந்த ஒரே ஹோட்டலுக்குள் நுழைந்தனர். கவுண்டரில் அமர்ந்திருந்தவனோடு வம்படித்துக்கொண்டிருந்த ஒரு வெயிட்டரைத் தவிர அங்கு எவரும் இருக்கவில்லை.

'இந்த முறையும் போன வாரம் மாதிரி இருக்காதுன்னு நினைக்கிறேன்' என்றாள் ஷாலினி.

'ஐயோ, அப்படியிருக்காது. தினம் தினம் யாரும் போய் மூழ்கிற தில்லை.'

சென்ற வாரம் அவர்கள் வந்திருந்தபோது அந்த ஹோட்டலுக்கு அப்புறமாக இருந்த பாறைகளில் ஒரு சிறிய கூட்டம் இருப்பதைப் பார்த்தனர். பெண்ணின் சடலம் ஒன்று கடலிலிருந்து ஒதுங்கியிருப் பதாகச் சொன்னான் வெயிட்டர். அதையே எண்ணிக் கொண்டு அவர்களால் எப்படி பாறைகள் மீது அமர்ந்திருக்க முடியும்? வந்த வழியே திரும்பினர் அன்று.

'உன்னாலயும் வாரத்துல ஒருநாள்தான் ஆஃப் எடுக்க முடியும்' என்றான் பஜ்ரங்.

'கண்டிப்பா. ஒரு முறை எடுக்குறதே கஷ்டம்தான். இங்க வர்ற துக்கு ஃபாக்டரியில அரை நாள் லீவு எடுக்கணும். பாதி நாள் சம்பளம் பிடிச்சுடுவாங்க. சம்பள தேதியில அப்பா கண்டுபிடிச்சுடு வாரு. அதிகம் லீவ் எடுக்கறேன்னு புலம்ப ஆரம்பிச்சுருவாரு.'

'நீ வீட்டுக்கு கொண்டு வர காசுலதான் அவருக்கு குறி போல.'

'பஜ்ரங், உன்னால் மட்டும் அடிக்கடி இங்க வர முடியுமா? உனக்கு வியாபாரம் பாதிக்காதா?'

'எனக்கு பரவாயில்ல. தினம் வரணும்னா கூட வருவேன். வியாபாரம் பத்தி எனக்கு கவலையில்லை.'

'அப்படி சொல்லாதே பஜ்ரங். நீ காசு சேர்க்க வேணாமா? நாம ரெண்டுபேருமே பணம் சேர்த்து எவ்வளவு சீக்கிரம் முடியுமோ கல்யாணத்த முடிச்சுக்கணும். இல்லைனா, தள்ளிப் போட்டுக்கிட்டே தான் இருக்கப் போறோம். எவ்ளோ நாள் இப்படியே இருக்கப் போறோம்?'

‘இன்னும் கொஞ்சம் சாஸ் வேணுமா?’ சாஸ் பாட்டிலை அவளது சாண்ட்விச்சுக்கு மேலாகப் பிடித்தபடி கேட்டான் பஜ்ரங். அவள் தலையாட்டியதும் பாட்டிலை கவிழ்த்தான்.

‘வியாபாரம் நல்லா போயிட்டிருக்கா?’ ஷாலினி கேட்டாள்.

‘நல்லபடியாத்தான் இருக்கு’

‘எவ்வளவு நாள்தான் இப்படி வீடு வீடா ஏறி இறங்கிட்டிருக்கப் போற?’

‘தெரியலையே. இன்னும் ஒரு வருஷம் போல செய்ய வேண்டி யிருக்கும். எப்படியும் ஏதோ ஒரு கம்பெனியில சேல்ஸ் ஆஃபிசர் வேலை கிடைக்கும்.’

பஜ்ரங் டீயை உறிஞ்சியபடி, ஷாலினி சாண்ட்விச்சின் நடுப் பகுதியாகச் சாப்பிட்டுவிட்டு ஓரங்களை அப்படியே வைத்திருப் பதைக் கவனித்தான். பஜ்ரங்கைப் பொறுத்தவரை தட்டில் எதையும் மிச்சம் வைப்பது மன்னிக்க முடியாத குற்றம். ஷாலினி பெரும் பணக்காரிபோல் அப்படிச் செய்தது அவனுக்குப் பிடிக்கவில்லை. திருமணத்திற்குப் பிறகு வீட்டை இப்படித்தான் வைத்துக்கொள்ளப் போகிறாளா?

பில் வந்ததும் பத்து ரூபாய்த் தாளைக் கொடுத்துவிட்டு மிச்சத்தைச் சட்டைப் பையில் போட்டபடியே மனக்கணக்கில் இறங்கினான். திரும்பிச் செல்ல டாக்ஸிக்கும் பஸ்ஸுக்கும் இருப்பது போதும். கடந்த சில வாரங்களாக சிலநாட்களில் அன்றைய தேவைக் கான பணம் மட்டுமே அவனிடம் இருந்தது. பணம் இல்லையென்பத தற்காக ஷாலினியை சந்திப்பதைக் குறைத்துக்கொள்ள வேண்டி யிருக்காது என்று அவன் நம்பினான். இருவழியும் டாக்ஸி, ஹோட் டலில் சாப்பிடுதல் என்று வாரம் ஒருமுறை ஷாலினியுடன் சுற்று வதே அவனுக்கு பெரும் செலவாக இருந்தது. வேறு வழி இல்லை.

ஹோட்டலிலிருந்து வெளியேறி பாறைகளை நோக்கி நடந்தனர். வெயில் எரிந்துகொண்டிருந்தாலும் இனிய கடற்காற்றால் சூடு உறைக்கவில்லை. வலதுபுறம் இருந்த சுவரின் கீழ் ஒரு கட்டடத்திற் கென போடப்பட்ட அரைகுறையான அஸ்திவாரம் இருந்தது. ‘இங்க பெரிய ஃபைவ் ஸ்டார் ஹோட்டல் கட்டப் போறாங்க இல்ல?’ ஷாலினி கேட்டாள்.

‘ஆமாம்.’

‘ஹோட்டல் கட்டிட்டாங்கன்னா நாம மதியத்துல இங்க வரமுடியாது.’

‘அதப் பத்தி இப்ப என்ன கவலை? இன்னும் ரெண்டு மூணு வருஷத்துக்குள்ள ஹோட்டல் வந்துராது.’

‘ஆமாம். அதுக்குள்ள நம்ம கல்யாணம் முடிஞ்சுரும். ஒரு குழந்தை கூட இருக்கலாம் நமக்கு, இல்ல? பையனோ, பொண்ணோ...’

‘ஹூம்...’

‘ஆனா நம்மள மாதிரி ஜோடிங்க மூணு நாலு வருஷம் கழிச்சு எங்க போவாங்க?’

‘அதப்பத்தி நீ எதுக்கு கவலைப்படணும்?’

‘ஒரு நாள் நம்மளோட மகன இங்க கூட்டி வந்து, இந்த இடத்த காட்டி ‘எங்க கல்யாணத்துக்கு முன்னால இங்க அடிக்கடி வருவோம், செல்லம்’ அப்டின்னு சொல்வோம். அவனுக்கு புரியலன்னாலும் பெரிசா சிரிப்பான், இல்ல?’

இடதுபுறத்தில் இருந்த சாய்வான குன்று புற்கள் மண்டிக் கிடந்தது. நடைபாதை குன்றை ஒட்டிச் சென்றது. முடிவில் கோட்டை போன்ற பைராம்ஜி பாய்ண்ட், கடலைப் பார்த்தபடி இருந்தது. வலதுபுறத்தில் முழுவதும் பாறைகள். இருவரும் நடைபாதையிலிருந்து விலகி பாறைகளை நோக்கி இறங்கினர். பஜ்ரங் ஷாலினியின் கையைப் பற்றிக்கொள்ள கவனமாக அடிவைத்து நடந்தனர். உட்காரத் தோதான இடம் இருக்கிறதா என்று பார்த்தபடியே சென்றான் பஜ்ரங். இவ்வேளையில் வேறு ஜோடிகள் ஏதும் அங்கிருக்கவில்லை.

சுற்றும் முற்றும் பார்த்தவன் சரியான இடமொன்றைக் கண்டடைந்தான். நீளமான, சமனான பாறையும் பின்னால் செவ்வகப் பாறையும் சேர்ந்து கடலைப் பார்த்தபடி போடப்பட்ட ஒரு வசதியான சோஃபாவைப் போலிருந்தது. கைக்குட்டையால் மணலைத் தட்டிவிட்டு அமர்ந்தான். ஷாலினியும் தனக்கான இடத்தைத் தனது சின்னஞ்சிறு கைக்குட்டையால் நாசூக்காக சுத்தம் செய்துகொண்டாள். கைப்பையை பக்கத்தில் வைத்துக்கொண்டாள். பஜ்ரங் அவளை அணைத்துக்கொண்டான். அவனுக்கு அப்புறத்தில் சில அடிகள் தள்ளி ஆணுறைகள் சிதறிக்கிடந்தன.

ஷாலினி ‘இந்தப்பாறை எல்லாம் சுடுது, இல்ல?’ என்றபடி சேலை நுனியால் பின்புறத்தை மூடிக்கொள்ள முன்புறமாக குனிந்தாள். ‘ஆனாலும், பாறை சொரசொரப்பா இல்லயே? நம்ம அதிர்ஷ்டம்தான். நினைவிருக்கா? ரெண்டு வாரத்துக்கு முன்ன வந்தபோது உக்காந்திருந்த பாறை எவ்வளவு குண்டும் குழியுமா இருந்தது? என் பின்பக்கமெல்லாம் ஆழமா தடம் பதிஞ்சு வீட்டுக்குப் போனபிறகும் இருந்தது. எனக்குத் தெரியல. “எங்கடி இதெல்லாம் ஆக்கிட்டு வர?”னு அம்மா கேட்டாங்க.’

‘நீ என்ன சொன்ன?’

‘என்ன சொல்ல? என்னமோ சுத்தி வளச்சு தப்பிச்சேன்.’

‘போன வாரம் கரையொதுங்கின பிணம் எங்க வந்திருக்கும்னு யோசிக்கிறேன். நாம் உக்காந்திருக்கிற இடத்துல இருக்காதுன்னு நினைக்கிறேன்’ என்றான் பஜ்ரங்.

‘ஐயோ, இப்போ எதுக்கு அந்த விஷயம்...’

‘எப்படியும் அலை இடத்த சுத்தம் பண்ணிருக்கும்.’

‘தயவு செஞ்சு அந்த விஷயத்தப் பேச வேண்டாமே.’

சிறிதுநேரம் மௌனமாக இருந்தனர். கடல் மட்டத்திலேயே அமர்ந்திருந்ததால் அதிகமாக நீர் கண்ணில் படவில்லை. அவர்களுக்கு முன்னிருந்த பாறைகளுக்கும் மேலே வானத்திற்கும் இடையில் கடலின் ஒரு சிறு பட்டையில் சூரியன் மின்னிக்கொண்டிருந்தது. சிறிது தூரத்தில் அலைகள் மோதிக்கொண்டிருந்தன. வலதுபுறம் தொலைவில் வண்ணான்கள் துணிகளைத் துவைத்துக் கொண்டிருந்த ஒலி கேட்டுக்கொண்டிருந்தது. பஜ்ரங்கின் முடி கடற்காற்றில் பறந்தது.

பஜ்ரங் தன் கைக்கடிகாரத்தைக் கழற்றி ஷாலினியின் கைப் பையில் வைத்தான். பாறையில் அவர்கள் இயங்குகையில் அதில் கீறல் விழுந்துவிடக்கூடும். மீண்டும் ஷாலினியை அணைத்து தன் அருகே இழுத்துக்கொண்டான். ஓசையின்றி அவர்கள் முத்தமிட்டுக் கொண்டனர். அவன் கண்கள் மூடியிருந்தாலும் இமைகள் வழியே ஒளி மின்னியது. மூடிய கண்களில் திகழ்ந்த வெளிச்சமும், சூரியனால் கதகதப்பான உடலும், அவ்வப்போது தழுவிச்சென்ற தென்றலும் பஜ்ரங்கை மிகவும் லேசாக உணரச்செய்தன. கண்களை மூடியபடியே அவளது ரவிக்கையின் பின்புறமிருந்த ஊக்குகளைக் கழற்றத்தொடங்கினான். பின் கைகளைப் பின்னுக்கிழுத்து ‘ப்ரா போடாம ஏன் வரமாட்டேங்குற?’ என்றான்.

ஷாலினி கைகளை மார்பின் குறுக்காக வைத்துக்கொண்டு வெறுமனே புன்னகைத்தாள்.

‘நான் எப்போ சொன்னாலும், சிரிக்கிறதோட சரி.’

‘அடுத்த முறை, சரியா?’

‘இதையே எப்பவும் சொல்லு.’

ஷாலினி சிரித்தபடி, ‘பாதி நாள் வேலைக்கு போகணும் இல்ல? அந்த மாதிரி வந்தா முழு நேரமும் புடவையால் மூடிக்கிட்டே இருக்கணும்’ என்றாள்.

பஜ்ரங் பாறையில் வழுக்கியபடி அவள் மார்பில் இருந்து புடவையை விலக்கினான். அவன் நெற்றி அவள் முலைகளில் அழுந்த ஷாலினி கழுத்தைத் தூக்கி தூரத்தில் பார்த்தாள். கன்றுக்கு முலையூட்டுகையில் பொறுமையாகப் பார்த்தபடி நின்றிருக்கும் பசு

போல அமைதியாகத் தொடுவானை நோக்கினாள். பின் சிறிது இடதுபுறமாக தலையைத் திருப்பியவள் பஜ்ரங்கை அவசரமாகத் தள்ளினாள். பஜ்ரங் நிமிர்ந்து அவளைப் பார்த்தான்.

'அங்க யாரோ நின்னுட்டிருக்காங்க'

பஜ்ரங் அவளது தோளுக்கு மேலே நோக்கினான். அவர்களுக்குப் பின்னால் சிறிது தூரத்தில் குன்றின் அடியில் பாறைகள் தொடங்கிய இடத்தில் நீலச் சட்டையும் கறுப்புக் கண்ணாடியும் அணிந்த ஒருவன் நின்றுகொண்டிருந்தான். அவனுக்கு இருபத்தைந்து வயதிருக்கலாம். பைராம்ஜி பாயிண்ட் சுவரின் நிழலில் நின்றபடி அவர்கள் இருந்த திசையில் பார்த்துக் கொண்டிருந்தான்.

பஜ்ரங் சபித்தபடி தலையைத் திருப்பிக்கொண்டான். எழுந்து நிமிர்ந்து அமர்ந்துகொண்டான். 'சே, என்ன தொந்தரவு!' மூக்கில் எழுந்த வியர்வையைத் துடைத்துக்கொண்டான்.

உடையைச் சரிசெய்தபடி 'ஆமாம்' என்றாள் ஷாலினி.

அவர்கள் மௌனமாக அசையாமல் அமர்ந்திருந்தனர். 'அவனை திரும்பிப் பார்க்காதே' என்றான் பஜ்ரங். ஓரக்கண்ணால் அவனைக் கவனித்துக்கொண்டிருந்தனர். நீலச் சட்டை அசையவே யில்லை.

'சும்மா இங்கயே உக்காந்திருப்போம். அவனுக்கு வெறுப்பாகி போயிடுவான்' என்றான் பஜ்ரங்.

சிறிது நேரம் கழித்து 'அவன் இன்னும் அங்கயேதான் இருக்கான்' என்றாள் ஷாலினி.

'இந்த மாதிரி ஆட்களுக்கே பிடிவாதம் அதிகம்' என்றான் பஜ்ரங்.

சூரியனுக்குக் கீழே கடல் பளபளப்பதை பார்த்துக்கொண்டிருந்தனர்.

'மதியத்துல இங்க வர்றதுல இதுதான் பிரச்சனை' என்றான் பஜ்ரங். 'மாலையில இருட்டின பிறகு நல்லா இருக்கும். நிறைய ஜோடிங்க அப்போ இங்க வருவாங்க.' ஷாலினி எதுவும் சொல்லாமல் இருக்க, 'ஆனா உன்னால மாலையில வரமுடியாது இல்ல?' என்று கேட்டான் பஜ்ரங்.

'எப்படிப்பா முடியும்? அப்படி வந்தா வீட்டுக்கு போக நேரமாயிடும். அப்பா ஏத்துக்கவே மாட்டாரு.'

'ரொம்ப மோசம்'

ஷாலினி எதுவும் சொல்லவில்லை. சிறிதுநேரம் கழித்து தன் மேல்தான் தவறு என்பது போல பேச்சை மாற்றினாள். 'எந்த ஏரியாவுல இன்னிக்கு வியாபாரம்?'

விலாஸ் சாரங் ● 25

'கிங்க்ஸ் சர்க்கிள்'

'அது தென்னிந்தியக்காரங்க ஏரியா இல்ல?'

'ஆமாமாம்'

'ஒண்ணு எனக்கு புரியல. அதுக்கு ஏன் கிங்க்ஸ் சர்க்கிள்னு பேரு? எந்த ராஜா அது?'

'ஏதாவது பிரிட்டிஷ் ராஜாவா இருக்கணும்.'

'ஆனா இப்பதான் பிரிட்டிஷ் ஏரியா, தெரு பேர் எல்லாந்தான் மாத்திட்டாங்களே?'

'இத மறந்துருப்பாங்க'

'ஹும்... கிங்க்ஸ் சர்க்கிள்... எந்த பிரிட்டிஷ் ராஜாவா இருக்கும்? நிறைய பேர் இருந்தாங்களே...'

'அதுக்கென்ன இப்போ? அதப்பத்தி எல்லாம் யாருக்கு அக்கறை?'

'கிங்க்ஸ் சர்க்கிள் ராஜாவோட சர்க்கிள். விநோதமா இருக்கு இல்ல? ராஜா போயாச்சு ஆனா சர்க்கிள் மட்டும் இருக்கு'

பஜ்ரங் தலையைத் திருப்பி நீலச் சட்டையைப் பார்த்தான். சில கணங்கள் பார்த்துவிட்டு தலையைத் திருப்பி, 'அவன் நம்மள பாக்கற மாதிரி தெரியல. அவன் கடலை பார்த்துட்டிருக்கான்' என்றான்.

'அவன் எதுக்கு கடலைப் பாக்கணும்? என்ன இருக்கு அங்க?'

'எதாவது தோணிக்காக காத்திருக்கலாம். மாஹிம் கிரீக் மீனவங்க இந்த வழியாத்தான் கடலுக்குள்ள போவாங்க, தெரியுமா? ஒருவேளை அந்தமாதிரி போன சகா யாருக்காகவாவது காத்திருப் பானோ என்னவோ?'

'எனக்கு என்னமோ நம்பிக்கையில்ல. நான் சொல்றேன், அவன் நம்மளதான் பாக்கறான். கடலை பாக்குற மாதிரி நடிக்கிறான். இந்த மாதிரி ஆட்களே ரொம்ப வினை புடிச்சவங்க.'

பஜ்ரங் எதுவும் சொல்லாமல் ஷாலினியின் தோள்களை அணைத்து கைகளை வருடினான். 'பஜ்ரங், நீ ஒரு நல்ல கம்பெனி யில ஒரு வேலை தேடிக்கோ. அதுக்குப் பிறகு நம்ம கல்யாணத்த பத்தி தீவிரமா யோசிக்கலாம்' என்றாள் ஷாலினி.

'ஆமாம். செய்யணும். ஒரு வாய்ப்பும் வந்திருக்கு.'

'நாம் இன்னும் எத்தனை நாளைக்கு இந்தப் பாறைக்கு வந்திட்டி ருக்கப் போறோம்? கொளுத்தற வெயில்ல என்ன கொடுமையான நிலைமை? மொத்த மும்பையையும் விட்டுட்டு இந்த பாழாப் போன பாறைங்களுக்கு வந்து...'

'இங்க என்ன குறைச்சல்? எனக்கு இந்தப் பாறையில இருக்கிறது பிடிச்சிருக்கு. கடலிருக்கு... நல்ல காத்து'

'எனக்கென்னவோ நாம வாழ்க்கை பூரா இங்கதான் கழிக்கப் போறோம்னு தோணுது. நம்மளோட சொந்த வாழ்க்கை எங்கயோ இருக்க, நாம சேர்ந்து வாழ்றது இங்க பாறை நடுவுல மட்டுந்தான். நம்ம நினைவுல இந்தப் பாறைங்கதான் இருக்கும் போல.'

பஜ்ரங் மௌனமாக எதிரே நோக்கிக்கொண்டிருந்தான். வலதுபுறம் சற்று தள்ளி ஒரு ஜோடி அமர்ந்திருந்தது. பாறைகளுக்கு மேல் அவர்களது தலைகள் மட்டும் தெரிந்தன. மீண்டும் தலையைத் திருப்பி நீலச்சட்டையைப் பார்த்தான். அவன் அதே இடத்தில் வேறு மாதிரி நின்றுகொண்டிருந்தான். சில நொடிகள் பார்த்துவிட்டு, 'அவன் கடலைத்தான் பாத்துட்டிருக்கான். ஒரு தோணிக்காக காத்துட்டிருக்கான்' என்றான் பஜ்ரங்.

'உன்னை நீயே சமாதானப்படுத்திக்க முயற்சி செய்யிற பஜ்ரங்.'

'ஆனா அவன் நம்மள பாக்கணும்னா அப்படி திறந்தவெளியில நிக்க மாட்டான். எங்கயாவது ஒளிஞ்சு மறைஞ்சுதான் பார்ப்பான்.'

'அந்த மாதிரி ஆட்களுக்கு வெட்கமே கிடையாது.'

'நான் சொல்றேன் கேளு, அவன் ஏதோ கடத்தல்காரங்க வர்ற துக்காகக் காத்திருக்கான். கடத்தல் பொருளை எடுத்துட்டு இந்த வழியாத்தான் கால்வாய்க்கு போவாங்கனு கேள்விப்பட்டிருக்கேன்.'

'உனக்கு கற்பனை அதிகமாயிட்டே போவுது பஜ்ரங்.

நீலச்சட்டையை சில நொடிகள் பார்த்துவிட்டு, 'ஆமாம். நிச்சயமா சொல்லமுடியாதுதான். ஒருமுறை பார்த்தா நம்மள பாக்கற மாதிரி இருக்கு, அடுத்த முறை கடலைத்தான் பாக்கறான்னு தோணுது' என்றான் பஜ்ரங்.

'அவன் நம்மளதான் பாக்கறான்னு நான் சொல்லல? நீ சொல்ற மாதிரி அவன் தோணிக்காக காத்திருக்கலாம். ஆனாலும் நடுவுல இருக்கற நம்மளையும் பாக்கலாம் இல்லையா?'

'எரிச்சலாயிருக்கு... ஒருத்தன் நம்மள பாக்கறான்னு தெரிஞ்சா நிலைமைக்கு ஏத்த மாதிரி நம்மள மாத்திக்கலாம். யாரும் பாக்கறாங்களான்னு தெரியாதபோது பைத்தியம் பிடிக்கற மாதிரி இருக்கும். நாம் உயிரோட இருக்கமான்னே சந்தேகம் வந்துரும்.'

'என்ன சொல்ற? யாரும் பாக்கலன்னாலும் நாம உயிரோட தானே இருக்கோம்?'

'கிட்டத்தட்ட...'

ஷாலினி திடீரென 'பஜு, நான்... எனக்கு பாத்ரூம் போகணும்' என்றாள்.

‘சே! இங்க எங்க திறந்த வெளில போவ? அந்த ஹோட்டல்லயும் டாய்லட் கிடையாது.’

ஷாலினி ஒன்றும் சொல்லவில்லை. ‘வேலையிலிருந்து கிளம் பும்போதே போயிட்டு வரவேண்டியதுதானே?’ என்று கேட்டான் பஜ்ரங்.

‘அவசரமா கிளம்பி வந்தேன். காலையிலிருந்தே நாம சந்திக் கறத பத்தி யோசிச்சிட்டுருந்தேன். உன்னை பாக்கற வரை எனக்கு பொறுமையில்லை. வேற எதுவுமே தோணல. நேரமாயிடப் போகு தேன்னு அவசரமா கிளம்பி வந்தேன்.’

‘இப்போ இங்க இடமே இல்ல. நாம இன்னிக்கு சீக்கிரமா போகவேண்டியிருக்கும்.’

ஷாலினி குற்ற உணர்வோடு அமர்ந்திருந்தாள். பஜ்ரங் தலை யைத் திருப்பி மீண்டும் நீலச்சட்டையைப் பார்த்தான். ‘அவனையே ஏன் பாத்திட்டிருக்கே நீ?’ என்று கேட்டாள் ஷாலினி.

‘இப்ப எனக்கு என்ன தோணுது தெரியுமா? அது வேற யாரோ இல்லைன்னு நினைக்கிறேன்.’

‘என்ன சொல்ற நீ?’

‘நான் இதப்பத்தி உன்கிட்ட முன்னாலேயே சொல்லல. சில சமயம் உன்னோட நான் இங்கிருக்கும்போது, உன்னை கட்டிப் பிடிச் சிட்டிருக்கும்போது, அமைதியா பாறையில உக்காந்து என்னையே நான் பாத்துட்டிருக்கற மாதிரி தோணும். நான் வேற ஒரு ஆள்..., ஆனா நானே பாறையில உன்னோட உக்காந்திருக்கிற என்னை பாத்துட்டிருப்பேன்.’

‘அதனால?’

‘அதனால இப்போ அங்க நின்னுட்டிருக்கற ஆள் அந்த இன் னொரு நான்தான்னு எனக்கு தோணுது.’

‘சும்மாயிரு. அது வேற ஒரு ஆள்தான், முன்னபின்ன தெரியாத வன்னு நல்லாவே தெரியுது.’

எதுவும் சொல்லாமல் பஜ்ரங் தலையைத் திருப்பி நீலச் சட்டை யைப் பார்த்தான்.

‘ஏன் பஜு இப்படி ஒரு விபரீத நினப்பு? வேற ஒரு ‘நான்’ உன்னை சுத்திட்டிருக்குன்னு ஏன் நினைக்கிற? அப்படி அடிக்கடி தோணுதா?’

‘எப்பவுமே இல்ல. உன்னோட இருக்கும்போது மட்டும்தான். குறிப்பா, உனக்கு முத்தம் கொடுக்கும்போதும், மத்தது செய்யும் போதும்.’

‘மத்த நேரத்துல அப்படி இல்லையா?’

'இல்லை. ஆனா நான் சின்ன பையனா இருந்தபோது அப்படி தோணும். அப்பா என்ன பத்தி ரொம்ப கவலைப்பட்டதில்லை. ஆனா அம்மாவுக்கு என் மேல பாசம் அதிகம். எனக்கு ஒன்பது பத்து வயசிருக்கும்போதுகூட என்னை கட்டிப்பிடிச்சு முத்தம் கொடுப்பாங்க. அவங்க அப்படி அணைச்சுக்கும்போது எனக்கு அந்த மாதிரி தோணும் – பக்கத்துல நின்னுட்டு நானே என்னை பாக்கற மாதிரி.'

'ஏதோ அமானுஷ்யமா இருக்கு.'

பஜ்ரங்கின் கை அவள் உடலில் அலையத் தொடங்கியதும் ஷாலினி அவன் கையைப் பிடித்து 'வேண்டாம், அவன் பாத்துட்டி ருக்கான்' என்றாள்.

'இருக்கட்டும்' என்றபடி கையை விடுவித்துக்கொண்டான். 'இந்தப் பக்கம் அவனால நம்மள பாக்கமுடியாது.' ஒரு நிமிடம் கழித்து 'நீ கொஞ்சம் சரிஞ்சுக்கறியா? அப்படின்னா அவனால பாக்க முடியாது' என்றான்.

சிறிது நேரத்தில் பஜ்ரங்கின் இயக்கம் தீவிரமானது. அவன் என்ன எதிர்பார்க்கிறான் என்பதை உணர்ந்த ஷாலினி, 'வேணாம் பஜூ, அது வேண்டாம்' என்றாள்.

'ஹேய், சும்மா வா நீ.'

'இல்ல... அது வேணாம்'

'என்னால இப்போ கட்டுப்படுத்த முடியாது...'

'ப்ளீஸ், அவன் பார்த்துட்டிருக்கான்...'

'சீக்கிரமா முடிச்சுடலாம்...'

'பஜூ...'

'இப்படி திரும்பு...'

'ஓ...ஏய்... என்ன செய்யற நீ? அவன் கண்ணு முன்னால...'

அவள் தோளைப் பிடித்திழுத்த பஜ்ரங், 'அது நான்தான்... அங்க இருக்கறது. நான் சொல்லல?' கொஞ்சம் முரட்டுத்தனமாக நடந்து கொண்டு விட்டோம் என்பதை உணர்ந்த பஜ்ரங் அவளது கையை விடுவித்துவிட்டு அசையாமல் உட்கார்ந்தான். சிறிது நேரம் ஷாலினி பாதி சாய்ந்த நிலையில் பேசாமல் இருந்தாள். பின்னர் அவன் கண்களை நேராகப் பார்த்து, 'பஜூ, சில சமயங்கள்ல உன்னைப் பார்த்தா பயமா இருக்கு' என்றாள்.

'நீ சும்மா பெரிசு பண்ணுற' என்றபடி மீண்டும் குனிந்தான். 'இப்படி திரும்பு...' என்றபடி ட்ரவுசர் பாக்கெட்டிலிருந்து ஒரு ஆணுறையை எடுத்தான்.

ஷாலினி அசையாமல் படுத்திருந்தாள். பஜ்ரங் அவள் முகத்தை பார்க்கவில்லை. ஷாலினி திடீரென, 'ஐயோ... இப்படி இங்க... வெயில்ல, பாறைக்கு நடுவுல... ஒருத்தன் கண்முன்னால...' என்றபடி அழத்துவங்கினாள்.

பஜ்ரங் மீண்டும் எழுந்தமர்ந்தான். எதுவும் சொல்லாமல், மடித்த கால்முட்டிகளை கைகளால் அணைத்தபடி பாறையில் சாய்ந்துகொண்டான். ஷாலினி கண்களைத் துடைத்துக் கொண்டாள். பின்னர் கைகளை நீட்டி, 'கோவமா, செல்லம்?' என்றாள். பஜ்ரங் அசையவில்லை. 'வாடா செல்லம்...' கொஞ்சமாக எழுந்து பஜ்ரங்கைத் தன்னை நோக்கி இழுத்தாள்.

ஷாலினி கண்களை மூடி, தலையை ஒருபக்கம் சாய்த்து படுத்திருந்தாள். பஜ்ரங் அவள் மீது இயங்கிக்கொண்டிருந்தான். கழுத்து மேலே நீண்டிருக்க அவனால் தூரத்திலிருந்த நீலச் சட்டையைப் பார்க்க முடிந்தது. அவன் உடல் மேலும் கீழுமாக அசைந்து கொண்டிருந்ததால், வெப்பமும் வியர்வையும் கண்களை மறைக்க அம்மனிதனின் முகம் கானல் அலையிலெனத் தெரிந்தது. ஷாலினியுடன் இருக்கையில் அவனருகில் இருக்கும் அந்த 'நான்' இப்போது அவனுக்கு நேர் எதிரே நின்றிருந்தது. அந்த மற்றொரு 'நான்' பருவடிவாக இருப்பது அவனை மகிழச் செய்தது. இறுதியில் இருவரும் சந்தித்துக் கொண்டனர் ஆத்மனும் பிரம்மனும் சந்தித்துக் கொண்டது போல. இன்ப அலை ஒன்று பஜ்ரங்கின் இதயத்தில் எழுந்தது, அவன் முகத்தில் புன்னகை தோன்றியது. மகிழ்ச்சிக் கடலின் அலைகளில் ஏறியாடுபவன் போல அவன் மேலும் கீழுமாக இயங்கிக் கொண்டிருந்தான்.

இடதுபுறம் ஏதோ அசைவை உணர்ந்து பஜ்ரங் திரும்பிப் பார்த்தான். தூரத்தில், சாலை முடிந்து நடைபாதை தொடங்கிய இடத்தில் ஒரு போலீஸ் வண்டி தோன்றியது. பூங்காவைச் சுற்றி வந்த அந்த வண்டியைக் கவனித்தான்.

பின்னர், தனக்கு முன்பாக அசைவை உணர்ந்தவன் மீண்டும் தலையைத் திருப்பினான். நீலச்சட்டையும் போலீஸ் வண்டியைப் பார்த்துவிட்டு தரையோடு குனிந்து அமர்ந்தான். தூரத்தில் வரும் வண்டியைக் கவனித்தான். பின் தலையைத் திருப்பி பஜ்ரங் இருக்குமிடத்தைப் பார்த்தான். மீண்டும் வண்டியைப் பார்த்துவிட்டு பஜ்ரங்கை நோக்கி ஓடிவரத் துவங்கினான். வேகமாக அவன் தன்னை நோக்கி ஓடிவருவதைக் கண்ட பஜ்ரங் மேலும் கீழும் இயங்குவதை நிறுத்தினான். ஷாலினி கண்களைத் திறந்து தலையைத் திருப்பி, பஜ்ரங்கைக் கேள்வியாகப் பார்த்தாள்.

நீலச்சட்டை மிக அருகே வந்துவிட பஜ்ரங் அவசரமாக ஷாலினியிடமிருந்து விலகினான். அவன் தன் பட்டனை போட

ஷாலினியும் ஏதோ சரியில்லை என்பதை உணர்ந்து எழுந்தாள். அவள் பின்புறம் திரும்பிப் பார்த்தபோது நீலச்சட்டை சில அடிகள் தூரத்தில் இருந்தான்.

'அம்மா...' ஷாலினி அலறினாள்.

'வாயை மூடு! கத்தாதே...' என்றான் அவர்கள் முன்னால் வந்து குந்தி அமர்ந்த நீலச்சட்டை, டிரவுசர் பாக்கெட்டிலிருந்து ஒரு நீண்ட கத்தியை எடுத்து நீட்டினான்.

அவசரமாக தன் உடைகளைச் சரிசெய்துகொண்டவள் ஏதோ சொல்ல முயன்றாள். ஆனால் அவளால் பேச முடியவில்லை. ஏற்கனவே வியர்த்திருந்த பஜ்ரங்கின் முகத்தில் இரண்டு ஓடைகள் வழியத்துவங்கின.

'பிரச்சனை பண்ணாதீங்க' என்றான் நீலச்சட்டை. 'பயப்படாதீங்க. உங்கள ஒண்ணும் செய்யப்போறதில்ல.' பஜ்ரங்கைப் பார்த்து, 'நீங்க செய்யவேண்டியது ஒண்ணுதான். இந்தப் பொண்ணு என்னோட வரணும். புரியுதா? ரோடு வரைக்கும் அவ என்னோட வரணும், அவளை நான் ஹோட்டல்ல விட்டுடுவேன். சரியா?' என்றான். ஒரு வினாடி நிறுத்தி ஷாலினியிடம், 'என்னோட பேசாம வா. போலீஸ் தாண்டி போகும்போது சத்தம் எதுவும் போட்டேன்னா இத உன் வயத்துல சொருகிடுவேன்' என்று அவள் கண்களுக்கு நேராக கத்தியைக் காட்டினான். மீண்டும் பஜ்ரங் பக்கம் திரும்பினான். 'நீ இங்கயே இருக்கணும். நாங்க நடக்கும்போது நீ ஏதாவது செஞ்சனா இவள குத்திட்டு ஓடிருவேன்.' ஷாலினியின் கையைப் பற்றி 'வா போகலாம்' என்றான்.

'அம்மா...' என்று அலறினாள் ஷாலினி. கையை விடுவித்துக் கொண்டு பஜ்ரங் பக்கமாக நகர்ந்தாள்.

'சீக்கிரம், நேரமில்ல. நான் தப்பிக்கணும்' என்றான் நீலச்சட்டை. ஷாலினி பஜ்ரங்கைப் பார்த்தாள். அவன் பேசாமல் இருந்தான்.

'இத பாரு, நான் சொல்லிட்டேன்... நான் உன்ன எதுவும் செய்ய மாட்டேன். நிறைய பொண்ணுங்கள பார்த்துருக்கேன் நான். எனக்கு இங்கிருந்து தப்பிக்கணும், அவ்வளவுதான்.'

மீண்டும் கைநீட்டி ஷாலினியை பற்றினான் நீலச்சட்டை. இம்முறை அவள் எதிர்க்கவில்லை. அவளை எழுப்பினான். அவள் விசும்பியபடி நின்றாள். அவன் கத்தியை மடக்கி பாக்கெட்டுக்குள் வைத்து கையை பாக்கெட்டுக்குள் நுழைத்துக்கொண்டான். இடது கையால் ஷாலினியின் தோளை அணைத்தபடி நடக்கத் தொடங்கினான். ஷாலினி தடுமாறியபடி உடன் நடந்தாள். சிறிது தூரம் சென்றபின் குழப்பத்துடன் திரும்பி பஜ்ரங்கைப் பார்த்தாள். நீலச்

சட்டை அவளை இழுக்க மீண்டும் நடக்கத் துவங்கினாள். இருவரும் பாறைகளைக் கடந்து நடைபாதையில் ஏறினர்.

அடர்நீல வண்ண போலீஸ் வண்டி தூரத்தில் சாலைக்கு அப்புறமாக நிறுத்தப்பட்டிருந்தது. அதிலிருந்து இறங்கிய இரண்டு காவலர்கள் இருபுறமும் திரும்பிப் பார்த்தபடி பாறைகளை நோக்கி வரத்தொடங்கினர்.

ஷாலினி உடலைக் குறுக்கியபடி நீலச்சட்டை அருகே நடந்து சென்றாள். தங்கள் உலகில் தங்களை மறந்தபடி செல்லும் காதலர்கள் போல் தோன்றும்படி அவளை இன்னும் இழுத்தணைத்தபடி சென்றான் நீலச்சட்டை. உயர்ந்த பாறையில் எழுந்து அமர்ந்த பஜ்ரங் அவர்கள் நடந்து செல்வதைப் பார்த்தபடி அமர்ந்திருந்தான்.

'அவன் கடத்தல்காரன்தான்...' பஜ்ரங் தனக்குத்தானே சொல்லிக்கொண்டான். தன்னிடமிருந்து அகன்று செல்லும் அவர்களைப் பார்த்துக்கொண்டிருந்தவனுக்கு, 'இத்தனை நேரம் எங்களை அவன் பார்த்துக்கொண்டிருந்தான், இப்போது அவளை அழைத்துப் போகிறான், நான் இங்கிருந்து அவர்களைப் பார்த்துக் கொண்டிருக்கிறேன். ஆனால், அவன் நான்தானே...' என்று தோன்றியது.

இரண்டு காவலரும் நடைபாதையில் இறங்கி வந்துகொண்டிருந்தனர். அவர்களருகே ஜோடி வந்தபோது நீலச்சட்டை ஷாலினியின் பக்கம் திரும்பி ஏதோ மிக நெருக்கமாகப் பேசிக்கொண்டு செல்வதுபோல் செய்வதை பஜ்ரங் கண்டான். அவனது வலதுகை இன்னும் பாக்கெட்டிற்குள் இருந்தது. முகம் காவலர்களுக்குத் தெரியாமல் திரும்பியிருந்தது. காதலர்கள் கொஞ்சியபடி செல்வதுபோல் அவர்கள் நடந்தனர்.

ஜோடி கடந்துசெல்வதைப் பார்த்த காவலர்கள் நடைபாதையில் இறங்கினர். அவர்களுக்கு வலப்புறமாக இன்னும் இரு ஜோடிகள் இருந்தன. அவர்களைப் பார்த்துவிட்டு தொடர்ந்து நடந்த காவலர்கள் பஜ்ரங் தனியாகப் பாறைகள் முடியும் இடத்தில் அமர்ந்திருப்பதைப் பார்த்தனர்.

இதற்குள் நீலச்சட்டையும் ஷாலினியும் வண்டியைக் கடந்து, ஹோட்டலை நோக்கிச் சாலையில் நடந்துகொண்டிருந்தனர். பஜ்ரங்கின் வாய் உலர்ந்திருந்தது. தொண்டையில் சளி அடைத்தது. காறி பக்கத்திலிருந்த பாறையில் துப்பியவன் கைகளை முட்டிமீது வைத்து காவலர்கள் அவனிடம் வருவதற்காகக் காத்திருந்தான்.

◯

கஸ்தூரி மான்

1

ஒருநாள் காலை விழித்தெழுகையில் தொப்புளில் ஈரமாக உணர்ந்தான். சட்டையைத் தூக்கி குனிந்து பார்த்தான். தொப்புள் ஏதோ திரவத்தால் நிரம்பி மேலே மெல்லிய படலம் உருவாகி யிருந்தது. ஒரு விரலை அதில் வைத்து எடுத்து கண்களருகே வைத்துப் பார்த்தான். பின்னர் முகர்ந்தான். தொப்புளில் தோன்றும் பஞ்சுக்கே உரிய மணம் அதிலிருந்தது. குமட்டுவதாக இருக்கலாம். அதே நேரம் ஒருவிதமான கிளர்ச்சியூட்டுவதாகவும். மீண்டும் முகர்ந்தான்.

என்னவாயிற்று என்று அவனுக்குத் தெரிந்திருக்க நியாயமில்லை. விநோதமாக இருந்தது என்பதைவிட தமாஷாக இருந்தது என்று சொல்லலாம். 'கடவுளே, நான் கஸ்தூரி மான் போல எதுவாகவோ மாறிவிட்டேனா?' என்று தன்னைத்தானே கேட்டுக்கொண்டான். தான் ஒரு சிறிய மானாக தன் தொப்புளிலிருந்துதான் அந்த மணம் வருகிறது என்பதையறியாமல் பாறைகளிலும் புதர்களிலும் கிறங் கடிக்கும் அந்த மணத்தைத் தேடி இமயமலை உச்சியில் இளம் காற்றில் அலைவது போலத் தோன்றியது.

சட்டை நுனியால் அந்தத் திரவத்தைத் துடைத்தான். பின்னர் அந்த விஷயத்தை அப்படியே மறந்தான். அன்று மாலைக்குள் முடிக்க வேண்டியிருந்த ஒரு நூல் விமர்சனம் அவனை முழுமையாக ஆக்ரமித்துக்கொண்டிருந்தது.

அன்றிரவு படுக்கையில் விழுந்தபிறகு தன் தொப்புளை மீண்டும் ஒருமுறை பார்த்தான். திரவம் மீண்டும் ஊறி நிறைந்திருந்தது. இப்போது அவன் எரிச்சலடைந்தான். திரவத்தைத் துடைத்தபடி,

‘கஸ்தூரி மான், கஸ்தூரி மான்’ என முணுமுணுத்துக் கொண்டிருந் தான்.

மறுநாள் காலையில் தொப்புளில் திரவம் அதிகமாகவே இருந்தது. ஓரங்களில் பொருக்கு தட்டியிருந்தது. திரவம் முந்தைய நாளைவிட அதிக மஞ்சளாக இருந்தது. தொப்புள் லேசாக வலிப் பதையும் அவன் உணர்ந்தான். ‘இது ரொம்ப அதிகம். ஒரு டாக்டரை பார்ப்பது நல்லது,’ அவன் ஒரு முடிவுக்கு வந்திருந்தான்.

மருத்துவர் அவன் தொப்புளைப் பார்த்தவுடன் ‘உங்களுக்கு வந்திருக்கிறது ‘தொப்புள் கழலை’ என்றார்.

‘தொப்புள் கழலை’ என்று தனக்குத் தானே சொல்லிக் கொண் டான் கஸ்தூரி மான். ‘அது என்ன டாக்டர்?’

‘அது வந்து, நீங்க பொறந்தபோது தொப்புள் கொடியை வெட்டு வாங்க இல்ல? அந்தப் புண் ஆற கொஞ்ச நாளாகும். ரொம்ப சில கேஸ்ல அது முழுக்க ஆறாமயே இருக்கும். பின்னால அதுல கிருமி வந்து சீழ் வடிய ஆரம்பிக்கும்.’

கஸ்தூரி மானால் அதை நம்பமுடியவில்லை. ‘ஆனா எனக்கு இருபத்தாறு வயசாவுது டாக்டர்’ என்றான். ‘இவ்ளோ வருஷம் புண் எப்படி ஆறாம இருக்கும்? நம்ப முடியலயே டாக்டர்.’

‘ஆமாம், நம்புறது கஷ்டம்தான்’ என்றார் மருத்துவர். ‘ஆனா இப்படியும் நடக்கும்.’

கஸ்தூரி மானுக்கு தனது இருபத்தியாறு வருட மொத்த வாழ்வையும் புதிய வெளிச்சத்தில் பார்ப்பது போலிருந்தது. நரகம்... பள்ளிப்படிப்பு முடிந்து, கல்லூரியில் பட்டம் வாங்கி, வாழ்க்கைக் கென வேலைக்குச்சென்று, அனைத்தும் நடந்திருக்கின்றன. இத்தனை வருடங்களும் என்னுடைய தொப்புள் கொடி சரியாக வெட்டப் படாமலேயே இருந்திருக்கிறது!

அவன் பிறந்த கார்வார் அவன் நினைவுக்கு வந்தது. அவன் பிறந்த சில நாட்களிலேயே அவனது தந்தை கார்வாரை விட்டு வெளி யேறிவிட்டிருந்தார். அவரே அங்கு திரும்பிச் சென்றதில்லை. ஆக அவனுக்கு தான் பிறந்த ஊர் குறித்த நினைவுகள் ஏதும் இருக்க வில்லை. ஒரு வீடோ, தெருவோ, மரங்களும் நீரும் நிறைந்த காட்சியோ எதுவும் மங்கலாகக் கூட நினைவில்லை. அவன் பிறந்த ஊர் ஒரு பெயர் மட்டுமே.

‘இப்ப என்ன செய்ய டாக்டர்?’ என்று கேட்டான்.

‘ஆண்டிபயாடிக்ஸ் கொடுக்கிறேன்’ என்றார் டாக்டர். ‘பிறகு பார்க்கலாம். கட்டி காஞ்சுபோயிடலாம். ஆனா அது பெரிசாகி வெடிக்கற மாதிரி ஆச்சுன்னா, ஹாஸ்பிட்டலுக்கு போறது நல்லது.’

'எவ்வளவு நாளாகும் டாக்டர்?'

'சொல்ல முடியாது. ரெண்டு மூணு வாரமாகலாம். முடிஞ்ச அளவு ஓய்வெடுங்க. அதிகம் அலையாதீங்க.'

சல்ஃபோனமைட்ஸ் நிரம்பிய பொட்டலத்துடன் அவன் மருத்துவரின் அறையை விட்டு வெளியேறினான்.

2

அன்று மதிய உணவுக்குப் பிறகு வாக்மேரை காணச் சென்றான். வாக்மேர் அவருக்குச் சொந்தமான ஒரு கட்டடத்தின் மேல் தளத்தில் குடியிருந்தார். மொத்தத் தளத்தையும் தனக்கென வைத்துக் கொண்டிருந்தார். தரைத்தளத்தில் ஒரு சிறிய அறையை கஸ்தூரி மானுக்கு கொடுத்திருந்தார். வாடகைக்குப் பதிலாக, வாக்மேரின் பிச்சைக்காரர்கள் சம்பாதித்ததில் வாக்மேரின் பங்கை வசூல் செய்து கொடுக்கவேண்டும். வாக்மேரிடம் இருபத்தியேழு பிச்சைக்காரர்கள் இருந்தனர்.

மும்பை மாநகரத்தில் இருக்கும் எண்ணற்ற பிச்சைக்காரர்கள் ஒரு சில முதலாளிகளின் கட்டுப்பாட்டில் இருப்பவர்கள் என்பது பலருக்குத் தெரிந்திருக்க வாய்ப்பில்லை. மிரட்டியும் பலாத்காரம் செய்தும் போலீஸிடமிருந்து காப்பாற்றியும் அவர்களைத் தங்கள் கட்டுப்பாட்டில் வைத்திருந்தனர் முதலாளிகள். பதிலுக்கு பிச்சைக்காரர்கள் தங்கள் வருவாயில் ஒரு பங்கை முதலாளிக்கு கொடுப்பார்கள். இருபது முப்பது பிச்சைக்காரர்கள் தன் பிடியில் இருந்தால் ஒரு முதலாளி நல்ல வருமானம் பெறமுடியும்.

வாக்மேரின் பணியாள் கதவைத் திறக்க கஸ்தூரி மான் உள்ளே சென்றான். வாக்மேரின் முகம் நாளிதழுக்குப் பின்னால் மறைந்திருந்தது. ஆனால் யாரோ வந்திருப்பதை உணர்ந்து செய்தித்தாளை மடித்து மேசையில் விட்டெறிந்தார் அவர். கண்ணாடியைக் கழற்றி அதன் மேல் வைத்தார். நிமிர்ந்து பார்த்து, 'ஓ, நீயா?' என்றார்.

வாக்மேர் கண்ணாடியை நேராக வைத்திருந்ததை கஸ்தூரி மான் கவனித்தான். வெளியில் வைக்கும்போது கண்ணாடியை அப்படி வைத்தால் அதன் ஃபிரேம் நெகிழ்ந்துவிடக்கூடும். எப்போதும் கண்ணாடியைத் தலைகீழாக வைப்பதே நல்லது. ஒவ்வொரு முறையும் வாக்மேர் அதைத் தவறாக வைப்பதைக் காணும்போதெல்லாம் கஸ்தூரி மானை அது பாதிக்கும். ஆனால் ஒருபோதும் எப்படிச் சரியாக வைக்கவேண்டும் என்று அவருக்குச் சொல்லித் தரும் தைரியம் அவனுக்கு வராது.

கஸ்தூரி மான் தன் தொப்புள் கட்டி குறித்து அவரிடம் சொன்னான். அதைப்பற்றிக் கவலைப்படாதவனாக காட்டிக் கொள்வதற்காக, ‘நான் கஸ்தூரி மானாயிட்டேன்’ என்றான். வாக்மேர் அவனுக்கு நேர்ந்ததைக் குறித்து மிகவும் கவலைப்பட்டார். ‘என்ன மாதிரியெல்லாம் ஒருத்தனுக்கு வியாதி வருது?’ என்று ஆச்சரியப் பட்டார். ‘இப்போ நீ ஒரு கஸ்தூரி மான், இல்லையா? அது ஒரு சந்தோஷமான நினைப்பு. நீ நிறைய வாசிப்பேன்னு எனக்குத் தெரியும். அதனாலதான் உனக்கு இப்படிப்பட்ட கற்பனையெல்லாம் தோணுது.’

பேசிக்கொண்டிருக்கும்போதே வாக்மேர் ஒரு விரலை மூக்கில் திணித்துக்கொண்டிருந்தார். அங்கு எதுவும் இருந்ததாகத் தெரியவில்லை. அது ஒரு பழக்கம் மட்டுமே. வருடக்கணக்காக இப்பழக்கம் இருந்ததால் ஏற்கனவே பெரிதாக இருந்த அவரது மூக்குத்துளைகள் இன்னும் அகலமாகிவிட்டிருந்தன.

வாக்மேர் இப்போது மூக்கை இன்னும் தீவிரமாக நோண்ட ஆரம்பித்திருந்தார். மூக்கு சிவக்கத் துவங்கிவிட்டது. பின்னர் விரலை வேட்டியில் துடைத்துக்கொண்டு அதே விரலால் மூக்குத்துளையில் இருந்த முடியை அளையத் தொடங்கினார். கொஞ்சம் நீளமாக இருந்த ஒரு முடியை இரு விரல்களில் பற்றி, கண்களை மூடியபடி, இழுத்தார். கண்களைத் திறந்து முடியை ஆராய்ந்தவருக்கு திடீரென தொடர்ந்து தும்மல் ஏற்பட்டது. விரல்களிலிருந்து முடி நழுவியது. மூக்கைத்துடைத்தபடி குனிந்து அந்த முடியை கம்பளத்தில் தேட ஆரம்பித்தார். கண்ணில் படவில்லை. ஆகவே, நாற்காலியிலிருந்து எழுந்து குனிந்து கால்களை மடித்தமர்ந்து முடியைத் தேடினார். அவரது பாதங்கள் அவரது புட்டத்தை அழுத்திக்கொண்டிருப்பதைப் பார்த்தான் கஸ்தூரி மான். அவரது பாதங்கள் இளம்சிவப்பாக மென்மையாக இருந்தன.

ஒரு வழியாக முடியைக் கண்டுபிடித்தார் வாக்மேர். கவனமாக அதைக் குப்பைத்தொட்டியில் போட்டார்.

‘வேற என்னப்பா சொல்லு, கஸ்தூரி மான்?’ என்று கேட்டார்.

‘இந்தக் கட்டி மோசமாச்சுன்னா என்னால அதிகம் அலைய முடியாது. டாக்டர் என்னை ரொம்ப அலையக்கூடாதுன்னு சொல்லியிருக்காரு. கொஞ்ச நாளைக்கு என்னால் தண்டல் வசூல் செய்ய முடியுமான்னு தெரியல’ என்றான் கஸ்தூரி மான்.

வாக்மேர் சிறிதுநேரம் சிந்தித்தபடி தொடையைத் தடவிக் கொண்டிருந்தார். பின், ‘சரி, உனக்கு உடம்பு சரியாகிற வரை வேற ஒருத்தனை அனுப்புறேன். உருப்படியா எவனும் கிடைக்கலைன்னா நீதான் யாரையாவது கூட்டி வரணும், சரியா?’

3

தன் அறைக்கு வந்த கஸ்தூரி மான் சிந்தனையில் மூழ்கினான். வாக்மேரின் வேலையைச் செய்ய முடியாது என்பதால் தனது பிறிதொரு வேலையில் அதிக நேரம் செலவிட வேண்டும் என்று எண்ணினான். வாக்மேருக்காக செய்த வேலையால் அவனுக்கு இருப்பிடம் கிடைத்தது. ஆனால் வாழ்க்கைக்கு வேறு வேலையும் செய்ய வேண்டியிருந்தது. நல்ல வேளையாக, அந்த மற்றொரு வேலை உடலுழைப்பைக் கோராதது. கலை இலக்கிய அகாடமியின் பெரும் திட்டமான இந்திய இலக்கியம் குறித்த கலைக்களஞ்சியம் தயாரிப்பதில் அவன் பங்காற்றி வந்தான். சமஸ்கிருத இலக்கியம் குறித்த அவனது அறிவு பரவலாகப் போற்றப்பட்டது. அத்துறையில் கட்டுரைகள் எழுதி கலைக்களஞ்சியத்திற்கு அளித்து வந்தான். இதோடு அல்லாமல், மக்கள் சக்தி நாளிதழின் ஞாயிறு இதழ்களில் புத்தக விமர்சனங்களும் எழுதி வந்தான். மொத்தத்தில், வாழ்க்கை நன்றாகவே ஓடிக்கொண்டிருந்தது.

கலைக்களஞ்சியத்திற்காக, காளிதாசனின் மேக சந்தேசம் குறித்த கட்டுரை ஒன்றைத் தொடங்கினான் கஸ்தூரி மான். மருத்துவர் சொன்னபடி சல்ஃபோனமைட்ஸ் மருந்தைச் சாப்பிட்டு வந்தான். கட்டி கொஞ்சம் எரிச்சல் தந்தபடி இருந்தது. கொஞ்சம் சீழ் வடிந்தது.

மூன்று நாட்கள் கழித்து வாக்மேரிடமிருந்து செய்தி வந்தது: மும்பை சென்ட்ரல் ஸ்டேஷனில் இருந்த நொண்டியைக் காணவில்லை; பிரீச் காண்டியில் இருந்த பன்ஸி லாலும் காணாமல் போய் விட்டான். கஸ்தூரி மான் சென்று அவர்களைத் தேட முடியுமா?

நடப்பது ஒன்றும் பெரிதாக வலி ஏற்படுத்தவில்லை. எனவே, கஸ்தூரி மான் ஒப்புக்கொண்டான்.

மறுநாள் காலை மும்பை சென்ட்ரலை நோக்கிச் சென்றான். நொண்டி – அதுவே அவன் பெயராகி விட்டிருந்தது – பொதுவாக மாநில போக்குவரத்துப் பேருந்து நிலையத்தின் அருகில் இருந்த ஒரு கொட்டகையில்தான் தூங்குவான். பேருந்து நிலையத்தைச் சுற்றியிருந்த சந்துகளில் பிச்சையெடுப்பான்.

முதலில் நொண்டியின் கொட்டகையில் சென்று பார்த்தான் கஸ்தூரி மான். பின்னர் கொட்டகையைச் சுற்றியிருந்த தெருக்கள் ஒவ்வொன்றாகப் பார்த்தான். ஆங்காங்கே இருந்த பெட்டிக்கடைக் காரர்களிடம் நொண்டியை அண்மையில் பார்த்தார்களா என்று விசாரித்தான்.

ஒரு பிச்சைக்காரன் காணாமல் போனால் மூன்று சாத்தியங்கள் உண்டு: வேறொரு முதலாளிக்காக உழைக்கலாம், தனக்கு மட்டுமாக பிச்சையெடுக்கலாம், அல்லது மும்பையைவிட்டுச் சென்றிருக்கலாம். மூன்றாவது நிகழ்ந்தால் எதுவும் செய்வதற்கில்லை. ஆனால் அது பெரும்பாலும் நடப்பதில்லை. நாட்டின் மூலைமுடுக்கிலிருந் தெல்லாம் பிச்சையெடுப்பதற்கென மக்கள் மும்பைக்கு வருகிறார்கள். அப்படி வருபவர்கள் தாமாக எதற்காக திரும்பிச் செல்லப்போகி றார்கள்? மற்ற இரண்டும் நடந்திருந்தால் மற்ற முதலாளிகளின் ஆட்களைத் தொடர்பு கொண்டாலே காணாமல் போன பிச்சைக் காரனைக் கண்டுபிடித்துவிடலாம்.

இவன் ஒரு நொண்டி வேறு. இப்படிப்பட்ட ஒருவனால் எவ்வளவு தூரம் போய்விடமுடியும்? பாகி என்ற பிச்சைக்காரி அருகில் தெருமுனையில் ஒரு கொட்டகையில் வசித்தாள். பின்னிரவு களில் நொண்டி அவளிருக்கும் இடத்திற்கு செல்வது உண்டு. கஸ்தூரி மான் அவளை விசாரித்தான். அவள் நாலைந்து நாட்க ளாகவே நொண்டியைப் பார்த்திருக்கவில்லை.

கஸ்தூரி மான் தன் தேடலைத் தொடர்ந்துகொண்டே சென்று மகாலட்சுமி ஏரியா வரை போய்விட்டான். பிற்பகல் மூன்று மணியாகிவிட்டிருந்தது. மிகவும் களைத்துப் போனான். ஒரு டீ குடிப்பதற்காக இரானிய ஹோட்டல் ஒன்றில் அரைமணிநேரம் அமர்ந்திருந்தது மட்டுமே அவன் எடுத்துக்கொண்ட ஓய்வு. பான் விற்பவன் சில மணி நேரம் முன்பாக நொண்டி ஒருவன் பின்பக்கத் தால் தவழ்ந்தபடி தன் கடையைக் கடந்துசென்றதைப் பார்த்ததாகச் சொன்னான். கஸ்தூரி மானின் முகம் பிரகாசமானது. ஒரு முனை திரும்பியதும் தூரத்தில் ஒரு உருவம் நடைபாதையில் நகர்வதைப் பார்த்தான். கஸ்தூரி மான் இருக்கும் திசைநோக்கி அவ்வுருவம் வருவது போலிருந்தது.

கஸ்தூரி மான் இன்னும் சிறிது தூரம் நடந்து ஒரு கடை அருகே காத்திருந்தான். தெருவின் எதிர்ப்புறத்தில் நொண்டி முன்னோக்கி நகர்ந்துவந்துகொண்டிருந்தான். நொண்டி புட்டம் வரை கால்களை இழந்தவன். தன் பின்பக்கத்தால் நகர்வான். செல்ல வேண்டிய திசையில் தலையையும் தோள்களையும் நீட்டி பின் தன் பின்புறத்தை இழுப்பான். தனது சிறிய அலுமினிய பிச்சைக்கிண்ணத்தை தான் நகரும் பக்கமாக வைத்து தலையையும் தோள்களையும் நீட்டுவதற்கு முன்னால் கிண்ணத்தை முன்னால் நகர்த்துவான். பின்னர் தன்னை கிண்ணம் வரை நகர்த்துவான். கிண்ணத்தை இன்னும் தள்ளி வைப்பான். அலுமினியக் கிண்ணம் நடைபாதையில் கரகரவென ஒலியெழுப்பும். தாண்டிச்செல்வோர் அதில் சில்லறை போடு வார்கள். நொண்டி ஊமையும் கூட. ஆனால் ஒருவிதமான மூக்

கொலி எழுப்புவான். தன்னால் முடிந்த ஒலியெழுப்பி தெருவில் செல்வோரிடம் கை நீட்டுவான். அவன் தலைக்குப் பின்னால் யாராவது நடந்தால், அவனது கண்கள் மேல்நோக்கி உருளும். அவன் உடலுக்குக் கீழாக யாரும் கடந்துசென்றால் அவன் கண்கள் கீழ்நோக்கி உருளும். நீட்டப்பட்ட அவன் உடல் நடைபாதையை அடைத்துக்கொண்டிருக்கும். அதனால் மக்கள் அவனை ஏதாவது ஒரு பக்கமாகச் சுற்றிச் செல்ல வேண்டியிருக்கும்.

சிறிதுநேரத்தில் நொண்டி கஸ்தூரி மான் இருக்கும் இடத்திற்கு வந்துவிட்டிருந்தான். ஆனால் அவன் இருந்தது எதிர்ப்புறத்தில் இருந்த நடைபாதையில். அதனால் அவன் கஸ்தூரி மானைப் பார்க்க வில்லை. தரைக்கருகே இருந்ததால் அவன் பார்வைப் புலம் மிகவும் குறுகலானது. அவன் நகர்ந்துகொண்டிருந்தான்.

நொண்டியிடம் செல்லாமல் தூரத்திலிருந்து அவனைக் கவனிப்பது என்று முடிவெடுத்தான் கஸ்தூரி மான். மாலையில் அவன் எங்கு போகிறான் என்பதைப் பார்க்க நினைத்தான். அவன் வேறு யாருடனாவது சேர்ந்துவிட்டானா என்பதை அப்போது அறிய முடியும்.

கஸ்தூரி மான் நொண்டியை நிழலாகத் தொடர்ந்தான். நொண்டி மந்தமாகவே நகர்ந்ததால் கஸ்தூரி மான் அவ்வப்போது நிற்க வேண்டியிருந்தது. நொண்டி ஒரு தெருவில் நுழைந்ததும் கஸ்தூரி மான் அத்தெருவின் முனைக்குச் சென்று நின்றுகொண்டு காத்திருந்தான். எதிர்ப்புறத்தில் தெருமுனை வரை வந்த நொண்டி இடதோ வலதோ திரும்பினான் அல்லது தொடர்ந்து நேராகச் சென்றான். கஸ்தூரி மான் அதே தெருவில் நடந்துசென்று மீண்டும் நொண்டிக்காகக் காத்திருந்தான். தெருமுனையில் வரும்போதெல் லாம் நொண்டி கழுத்தை நிமிர்த்தி கடைகளையும் கட்டடங் களையும் பார்ப்பதைக் கஸ்தூரி மான் கவனித்தான்.

அந்தி சாய்கையில் வறுகடலைக் கடை ஒன்றின் வாசலில் தங்கிய நொண்டி தன் கிண்ணத்திலிருந்து சில்லறையை எடுத்து கடைக்காரனிடம் நீட்டி ஒலியெழுப்பினான். அவன் குனிந்து காசை வாங்கிக்கொண்டு நொண்டியிடம் ஒரு கடலைப் பொட்டலத்தை நீட்டினான். நொண்டி நகர்ந்து ஒரு சுவரோரமாகச் சென்று கடலையைத் தின்றான். பின் தொடர்ந்து நகர்ந்தவன் ஒரு சந்தில் யாரும் ஆக்கிரமித்திராத இடம் பார்த்து அமர்ந்துகொண்டான்.

இதற்குள் நொண்டி வேண்டுமென்று காணாமல் போகவில்லை யென்பது கஸ்தூரி மானுக்கு உறுதியாகத் தெரிந்தது. அவனது வழக்கமான தெருக்களையும் சந்துகளையும் தாண்டி தொலைந்து போனவன் வழிதெரியாமல் இருக்கிறான். கஸ்தூரி மான் தெருவைக் கடந்து சென்று நொண்டியிடம் சென்றான். நொண்டி அவனைப்

பார்த்து கைகளை உயர்த்தினான். தகப்பனைக் கண்ட குழந்தை போல அவசர ஒலிகளை எழுப்பத் தொடங்கினான்.

'ஹேய் நொண்டி, வழிதவறிப் போயிட்டியா?' என்று கேட்டான் கஸ்தூரி மான்.

நொண்டி மேலும் சத்தமாக ஒலியெழுப்பினான்.

'சரி, சரி. நாளை காலையில உன்னை திரும்பி தூக்கிட்டு போறோம். டீ எதுவும் குடிக்கிறயா?'

நொண்டி தலையாட்டியபடி மேலும் ஒலியெழுப்பினான்.

கஸ்தூரி மான் அருகிலிருந்த ஒரு ஹோட்டலுக்குச் சென்று பெரிய கிளாஸில் டீயுடன் வந்தான். நொண்டி குடித்துமுடித்ததும் கஸ்தூரி மான் வீடு நோக்கிச் சென்றான். அவனுக்கு அளிக்கப்பட்ட இரண்டு வேலைகளில் ஒன்றை முடித்துவிட்டான்.

வீட்டை அடைந்தபோது பெரிதும் ஓய்ந்துபோயிருந்தான். சாப்பிட்டுவிட்டு படுக்கையில் விழுந்தான். தொப்புளில் இருந்த எரிச்சலால் அவனால் தூங்க முடியவில்லை. கண்களை மூடி படுத்த படி இருந்தான். பகலில் மணிக்கணக்காக நொண்டியைப் பார்த்துக் கொண்டிருந்ததில் அவனது உருவம் கண்களில் தங்கியிருந்தது. கழுத்தும் தோள்களும் நீண்டு, அதைத் தொடர்ந்து பின்புறம் நகர்வது என்பது திரும்பத் திரும்ப ஓயாமல் மனக்கண்ணில் ஓடிக்கொண்டிருந்தது. நொண்டியின் கண்கள் எப்போதும் மேல் நோக்கியே இருந்த தால் சொர்க்கத்தில் உள்ள கடவுளைப் பற்றி அவனுக்கு அதிகம் தெரிந்திருக்கக் கூடும் என்று தோன்றியது. ஆனால் அவனோ ஊமை. அவனிடம் கடவுளைப் பற்றி விசாரிப்பதில் என்ன பயன் கிடைக்கும்? இடைவிடாமல் கடவுளைப் பார்த்துக்கொண்டிருந்த தால்தான் பேச்சில்லாமல் ஆகிவிட்டிருந்தானோ?

பின்னிரவில் ஒரு வழியாகத் தூக்கம் வந்தது. ஆனால் தொந் தரவு செய்யும் கனவுகள் தோன்றின. ஒரு முறை தெருமுனை யொன்றில் நொண்டியைப் பார்த்தான். திடீரென தெருவே சாய்வுப் பலகை போல் ஒரு பக்கமாகச் சாய்ந்து நொண்டி மறுமுனைக்கு உருளத் தொடங்கினான். பின்னர் மறுமுனை மேலே செல்ல நொண்டி திரும்ப உருண்டான். தெருவின் நடத்தை கஸ்தூரி மானை அச்சுறுத்தியது. வியர்வை பொங்க எழுந்தமர்ந்தான். அரைகுறையாக உடுத்தியிருந்த உடலைத் துடைத்துக்கொண்டான். சிறிதுநேரம் கழித்து மீண்டும் உறக்கம் வந்தது. நொண்டி மீண்டும் தோன்றினான். இம்முறை தெருவில் மேல்நோக்கிச் சென்றான். தெருவின் மறுமுனை மேலெழும்பியது. நொண்டி முன்னேறினாலும் பற்றிக்கொள்ள முடியாமல் திணறினான். மிகவும் பயந்துபோயிருந்தான். தெருவின் மறுமுனையை அவன் அடைகையில் தெரு நன்றாக நிமிர்ந்திருந்த

தால் அவன் கீழ்நோக்கி உருளத்தொடங்கினான். அவனது அலுமி னியக் கிண்ணம் அவனைத்தொடர்ந்து தடதடவென உருள சில்ல றைகள் சிதறின. கீழ்முனையில் சிறிதுநேரம் அசையாமல் கிடந்தான். மெதுவாக தெரு தன்னைச் சரிசெய்து கொண்டது. அதைப் பார்த்த நொண்டி கிண்ணத்தை எடுத்துக்கொண்டு முடிந்த அளவு சில்லறை களைப் பொறுக்கிக்கொண்டு மீண்டும் நகரத் துவங்கினான். மீண்டும் தெரு மெதுவாக எழும்பியதும் நொண்டி கீழ்நோக்கி வழுக்கியபடி வந்தான். அவன் வழுக்கி வந்துகொண்டிருக்கையில் கஸ்தூரி மான் விழித்துக்கொண்டான். இதற்கு மேலும் தூக்கம் வராது என்று தெரிந்ததும் எழுந்து விளக்கைப் போட்டுக்கொண்டு காளிதாசனைப் பற்றிய நூலொன்றைப் படிக்கத் துவங்கினான்.

4

மறுநாள் வாக்மேரின் ஆட்களிடம் நொண்டி இருக்கும் இடத் தைத் தெரிவித்தான். அடுத்ததாக பன்ஸி லாலைத் தேடுவதற்கு கிளம்பிச் சென்றான். தொழுநோயாளியான பன்ஸி லால் ப்ரீச் காண்டி அருகே ஒரு குடிசையில் இருந்தான். பூலாபாய் தேசாய் சாலையின் முனையில் பிச்சையெடுப்பது அவன் வழக்கம். கஸ்தூரி மான் முதலில் அங்கு பார்த்தான். முனையில் அவனைக் காண வில்லை. பின் அவனது குடிசைக்குச் சென்றான். எட்டிப்பார்த்தவன், கிழிந்த பாயொன்றில் பன்ஸி லால் கிடப்பதைப் பார்த்தான்.

'ஓ, இங்கதான் இருக்கயா பன்ஸி லால்?' என்றான் கஸ்தூரி மான். 'நீ காணாமப் போயிட்டதா சொன்னாங்களே?'

'ஆமாம் சார், இங்கதான் இருக்கேன். நான் எதுக்கு ஓடிப் போக ணும்? பன்ஸி லால் தலையைத் தூக்கினான். சிதைந்து போயிருந்த அவன் மூக்கிலிருந்த ஈ பறந்துசென்றது. தொழுநோயால் அவன் மூக்கு சொரணையற்றுப் போயிருந்தது. ஈ அங்கு இருந்ததை அவன் உணரவேயில்லை என்று தோன்றியது. கிட்டத்தட்ட மூக்கு முழுமை யாகவே காணாமல் போயிருந்தது. மிச்சமிருந்த இடத்தில் சொரணை இருக்காதோ?

'நாலு நாளைக்கு முன்னால எங்க ஆட்கள் உன்னப் பாக்க வந்தப்போ எங்கதான் போன நீ?' என்று கேட்டான் கஸ்தூரி மான்.

'சொல்றேன் சார், கதையை. அன்னிக்கு என்னோட காக்கா ஒரு துண்டு மாமிசம் கொண்டு வந்தது. அதை சாப்பிட்டேன். சாயங் காலம் வயிறு பயங்கரமா வலிக்க ஆரம்பிச்சுருச்சு. அந்த சமயம் நான் ஹாஜி அலியிலே இருந்தேன். வாந்தியெடுத்தேன், உடம்பு ரொம்ப மோசமாயிடுச்சு. அதனால அங்கேயே சகாவோட குடிசை யிலே தூங்கிட்டேன். ரெண்டு மூணு நாள் எழுந்திருக்கவே முடியல.

நேத்துதான் திரும்பி வந்தேன். இன்னும் சரியாகல. வெளியில போக தெம்பே இல்லை.’

பன்ஸி லாலின் காகம் குறித்து கஸ்தூரி மான் அறிந்திருந்தான். பார்ஸிக்கள் இறந்தவர்களைப் புதைக்கவோ எரிக்கவோ செய்யாமல் பறவைகளுக்கு இரையாக வீசிவிடுவது வழக்கம். அமைதி கோபு ரங்கள் எனப்பட்ட பிணங்களை வீசும் கிணறு பன்ஸி லாலின் குடிசையருகே இருந்த குன்றின்மீதிருந்தது. அதனால் அங்கு எப்போ தும்மே பருந்துகளும், வல்லூறுகளும், காகங்களும் பறந்து கொண்டி ருக்கும். ஒருமுறை காகமொன்று பன்ஸி லாலின் குடிசையருகே இருந்த மரத்தில் வந்தமர்ந்தது. அதன் அலகில் பெரிய சதைத்துண்டு இருந்தது. தன் கால்நகத்தால் அதைக் கிழிக்க முயன்ற போது அது கீழே விழுந்தது. காகம் இறங்குவதற்குள் பன்ஸி லால் பாய்ந்து சென்று தன் சிதைந்த விரல்களிடையில் பற்றி எடுத்துக் கொண்டு உள்ளே சென்றான். அது நல்ல சிவந்த மாமிசம். வெளியே காகம் அலறத் தொடங்கியது. பன்ஸி லால் மாமிசத்தை அறுத்து அடுப்பில் வைத்தான். காகத்தின் இரைச்சல் தாங்க முடியாமல் வெளியே சென்று அதன் மீது கல்லெறிந்தான். கல்லடிகளுக்குத் தப்பிய காகம் சுற்றிச் சுற்றி வந்தது. மாமிசத்தை சமைத்த பன்ஸி லால் ஒரு நிமிடம் யோசித்தான். ஒரு துண்டு மாமிசத்தை வெளியே வீசினான். காகம் பறந்திறங்கி மாமிசத்தைக் கவ்விக்கொண்டு பறந்து சென்றது.

மறுநாள் காலையில் வெளியில் காகம் கரைவதைக் கேட்டான் பன்ஸி லால். அவன் அதைப் பொருட்படுத்தவில்லை. காகம் விடாமல் கரைந்துகொண்டிருந்தது. பன்ஸி லால் வெளியே எட்டிப் பார்த் தான். மரத்தில் அமர்ந்திருந்த காகம் ஒரு கொத்து மாமிசத்தைக் கால்களில் கவ்வியிருந்தது. பன்ஸி லாலைப் பார்த்ததும் மாமிசத்தைத் தரையில் போட்டது. பன்ஸி லால் ஆச்சரியம் தாங்காமல் ஒரு நிமிடம் மாமிசத் துண்டையே பார்த்துக்கொண்டிருந்தான். காகம் அவனைப் பார்த்துக் கத்திக்கொண்டே இருந்தது. பன்ஸி லால் வெளியே வந்து அதை எடுத்துக்கொண்டான். அதைச் சமைத்த பிறகு ஒரு துண்டை காகத்திற்கு வீசினான்.

இது தினமும் தொடர்ந்தது. சமைத்த மாமிசச் சுவை காகத்திற்குப் பிடித்துப்போனது. பின்னர் கிட்டத்தட்ட அது வளர்ப்புப்பிராணி யாகவே ஆகிவிட்டது. குடிசையின் வாசலில் வந்தமர்ந்து நட்பாக குரல் கொடுத்தபடி இங்குமங்கும் தத்தியபடி இருக்கும். ஆனால் தொடுவதற்கு மட்டும் அனுமதிக்காது. பன்ஸி லாலுக்கு தினமும் ஒருவேளை சாப்பாடு சிரமப்படாமல் கிடைப்பதில் மகிழ்ச்சி. பார்ஸிக்கள் இறந்துகொண்டிருக்கும் வரை பிரச்சனை இல்லாமல் இருந்தது.

ஆனால் இம்முறை ஏதோ தவறு நிகழ்ந்துவிட்டது. 'ஏதோ அழுகிப்போன தேவிடியாபையன் போல. என் வயத்தை கெடுத்திருச்சு' என்றான் பன்ஸி லால்.

'சரி, இப்போ உனக்கு சரியாயிடுச்சுல்ல?' என்று கேட்டான் கஸ்தூரி மான்.

'நல்லா ஆயிட்டுவரேன் சார். நான் சொன்னமாதிரி ரொம்ப அசதியா இருக்கு. ரெண்டு மூணு நாள்ல வெளியில போக முடியும்னு நினைக்கிறேன்' என்றான் பன்ஸி லால்.

அவனுக்கு எதுவும் தேவைப்படுகிறதா என்று கேட்டான் கஸ்தூரி மான்.

'கொஞ்சம் பிரெட் வாங்கிட்டு வந்தா நல்லாருக்கும்' என்றான் பன்ஸி லால்.

ஒரு பிரெட் பாக்கெட்டுடன் வந்த கஸ்தூரி மான் குடிசைக்கு வெளியே மரத்தில் ஒரு காகம் இருப்பதைப் பார்த்தான். அது கரைந்து கொண்டிருந்தது.

'நேத்தும் வந்துது. மாமிசத்தை எடுத்துட்டு வந்து ரொம்ப நேரம் கத்திக்கிட்டு இருந்தது. நான் ஏன் வெளியில வரலன்னு நினைச்சிருக்கும். என்னால எழுந்திருக்கவே முடியல. கடைசியில பறந்து போயிருச்சு' என்றான் பன்ஸி லால்.

மரத்திலிருந்த காகத்தைப் பார்த்தான் கஸ்தூரி மான். அதன் கால்களில் மாமிசமேதும் இருக்கவில்லை.

'அதுக்கு கொஞ்சம் பிரெட் போடுங்க சார்'

காகம் அவசரமாக வந்து பிரெட் துண்டைக் கவ்விக் கொண்டது. தலையைத் தூக்கி காகத்தைப் பார்த்த பன்ஸி லால் 'சாப்பிடு, செல்லம். சாப்பிடு' என்றான்.

சாப்பிட்டு முடித்த காகம் மரத்திலிருந்து சிறிது நேரம் கரைந்து கொண்டிருந்தது. பின்னர் பறந்து சென்றது.

பிற்பகலில் பன்ஸி லாலின் குடிசையை விட்டுக் கிளம்பிய கஸ்தூரி மான் பேருந்து நிலையத்திற்குச் சென்றான். பசியெடுத்தது. மதிய உணவுக்கு வீட்டுக்குச் சென்றுவிட முடியும் என்று நம்பினான். ஆனால் வெகு நேரம் பேருந்து ஏதும் வரவில்லை. தூரத்தில் மலபார் குன்றில் அமைதி கோபுரங்களுக்கு மேலே பறவைகள் சுற்றிக் கொண்டிருந்தன. கஸ்தூரி மானுக்கருகே இரண்டு பெண்களும் ஒரு ஆணும் பேருந்துக்காகக் காத்திருந்தனர். அதில் யாரும் பார்ஸி போல இல்லை.

5

கஸ்தூரி மான் தனக்களிக்கப்பட்ட இரண்டு பணிகளையும் முடித்திருந்தான். அடுத்த ஒரு வாரத்திற்கு வாக்மேரிடமிருந்து எந்த அழைப்பும் இல்லை. நிறைய படிப்பதற்கும் எழுதவும் கஸ்தூரி மானுக்கு நேரம் கிடைத்தது. தொப்புளில் இருந்த எரிச்சல் குறைகிற மாதிரி இல்லை. சல்ஃபோனமைட்களுக்கு பெரிய பலன் இருப்ப தாகத் தெரியவில்லை. அவனால் நிமிர்ந்து நடக்க இயலவில்லை. கூன் போட்டு கவனமாக நடக்க வேண்டியிருந்தது.

மேக சந்தேசம் குறித்த கட்டுரையை முடித்தபின் 'மக்கள் சக்தி'க் காக ஒரு நூல் விமர்சனத்தை எழுதத் தொடங்கினான். அப்போது மகாலட்சுமி ரேஸ்கோர்ஸை சேர்ந்த நாராயணைக் காணவில்லை என்று வாக்மேரிடமிருந்து தகவல் வந்தது.

முதலில் இந்த வேலையை எடுத்துக்கொள்ளக்கூடாது என்று நினைத்தான் கஸ்தூரி மான். அவனால் இப்போது அதிகம் நடக்க முடியாது. பின்னர் நாராயணைப் பற்றி யோசித்துப் பார்த்தான். அவன் புதிய ஆள். தண்டலுக்காக ஓரிரு முறையே அவனைப் பார்த் திருந்தான். நாராயண் சிறு குழந்தையாக இருந்தபோதிலிருந்தே பிச்சை எடுப்பவன். அவனுக்கு பதினேழு அல்லது பதினெட்டு வயதிருக்கையில் ஜெயராம் பாபா என்ற சாமியார் ஒருவர் தன்னு டன் அழைத்துச் சென்றுவிட்டார். அவருடன் வட இந்தியாவில் பரவலாகச் சுற்றியிருக்கிறான். அவர்கள் பல புண்ணிய தலங் களுக்குச் சென்றனர். இரவுகளில் ஜெயராம் பாபா அவனுடன் உறவு வைத்துக்கொள்வார். சில வருடங்கள் கழிந்த பிறகு ஜெயராம் பாபா வுக்கு அடிமையாயிருப்பது நாராயணுக்கு வெறுத்துப் போனது. ஒரு நாள் தப்பித்து மும்பையை வந்தடைந்தான்.

நாராயணின் வலது கை துண்டிக்கப்பட்டிருக்கும் என்பதுதான் ஒரு பிச்சைக்காரனாக அவனுடைய மூலதனம். ஆனால் அவனுக்கு பிச்சையெடுப்பதில் பெரும் ஆர்வம் இருந்தது, நிறைய வருமானமும் கிடைத்தது. குறிப்பிட்ட இரண்டு மூன்று பேருந்து நிலையங்களில் பிச்சையெடுப்பது அவன் வழக்கம்.

முதல் முறை நாராயணைப் பார்த்தபோது அவன் தன்னைப் போலவே இருப்பது கஸ்தூரி மானுக்கு அதிர்ச்சி ஏற்படுத்தியது. உடலமைப்புகூட ஒரே மாதிரி இருப்பது போல் தோன்றியது. அப்போது நாராயணை அவனது ஆன்மாவைத் துளைப்பதுபோல் பார்த்தான். அவனுக்குள் ஒரு எண்ணம் உருவெடுத்தது. பல வருடங் களுக்கு முன் அவனது பெற்றோர் கார்வாரில் வாழ்ந்தபோது, அவன் பிறப்பதற்கு முன்பு, அவனது அண்ணன் காணாமல் போயிருந்தான். இதைத் தன் பெற்றோரிடமிருந்து அறிந்திருந்தான் கஸ்தூரி மான். இது நடந்தபோது அவன் அண்ணனுக்கு ஐந்து வயது. ஒரு நாள்

அவன் அம்மா அவனைக் கோயிலுக்கு அழைத்துச் சென்றிருந்த போது கூட்டத்தில் தொலைந்து போயிருந்தான். பின்னர் அவனைக் கண்டுபிடிக்கவே இயலவில்லை. கொள்ளைக்காரர்களோ பிச்சைக் காரர்களோ அவனைக் கடத்தியிருக்க வேண்டும் என்று எண்ணினர் பெற்றோர். கஸ்தூரி மான் குழந்தையாக இருக்கையில் அவனை அணைத்தபடி காணாமல் போன அண்ணனைப் பற்றி அவன் தாய் பேசுவார். 'அவன் உன்ன மாதிரியே இருப்பான்' என்று கண்ணைத் துடைத்துக்கொள்வார்.

இப்போது கஸ்தூரி மானின் எண்ணம் இப்படி இருந்தது: நாராயண் காணாமல் போன தனது அண்ணனாக இருக்கக் கூடுமோ? பெரும் கிளர்ச்சியூட்டும் எண்ணமாக இருந்தது அது. நாராயணை அவன் பார்க்கும் விதத்தையே மாற்றியது அது. நாரா யணின் ஒவ்வொரு அசைவையும் அவன் கூர்ந்து கவனித்தான், அவனது அடையாளம் குறித்து துப்பு துலங்கக்கூடும் என்று எதிர் பார்த்தான்.

நாராயணின் கடந்த காலம் குறித்து தகவல்களைச் சேகரித்திருந் தாலும் அவனை நேரடியாக அவனது குழந்தைப்பருவம் குறித்துக் கேட்டதில்லை. நாராயணுக்கு இருந்த கூன் பற்றிக்கூட அவன் பேசிய தில்லை. அவனுடன் நல்ல பழக்கமேற்பட்ட பின் அதைப் பார்த்துக் கொள்ளலாம் என்றிருந்தான். இப்போது நாராயண் காணாமல் போயிருந்தான்.

கஸ்தூரி மான் அதைப்பற்றி எண்ணிப்பார்த்தான். வாக்மேருக்கு உதவுவது மட்டுமாக இருந்திருந்தால் அவன் அதை மறுத்திருப்பான். ஆனால் அதில் அவனது சொந்த உணர்வுகள் கலந்திருந்தது. நீண்ட நேர யோசனைக்குப் பிறகு நாராயணைத் தேடிப்போவது என்ற முடிவுக்கு வந்தான். தொப்புள் கட்டி அதைச் சித்ரவதையாக்கக் கூடும், ஆனால் அவன் செய்தே ஆக வேண்டிய காரியம் இது. ஏதோ இனம் புரியாத நிர்ப்பந்தம் அதில் இருந்தது.

நாராயண் வழக்கமாகப் பிச்சையெடுக்கும் இடங்களையும் அவன் உறங்கும் இடத்தையும் முதலில் சென்று பார்த்தான். அவனி ருந்த அடையாளமே இல்லை. வேறெங்கு சென்று பார்ப்பதென்று தெரியவில்லை. நாராயண் புதியவன் என்பதால் அவன் நண்பர்கள் குறித்தும் அவன் செல்லக்கூடிய இடங்கள் குறித்தும் ஏதும் அறிந்தி ருக்கவில்லை. வெறுமனே மும்பையைச் சுற்றி வருவது மட்டுமே அவனால் செய்யக்கூடியதாக இருந்தது. மாலை நேரத்தில் ஒரு பூங்காவில் அமர்ந்திருப்பது தனக்கு மிகவும் பிடித்தமான விஷயம் என்று ஒரு முறை நாராயண் சொன்னது அவனுக்கு நினைவு வந்தது. எனவே, ஒவ்வொரு மாலையிலும் மும்பையிலிருந்த பொதுப் பூங்காக்களில் அவனைத் தேடுவது என்ற முடிவுக்கு வந்தான்.

அவன் மணிக்கணக்கில் அலைந்தான். கட்டியின் காரணமாக கிழவன் போல கூனுடன் நடக்க வேண்டியிருந்தது. இளைஞன் ஒருவன் இப்படி நடந்து செல்வதை தெருவில் பலரும் அதிசயமாகப் பார்த்தனர். சிறுவர்கள் கிண்டலடித்தனர். சீழ்வழிந்து சொட்டாமல் இருக்க கஸ்தூரி மான் பஞ்சை தொப்புளில் வைத்து ஒட்டியிருந் தான். உள்ளிருந்து வந்த சீழும் வெளியில் ஊறிய வியர்வையும் சேர்ந்து பஞ்சை சொதசொத என்று ஆக்கியிருந்தன.

மூன்று நாட்களுக்கு கஸ்தூரி மான் மும்பையின் எண்ணற்ற தெருக்களில் நடந்தான். பலதரப்பட்ட இடங்களிலும் தேடினான். நாராயணைக் காணவில்லை.

ஒரு ரயில்வே ஸ்டேஷனில் கருப்பு சூட்டும் கருப்புக் கண்ணாடி யும் அணிந்த ஒருவனைப் பார்த்தான் கஸ்தூரி மான். போஸ் சாலையில் ஒரு டாக்ஸியின் மேல்கூரை வாய் பிளப்பது போல் திறப்பதையும் அதன் வழியாக ஓட்டுநர் பார்ப்பதையும் கண்டான். சாலையைக் கடக்கும் இடத்தில் பச்சை விளக்கு எரிவதற்காகக் காத்திருக்கும் கிழவரைப் பார்த்தான். அவர் காலகாலமாக அங்கேயே காத்திருப்பது போல் தோன்றியது. காலியான தள்ளுவண்டி மீதில் அமர்ந்திருக்கும் ஒருவனைக் கண்டான். விளக்குத்தூணில் சாய்ந்து நாளிதழ் படிக்கும் ஒருவனைப் பார்த்தான். கடையொன்றின் கண்ணாடிச் சாளரத்தில் மூக்கை அழுத்திக் கொண்டிருந்த ஒரு சிறுவனைப் பார்த்தான். காற்றுக்கு முதுகைக் காட்டியபடி சிகரெட் பற்றவைக்க முயன்ற ஒருவனைக் கண்டான். நடிகர் திலீப் குமார் தன் காடிலாக் காரில் செல்வதைப் பார்த்தான். ஒரு கட்டடத்தின் இரண்டாவது மாடியில் ஒரு பெண் ஜன்னலை மூடுவதைப் பார்த்தான். ஏணியில் நின்று பெரும் சினிமா போஸ்டரை வரைந்து கொண்டிருந்த ஒருவனையும், ஒரு பிரஷ்ஷை பிடித்திருந்த அவனது தூக்கிய கையையும் கண்டான். அந்தப் போஸ்டரில் ஒரு கண் மட்டும் வரையப்பட்டிருந்த ஒரு பெண்ணின் தலையைப் பார்த்தான். குவிக்கப்பட்டிருந்த குப்பையை முகர்ந்து கொண்டிருந்த ஒரு நாயையும் அதன் பின்புறத்தை முகர்ந்துகொண்டிருந்த இன்னொரு நாயையும் பார்த்தான். சிவப்புச் சட்டை அணிந்த ஒருவன் ஹோட்டல் ஒன்றிலிருந்து வெளியே வருவதைப் பார்த்தான். உயிரற்ற நீரை நோக்கியபடி கடற்கரைச் சுவரில் அமர்ந்திருந்த மூன்று ஆண்களைப் பார்த்தான். அதிகாலையில் நகர்மையத்தில் அலுவலகக் கட்ட டங்கள் முன்பாக பிச்சைக்காரர்களும் நாடோடிகளும் உறங்கிக் கொண்டிருந்த வரிசையோரமாக நடக்கையில் சிறுவன் ஒருவன் கையடித்துக்கொண்டிருப்பதைப் பார்த்தான். நடைபாதையில் பிரிட்டானியா பிரெட் பாக்கெட்டின் உறையைப் பார்த்தான். லேடி ஜாம்ஷெட்ஜி சாலையிலிருந்த கட்டடமொன்றில் நுழையும் தபால்

காரன் ஒருவனைப் பார்த்தான். மின்சார ரயில்களில் தொங்கிக் கொண்டு சென்றவர்களைப் பார்த்தான். நாராயணைப் பார்க்க வில்லை.

மூன்று நாட்கள் அலைந்தது கஸ்தூரி மானை ஓய்ந்துபோகச் செய்திருந்தது. வலி அதிகரித்திருந்தது. நான்காவது நாள் அவன் படுக்கையிலேயே இருந்தான். நாராயணைக் கண்டுபிடிக்க வாய்ப் பிருப்பதாகத் தெரியவில்லை. மும்பை போன்ற பெருநகரத்தில் ஒரு ஆளை உங்களால் எப்படி கண்டுபிடிக்க இயலும்? என்றாலும் கால் போன போக்கில் செல்வதன்றி அவன் செய்யக்கூடியது என்ன?

மறுநாள் கஸ்தூரி மான் மீண்டும் வெளியே சென்றான். இரண்டு நாட்கள் கழித்து அவனுக்கு அதிர்ஷ்டம் அடித்தது. மாலை வேளையில், மாதுங்காவில் இருக்கும் ஃபைவ் கார்டன்ஸில் அலைந்து கொண்டிருக்கையில் இவனுக்கு முதுகைக் காட்டியபடி அமர்ந்திருந்த ஒருவனைக் கண்டான். அவ்வுருவம் நாராயணுடை யதைப் போலவே இருந்தது. குனிந்தபடி அவனை நோக்கி ஓடிய கஸ்தூரி மான் மூச்சிரைத்தபடி நின்றான்.

‘நாராயண், நாராயண்’ அவனுக்கு மூச்சு வாங்கியது.

கால்களை நீட்டியபடி கண்களை மூடி அந்த பெஞ்சில் அமர்ந் திருந்தான் நாராயண். கண்களைத் திறந்தவன், ‘சார்... எப்படி இங்க வந்தீங்க?’ என்றான்.

‘நீ ஏன் ஓடிப் போன நாராயண்?’

நாராயண் சிரித்தான். ‘அதே பஸ் ஸ்டாண்ட்ல தினம் பிச்சை யெடுக்கறது சலிச்சுப் போச்சு, சார். ஜெயராம் பாபுவோட இருந்தது ஒருவிதத்துல நல்லா இருந்தது. சாமியாருங்கனு கண்ணியத்தோட பிச்சை எடுத்தோம். மக்களும் தாராளமா, மரியாதையோட கொடுத்தாங்க. ஒரு ஊரிலிருந்து இன்னொரு ஊருக்குப் போவோம். டிரெய்ன்ல எங்கயும் இலவசமா போகலாம்.’ வெட்டப்பட்ட கையின் அடிக்கட்டையைச் சொறிந்துகொண்டான். ‘மும்பையை விட்டுட்டு தாடி வளர்த்து சாமியாரா ஆயிடலாம்னு நினைச்சேன். ஜெயராம் பாபாவோட இருந்ததால எங்க போகணும் எப்போ போகணும் எல்லாம் எனக்கு தெரியும். அப்புறமா, கொஞ்சம் மும்பையை சுத்திப்பாத்துட்டு போகலாம்னு நினைச்சேன். ஆனா நீங்க என்னை தேடி கண்டுபிடிச்சீங்கன்றது நம்ப முடியாத விஷயம்.’

‘இதப் பாரு நாராயண், கொஞ்ச நாளைக்காவது மும்பையை விட்டுப் போயிராதே’ என்றான் கஸ்தூரி மான். திடீரென தான் ஓய்ந்துபோயிருப்பதும் கட்டி மேலும் வலிக்கத்தொடங்கியிருப்பதும் அவனுக்கு உறைத்தது. நாராயண் அருகே அமர்ந்தான். ‘வாக்மேருக் காக இதை நான் கேக்கல. எனக்காகத்தான் சொல்றேன்.’

பின்னர் அவன் காணாமல் போன தன் அண்ணனைப் பற்றி நாராயணிடம் சொன்னான். தன் எண்ணத்தை விளக்கினான். நாராயண் ஒரு புன்னகையுடன் அதைக் கேட்டுக்கொண்டிருந்தான். பிச்சையெடுக்காத வேளைகளில் நாராயண் முகத்தில் எப்போதும் இந்தப் புன்னகை இருக்கும். எல்லாமே அவனுக்கு தமாஷாகத் தோன்றுவது போலிருக்கும்.

கஸ்தூரி மான் பேசி முடித்த பின்னர் நாராயண், 'என்ன சார், என்னென்னமோ யோசிக்கிறீங்க? இதிலெல்லாம் அர்த்தமே இல்ல. ஒரே மாதிரி இருக்கிறவங்க எத்தனையோ பேர் இருக்காங்க. இதை ஏன் இவ்ளோ தீவிரமா எடுத்துக்கிறீங்க? நாட்டில பிச்சையெடுக்கற ஆயிரக்கணக்கானவங்கள்ல நான் ஒருத்தன் உங்க அண்ணன்னு தெரியவந்தா அது நம்ப முடியாததா இருக்கும். நீங்க இத மறந்துடறது நல்லது' என்றான்.

தன் வயிற்றின்மீது ஒரு கையை வைத்தபடி நாராயணைப் பார்த்தான் கஸ்தூரி மான். அவன் ஏதும் பேசவில்லை. நாராயணே மீண்டும் பேசினான். 'இத இப்படி பாருங்க சார். ஒருவேளை நான் உங்க அண்ணந்தான்னு நிச்சயமாகுது. அதில என்ன இருக்கு? உங்க வாழ்க்கைக்கும் என்னுடையதுக்கும் சம்பந்தமேயில்ல. நீங்க படிச்சவர். நான் வாழ்க்கை முழுக்க பிச்சையெடுத்தவன். ஜெயராம் பாபாகிட்ட இருந்தப்போ எல்லாவிதமான அனுபவங்களும் எனக்கு கிடைச்சது. இப்போ நாம ரெண்டு பேரும் சேர்றதுல என்ன இருக்கு? எதுக்கு இவ்ளோ கஷ்டப்படுறீங்க?' தன் தாடியைத் தடவியபடி எதிரில் இருந்த புளியமரத்தைப் பார்த்தான் நாராயண். 'இந்த காலத்தில ஒரே வீட்டில வளர்ந்த சகோதரங்க கூட, ஒருத்தர பத்தி ஒருத்தர் கவலைப் படறதில்ல சார். நீங்க என்னடான்னா நீங்க பார்த்தேயிருக்காத ஒரு அண்ணனுக்காக இவ்வளவு சிரமப்படறீங்க! இப்போல்லாம் மத்தவங்கள பத்தி யாரும் கவலைப்படறதில்லை. ஒருத்தர் யாரோ இன்னொருத்தரால வாழமுடியும் அவ்வளவுதான். நான் மக்களால வாழறேன், வாக்மேர் எங்களால, நீங்க அவரால. வேற எதைப்பத்தி கவலைப் படணும்?'

'நாராயண், இதப்பத்தி நாம பிறகு பேசுவோம்' என்றான் கஸ்தூரி மான். தொப்புள் மேல் வைத்திருந்த கையை எடுத்து நாராயண் தோள் மேல் வைத்தான். 'உன் கை எப்ப போச்சு? எப்படி போச்சு?'

'எனக்குத் தெரியல' என்றான் நாராயண். 'எனக்கு நினைவு தெரிஞ்சதிலிருந்தே இப்படித்தான்.'

'அவ்வளவு சின்ன வயசுலயே உன் கை போனது ஆச்சரியமா இருக்கு. ஒருவேள உன்ன கடத்திட்டுப் போன பிச்சைக்காரங்க

உன்ன பிச்சையெடுக்க லாயக்கானவனா மாத்துறதுக்காக வெட்டி யிருக்கலாம். குழந்தையா இருந்தப்ப நீ எந்த ஊர்ல இருந்த?'

'எங்க மாமாவோட இருக்கும்போது நாசிக்ல பிச்சையெடுத்தது ஞாபகமிருக்கு. நான் பிறந்த உடனே அம்மா அப்பா இறந்துட்டாங் கன்னு சொல்லுவாரு மாமா. ஒரு நாள் மாமா காணாமப் போயிட் டாரு. ஜெயராம் பாபா என்னை கூட்டிக்கிட்டாரு.'

'ஹும்...' என்றான் கஸ்தூரி மான். 'பழைய ஞாபகம் என்ன இருக்கு உனக்கு? நல்லா விவரமா சொல்லேன்.'

'பழைய ஞாபகமா?' என்றபடி யோசித்தான் நாராயண். 'ம்... மங்கலா ஏதோ தெரியுது. ஒரு பக்கம் கடல் இருக்கு, பனை மரங்கள் இருக்கு, அப்புறம்... தகரக் கொட்டகை போட்ட வீடு ஒண்ணு, குறுகலான சந்து... ஒரு அரச மரம் இருக்கற இடத்துல அந்த சந்தும் ஒரு தெருவும் சேரும்... வீட்டு முற்றத்துல கோழிங்க இரையெடுத்துக் கிட்டு இருக்கு.' கண்களை மூடி தலையைப் பெஞ்சில் சாய்த்தான். 'கலங்கலா இன்னொண்ணு தெரியுது. ஒரு வெளிச்சமில்லாத அறையில வலதுபக்கம் ஒரு கட்டில் இருக்கு. பக்கத்துல பாய் ஒண்ணு விரிச்சிருக்கு. மூலையில ரெண்டு ட்ரங்க் பெட்டி ஒண்ணு மேல ஒண்ணா. பக்கத்துல ஒரு குதிரை பொம்மை.' நாராயண் அமைதியானான். கண்களைத் திறக்கவில்லை. தலையைத் தூக்க வில்லை.

கஸ்தூரி மானின் கண்கள் பளிச்சிட்டன. 'நாராயண், நாசிக்ல கடல் கிடையாது. ஆனா கார்வார் கடல் பக்கத்துலதான் இருக்கு, சரிதானே?'

நாராயண் எதுவும் சொல்லவில்லை. கஸ்தூரி மான் ஒவ்வொன் றாக எண்ணிப்பார்த்தான். கார்வார் பற்றி தனக்கு ஏதும் ஞாபகத்தில் இருந்திருந்தால் நாராயண் நினைவிலிருப்பது அவர்களுடைய வீடுதானா என்று சொல்லியிருக்க முடியும் என்று அவனுக்குத் தோன்றியது. 'சே, ஒண்ணுமே எனக்கு ஞாபகமில்ல' என்று தனக்குத் தானே சொல்லிக்கொண்டான்.

பின்னர், 'நாராயண், எனக்கு ஒரு யோசனை" என்றான். 'நாம ரெண்டு பேரும் கார்வாருக்குப் போவோம். சுத்தி பாப்போம். உன் நினைவுல இருக்கற மாதிரி வீடு எதுவும் இன்னும் இருக்கான்னு பாப்போம். அந்த சந்தோ, அரச மரமோ... உனக்கு வேற ஏதாவதுகூட நினைவுக்கு வரலாம். பிறகு நமக்கு தெரியலாம். நம்மளால கண்டு பிடிக்க முடியும்.'

நாராயண் கண்களைத் திறந்தான். கஸ்தூரி மானைப் பார்த்துப் புன்னகைத்தான்.

கஸ்தூரி மான் அவனைத் தன்னுடன் வருவதற்கு இசைய வைத்தான். 'நாளைக்கு அல்லது மறுநாள் நாம ஒரு பஸ் பிடிச்சு போவோம்' என்று அறிவித்தான்.

இருவரும் எழுந்துகொண்டனர். எழுகையில் கஸ்தூரி மானுக்கு அடிவயிற்றில் தாங்கமுடியாமல் வலித்தது. அவன் முகம் கோணியது. வலி கொஞ்சம் குறைந்ததும் நாராயணின் தோள்களில் கைபோட்ட படி நடக்கத் தொடங்கினான். ஒவ்வொரு அடி வைக்கையிலும் அவன் தொப்புளில் ஒரு ஆணி செருகப்படுவது போலிருந்தது. ஆனால் அவர்கள் தாதர் டிராம் நிறுத்தம் வரைதான் நடக்க வேண்டியிருந்தது. அங்கு அவர்களுக்கு பேருந்து கிடைக்கும். கட்டி மேலும் வலிக்கத் தொடங்கியது. ஆனால் கஸ்தூரி மான் மிக லேசாக, விடுதலை பெற்றவனாக உணர்ந்தான். அவன் நாராயணைக் கண்டுபிடித்திருந்தான்.

இப்போது இருட்டிவிட்டிருந்தது. இருவரும் சாலையை அடைந் திருந்தனர். தொலைவில் தாதர் டி.டி.யின் கடைகளின் பளபளப்பைக் காணமுடிந்தது.

இந்த நிலையில் தன்னால் கார்வாருக்குச் செல்ல முடியுமா என்று யோசித்தான் கஸ்தூரி மான். நிச்சயம் அவஸ்தைதான். ஆனால் அதிகம் நடக்க வேண்டியிருக்காது என்று தோன்றியது. உடல்நிலை சரியாகிற வரை காத்திருப்பதில் என்ன பயன்? எப்படி யும் எப்போது சரியாகும் என்று அவனால் சொல்ல முடியாது.

நாராயணுடன் தான் செல்லவிருப்பது பற்றி வாக்மேரிடம் சொல்லக்கூடாது என்று எண்ணிக்கொண்டான். போய்வந்த பிறகு என்ன ஆகும்? நாராயண்தான் தன் அண்ணன் என்பது அவனுக்கு நிச்சயமாகத் தெரிந்திருந்தது. திரும்பி வந்த பிறகு அவன் தன் அண்ணனைப் பிச்சையெடுக்க அனுமதிப்பானா? கண்டிப்பாக இல்லை. அவனை நான் பார்த்துக்கொள்வேன். அவன் வாழ உதவு வேன். நிச்சயமாக வாக்மேர் கோபப்படுவார். சிறிதும் விரும்ப மாட்டார். வியாபார விஷயத்தில் பச்சாதாபம் இல்லாத ஆள் அவர். ஒரு வேளை என்னை வெளியேற்றலாம். இருப்பதற்கு அறை இல்லாமல் போகலாம்.

புதிதாகத் தோன்றிய வலி அவன் சிந்தனையைக் கலைத்தது. அடிவயிற்றைப் பற்றியபடி மடிந்தமர்ந்தான். 'சார், சார்...' என்றபடி நாராயண் அவனை நோக்கிக் குனிந்தான்.

மீண்டும் குத்தும்வலி. வாரம் முழுக்க அலைந்ததன் பலன்தான் இது என்பது அவனுக்கு மங்கலாக உறைத்தது. வலி குறையட்டும் என்று காத்திருந்தான். குறையவே இல்லை.

அதற்கு மேல் அவனால் தாங்க முடியவில்லை. 'டாக்ஸி... ஒரு டாக்ஸி பிடி' என்றான் நாராயணிடம்.

ஒரு டாக்ஸியை நிறுத்த நாராயண் முயன்றான். அவனை நன்றாகப் பார்த்த ஓட்டுநர்கள் நிற்காமல் பறந்தனர். பிச்சைக்காரர் களையும் கடத்தல்காரர்களையும் அவர்கள் தங்கள் வாகனத்தில் ஏற்றுவதில்லை. இறுதியில் ஒரு டாக்ஸி நின்றது. கஸ்தூரி மான் அதை நோக்கி ஊர்ந்து வந்தான். நாராயண் கதவைத் திறக்க கஸ்தூரி மான் ஏறிக்கொண்டான்.

'நீ வராதே' என்று நாராயணைப் பார்த்துச் சொன்னான் டாக்ஸிகாரன்.

கஸ்தூரி மான் நாராயணைப் பார்த்தான். ஒன்றும் சொல் லாமல் கதவை மூடினான் நாராயண். 'நாளைக்கு உன்ன வந்து பார்க் குறேன் நாராயண்...' அதற்கு மேல் அவன் எதுவும் சொல்வதற்குள் டாக்ஸி அங்கிருந்து வேகமாகச் சென்றது.

'ஜே.ஜே. ஹாஸ்பிடலுக்கு' என்று ஓட்டுநரிடம் சொன்னான் கஸ்தூரி மான்.

பின்னிருக்கையில் வலியில் முனகினான் கஸ்தூரி மான். அவனைத் திரும்பிப் பார்க்காமல் விரைந்துகொண்டிருந்தான் டாக்ஸிகாரன். தெருவின் இருமருங்கிலும் பெரிதும் சிறிதுமாக விளக்குகள் மின்னி மறைந்தன. காற்று வீசியது. திடீரென கஸ்தூரி மான் கண்களை இறுக மூடிக்கொண்டான். அந்தக் கணத்தில் கட்டி வெடித்தது. ஒரே நேரத்தில் ஆயிரம் தாமரைகள் தன் தொப்புளில் மலர்வதாக உணர்ந்தான் கஸ்தூரி மான்.

ஒரு கணம் அவன் கண்முன் ஒரு காட்சி மின்னியது: ஒரு புறம் கடல், பனை மரங்கள், ஒரு வீடு, முற்றத்தில் கொக்கரித்துக் கொண்டி ருந்த கோழிகள், ஒரு சந்து.

கண்களைத் திறந்து அடிவயிற்றைப் பார்த்தான். சட்டை ரத்தத்தில் நனைந்திருந்தது. சிறுநீர் பிரிந்தது. நினைவிழப்பதற்கு ஒரு கணம் முன்பாக ஒரு விநோதமான சாம்பிராணி போன்ற மணம் அவன் புலன்களை ஆக்கிரமித்தது; பின்னர் பகலொளியில் ஒரு குன்றின் மீது சிறிய கோயிலொன்றைக் கண்டான், மணியடிக்கும் ஓசை கேட்டது.

அவனுக்கு நினைவு திரும்பியபோது டாக்ஸி மருத்துவ மனைக்குள் நுழைந்துகொண்டிருந்தது. இப்போதைக்கு தன்னால் கார்வாருக்குப் போக முடியாது என்று எண்ணிக்கொண்டான். ஆனால் நான் நிச்சயம் போவேன். உடம்பு சரியானதும் எவ்வளவு சீக்கிரம் போகமுடியுமோ அவ்வளவு சீக்கிரம் போவேன். நாராயண் எனக்காகக் காத்திருப்பான். அவன் ஓடிப்போக மாட்டான். நாராய ணுடன் நான் கார்வாருக்குப் போவேன். இன்னும் சில நாட்கள் தான். டாக்ஸி நின்றது.

❍

ஒரு சுற்றுலா

1

காலையில் இருந்தே வானில் விமானங்கள் சீறிப்பாயும் ஒலி கேட்டுக்கொண்டிருக்கிறது. விமானப் படை பயிற்சியா அல்லது இரவோடு இரவாக போர் மூண்டுவிட்டதா? மொட்டை மாடிக்குச் சென்று உண்மையிலேயே விமானங்கள் சுற்றிவருகின்றனவா என்று பார்க்கவேண்டும் என்று எண்ணிக்கொண்டேன். ஒரு வேளை அந்தச் சத்தம் என் மனதில் தோன்றுகிறதோ? இதுபோல் முன்னரும் நடந்துள்ளது. ஒருமுறை நாள் முழுக்க மழைபெய்யும் ஓசையைக் கேட்டுக்கொண்டு படுக்கையில் படுத்திருந்தேன். மாலையானதும் எழுந்து பால்கனிக்குச் சென்று சுற்றும் முற்றும் பார்த்தபோது நல்ல வெயிலடித்துக்கொண்டிருந்தது. எதிரே இருந்த தெருவும் கட்டடங் களும் காய்ந்திருந்தன. மழை பெய்த அறிகுறியே இல்லை.

ஒரு குரலைக் கேட்கையில் நான் என்னைச் சுற்றிலும் பார்க் கிறேன். பக்கத்தில் யாராவது இருந்தார்கள் என்றால் அவர்களது உதடுகள் அசைகின்றனவா என்று பார்த்துவிட்டு அவர்கள் என்னு டன்தான் பேசுகிறார்கள் என்ற முடிவுக்கு வருகிறேன்.

மொட்டை மாடிக்கு ஏறிச்செல்வதற்குள்ளாக விமானங்களின் ஒலி சடுதியில் நின்றுபோனது. ஒருவேளை அமைதி ஏற்பட்டிருக் கலாம். எப்படியோ போகட்டும், என்னுடைய பல்வலி பற்றியே எனது கவலை. போர் ஏற்பட்டால் என்ன, அமைதி திரும்பினால் என்ன? முந்தைய நாள் பல்மருத்துவரைப் பார்த்துவிட்டு வந்திருந் தேன். வலி ஏற்படுத்தும் பல்லைப் பிடுங்க வேண்டியிருக்கும்

என்றார். நான் நடுங்கிப்போனேன். எதனாலோ பற்கள் மண்டை யோட்டின் பகுதி என்றும் அதனால் அவை முழு எலும்புக் கூட்டுடன் இணைக்கப்பட்டவை என்றும் எண்ணியிருந்தேன். இதை மருத்துவரிடம் சொன்னபோது அவர் சிரித்துவிட்டு அது உண்மை யல்ல என்றார். இந்த உண்மை எனக்கு பெரும் அதிர்ச்சி தந்தது. உடலுடன் உறுதியாகப் பதிக்கப்பட்டவைபோல் தோன்றும் பற்கள் சதையிலிருந்து அபாயகரமாகத் தொங்கிக் கொண்டிருப்பவை என்று உணர்வது பெரும் துயரளிப்பதாக இருந்தது. அன்று நான் பற்களின் மீதான அனைத்து நம்பிக்கைகளையும் இழந்தேன்.

இன்று சலவை நாள். அழுக்குமூட்டையுடன் போராட வேண்டும் என்ற எண்ணமே மேலும் ஒரு மணி நேரம் அதிகமாகப் படுக்கையில் கிடத்தியது. பின்னர் படுக்கையைவிட்டு எழுந்து குளியலறைக்குச் சென்று வேலையை மிக வேகமாகவும் முனைப் புடனும் செய்து முடித்தேன். உண்மையில் அந்த வேலைக்குத் தேவை யான ஆற்றலைவிட அதிகமாகச் செலவழித்துவிட்டேன் என்றே சொல்லலாம். ஓய்ந்து தளர்ந்து பால்கனிக்குச் சென்றேன். கைப்பிடிச் சுவரில் சாய்ந்தபடி கீழே ஓடிக்கொண்டிருந்த வாகனங்களைக் கவனித்தேன். மேலிருந்து காகிதத் துண்டுகள் மிதந்து கீழே வந்து நிதானமாக ஆடியபடி தரையில் சென்று அமைந்தன. சொர்க்கத்தில் கடவுள் ஏதோ கவிதையொன்றை எழுதிவிட்டு, சட்ட ஆவண மொன்றை இயற்றிவிட்டு வரைவுகளில் திருப்தியடையாமல் கிழித்துப் போட்டுக் கொண்டிருப்பதாகக் கற்பனை செய்தேன். நிமிர்ந்து பார்த்த போது இரண்டு தளங்களுக்கு மேலிருந்த சிறுவன் காகிதத் துண்டுகளைக் காற்றில் பறக்கவிட்டுக்கொண்டிருப்பது தெரிந்தது. துண்டுகள் தரையிறங்குவதைப் பார்த்துக்கொண்டிருந்தேன். ஒன்று என் பால்கனியில் இறங்கியது. அதை எடுத்து அதில் வாய், மூக்கு, பெரிய கண்கள், ஸ்டாலினுடைய மீசை எல்லாம் கொண்ட சூரியக் கடவுளின் படத்தை வரைந்தேன்.

பிற்பகலில் ஒரு நடை சென்று வரலாமென்று கிளம்பினேன். ஒரு தெருவில் நேராகச் சென்று வேண்டிய தொலைவு சென்றதும் திரும்பி அதே வழியில் வருவதைப் பழக்கமாகக் கொண்டிருந்தேன். இடதும் வலதும் திரும்புவது, சந்துகளூடாகச் செல்வது, கடைத் தெருவில் அலைவது போன்ற சாகசங்களெல்லாம் எனக்கு ஒத்து வராது. ஒன்று மட்டும் செய்வேன், வீட்டுக்குத் திரும்புகையில் தெருவைக் கடந்து மறுபுறம் சென்று அவ்வழியாக நடந்துவருவேன். அப்படியே திரும்பி வருவது வெகுளித்தனமானதாக, தேவை யற்றதாகத் தோன்றும்.

இன்று வழக்கமாகச் செல்லும் தூரத்தைவிட அதிகதூரம் நடந்தேன். நல்ல வெயில் களைப்படையச் செய்தது. பக்கத்தில்

ஹோட்டல் எதுவும் தென்படவில்லை. பேருந்து நிறுத்தம் கண்ணில் பட்டது. சிவப்பு வண்ணம் அடித்த ஒரு இரும்புக் கம்பம் மட்டும் தான் அது. நிறுத்தத்தில் எவரும் இருக்கவில்லை. அதுவரை நடந்து சென்று கம்பத்தில் சாய்ந்துகொண்டேன். ஓய்வெடுக்க வசதியான நிலைமை இல்லையென்றாலும் ஒன்றுமில்லாதிருப்பதை விடச் சிறந்ததுதான். சிறிதுநேரத்தில் பேருந்தொன்று வந்து என் எதிரே நின்றது. ஒரு ஜோடி இறங்கியது. விரலிடுக்கில் மணிக்கயிற்றைப் பிடித்திருந்த நடத்துனர் பொறுமை இல்லாமல் என்னைப் பார்த்து, 'வாப்பா, சீக்கிரம் ஏறு' என்றார்.

நான் குழம்பினேன். பேருந்திற்காக நான் அங்கு நிற்கவில்லை என்பதை அவருக்கு எப்படிப் புரிய வைப்பது? ஒன்று அவருக்கு இம்மாதிரியான விளக்கங்களைக் கேட்க நேரம் கிடையாது. அதோடு நான் சொல்வதைக் கேட்டால் கண்டிப்பாகக் கிண்டல் செய்வார் என்றும் தோன்றியது. எண்ணிப்பார்க்க என்னிடம் நேரம் இல்லை என்பது இன்னும் பெரிய கொடுமை. நான் ஏறியவுடன் மணிக் கயிற்றை இழுக்கத் தயாராகப் பேருந்தின் வாயிலில் நின்றுகொண்டி ருந்தார் நடத்துனர். தூக்கத்தில் நடப்பவன் போல், பேருந்தில் ஏறினேன். நடத்துனர் மணியடிக்கப் பேருந்து கிளம்பியது.

நடத்துனர் என் இருக்கைக்கு வந்தார். நான் சில்லறையை எடுத்தேன். 'எங்க போகணும்?' என்று கேட்டார் நடத்துனர். 'எங்க யாவது ஒண்ணு கொடுங்க' என்றேன் நான். 'எரிச்சல் படுத்தாதப்பா' என்றபடி முறைத்தார். 'எங்க போகணும்னு சொல்லு. நான் உன்னோட டூர் கைடு இல்ல.' என்ன கொடுமை! நான் அந்தப் பேருந்தில் ஏறுவதாகவே இல்லை. அவர் கட்டாயப்படுத்தியதால் தான் ஏறினேன். நான் எங்கு போக வேண்டும் என்று என்னை எப்படி அவர் கேட்கலாம். இதைக் கேட்டால் மடத்தனமாக இருக்கும் என்று தோன்றவே பேசாமல் இருந்தேன். துளையிடும் எந்திரத்தைக் கத்திபோல் நீட்டியபடி என் முன் நின்றார் நடத்துனர்.

'சரி, பரேலுக்கு ஒரு டிக்கெட் கொடுங்க' என்றேன். 'இது பரேலுக்கு போகாது' என்றார் நடத்துனர். என் எரிச்சல் அதிக மானது. 'எங்கதான் போகும்?' என்றேன். 'வடாலா, சியான், குர்லா...' துளையிடும் எந்திரத்தைக் கிளிக் கிளிக் என அழுத்தினார். 'சியா னுக்கு கொடுங்க' என்றேன். சீட்டை சட்டைப்பையில் அழுத்திவிட்டு நிம்மதியாக வெளியே பார்த்தேன்.

பேருந்து வடாலாவைத் தாண்டி சியானை நோக்கிச் சென்றது. ஒரு நிறுத்தத்தைப் பேருந்து நெருங்கியபோது எனக்கு முன்னால் அமர்ந்திருந்த பாட்டி பரபரப்பாக எழுந்தார்.

'வடாலா தாண்டிருச்சா?' பேருந்தில் உள்ள அனைவரையும் கேட்பது போல சத்தமாகக் கேட்டார். 'ஸ்டாப் வந்தா சொல்ல

மாட்டீங்களா?' என்று நடத்துனரைப் பார்த்துக் கேட்டார். 'நான் சொன்னேன், உங்க காதில விழல போல' என்றார் நடத்துனர். அவர்கள் இருவரும் சிறிது நேரம் வாதாடிக்கொண்டிருந்தனர். இறுதியில், அடுத்து வந்த நிறுத்தத்தில் பாட்டி இறங்கிக்கொண்டார். சியானுக்கு சீட்டு எடுத்திருந்தாலும் எனக்கு அங்கு செல்ல வேண்டிய அவசியம் இல்லாததால் நானும் இறங்கிக்கொண்டேன்.

வடாலா பக்கமாகத் திரும்பி நடந்தார் பாட்டி. அவரைப் பின்தொடர நினைக்கவில்லை என்றாலும் அவருக்குப் பின்னாலாக நடந்தேன். ஒரு பெரிய மூட்டையைத் தூக்க முடியாமல் தூக்கியபடி சென்றார். வயதானதால் கால்கள் வளைந்திருந்தன. நிதானமாக நடந்தாலும் நான் வெகு விரைவில் அவருடன் சேர்ந்துகொண்டேன். அவரைத் தாண்டிச்செல்கையில் திரும்பி 'அந்த மூட்டையை கொடுங்க, நான் தூக்கிட்டு வரேன்' என்றேன்.

நெற்றியைச் சுருக்கி என்னைப் பார்த்தவர் நான் கூலிக்காரன் என்று நினைத்திருப்பார் போலும். பின் நான் திருடனோ என்று யோசிப்பது போல் தெரிந்தது. நான் இரண்டும் அல்ல என்ற முடிவுக்கு வந்ததும் சிரித்தபடி, 'சரிப்பா, என்னால தூக்கமுடியாம இல்ல. கடவுள் புண்ணியத்துல திடமாதான் இருக்கேன். பஸ்ஸுக்காக நிறைய நேரம் காத்திருந்ததால கொஞ்சம் அசதியாயிருச்சு. உன்ன மாதிரி நல்ல மனுசங்க இன்னும் இருக்கிறத பார்க்கும் போது சந்தோஷமா இருக்கு. இந்தா பிடி' என்றபடி மூட்டையை என்னிடம் கொடுத்தார்.

அந்த மூட்டையைச் சுமந்தபடி அவருடன் நடக்கையில் அவர் தன்னைப்பற்றிச் சொல்லத்துவங்கினார். மூட்டையில் ஒரு பெரிய பொம்மையும் வேறு சில பொருட்களும் இருந்தன. அவர் வடாலாவில் தன் பேத்தியுடன் வசித்துவந்தார். அக்குழந்தையின் தாய் இறந்துபோய் தந்தை வேறு திருமணம் செய்துகொண்டிருந்தான். சிற்றன்னையுடன் வாழ விரும்பாத குழந்தை தன் பாட்டியுடன் வசித்துவந்தது. பாட்டிக்கு உதவி செய்துவந்த அவர் சகோதரர் வேறிடத்தில் வசிக்கிறார். அவர் வீட்டுக்கு ஒருமுறை பேத்தியை அழைத்துச் சென்றிருந்தபோது அங்கு ஒரு பெரிய பொம்மையைப் பார்த்துவிட்டு அது தனக்கு வேண்டும் என்று கேட்டாள் பேத்தி. வீட்டுக்கு வந்தபிறகு அந்த பொம்மை வேண்டுமென நச்சரித்து வந்தாள். ஒரு வழியாக இன்று தன் சகோதரர் வீட்டுக்குச் சென்ற பாட்டி அந்தப் பொம்மையைத் தன் வீட்டுக்குக் கொண்டுசெல்கிறார்.

பாட்டி வசித்த வீடிருந்த கட்டடத்தை அடைந்தோம். இரண்டாவது மாடியில் இருப்பதாக என்னிடம் சொன்னார். 'நான் மேல வந்து மூட்டையை வைக்கிறேன்' என்றேன். படியேறிச் சென்றோம்.

‘சிமா, கதவைத் திற’ என்று கத்தினார் பாட்டி. ‘நான்தான்.’ பதில் இல்லை. பாட்டி கதவைப் பலமாகத் தட்டினார். ‘சரியான பிசாசு. உள்ள என்ன செய்யுதுன்னு தெரியல. சாதாரணமா அவள தனியா விட்டுட்டு போகவே மாட்டேன். இன்னிக்கு சீக்கிரமா திரும்பி வரணும்னு அவள கூட்டிட்டுப் போகல. அமைதியா இரு, என் குரல் கேக்காத வரைக்கும் கதவை திறக்காதன்னு சொல்லியிருந்தேன். சமையக்கட்டில போய் எதுவும் விஷமம் பண்ணிடப் போவுதேன்னு அத பூட்டிட்டு போனேன். இந்தப் பொண்ண நம்பவே முடியாது.’

பாட்டி மீண்டும் அழைத்தார். நான் மூட்டையைக் கீழே வைத்து விட்டு கதவைப் பலமாகத் தட்டினேன். அப்போதும் பதில் இல்லை. இப்போது பாட்டி பயந்துவிட்டார். அண்டைவீட்டார் சில பேர் கூடிவிட்டனர். என்ன செய்யலாம் என்று விவாதிக்கத் தொடங்கினர். ஒருவர் தீயணைப்புத் துறையை அழைக்கலாம் என்றார். பாட்டி மேலும் மேலும் பதறத் தொடங்கினார். வழியை ஒட்டியிருந்த கைப்பிடிச் சுவரில் சாய்ந்து அந்தக்குடியிருப்பின் இடதுபுறமாகப் பார்த்தேன். முன்னறையில் கம்பிபோடப்பட்ட பெரிய ஜன்னலில் ஒரு கம்பி இல்லாமல் பெரிய இடைவெளி இருந்த தைக் கவனித்தேன். ஒரு நிமிடம் யோசித்துவிட்டு கைப்பிடிச்சுவரைத் தாண்டிக்குதித்து ஜன்னலை நோக்கிச் சென்றேன். கம்பிகளுக்கு நடுவில் புகுந்து உள்ளே இறங்கினேன்.

ஆழமாக மூச்சிழுத்து அறையைச் சுற்றிப் பார்த்தேன். சிமா ஒரு படுக்கையில் படுத்தபடி இருந்தாள். ஆனால் நான் அவளருகே செல்லவில்லை. நேராக சென்று கதவைத் திறந்தேன். பாட்டி சிமாவை நோக்கி ஓடினார். நன்றாகத் தூங்குகிறாள் என்று நினைத் தேன். ஆனால் பாட்டி அவளை உலுக்கியபோதும் விழித்துக் கொள்ளவில்லை. மூச்சு வருகிறதா என்று பார்த்தேன். சுவாசம் இருந்தது. ஒருவேளை மயங்கி விழுந்திருக்கக்கூடும். யாரோ ஒருவர் சென்று ஒரு வெங்காயத் துண்டை எடுத்து வந்து சிமாவின் மூக்கருகே காட்டினார். அந்த நிமிடம் அவள் அழத்துவங்கினாள். ‘நான் செத்துப்போயிட்டேன், நான் செத்துப்போயிட்டேன். ஏன் அப்படி செஞ்சீங்க? நான் செத்துதான் போயிருக்கணும்னு உங்க ளுக்குப் புரியலையா?’

சிமா தான் சாகவேண்டும் என்று முடிவு செய்து அப்படிச் செய்திருக்கிறாள் என்பது எங்களுக்குப் புரிய சிறிது நேரமாகியது. அவளெடுத்த முடிவை மதிக்காமல் நாங்கள் தலையிடுவதை அவளால் ஏற்றுக்கொள்ள முடியவில்லை.

‘என்ன மாதிரி விளையாட்டெல்லாம் விளையாடுற? கொஞ்ச நேரம் உயிரே போயிட்ட மாதிரி இருக்கு’ என்றார் பாட்டி. ஆனால் சிமா தன் பாட்டி சொல்வதையெல்லாம் கேட்கும் மனநிலையில்

இல்லை. தன் பெரிய விழிகளால் உத்தரத்தைப் பார்த்தபடி தன் எண்ணத்தில் மூழ்கியிருந்தாள். நான் இறந்துவிட்டேன், என்னை இவர்கள் இறப்பிலிருந்து எழுப்பிவிட்டார்கள்; அப்படியென்றால் நான் இப்போது என்னவாக இருக்கிறேன் என்று தன் இருப்பியல் நிலை குறித்து அவள் யோசிப்பது போலிருந்தது. பின்னர் அவளுக்கு ஒரு விடை கிடைத்திருக்கும் போல. கைகளைப் பலமாகத் தட்டி தான் ஒரு பேய் என்று அறிவித்தாள். கைகளை விரித்து அமானுஷ்ய மான ஒலிகளை எழுப்பியபடி அறையைச் சுற்றி வந்தாள். குறிப்பாக அந்த வகை உயிரினமாக இருப்பதை அவள் விரும்புவது போல் தெரிந்தது. மீண்டும் தன் பழைய நிலைக்குத் திரும்ப அவள் விரும்ப வில்லை. அவளுடைய பாட்டி மூட்டையைப் பிரித்து பொம்மையை எடுத்து அவள் முன்னால் வைத்தார். 'சிமா இதப்பாரு, நீ ரொம்ப ஆசைப்பட்ட பொம்மையை எடுத்துட்டு வந்திருக்கேன் பாரு. இப்போ சந்தோசம்தானே? இந்த பைத்தியக்காரத்தனத்தையெல்லாம் விடு' என்றார்.

பொம்மையைப் பார்த்தவுடன் சிமா தான் பேய் என்ற எண்ணத்தை விட்டுவிடுவாள் என்று நினைத்தார் பாட்டி. ஆனால் சிமாவுக்கு தன் எண்ணத்தில் மாற்றமேயில்லை. பொம்மையை ஓரிரு நிமிடங்கள் பார்த்துவிட்டு, 'ஆமா, அதுதான் சிமா. செத்துப்போன சிமா. நாந்தான் அவளோட பேய். தெரியுதா?' என்றாள். கைகளை விரித்துக்கொண்டு சத்தம் போட்டபடி அறையை மீண்டும் ஒருமுறை சுற்றி வந்தாள். பாட்டி என்னிடம் பேசத் துவங்க, சிமா 'பேசாம இரு பாட்டி. வீட்டில ஒருத்தர் செத்துப்போயிருக்கும்போது யாருகிட்டயும் பேசக்கூடாது. அம்மா செத்தபோது என்னை சும்மா இருக்கச் சொன்ன இல்ல?' என்றாள்.

அதுவரை நான் அங்கிருப்பதை சிமா குறிப்பாகக் கவனித்திருக்க வில்லை. அந்தச் சூழலில் நான் யார் என்பதைக் கண்டுபிடித்து விடுவது என்ற முடிவோடு என்னைக் கூர்ந்து பார்த்தாள். எனக்கு சங்கடமானது.

'ஆங்...' என்று வீறிட்டாள் சிமா. 'நீங்க யாருன்னு எனக்கு தெரியும். அம்மா செத்தபோது அவங்கள தூக்கிட்டு போக வந்தவர் மாதிரியே இருக்கீங்க. இப்போ சிமாவ தூக்கிட்டு போகத்தானே வந்திருக்கீங்க? இந்த மாதிரி ஆளுங்கள என்னன்னு சொல்வாங்க பாட்டி? எனக்கு தெரியும். ஆனா...' என்று பாட்டியை பார்த்தாள். 'வெட்டியான்தானே? ஆமாம்... நீங்கதான் வெட்டியான்.'

நான் நடுங்கிப்போனேன். குருடாக்கும் ஒளி அறைந்தது போலிருந்தது. வெட்டியான்! சுரணையற்று சிமாவை நோக்கினேன்.

இறந்துபோன சிமாவை, அதாவது பொம்மையை நான் எடுத்துச்சென்றேயாக வேண்டும் என்று அடம்பிடித்தாள். எனக்கு

அதிர்ச்சியாக இருந்தது. பொம்மையை எடுத்துப் போவதா? அதை வைத்துக்கொண்டு என்ன செய்ய?

பாட்டியின் பொறுமை எல்லை கடந்தது. 'சிமா, இதென்ன பைத்தியக்காரத்தனம்? அவ்ளோ தூரம் தம்பி வீட்டுக்குப் போய் எடுத்துட்டு வந்தா, இப்போ அத தூக்கிட்டு போகச் சொல்ற? எனக்கு பைத்தியம் பிடிச்சுரும் போலருக்கு. இப்ப பொம்மைக்கு முன்னால உக்காந்து அழணும்னு சொல்வ போல!'

அந்த நிலைமையின் தவிர்க்க முடியாத தர்க்கம் போல 'ஆனா, உயிர் போயிட்டா உடம்ப வீட்டில வெச்சுக்கக் கூடாதே பாட்டி' என்றாள் சிமா. 'அம்மா செத்தபோது உடம்ப வீட்டில வெச்சுக்கக் கூடாதுன்னு நீ சொன்னியே?'

பாட்டி எனக்கு டீ போட்டு கொடுத்தார். குடித்துவிட்டுக் கிளம்புவதற்காக எழுந்தேன். சிமா கோபத்தில் கதற ஆரம்பித்தாள். பொம்மையையும் என்னையும் மாறிமாறி கைகாட்டி 'அவள எடுத்துட்டுப் போங்க! எடுத்துட்டுப் போங்க!' என்று அலறினாள். இறுதியில் பொறுக்கமுடியாமல் அவள் பாட்டி பொம்மையை எடுத்தார். என்னிடம் நீட்டியபடி, 'அப்படின்னா நீ எடுத்துட்டு போப்பா. என்னால இதுக்குமேல தாங்கமுடியாது. நீ ரொம்ப உதவி செஞ்ச. கொஞ்ச நேரத்துக்கு முன்னால உன்ன யாருன்னே எனக்கு தெரியாது. ஆனாலும் எனக்கு இவ்ளோ செஞ்சுருக்க. உன்ன மாதிரி எவ்வளவு பேர் இருப்பாங்கன்னு தெரியல. சிமா மேல ரொம்ப நம்பிக்கை வெச்சுருந்தேன். நிறைய செஞ்சுருக்கேன் அவளுக்கு. எல்லாம் என்ன ஆகப்போகுதுன்னு இப்பதான் தெரியுது' என்றார். ஒரு கணம் என்னைத் தாண்டி வெறித்து நோக்கிவிட்டு என்னைப் பார்த்து 'இந்தாப்பா' என்றார்.

கவனமாக என் கைகளை நீட்டினேன். சோகம் தெரிந்த கண் களுடன் என்னைப் பார்த்த பாட்டி பொம்மையை என் கைகளில் வைத்தார். பெரிதாக இருந்த பொம்மை கனமாகவும் இருந்தது. ஒரு குழந்தையைத் தூக்குவது போலவே இருந்தது.

திரும்பி கதவை நோக்கி நடந்தேன். பாட்டியிடம் சொல்லிக் கொள்ளக்கூடத் தோன்றவில்லை. பொம்மை என் கைகளில் கிடந்தது. அதை நான் பற்றிக்கொள்ளவில்லை. மெதுவாக கவனமாக அடியெடுத்து படிகளில் இறங்கிவந்தேன். கீழே வந்து, பொம்மையை என்முன்னால் பிடித்தபடி நடைபாதையில் நின்றேன்.

2

இப்போது எப்படி வீட்டுக்குச் செல்வது என்ற கேள்வி எழுந்தது. எத்தனையோமுறை உலகில் இறங்கி நடந்தபிறகு

வீட்டிற்குத் திரும்புவது என்ற எண்ணமே இதயத்தை எப்படி துள்ளச் செய்திருக்கிறது! ஆனால் இன்று அப்படி இல்லை.

எந்தப் பேருந்தில் வந்தேனோ அதையே பிடித்து திரும்பிச் செல்வதுதான் புத்திசாலித்தனம். முட்டாள் போல, நான் வந்த பேருந்து எண்ணைப் பார்த்துக்கொள்ளவே இல்லை. நான் இறங்கிய நிறுத்தத்திற்குச் சென்று பேருந்து எண்களைப் பார்த்தேன். 315 என்று மட்டும் இருந்தது. எனவே தெருவைக் கடந்து 315ஐ பிடிக்க எதிர்ப் பக்கம் சென்றேன். எதிர்ப்புறம் இருந்த நிறுத்தத்தை அடைந்தேன். ஆனால் அங்கு 315ஐ காணவில்லை. 314 என்று எழுதப்பட்டிருந்தது. குழம்பிப் போய் ஒருவரை விசாரித்தேன். நான் செல்லவேண்டிய இடமான மாஹிமுக்கு 314 போகும் என்று அறிந்துகொண்டேன். 315ம் 314ம் சுற்றுப் பாதைகள். அதாவது, நான் வீடு செல்ல 314ஐ மட்டும்தான் பிடிக்க வேண்டும் என்பதில்லை. வேண்டுமென்றால் 315இல் ஏறி நான் வந்த வழியிலேயே மேலும் தொடர்ந்து சென்றும் வீட்டை அடையலாம். வந்தவழியே திரும்பிச் செல்லாமல் வீட்டுக்குத் திரும்பமுடியும் என்ற எண்ணமே பெரும் வியப்பை அளித்தது. தெருவை மீண்டும் கடந்து 315 வரும் நிறுத்தத்திற்குச் சென்றேன்.

வீட்டை அடைந்து பொம்மையை மேசை மீது வைத்துவிட்டு படுக்கையில் சாய்ந்தேன். சிறிது நேரம் கழித்து ஏதோ சரியில்லை என்று தோன்றியது. வீட்டைவிட்டுச் சென்ற நான் திரும்ப வரவே இல்லை! உண்மையில் நான் திரும்பி வந்துவிட்டேன், வசதியாக படுக்கையில் படுத்திருக்கிறேன், எல்லாம் சரியாகத்தான் இருக்கின்றன என்று எனக்கு நானே உணர்த்திக்கொள்ள முயன்றேன். ஆனால் அது பலனளிக்கவில்லை. படுக்கையிலிருந்து எழுந்து விளக்கைப் போட்டேன். ஒரு காந்தம் போல மேசைமீதிருந்த பொம்மை என் கண்களை ஈர்த்தது. சுவரில் சாய்த்தபடி வைக்கப்பட்டிருந்த அது என் அறையில் மிகப் பெரியதாகத் தோன்றியது. இன்னும் அதை நான் சரியாகப் பார்த்திருக்கவில்லை என்பது உறைத்தது. படுக்கை விளிம்பில் அமர்ந்து பொம்மையை நன்றாகப் பார்த்தேன். ராஜஸ் தானிய உடை அணிந்த ஒரு பெண் பொம்மை அது. நீளமான சிவப்பு வண்ணப் பாவாடையும் பச்சை வண்ண ரவிக்கையும் அணிந்திருந்தாள். தட்டப் போகிறாள் என்று தோன்றும் வகையில் கைகளை வைத்திருந்தாள், அல்லது ஆடத்தொடங்குபவள் போல. ஓவியங்களில் உள்ள பெண் தெய்வங்களின் கண்கள் போல பளபளப்பான பெரிய கண்கள். காலில் வெள்ளிக்கொலுசுகள் அணிந்திருந்தாள்.

எழுந்து மேசையருகே சென்று அந்தப் பொம்மையின் முன்னால் சில கணங்கள் நின்றேன். மெதுவாகப் பாவாடையைத்

தூக்கி அடியில் பார்த்தேன். வெள்ளை லேஸ் கரை வைத்திருந்த மஞ்சள் வண்ண உள்ளாடை அணிந்திருந்தாள். நான் படுக்கைக்குத் திரும்பினேன்.

பின்னர் உணவைச் சுடவைத்து உண்டேன். பாத்திரங்களைக் கழுவுகையில் அன்றைய நாளில் என்னுடைய சுற்றுலா பற்றியே நினைத்துக்கொண்டிருப்பதை உணர்ந்தேன். அந்த அனுபவம் இன்னும் வியப்பாகவே இருந்தது. வீடு திரும்பவே இல்லை என்ற உணர்வு உறுத்திக்கொண்டே இருந்தது. அதை என்ன செய்வது என்றும் தெரியவில்லை. பின், அந்தப் பொம்மை தன்னைச் சுற்றி அனைத்தையும் ஒழுங்குபடுத்தி வைத்துக்கொண்டிருப்பதைக் கவனித்தேன். அமைதியான தன்னம்பிக்கையுடன் அது என் அறையின் மையமாகத் தன்னை நிறுவிக்கொண்டிருந்தது. அது சிமாவின் உடல்தான் என்று எனக்கு நானே சொல்லிக்கொண்டேன். இறந்துபோன ஒன்று தன்னை மையமாக ஆக்கிக்கொள்வது ஒரு விநோதம்தான். உயிருடன் இருப்பது ஒருபோதும் அசையாமல் இருப்பதில்லை, ஆகவே எதன் மையமாகவும் அதனால் ஆக முடிவதில்லை.

பொம்மையை என்ன செய்வது என்று யோசித்தேன். நான் வசித்த கட்டடத்தில் இருக்கும் ஏதாவது ஒரு குழந்தைக்குக் கொடுத்து விடலாம் என்று எண்ணினேன். அல்லது கடற்கரைக்குச் சென்று புதைத்துவிடலாம். இல்லையென்றால் பாட்டியின் வீட்டிற்கு மீண்டும் சென்று பொம்மையைத் திருப்பிக்கொடுத்து விடலாம். சிமா ஒருவேளை அது பிணம் என்பதை மறந்து பொம்மை திரும்பக் கிடைத்ததற்கு மகிழ்ந்துபோகக்கூடும். அப்போது பல்வலி மீண்டும் தொடங்கியது. அன்றைய களேபரத்தில் மருத்துவர் கொடுத்திருந்த வலிநீக்கும் மாத்திரைகளை எடுத்துக்கொள்ள மறந்திருந்தேன். அவற்றை இப்போது எடுத்துக்கொண்டு விளக்கை அணைத்தேன். படுக்கையில் படுத்தபடி இயற்கையான வெளிச்சத்திற்கும் விளக்கொளிக்கும் உள்ள வேறுபாட்டைப் பற்றி யோசித்தேன். மின் விளக்கை நீங்கள் அணைத்ததும் சடுதியில் இருளில் மூழ்குகிறீர்கள். ஆனால் சூரிய வெளிச்சம், அறியமுடியாதபடி மெல்ல மெல்ல இருளாகிறது. கடற்கரையில் பாறைகளில் அமர்ந்தபடி இருட்டுவதை நோக்கிக்கொண்டு, பகல் இரவாகும் விந்தையைக் கண்டு மகிழ்ந்திருந்த மாலைநேரங்களை எண்ணிக்கொண்டேன். என்றாலும் இருள் ஒரு குறிப்பிட்ட புள்ளி வரைதான் அதிகரிக்க முடியும். அதற்கு மேல் அதனால் வளரவே முடியாது.

❍

கற்படிகளில்

1

ஒவ்வொரு வருடமும் ஜூன்மாத துவக்கத்தில் பள்ளி திறக்கையில் பருவமழை தொடங்கியிருக்கும். இது ஜூலை முதல் வாரம். மழைக்கான அறிகுறியே இதுவரையில் இல்லை. பகலெல்லாம் சூடாகவும் வறண்டும் இருந்தது. ஒரு நாள் மாலை மேகம் இருண்டு வந்து காற்றில் வெப்பம் ஏறியது. என்றாலும் மழை பெய்யவில்லை. மறுநாள் காலை நான் முன்பாகவே எழுந்து விட்டேன். எட்டாம் வகுப்பு கட்டுரைப் பயிற்சிகள் திருத்தப்பட வேண்டும். சிலவற்றைத் திருத்தினேன். மிகவும் அசதியாக இருந்ததால் ஒரு பயிற்சிப் புத்தகத்தில் பென்சிலை வைத்துவிட்டு, வெறுமனே நாற்காலியில் அமர்ந்திருந்தேன்.

மின்விசிறி தலைக்கு மேலே வெப்பமான காற்றைச் சுழற்றிக் கொண்டிருந்தது. நாட்காட்டியின் பக்கங்கள் காற்றில் படபடத்துக் கொண்டிருந்தன. இரண்டுமூன்று தாள்கள் மேலே பறந்து கீழே இறங்கின. அவை மீண்டும் மேலே எழுந்தன. நாற்காலியின் கைப் பிடியில் போடப்பட்டிருந்த துண்டின் முனை நிற்காமல் முன்னும் பின்னும் படபடத்தது. மணிக்கணக்கில் முன்னும் பின்னுமாக படபடத்துக்கொண்டிருந்தது. கனமான பொருட்களுக்குப் பிரச்சனை இல்லை. நான் அமர்ந்திருந்த நாற்காலி, காலை நீட்டி வைத்திருந்த கட்டில், அருகே இருந்த சிறிய மேசை, தடிமனான அட்டை போடப்பட்ட பயிற்சிப் புத்தகங்கள் இவையெல்லாம் அசையாமல் இருந்தன. ஆனால் நாட்காட்டிக்கோ, துண்டிற்கோ கதை வேறு. மின்விசிறி சுழல ஆரம்பித்துவிட்டால் போதும், அவற்றின் நிம்மதி பறிபோய்

விடும். எப்படி அவற்றால் நிற்க முடியும்? நாட்காட்டி மனிதனாக இருந்திருந்தால் மனோதிடத்தால் பக்கங்களை அசையாமல் நிறுத்தி வைத்திருக்கும். அப்படி முடியவில்லையென்றால் எழுந்து வெளியே சென்றிருக்கும். மனிதன் வாழ்வு தாங்கமுடியாமல் ஆகும் போது எப்படியோ தன் எதிர்ப்பையாவது தெரிவிப்பான். எதுவும் இயலாத போதும் அகம் கொந்தளித்துக் கொண்டே இருக்கும். காற்று போகும் போக்கில் அவன் உலைவதில்லை. திடீரென நாட்காட்டியின் மடத் தனமான படபடப்பு என்னுள் வெறுப்பை நிறைத்தது. ஒரு ஆணியை எடுத்து அடிப்பகுதியில் அடித்துவிடலாமா என்று யோசித்தேன். ஆனால் அதைச் செய்வதற்கான தெம்பு அப்போது இல்லை.

சிறிதுநேரம் கழித்து எழுந்துசென்று தண்ணீரை எடுத்து முகத்தில் அறைந்துகொண்டேன். துடைத்தபடி கண்ணாடியில் பார்த்தேன். அண்மையில் எனது முடி அதிகமாக கொட்டத் துவங்கி யிருந்தது. மறைக்கப்பட்ட உண்மைபோல மண்டையின் எண்ணெய்ப் பிசுக்குத் தோல் தெரிய ஆரம்பித்திருந்தது. அனைத்துவிதமான ஷாம்பூக்களையும், பல விதமான தலைமுடி எண்ணெய்களையும் பயன்படுத்திப் பார்த்துவிட்டேன். எதுவும் பலனளிக்கவில்லை. இருபத்தியெட்டு வயதில் சொட்டை விழுவது இனிய விஷயமில்லை.

இப்போதெல்லாம் இங்கிலாந்திலும் அமெரிக்காவிலும் ஹேர் ட்ரான்ஸ்ப்ளாண்ட் செய்துகொள்வது அதிகமாகிவிட்டது என்பதை எண்ணிக்கொண்டேன். என்னால் இங்கிலாந்திற்கு செல்லமுடியு மென்றால் நானும் செய்துகொள்ளலாம். ஆனால் வெறும் பள்ளி ஆசிரியனாகிய எனக்கு அதுபோன்ற ஒரு பயணம் சாத்தியமாகுமா?

ஷஷாங்க் போன வாரம் அமெரிக்கா சென்றான். அவனை வழியனுப்ப விமான நிலையம் சென்றிருந்தேன். இந்த பாழாய்ப் போன தேசத்திற்கு திரும்பி வரவே தான் விரும்பவில்லை என்றான் அவன். விமானத்தில் ஏறும் இடத்திற்குச் செல்வதற்கு முன்பாக ஆண்களின் கழிப்பறைக்கு வேண்டுமென்றே சென்றான். 'போறதுக்கு முன்னால இந்த நாடு மேல ஒண்ணுக்கடிச்சுட்டுப் போறேன்' என்றான்.

அவன் கட்டடக் கலைஞன் என்பதால் அவனுக்கு கிரீன் கார்ட் கிடைத்திருந்தது. மூன்றாம் வகுப்பில் தேறிய பி.ஏ.வுடன் ஒரு பள்ளி ஆசிரியனான எனக்கு அமெரிக்காவுக்கு செல்ல விசாவே கிடைக்காது. பின்னர், அமெரிக்கா என்ன பெரிய அதிசயம் என்று தோன்றியது. வேறு வகையான சிக்கலில் மாட்டிக்கொள்வதுதான் அது.

பள்ளிக்குச் செல்ல நேரமாகிவிட்டது. கிளம்பி அண்டைவீட்டுக் காரரான குன்ஜிகரின் வீட்டுக் கதவை தட்டினேன். இருவரும் ஒரே

பள்ளியில்தான் பணிபுரிகிறோம் என்பதால் ஒன்றாகவே செல்வோம். குன்ஜிகர் என்னைவிட இருபது வயது மூத்தவர். நான் வகுப் பெடுக்கும் பள்ளியில் எனக்கே ஆசிரியராக இருந்தவர் அவர்.

பள்ளிச்சிறுவனாக இருக்கையில் நான் ஒரு நாள் என் பள்ளி யிலேயே ஆசிரியனாவேன் என்று கனவுகூட கண்டதில்லை. அப்படி யாரும் ஜோசியம் சொல்லியிருந்தால் கோபப்பட்டிருப்பேன். குழந்தையாக இருக்கையில் நீ என்னவாகப் போகிறாய் என்று யார் கேட்டாலும் 'பைலட்' என்ற ஒரே பதிலைத்தான் சொல்வேன். அது என்னவோ ஒரு பறக்கும் கனவாகவே இருந்துவிட்டது. பள்ளி என்பது ஒருவன் கரடுமுரடான, ஆர்வமூட்டும் வெளி உலகில் நுழை வதற்கு முன்பாக, தனக்குப்பின்னால் விட்டுச்செல்லும் இடம். என்னைப் பொறுத்தவரை நான் பள்ளி மைதானத்தைத் தாண்டி செல்லவே இல்லை எனலாம். பி.ஏ.பட்டமும், ஆசிரியர் பட்டயமும் பெறுவதற்கென நான்கைந்தாண்டுகள்தான், மீண்டும் பள்ளிக்கே திரும்பிவிட்டேன். அதைவிட, வேறொரு சூழலில் எதையும் செய்யத் தொடங்கும் எண்ணமே எனக்கு இருக்கவில்லை. பள்ளி மும்பையின் நெரிசலான பகுதியில் இருந்தது. நல்லபெயர் பெற்ற பள்ளி என்ப தோடு வீட்டினருகே இருந்தது முக்கியக் காரணம். வேறெங்கும் வேலை தேடுவது தேவையற்றதாகத் தோன்றியது.

அந்த வெயிலுக்கும் குன்ஜிகர் அவரது வழக்கமான ப்ரவுன் கோட்டுடன் வந்தார். கோட் இல்லாமல் அவரை நான் பார்த்ததே இல்லை. நான் மாணவனாக இருந்தபோதே அவரை இதே ப்ரவுன் கோட்டில் பார்த்திருக்கிறேன். இப்போது கொஞ்சம் வெளுத்து விட்டது.

குன்ஜிகர் கதவை மூடுகையில், உள்ளிருந்து அவர் மனைவி கத்தினார் 'ஏங்க, வரும்போது காய் வாங்கிட்டு வரேன்னீங்க, பைய எடுத்துக்காம போறீங்க?' அவர் மீண்டும் உள்ளே போய் மடித்த துணிப்பை ஒன்றை எடுத்துக்கொண்டு வந்தார்.

பள்ளிக்குச் செல்லும் வழியில் திலக் பாலத்தின் ஒருமுனையை நாங்கள் கடந்துசெல்ல வேண்டும். பாலத்தில் ஏறுவதற்கு கருமை யான, வழவழப்பான கற்பலகைகளால் ஆன படிகள் இருக்கும். பல வருடங்களுக்கு முன்னால் கட்டப்பட்ட பாலம் என்பதால்தான் அந்த வகையான படிகள். புதிய பாலம் என்றால் சிமெண்ட் படிகள் தான் இருக்கும். இந்தக் காலத்தில் கல்லில் படியெல்லாம் யார் செதுக்குவார்கள்? படிகள் பாதி தூரத்தில் திரும்பும் இடத்தில் கண்டிப்பாக ஒரு பிச்சைக்காரனைப் பார்க்க முடியும். அவ்வழி செல்வோருக்கு குறுக்காகவும் இல்லாமல், வழியிலிருந்து விலகியும் இல்லாமல் அமர்வதற்கு மிகப்பொருத்தமான இடம் அது. படிகளில் ஏறும் யாரும் அந்த உருவம் பார்வையில் படாமல் தாண்டிச்செல்ல முடியாது.

குன்ஜிகர் ஐந்து பைசா நாணயத்தை பிச்சைப்பாத்திரத்தில் போட்டார். அவர் அடிக்கடி போடுவது வழக்கம். நான் ஒரு போதும் போடுவதில்லை. ஒரு முறை 'இந்த ஜென்மங்கள பார்த்தா உனக்கு பாவமா இல்லையா? புத்தர் பார்த்தது ஒரு கிழவரைத்தான், ஒரு நோயாளியைத்தான், ஒரு பிணத்தைத்தான். அவரோட மனசு முழுக்க கருணை நிரம்பிச்சு. அது அவர் வாழ்க்கையை மாத்திச்சு' என்றார்.

'இத பாருங்க குன்ஜிகர், ஒண்ணு, புத்தர் பார்த்தது பல கிழவங்கள்ல ஒருத்தரை மட்டும்தான். மும்பையில கூட்டம் கூட்டமா இருக்கற பிச்சைக்காரங்களையும், தொழுநோயாளிங்களையும், நொண்டிங்களையும் பார்த்தா உங்க மனசுல கருணை எப்படி சுரக்கும்?' என்றேன் நான். என் கருத்தை அழுத்தமாகச் சொல்வதற்கென சிறிது இடைவெளி விட்டு 'ரெண்டாவதா, புத்தர் அது வரைக்கும் வாழ்ந்தது ஒரு சந்தோஷமான வாழ்க்கை. அவருக்கு மோசமான அனுபவம் எதுவும் ஏற்படட்டதில்லை. அப்படி ஒண்ண கேள்விப்பட்டது கூட இல்லை. இயல்பாகவே அப்படிப்பட்ட ஒருத்தர் அந்த மாதிரி விஷயத்தை பார்த்தா ரொம்பவே பாதிக்கத்தான் படுவாங்க. ஆனா என் வாழ்க்கை அப்படிப்பட்டதில்லை' என்றேன்.

'இருந்தாலும், ஒரு பிச்சைக்காரனோட கஷ்டத்துக்கும் அதுக்கும் என்ன சம்பந்தம்?' என்று கேட்டார் குன்ஜிகர். அப்போது எங்களுக்குத் தெரிந்தவர் ஒருவர் எதிரே வந்ததால் அந்த விவாதம் நின்று போனது.

அன்று மாலை குன்ஜிகர் மார்கெட்டுக்குச் சென்றதால் நான் தனியாக வீடுதிரும்பினேன். பாலத்தைக் கடந்து படியிறங்கப் போகையில் திடீரென நின்றேன். மூலையில் இருந்த பிச்சைக்காரனைக் காணவில்லை. அவன் உட்கார்ந்திருந்த இடத்தில் ஒரு இருபது பைசா நாணயம் மின்னிக்கொண்டிருந்தது. சிறிதும் யோசிக்காமல் குனிந்து காசை எடுத்து என் பாக்கெட்டில் போட்டுக் கொண்டேன். படிகளில் இறங்கினேன். ஒரு கணம் கழித்து என் குழந்தைப் பருவத்தில் நிகழ்ந்த சம்பவம் ஒன்று என் கண்முன் மின்னி மறைந்தது.

எனது பள்ளிநாட்களிலிருந்தே அந்தப் படிகளின் திருப்பத்தில் ஒரு பிச்சைக்காரன் இருப்பான். சில சமயத்தில் வேறொருவன் இருப்பான். எப்போதும் இருப்பவன் ஒரு நாள் காணாமல் போவான், சில நாட்களுக்கு அந்த இடம் காலியாக இருக்கும், ஒரு புதிய பிச்சைக்காரன் முளைப்பான். அதுபோன்ற வசதியான இடம் அதிக நாளைக்கு காலியாக இருக்காது.

சில சமயங்களில் நான் மாலை பள்ளியிலிருந்து திரும்புகையில் படிகளில் இறங்குவதற்கு முன்பாக பிச்சைக்காரன் போயிருப்பான்.

ஒரு முறை படி இறங்குகையில் மூலையில் ஒரு நாலணா நாணயத்தை பார்த்தேன். நின்று, குனிந்து அவசரமாக நாணயத்தை எடுத்துக் கொண்டு அவசரமாகப் படிகளில் இறங்கிச் சென்றேன். யாரும் என்னைப் பார்த்திருக்கவில்லை.

என் நரம்புகளில் ரத்தஓட்டம் ஜிவ்வென்றது. அந்நாட்களில் நாலணா என்பது பெரிய தொகை. பிற்பகல் இடைவேளையில் தின்பதற்கு நிறைய வாங்கலாம். வீட்டில் கைச்செலவுக்கு அதிகம் கொடுக்க மாட்டார்கள்.

அந்த நாலணா அங்கிருந்த அந்தப் பிச்சைக்காரனுடையதாக இருக்கலாமோ என்று தோன்றியது. அவன் கிளம்பும்போது அதைக் கவனிக்காமல் போயிருக்கவேண்டும். திடீரென்று நான் அசுத்தமாகி விட்டதுபோல் தோன்றியது. தெருவில் யாரோ ஒருவர் தவறவிட்ட நாணயத்தை எடுத்துக்கொள்வது வேறு, ஒரு பிச்சைக்காரனின் பணத்தை எடுத்துக்கொள்வது என்பது வேறு. என் மனம் தத்தளித் தது. என்னால் சரியாகப் புரிந்துகொள்ள முடியாத உணர்வுகள் தோன்றின. நான் மாசடைந்துவிட்டதாக, கீழ்த்தரமான ஒன்றைச் செய்துவிட்டதாகத் தோன்றியது. நாணயத்தை வீசி விட்டால் என்ன என்று சிறிது நேரம் யோசித்தேன். ஆனால் என்னால் அதைச் செய்யமுடியவில்லை.

மறுநாள் காலை பள்ளி செல்கையில் பிச்சைக்காரன் அவனது மூலையில் அமர்ந்திருப்பதைப் பார்த்தேன். அவன் தன் பணத்தைக் கேட்டுவிடப்போவதைப் போல் என் இதயம் அடித்துக்கொண்டது. உண்மையில் அவன் அப்படிச் செய்திருந்தால் நான் மகிழ்ந்தி ருப்பேன். ஆனால் அவன் என்னைக் கவனிக்கவே இல்லை. அவனுக்கு இருந்தது வியாபாரக் கண்ணோட்டம்: பள்ளிச்சிறுவர்கள் காசு போட மாட்டார்கள், அதனால் அவர்களை அவன் பொருட் படுத்துவதில்லை.

மூன்று நாட்களுக்கு அந்த நாணயம் செலவிடப்படாமல் என் சட்டைப்பையில் இருந்தது. ஒவ்வொருநாளும் பிச்சைக்காரனைக் கடந்துசென்றேன். நான்காவது நாள் அவனைக் கடக்கையில், நாணயத்தை எடுத்து அவன் கிண்ணத்தில் போட்டேன். அப்படி செய்யும் திட்டம் எதுவும் எனக்கிருக்கவில்லை. நான் செய்தது எனக்கே வியப்பாக இருந்தது. எப்படி யோசிக்காமல் அதை எடுத் தேனோ அதே போல் அதைப் போட்டும் விட்டேன். ஒரு பள்ளிச் சிறுவன், அதுவும் நாலணாவைப் போட்டிருக்கிறான் என்பது அந்தப் பிச்சைக்காரனுக்கு வியப்பாக இருந்திருக்கும். அவன் என்னைப் பார்த்தான். நான் வேகமாக நடந்து சென்றேன்.

2

இப்போது கிட்டத்தட்ட அதேபோல் ஒன்று நிகழ்ந்திருக்கிறது. படிகளில் இறங்குகையில் என் இதயம் வேகமாக அடித்துக் கொண்டது. இத்தனை வருடங்கள் கழித்து ஒரு நிகழ்வு திரும்பவும் நடக்கிறது. ஆனால் இது ஒன்றும் பெரிய ஆச்சரியமல்ல என்று பின்னர் தோன்றியது. வருடக்கணக்கில் எண்ணற்ற முறை அந்தப் படிகளில் ஏறி இறங்கியிருக்கிறேன்; மீண்டும் ஒரு நாள் அதே விஷயம் நடந்திருப்பது ஒரு விநோதம் இல்லை.

வீட்டிற்கு வந்து பாக்கெட்டிலிருந்த நாணயத்துடன் சட்டையை ஒரு கொக்கியில் மாட்டினேன். நாற்காலியில் சாய்ந்துகொண்டு சட்டைப் பையை எண்ணிக்கொண்டிருந்தேன். இப்படி ஒரு சிறுபிள்ளைத்தனமான சூழலில் மீண்டும் சிக்கிக்கொண்டது குறித்து பெரும் கோபம் மூண்டது. நான் ஏன் அந்த நாணயத்தை எடுத்தேன்? அதை வைத்துக்கொண்டு இரண்டு சிகரெட் தவிர வேறு எதுவும் வாங்கமுடியாது. நான் சிறுவனாக இருந்தபோது என்ன நிலைமையோ அதுவேதான் இப்போதும். ஒரே ஒரு வித்தியாசம்தான்: இன்றைய இருபது பைசாவிற்கு பதினான்கு வருடத்திற்கு முந்தைய நாலணாவை விட மதிப்பு குறைவு. அன்று நான் பள்ளிச்சிறுவன், வருவாய் ஏதும் இல்லாதவன். இன்று எனக்கு ஒரு வேலை இருக்கிறது. இருந்தும் நான் நாணயத்தை எடுத்திருக்கிறேன் என்பது மெய். உண்மையில் வேறெந்த வித்தியாசமும் இல்லை.

பின்னர், நாளைக்குப் போய் அந்தக் காசை திருப்பிக் கொடுத்து விட்டால் இந்த நிலைமையிலிருந்து என்னை விடுவித்துக் கொள்வேன் என்று நினைத்தேன். அப்படித் திருப்பிக் கொடுத்து விட்டால், எல்லாமே பதினான்கு வருடங்களுக்கு முன்னர் நிகழ்ந்ததைப் போலவே இருக்கும். எனக்கு அதில் விருப்பம் இல்லை. மாட்டேன், அதைத் திருப்பித் தர மாட்டேன் என்று எனக்கு நானே சொல்லிக் கொண்டேன். என் தீர்மானம் எனக்கே ஆச்சரிய மூட்டியது. நான் ஏன் இவ்வளவு பிடிவாதமாக இருக்கிறேன்? நெடு நாட்களாக என்னைத் தொந்தரவு செய்துகொண்டிருந்த ஏதோ ஒன்று முடிவுக்கு வருவது போல் தோன்றியது.

நான் முடிவெடுத்துவிட்டிருந்தாலும் மனம் அமைதியடைய வில்லை. இரவு உணவுக்குப் பிறகு காலையில் முடிக்காமல் வைத் திருந்த கட்டுரைப் பயிற்சி திருத்தும் வேலையைச் செய்வதற்கு அமர்ந்தேன். ஆனால் என்னால் அதில் கவனம் செலுத்தமுடிய வில்லை. திடீரென்று விரல்மடக்கி மேசையில் ஓங்கி அறைந்தேன். 'ஏன் இந்த மடத்தனம் எல்லாம்?' என்று எனக்கு நானே கேட்டுக் கொண்டேன். ஒன்றுமில்லாததற்கு ஏன் எரிச்சலடைகிறேன்?

செய்வதற்கும் கவலைப்படுவதற்கும் எத்தனையோ விஷயங்கள் இருக்கின்றன.

ஒருவரது மனநிலை எப்படி சட்டென மாறும் என்பது பெரும் விந்தை. சடுதியில் நான் கவலையற்றவனாக உணர்ந்தேன். கட்டுரை புத்தகங்களைப் பெரும் ஆற்றலுடன் தாக்கத் தொடங்கினேன். படுப்பதற்கு முன்பாகவே அந்த வேலையை முடித்தேன். மகிழ்ச்சியாக இருந்தது.

மறுநாள் பள்ளிக்குக் கிளம்புகையில் என் சட்டையை மாட்டிக் கொண்டேன். யதார்த்தமாக பாக்கெட்டில் கைவிட்டவன் நாணயத்தின் சில்லிப்பை உணர்ந்தேன். ஏதோ பிணமொன்றின் நெற்றியைத் தொட்டுவிட்டாற்போல் அதிர்ந்துபோனேன். சட்டைப் பையில் நான் ஒருபோதும் பணத்தை வைத்துக்கொள்வதில்லை. உண்மையில் என் மனதில் நிம்மதி ஏற்படவில்லை என்பதை உணர்ந்தேன். வெளியே சென்றேன். முந்தைய நாள் கூடியிருந்த மேகங்கள் கலைந்துபோய் வானம் சூடான உலோகத்தகடு போல உலர்ந்துபோயிருந்தது. படியில் அமர்ந்திருந்த பிச்சைக்காரனை கடக்கையில் படபடத்தேன். நான் உம்மென்று வருவதைக் கவனித்திருந்த குன்ஜிகர் வழிநெடுக பேசாமலே வந்தார்.

மாலையில் மேகங்கள் மீண்டும் திரண்டன. வெப்பம் அதிகமானது. எளிய இரவு உணவுக்குப் பின் மின்விசிறியின் கீழே அமர்ந்தேன். சுவரில் நாட்காட்டி படபடப்பதைப் பார்த்ததும் அதன் கீழே ஆணி அடிக்க எண்ணியதை நினைவுகூர்ந்தேன். கீழே குழந்தைகள் போடும் சத்தம் கேட்டது. எழுந்து சென்று வெளியே பார்த்தேன். பெரிதாக மழைத்துளிகள் விழ ஆரம்பித்திருந்தன. கீழே இருந்த மைதானத்தில் குழந்தைகள் கூடி மழையில் ஆடிக்கொண்டும் கூச்சலிட்டுக்கொண்டும் இருந்தனர். வெப்பம் குறைந்துவிடும் என்று தோன்றியது. இரவு இனிமையாக இருக்கக்கூடும்.

இரவு முழுதும் விடாமல் மழை பெய்து தெருக்களில் தண்ணீர் தேங்கியது. அன்று சனிக்கிழமை என்பதால் பள்ளி சீக்கிரம் முடிந்து விட்டது. சில ஆவண வேலைகளை முடிக்கவேண்டி இருந்ததால் கூடுதல் நேரம் பள்ளியில் இருந்தேன். உதவித்தொகை பெறுவதற்கான தேர்வொன்றை எழுதும் மாணவர்களுக்கு பயிற்சி அளிப்பதற்காக குன்ஜிகரும் தங்கிவிட்டார். அவருக்கு வேலை சீக்கிரம் முடியாது என்று நினைத்ததால் என் வேலை முடிந்ததும் நான் கிளம்பினேன்.

பள்ளியில் யாருமே இல்லை. பின்புறமிருந்த மைதானத்தில் சில சிறுவர்கள் இருந்தனர். நகரின் நெரிசலான பகுதியில் இருந்ததால் எங்கள் பள்ளிக்கென சரியான மைதானம் இருக்கவில்லை. பள்ளிக் கட்டடத்தின் பின்புறமிருந்த ஒரு காலி மனையே எங்களுக்கு

மைதானமாக இருந்தது. மழையால் நிலம் சகதியாகி இருந்தது. வழுக்கும் நிலத்தில் சிறுவர்கள் ஓடிப்பிடித்து விளையாடிக் கொண்டிருந்தனர்.

நான் ஒன்பதாம் வகுப்பில் இருந்தது நினைவுக்கு வந்தது. மழைக்காலத்தில் நடுவே ஒருநாள் நாங்கள் ஓடிப்பிடித்து விளையாடத் தீர்மானித்தோம். சகதியில் ஓடுவதற்குத் தனித் திறன் வேண்டும்; யாராவது ஒருவன் வழுக்கி விழுந்துகொண்டே இருப்பான். அவன் உடல் முழுவதும் சகதியாகும். விழும் அபாயமே அந்த விளையாட்டைப் பரபரப்புடையதாக ஆக்கியது. பள்ளி நடையில் சிறுவர்கள் வரிசையாக நின்றபடி விளையாட்டைப் பார்த்துக் கொண்டிருந்தனர். யாராவது விழும்போது சிரித்துக் கூச்சலிட்டனர். பார்வையாளர்கள் இருப்பது ஆட்டத்தை இன்னும் குதூகலமானதாக ஆக்கியது. விரைவிலேயே ஆட்டம் பிரபலமானது. பார்வையாளர் எண்ணிக்கையும் கூடியது. இந்தப் புதுவிதமான கேளிக்கை தலைமையாசிரியர் காதுகளை எட்டியதும் உடனடியாக 'எங்களது பேயாட்டத்திற்கு' முற்றுப்புள்ளி வைத்தார்.

3

இப்போதும் என் முன் இருந்த சிறுவர்கள் அதே குதூகலத்தைக் கண்டடைந்திருந்தனர். பார்வையாளர்கள்தான் இருக்கவில்லை. சகதியில் அவர்கள் சமநிலை இழக்காமல் ஓடிக்கொண்டிருந்ததையும் சில நேரம் வழுக்கி விழுவதையும் பார்த்துக்கொண்டிருந்தேன். அந்த விளையாட்டில் மூழ்கிப் போன என்னை வழுக்கும் தரையில் ஓட வேண்டும் என்ற எண்ணம் பற்றிக்கொண்டது. நானும் ஒரு சிறுவனாகிவிட்டது போல் இருந்தது. அவர்களுடன் நானும் சேர்ந்து கொண்டால் என்ன? அது பொருத்தமற்ற எண்ணம். அதுபோன்ற மடத்தனத்தில் ஒரு ஆசிரியர் ஈடுபடுவது நினைத்துப் பார்க்கவும் முடியாதது. அந்த வழியாக தலைமையாசிரியர் வந்தால் சங்கடமாகிப் போகும். ஏற்கனவே அவருக்கு என் மீது பெரிய மதிப்பு கிடையாது.

என்னையறியாமலேயே நான் மைதானம் நோக்கிச் செல்லத் தொடங்கினேன். முதலில் நான் எதற்காக வருகிறேன் என்று சிறுவர்கள் அறியவில்லை. நானும் விளையாட வருகிறேன் என்று சொன்னபோது அவர்கள் கிளர்ச்சியும் கூச்சலுமாக என்னை வரவேற்றனர். ஒருவன் என்னை 'ட்யூப்லைட்' என்று சொன்னது காதில் விழுந்தது. என் காதில் விழுந்திருக்கும் என்று உணர்ந்ததும் அவன் ஒரு கணம் உறைந்து நின்றதைப் பார்த்தேன். சமீபத்தில் சிறுவர்கள் என்னை 'ட்யூப்லைட்' என்று அழைப்பதைக் கவனித்திருந்தேன். அவர்கள் மொழியில் சொட்டைத்தலையனைக் குறிப்பது அது.

விரைவில் ஆட்டத்தில் மூழ்கிப்போனேன். இப்போது மற்றவர் களை நான் துரத்தும் முறை வந்தது. மெலிந்த கால்கள் கொண்ட சிறுவர்கள் சிரமமே இல்லாமல் தம்மைச் சமநிலைப்படுத்திக் கொண்டு வழுக்கும்போது கால்களை ஊன்றி நின்றனர். வழுக்கும் தரையில் நான் எவ்வகையிலும் அவர்களுக்கு ஈடு இல்லை. ஓய்ந்து போனாலும் என்னை நிரூபிக்க வெறித்தனமாக ஓடினேன். என்ன நிகழ்ந்தது என்று அறிவதற்கு முன்னால் மண்ணில் முகம் அறைய விழுந்தேன். வலதுகையில் வலி வெட்டிச்சென்றது. எழுந்தபோது, என் சட்டைப்பையிலிருந்து விழுந்த இருபது பைசா நாணயம் என் கண்முன்னே சகதியில் மூழ்குவதைக் கண்டேன். கைநீட்டி அதை எடுக்க முயன்றேன். ஆனால் கை முடங்கிப் போனதுபோல் இருந்தது. குழம்பிப்போனேன். இடது கையால் வலது கையைத் தூக்கியபோது அது உடைந்துபோயிருப்பதை உணர்ந்தேன்.

சிறுவர்கள் என்னைச் சுற்றிக்கொண்டு எழுந்துகொள்ள உதவினர். ‘சார் கை உடைஞ்சிருச்சு, சார் கை உடைஞ்சிருச்சு’ என்று அலறினர். சிறிது நேரம் நின்று ஆசுவாசப்படுத்திக்கொண்டேன். ஒருவழியாகப் பாடத்தை முடித்துவிட்டு அந்த வழியாக வந்த குன்ஜிகர் சிறுவர்கள் நடுவில் நான் இருப்பதைப் பார்த்துவிட்டு வந்தார். ‘என்ன செஞ்சே?’ என்று கேட்டபடி சிறுவர்களை அகற்றி னார். ‘இந்தப் பசங்களோட எல்லாம் எதுக்கு சேர்ற? உனக்கும் எனக்கும் இந்தப் பசங்க மாதிரி எலும்பு நெகிழாதுன்னு தெரியாதா?’

என் உடைகள், கைகள், முகம் எல்லாம் சேறாகியிருந்தது. இமை மயிர்களில் சேறு அப்பி பார்வையே மறைத்தது. பச்சைக்களிமண் மணம் மூக்கில் குறுகுறுத்தது. ஆனால் என் கையில் ஏற்பட்ட வலியில் இவையெல்லாம் உறைக்கவேயில்லை. ‘போவோம் வா’ என்று இரு கைகளாலும் என்னைத் தாங்கியபடி சொன்னார் குன்ஜிகர். ஒரு அடி எடுத்து வைத்தவன் நின்று, ‘ஒரு இருபது பைசாவ இங்க எங்கயோ போட்டுட்டேன். யாராவது பாருங்களேன்’ என்றேன். நாணயம் எங்கோ சேற்றில் காணாமல் போயிருந்தது. சரியாக எங்கு விழுந்தது என்றும் எனக்குத் தெரியவில்லை. ஒன்றிரண்டு சிறுவர்கள் மண்ணில் துழாவிப் பார்த்தனர். ‘ஐயோ, அதை விடு. பெரிய இருபது பைசா! உடனே நாம டாக்டரப் பாக்கணும்’ என்றார் குன்ஜிகர்.

‘மண்ணிலயே இருக்கட்டும் அந்த பைசா’ என்றான் ஒருவன். ‘அது முளைச்சு மரமாகும். மரத்துல பணமா, நிறைய நிறைய காய்க்கும்.’ சிலர் சிரித்தனர். சிறுவர்கள் சிறுவர்கள்தான்.

குன்ஜிகர் என்னைத் தாங்கியபடி வர, சிறுவர்கள் சூழ நாங்கள் வெளியே வந்தோம். எனக்கிருந்த அவஸ்தையில் காணாமல் போன நாணயம் மனதை உறுத்திக்கொண்டே இருந்தது. நான் அதைப்

விலாஸ் சாரங் ● 69

பிச்சைக்காரனிடம் திருப்பிக்கொடுத்திருந்தாலும் என் சிறுவயதில் நடந்ததே மீண்டும் நிகழ்ந்ததாக ஆகாது என்று தோன்றியது. எல்லாம் மாறக்கூடியவை. அல்லாமல் நான் தீர்மானமாகத் திருப்பிக் கொடுக்க மறுத்திருந்தாலும் எந்த வேறுபாடும் இருந்திருக்காது. ஏனென்றால், எதுவும் உண்மையில் மாறுவதில்லை. நீங்கள் படி யேறிச் செல்லலாம், படிகளில் இறங்கலாம், பள்ளிப்படிப்பை முடித்து ஆசிரியராகலாம், அல்லது கட்டடக் கலைஞரோ, பொறியாளரோ, பைலட்டோ ஆகலாம், படிகளின் திருப்பத்தில் எப்போதும் ஒரு பிச்சைக்காரன் இருப்பான், கரகரத்த குரலில் நிழலொன்று பேசுவதை நீங்கள் கேட்காமல் இருக்க முடியாது, வேண்டுமென்றே தவிர்க்கப் படும் கைகளின் சைகை, திருப்பத்தில் தாமாகவே திரும்பிக் கொள்ளும் கண்கள்.

இப்போது நான் சில நாட்கள் விடுப்பு எடுக்கவேண்டியிருக்கும். தலைமையாசிரியர் என்ன சொல்வார் என்று யோசித்தேன். பின்னர், என் கை உடைந்துவிட்டதால் நாட்காட்டியின் அடியில் ஒரு ஆணி அடிக்க என்னால் இயலாது என்பதை உணர்ந்துகொண்டேன்.

◯

தெய்வங்களின் புரட்சி

விநாயக சதுர்த்தி காலம். மும்பை முழுவதும் நடந்து கொண்டிருந்த எண்ணற்ற திருவிழா நிகழ்ச்சிகளில் ஒன்றிற்கு படம் பிடிப்பதற்காக மாலையில் செல்லவேண்டியிருந்தது. நான் எதிர்பார்த்த தைவிட அதிக நேரம் எடுத்தது. மறுநாள் மிகவும் பிந்தியே எழுந்து கொண்டேன். நான் ஸ்டுடியோவுக்குச் சென்றபோது தால்வி ஏற்கனவே வந்திருந்தான். இருட்டறையில் மும்முரமாக வேலையில் ஈடுபட்டிருந்தான். பண்டிகைக் காலத்தில் எங்களுக்கு கூடுதல் வேலை கிடைக்கும். பல நிகழ்ச்சிகளைப் படம்பிடிக்க வேண்டியிருக்கும். புதிதாக வரும் பாடகர்களுக்கும் நடிகர்களுக்கும் தாங்கள் மேடையில் படம்பிடிக்கப்படுவதில் பெரும் மோகம். அந்த மாதிரியான வேலைகளை தால்வி சிறப்பாகச் செய்வான். எனக்கு ஸ்டுடியோவில் போர்ட்ரெய்ட்கள் செய்வது பிடித்த விஷயம். ஆனால் விழாக்காலங்களில் ஒரே மாலையில் இரண்டு நிகழ்ச்சிகள் இருந்தால் நானும் வெளியே செல்லவேண்டியிருக்கும். தால்விக்கு பிடித்த வேலை; எனக்கோ இரைச்சலான கூட்டத்தின் நடுவில் கேமராவையும் பிறவற்றையும் சுமந்துகொண்டு, நல்ல கோணம் தேடி மேடையில் ஒரு கோடியிலிருந்து இன்னொன்றுக்கு செல்வது எரிச்சலை ஏற்படுத்தும். அடிக்கடி ஏடாகூடமாக குந்தி அமர்ந்து படம் எடுக்கவேண்டியிருக்கும். ஸ்டுடியோவில் அப்படி அல்ல: வண்ணமயமான திரை பின்புலத்தில் இருக்க, சரியான இடங்களில் பொருத்தப்பட்ட விளக்குகள் எரிய வாடிக்கையாளர் மௌனமாக, அடக்க ஒடுக்கமாக, கொஞ்சம் வசதிகுறைவாக உணர்ந்தபடி உட்கார்ந்திருப்பார். விநாயக சதுர்த்தி விழாவின் கடைசி நாள் இன்று. இனி கூடுதல் நேர உழைப்பு தேவையிருக்காது என்பது நிம்மதியாக இருந்தது. படம் அச்சடித்தல், பெரிதுபடுத்துதல் போன்ற நிறைய பணிகள் ஸ்டுடியோவில் இருந்தன.

சில பாஸ்போர்ட் புகைப்படங்களை மேம்படுத்தும் வேலையில் இறங்கினேன். டச் அப் செய்வதில்தான் எனது திறமை இருந்தது. அச்சடிப்பது போன்றவற்றை தால்வி என்னைவிட நன்றாகச் செய்வான். தால்வியின் தொழில் திறமையை நம்பியே நாங்கள் கூட்டாக இந்தத் தொழிலில் இறங்கியிருந்தோம். டச் அப் செய்வது, அச்சடித் தவற்றை வெட்டுதல், கணக்கு வழக்கு இதெல்லாம் என் பொறுப்பில்.

வேலை தேடிக்கொண்டிருப்பவன்போல் தோன்றிய ஒரு இளைஞன் பாஸ்போர்ட் புகைப்படம் எடுப்பதற்காக வந்தான். அவனுக்கு கட்டிக்கொள்ள டை வேண்டுமா என்று கேட்டேன். ஆம் என்றான். நான் கொடுத்த டையை வாங்கிப் பரிசோதித்துவிட்டு அது பழைய மாடலாக இருக்கிறது என்றான். வேறு எதுவும் இல்லையா என்று கேட்டான். ஒன்றுதான் எங்களிடம் இருக்கிறது என வெடுக்கென்று சொன்னேன். எனக்கு எரிச்சலேற்பட்டது. அவனுக்குத் தேவையென்றால் அவன் தன்னுடைய டையுடன் வந்திருக்கவேண்டும் என்று எண்ணினேன். நல்லவிதமாக அதை முடிச்சிடக் கூட அவனுக்குத் தெரிந்திருக்கவில்லை. இதற்கு முன் டை கட்டியிருக்கவே மாட்டான் போல. நானே கட்டிவிட வேண்டி யிருந்தது.

ஒரு மணி வரை வேலை பார்ப்பது மிகவும் சிரமமாக இருந்தது. தூக்கம் இல்லாமல் கண்கள் கனத்திருந்தன. கடையை மூடப்போகும் போது பார்வையற்றவன் ஒருவன் தன் கம்பால் தட்டியபடி வந்து அவனது படங்கள் தயாரா என்று கேட்டான். நான்கு நாட்களுக்கு முன்பாகப் படிகளை தன் கம்பால் தட்டி உணர்ந்தபடி ஒவ்வொன் றாக ஏறி வந்தான். சில கணங்கள் என் முன்பாக நின்று என் இருப்பை உள்வாங்கிக்கொண்டு, 'இது கஜானன் ஃபோட்டோ ஸ்டுடியோதானே?' என்று கேட்டான். ஏதோ ஒரு நிறுவனம் அவனை இசை கற்பதற்காக அமெரிக்காவுக்கு அனுப்புகிறது போலும். அதற்கு பாஸ்போர்ட் எடுக்க அவனுக்குப் புகைப்படங்கள் தேவைப்பட்டன. பொதுவாக எல்லா பார்வையற்றவர்களையும் போலவே அவனும் அதிகம் பேசினான். தனது பயணம் குறித்த கிளர்ச்சியில் இருந்தான். இந்தியாவில் பார்வையில்லாதவர்களின் பாடு திண்டாட்டம் என்றவன் மேலைநாடுகளுக்குச் சென்றால் பார்வையற்ற ஒருவன் எப்படி தன் திறமைகளை வளர்த்துக்கொள்ள முடியும் என்பது பற்றி எனக்கு விவரித்தான். அவன் சொல்வதில் கவனமின்றிக் கேட்டபடி அவனை உட்கார வைத்தேன். முதல் முறையாக பார்வையற்ற ஒருவனை புகைப்படம் எடுக்கிறேன் என்பது எனக்கு உறைத்தது. நான் விளக்குகளைப் போட்டேன். கண்களை விரியத் திறந்தபடி நோக்கினான். எல்லோரும் கண்கள் கூச தலை யைத் திருப்பிக் கொள்வதே வழக்கம். அவன் பார்வையற்ற கண்கள்

முரட்டுத்தனமான விளக்கொளியில் மின்ன, அசையாமல் அமர்ந் திருந்தான்.

இன்று வந்து வாங்கிக்கொள்ளும்படி அவனிடம் சொல்லி யிருந்தேன். தேடிப்பார்த்தால் கிடைக்கவில்லை. திருவிழாப் படக் குவியல்களுக்கு இடையில் இருக்கவேண்டும் என்று தோன்றியது. ‘ஸாரி, ஒரு ரெண்டு நாள் கழிச்சு வரீங்களா?’ என்று கேட்டேன். கம்பைத் தட்டியபடி அவன் வெளியே சென்றான். ஸ்டுடியோவை பூட்டிவிட்டு வீட்டிற்குச் சென்றேன். அன்று அதோடு கடையை மூடியது நிம்மதியாக இருந்தது. அன்று மாலை தால்வி அவன் வீட்டு விநாயகரைக் கரைப்பதைப் பார்ப்பதற்குச் செல்லவேண்டியிருந்தது.

மதிய உணவிற்குப் பின் ஒரு மணி நேரம் தூங்கியிருப்பேன். கீழே மைதானத்தில் குழந்தைகளின் கூச்சல் கேட்டு விழித்துக் கொண்டேன். எங்களது குடியிருப்பின் திருவிழாக்கமிட்டி உறுப்பினர்கள் விநாயகரைக் கரைப்பதற்கான ஏற்பாடுகளைச் செய்து கொண்டிருந்தனர். மும்பையின் எண்ணற்ற குடியிருப்புகளைப் போலவே எங்களுடையதிலும் விநாயகர் இருந்தார். குடியிருப்போர் அளித்த நன்கொடையை வைத்து பதினோரு நாட்களும் மாலையில் நிகழ்ச்சிகள் நடத்தப்பட்டன. படுக்கையிலிருந்து எழுந்து ஒரு டீ போட்டுக் குடித்தேன். புத்துணர்ச்சி பெற்று ஒரு நடை செல்லக் கிளம்பினேன். செல்லும் வழியில் எங்காவது எங்களது விநாயகர் ஊர்வலத்தில் இணைந்துகொள்ளலாம் என்று எண்ணினேன்.

மாலைநேர நிழல்கள் நீளத்தொடங்கியிருந்தன. கட்டடங்களின், மின்கம்பங்களின், ஆண்களின், பெண்களின் நிழல்களைப் பார்த்த படி நடந்தேன். பொருட்களையும் ஆட்களையும் பார்ப்பதைவிட நிழல்களைக் கவனிப்பது எனக்குப் பிடிக்கும். கட்டடங்களும், கம்பங் களும், மனிதர்களும் வருடக்கணக்கில் மாறாமல் இருக்கிறார்கள். அல்லது மெல்ல மெல்ல கொஞ்சமாக மாறுகிறார்கள். ஆனால் நிழல்களின் வடிவங்களும் கோணங்களும் ஒவ்வொரு நிமிடமும் மாறிக்கொண்டே இருக்கின்றன. சிலசமயம் அவை தெளிவாகப் பதிகின்றன, பிற சமயங்களில் மோசமான புகைப்படங்கள் போலிருக் கின்றன. மனிதர்களில் உணர்ச்சிவசப்படாதவர்களும், எடைமிகுந்த வர்களும் உருமாற்றம் அடைவது பற்றி கனவு மட்டுமே காண் கின்றனர். ஆனால் நிழல்களோ முடிவில்லாமல் மாறிக் கொண்டே இருக்கின்றன. ஒருவன் அவனது நிழலுடன் ஒப்பிடுகையில் ஒன்று மேயில்லை. நிழல்கள் மட்டும் இல்லையென்றால் வாழ்க்கை இன்னும் அலுப்பாக இருந்திருக்கும்.

முதன்மைச் சாலை நெரிசலாக இருந்தது. வீட்டில் வைத்திருந்த களிமண் விநாயகரைச் சுமந்தபடி சிறு குழுக்களாக மக்கள் சென்று கொண்டிருந்தனர். ஒருவன் தலையில் மணைப்பலகையில் வைக்கப்

பட்டிருந்த சிறிய உருவத்தைச் சுமந்தபடி சென்றான். மற்றவர்கள் அவன் பின்னால் துதிப்பாடல்களைப் பாடியபடி சென்றனர். பெரிய உருவங்கள் எல்லாம் மாலையில் பிற்பாடு கொண்டுவரப்பட்டன. கடற்கரைக்குச் செல்லும் வழியில் இருந்த ஒரு இரானிய ஹோட்டலில் அமர்ந்திருந்தேன். சற்று நேரம் கழித்து எங்கள் குடியிருப்பைச் சேர்ந்த மக்கள் களிமண் உருவத்தை கொண்டு வருவதைப் பார்த்தேன். எழுந்து சென்று ஊர்வலத்தின் பின் பகுதியில் இணைந்து கொண்டேன்.

வருடாந்திர சிலைகரைப்பின்போது கடற்கரை மனிதர்களால் நிரம்பியிருக்கும். இப்போதும் அப்படியே இருந்தது. அலையடித்துக் கொண்டிருந்த மனிதக்கடலுக்கு நடுவே ஆங்காங்கே வண்ண மயமான யானைமுகக் கடவுளைக் காணமுடிந்தது. கைவண்டி களிலும், டிரக்குகளிலும் வசதியாக வைக்கப்பட்டிருந்த சிலைகள் நன்றாகத் தெரிந்தன. எங்கள் குடியிருப்பின் உருவம் நடுத்தர அளவில் இருந்தது. இந்த வருடம் மிகக் குறைவாகவே பணம் சேர்ந்தது என்று விழாக்குழு உறுப்பினர்களுக்கு வருத்தம். அவர்கள் கையாடும் வழக்க மான தொகையை எடுத்திருப்பார்கள் என்பதில் எனக்கு சந்தேகமே யில்லை. எப்படியும் எனக்கு அவர்களது கொடுக்கல் வாங்கலில் அக்கறை இல்லை.

சாலைகள் மக்களால் நிரம்பி வழிந்ததால் ஊர்வலங்கள் கிட்டத் தட்ட நின்றே போய்விட்டன. கடல் அருகில்தான் இருந்தது என்றாலும் நீரின் விளிம்பிற்குச் செல்ல அதிக நேரம் எடுக்கும்.

அப்போது எங்கள் ஊர்வலத்தின் தொடக்க முனையில் ஏதோ தகராறு போல் தெரிந்தது. பின் முனையில் இருந்ததால் என்ன பிரச்சனை என்பது எனக்கு முதலில் தெரியவில்லை. கழுத்தை நீட்டிப் பார்த்தபோது எங்களுடைய விநாயகர் சிலையைப் பார்க்க முடியவில்லை. கைவண்டியிலிருந்து விழுந்துவிட்டிருக்குமோ என்று நினைத்தேன். பிறகு யாரோ ஒருவர் விநாயகர் குதித்துவிட்டார் என்றார். அவர் ஏதோ நக்கல் செய்கிறார் என்று நினைத்தேன். ஆனால் குழப்படி நிலை பரவுவதுபோல் தெரிந்தது. வெவ்வேறு ஊர்வலங்களில் இருந்த உருவங்களும் அவை இருந்த மரமேடைகளி லிருந்தும், கைவண்டிகளிலிருந்தும், டிரக்குகளிலிருந்தும் காணாமல் போகத் தொடங்கின. தள்ளுமுள்ளில் என்ன நடக்கிறது என்று என்னால் சரியாகப் பார்க்கமுடியவில்லை என்றாலும் ஒரு பெரிய உருவம் ஒரு டிரக்கிலிருந்து குதிப்பது தெரிந்தது. அதன் துதிக்கை யால் இடிபட்டு ஒருவன் நிலத்தில் சரிவதைப் பார்த்தேன்.

அங்குமிங்குமாக உயிர்பெற்ற களிமண் உருவங்கள் ஓடுவதைப் பார்க்க முடிந்தது. இந்தப் பேரதிசயக் காட்சியை நின்று பார்க்கும் நிதானம் அநேகமாக யாருக்கும் இருக்கவில்லை. குழம்பி, பயந்து

நகரத்தை நோக்கி எல்லோரும் ஓடத்துவங்கினர். போக்குவரத்துக் காவலர்கள் கூட அவர்களின் பணியிடத்தை விட்டு மற்றவர்களுடன் ஓடினர். வரைமுறையின்றி அவர்கள் திரும்பி ஓடுகையில் என் மேல் மோதி எனது செருப்பொன்று காணாமல் போனது. சிறிது நேரம் ஒற்றைச் செருப்புடன் ஓடினேன். பின்னர் அப்படித் திரும்புவதில் பொருளில்லை என்பதை உணர்ந்து அதையும் உதறிவிட்டு வெறும் காலுடன் ஓடினேன்.

எங்கள் குடியிருப்பை நான் அடைந்தபோது கிட்டத்தட்ட எல்லோருமே அங்கே வந்துவிட்டிருந்ததைக் கவனித்தேன். மைதானத்தில் கூடிய மக்கள் கிளர்ச்சியுடன் நடந்ததை விவாதித்துக்கொண்டிருந்தனர். ஒரே சமயத்தில் எல்லோரும் ஏதோ சொல்லிக்கொண்டிருந்ததால் என்ன சொல்கிறார்கள் என்பதே விளங்கவில்லை. மூச்சிரைக்க வேண்டுதல்களை உச்சரித்துக்கொண்டிருந்த பெண்கள் பயந்துபோயிருந்தது தெரிந்தது. குழந்தைகள் அழுதுகொண்டிருந்தன.

சிறிது நேரத்தில் குழப்பமான இரைச்சல் கொஞ்சம் புரியத் தொடங்கியது. அந்த அமானுஷ்யமான நிகழ்வின் முக்கியத்துவத்தை கண்டுபிடிக்கும் முயற்சி மேற்கொள்ளப்பட்டது. முதலில் அது தெய்வ சாபத்தின் விளைவு என்பதில் எல்லோருக்கும் தீர்மானமான நம்பிக்கை எழுந்தது.

அரசு அலுவலகத்தில் கணக்கராகப் பணிபுரிந்த, அக்கவுண்டண்ட் கினி என்று அறியப்பட்டவர் மற்ற எல்லோரையும்விட அதிகமாக கிளர்ச்சி அடைந்திருந்ததாகத் தோன்றியது. உடைந்த குரலில், 'ரொம்ப நாளாவே இந்த மாதிரி ஏதோ ஒண்ணு சீக்கிரமே நடக்கப்போகுதுன்னு எனக்கு தோணிக்கிட்டே இருந்தது. விநாயகருக்கு லம்போதரன்னு – தொந்தி வயிறன்னு – பேர் உண்டு. இருந்தாலும் எவ்வளவு பாவத்தைத்தான் அவராலையும் முழுங்க முடியும்? கறுப்புப் பணம் வெச்சிருக்கிறவன், கடத்தல்காரன், கலப்படம் செய்யிறவன், அரசியல்வாதின்னு எல்லாருக்கும் நல்ல தண்டனை கொடுக்காம அவரு சொர்க்கத்துக்கு திரும்ப மாட்டாரு. நான் வேணா பந்தயம் கட்டறேன். அவனுங்கதான் இது எல்லாத்துக்கும் காரணம்.'

'ஆனா இப்படி உயிர் முளைச்ச சிலையெல்லாம் என்ன செய்யப்போவுதுங்க?' என்று மூன்றாவது தளத்தில் வசித்த அக்ஷிகர் கேட்டார். 'தப்பு செய்யறவனுங்கள அதுங்க எப்படி தண்டிக்கும்?'

இது யோசிக்க வேண்டிய விஷயம்தான்.

'தெய்வங்க என்ன செய்யும்னு யாரால சொல்ல முடியும்?' என்றார் ஒருவர். 'எதையும் குறை சொல்லாம அடுத்து என்ன வருதோ அதை ஏத்துக்க வேண்டியதுதான்.'

பேராசிரியர் மட்காரியின் எண்ணம் வேறு. 'இதுல இவ்வளவு பயந்துபோக எதுவும் இல்லைன்னு நான் நினைக்கிறேன். கடவுளெல்லாம் குதிச்சு ஓடறத நீங்க பாத்தீங்க இல்ல? மக்களை யாரும் அடிச்ச மாதிரி இல்ல, யாரையும் துன்புறுத்த நினைச்ச மாதிரியும் இல்ல.'

'ஆமாம்' என்றான் கல்லூரியில் இயற்பியல் படிக்கும் சுபோத். அவனும் விழாக்குழுவில் ஒரு உறுப்பினன். 'பாவம் புண்ணியம் இதெல்லாம் பத்தி பேசுறதுல அர்த்தமே இல்ல. தெய்வமெல்லாம் ஏதோ தண்டனை கொடுக்க எழுந்த மாதிரி இல்ல. அப்படி செய்ய நினைச்சா அதிசயமெல்லாம் காட்டாமயே செஞ்சிருக்கலாம். எப்படியுமே அவங்க தெய்வம்தான். வேர்த்துக் கொட்டற கூட்டம், தள்ளுமுள்ளு இதெல்லாம் பாத்து அவங்களுக்கு எரிச்சலாயிருக்கும். இதையெல்லாம் எதுக்கு சகிச்சுக்கணும் அவங்க? தாங்க முடியாம எழுந்து போயிட்டாங்க.'

விவாதம் தொடர்ந்தது. நான் மெல்ல நழுவி மேலே என் வீட்டிற்குச் சென்றேன். படுக்கையில் நீட்டிப் படுத்தேன். கிளர்ச்சியும் அலைச்சலும் என்னை ஓய்ந்துபோகச்செய்திருந்தன.

2

மறுநாள் நகரம் முழுக்க பெரும் குழப்பத்தில் தவித்தது. காணாமல் போன கடவுளர்கள் முற்றாக மறைந்துவிட்டார்களா அல்லது மறைவாக நடமாடிக்கொண்டிருக்கிறார்களா என்று மக்களுக்குச் சந்தேகமாக இருந்தது. முதலில் அவர்கள் மறைந்து விட்டதுபோல் தோன்றினாலும் பின்னர் இங்குமங்குமாக சட் டென்று தோன்றி மறைந்தனர். யானைத் தலைகொண்ட கடவுளின் துதிக்கை ஒரு மூலையில் தென்படும், படிகளில் ஏறும், ஒரு நிழல் உருவம் ஒருவருக்கு முன்பாகத் தோன்றி மறையும். தனியாக நடந்துசெல்லும் ஒருவரின் தலையில் கடவுளின் துதிக்கை தட்டிச் செல்லும். பெரிதாக யாருக்கும் அடிபடவில்லை என்றாலும் சிலருக்கு சில மணி நேரம் அதிர்ச்சி இருக்கும். அவர்கள் சிறிதுநேரம் விநோத மாக நடந்துகொள்வார்கள், புரியாமல் ஏதோ சொல்வார்கள், பின்னர் படிப்படியாக சமநிலைக்கு வருவார்கள். கடவுளர் செய்தது அவ்வளவே. அவர்கள் கொடும் ஆற்றல்களை ஏவவில்லை, நகரத்தை இயல்பிழக்கச் செய்யவில்லை. சில நாட்களில் மக்கள் அமைதியாகி தங்கள் பணிகளை நோக்கத் தொடங்கினர். மும்பை நகர்வாசிகள் எளிதில் சமநிலை இழப்பவர்கள் அல்ல, எதைக்கண்டும் வியப்ப வர்கள் அல்ல என்ற பெயர் இருந்தது. இருந்தாலும் மாலை நேரங ்களில் மக்கள் சீக்கிரமே வீடுதிரும்பினர். ஆள் அரவமில்லாத இடங் களில் நடப்பதைத் தவிர்த்தனர். யாருக்கு எப்போது தலையில் அடி விழும் என்பது தெரியவில்லை.

கடவுளரின் புரட்சி நடந்த மறுநாள் நான் ஸ்டுடியோவுக்குச் செல்லவில்லை. மற்றவர்களைப் போலவே என்ன நடக்கிறது என்று பொறுத்திருந்து பார்த்தேன். பின்னர் எல்லோரும் எப்போதும் போல அவரவர் வேலையைப் பார்க்கச் சென்றோம். ஒரு வாரத்துக்கு மிகக் குறைந்த வாடிக்கையாளர்களே வந்தனர். ஆனால் ஸ்டுடியோவில் வேலை அதிகமாகவே இருந்தது. தால்வி பெரும்பாலும் இருட்டறை யிலேயே இருந்தான். மகரந்த் ஹவுஸிங் சொசைட்டியில் நான் எடுத்திருந்த படங்கள் எல்லாம் மோசமாக வந்திருந்தன. மொத்த படச்சுருளும் தவறான வேகத்தில் எக்ஸ்போஸ் ஆகியிருந்தது. தால் விக்கு அதில் வருத்தம். நான் டச் அப் செய்து சரியாக்கி விடுவேன் கவலைப்படவேண்டாம் என்று சொன்னேன்.

ஒருநாள் பார்வையற்றவன் மீண்டும் வந்தான். இதற்குள் அவன் படத்தைப்பற்றி நான் மறந்தே போயிருந்தேன். மீண்டும் தேடியும் கிடைக்கவே இல்லை. என்ன செய்வதென்று எனக்குத் தெரிய வில்லை. பார்வையற்ற ஒருவனை அலைக்கழிப்பதில் எனக்கு சம்மத மில்லை. ஒரு கணம் வேறு யாருடைய படத்தையாவது கொடுத்து விடலாமா என்று யோசித்தேன்: அவனால் எப்படியும் பார்க்க முடியாது. 'தயவுசெஞ்சு ஒரு நாலு நாள் கழிச்சு வாங்க, கண்டிப்பா கொடுத்திடறேன்' என்றேன். அவன் நொந்துபோய் சத்தமாகக் கம்பைத் தட்டியபடி சென்றான்.

மற்றொரு நாள் அக்கவுண்டண்ட் கினி ஒரு படச்சுருளுடன் என் அறைக்கு வந்தார். புகைப்படம் எடுப்பது அவருக்குப் பொழுது போக்கு. அதனால் நாங்கள் நண்பர்களாகியிருந்தோம். தொழில் நுட்பம் பற்றிப் பேச அவ்வப்போது வருவார். பூக்கள் போன்றவற்றை அவர் எடுத்த படங்கள் சில ஞாயிறு இதழ்களில் வெளியாகி இருந்தன. அதனால் அவருக்கு தான் ஒரு கலைஞர் என்ற எண்ணம் உண்டு.

கிளம்பும்போது கினி, 'ரெண்டு மூணு நாளா ஒரே எலித் தொல்லை. இதுக்கு முன்னால எங்க வீட்ல எலியே வந்தது கிடை யாது. இப்பதான் வந்திருக்கணும். நேத்து பொறி வெச்சதுல காலையில பார்த்தா ரெண்டு எலி மாட்டியிருக்கு. திடீர்னு தோணிச்சு, விநாயகர் எழுந்து போனபிறகு அவரோட வாகனமான எலிதான் வீட்டுக்குள்ள வந்திருக்குன்னு' என்றார்.

'என்ன செஞ்சீங்க?' என்று கேட்டேன்.

'என்ன செய்யிறதுன்னு தெரியல' என்றார் கினி. 'நான் கொல்லப்போற எலி எல்லாம் கடவுளோடதுன்னு நினைச்சா பயமா இருக்கு.'

'நீங்க எலிப்பொறியை எடுத்துட்டுப் போய் கடல்ல போட்டிருக் கலாம்' என்றேன் நான். 'விநாயகரோட எலியையும் சேர்த்துத்தானே கரைக்கிறோம்?'

'அய்யோ அப்படியில்லை' என்றார் கினி. 'விநாயகரையும் அவரோட எலியையும் பக்தியோட கடல்ல கரைக்கிறது வேற, எலியை கடல்ல போடறது வேற.'

எனக்கு அதில் எந்த வேறுபாடும் தெரியவில்லை. ஆனால் அதைப்பற்றி விவாதிக்க எனக்கு ஆர்வம் இருக்கவில்லை.

மகரந்த் ஹவுஸிங் சொஸைட்டியில் நான் எடுத்த படங்களை டச் அப் செய்வது பெரும் வேலையாக இருந்தது. ஸ்டுடியோவில் எடுத்த படத்தை டச் அப் செய்வது போலல்ல அது. ஒரே படத்தில் நிறைய மனிதர்கள், மிகச்சிறிய முகங்களுடன் இருந்ததால் ஒவ்வொன்றையும் டச் அப் செய்வதற்கு அதிக நேரம் பிடித்தது. பின்னர் ஒருநாள் அவர்களின் ஆள் ஒருவர் வந்து படங்களை வாங்கிச் சென்றார். மறு நாள் காலையில் அவர் மீண்டும் ஸ்டுடியோவிற்கு வந்துவிட்டார். 'இதெல்லாம் எங்க படமா? இல்ல வேற யாருடைய தோவா?' என்று கேட்டார். 'ஒருத்தர் முகத்த கூட எங்களுக்கு அடையாளம் தெரியல.' நான் தோள்களைக் குலுக்கினேன். 'ஒரு முகத்துல என்ன இருக்கு?' என்று கேட்டேன். 'அடுத்த வருஷம் நாங்க இங்க வரமாட்டோம்' என்றார் அவர்.

பின்னர் ஒரு நாள் காலை முழுவதும் பார்வையற்றவனின் படத்தைத் தேடினேன். இம்முறையும் கிடைக்கவில்லை. சோர்ந்து போனேன். அவனது படத்தை மீண்டும் புதிதாக எடுத்துக்கொடுத்து விடுவது என்ற முடிவுக்கு வந்தேன். காசு வாங்காமல்தான். மறுநாள் அவன் வரக்கூடும் என்று அவனது கம்பின் ஓசைக்காகக் காத்திருந்தேன். அவன் வரவேயில்லை.

அன்றிரவு படுக்கச் செல்கையில் கதவு தட்டப்பட்டது. உடனே எனக்கு அது பார்வையற்றவனாக இருக்கும் என்று தோன்றியது. பின்னர் அதை எண்ணி எனக்குச் சிரிப்பு வந்தது. என்ன ஒரு மடத்தனம்! அவனுக்கு என் வீடு தெரியாது; இன்னொன்று மருத்துவர்களைப் பார்ப்பதுபோல் யாரும் இரவுகளில் வந்து புகைப்படக் காரர்களைப் பார்க்கமாட்டார்கள். யாராக இருக்கும் என்று யோசித்தேன். கதவைத் திறந்தால் அக்கவுண்டண்ட் கினி நின்றிருந்தார். அவர் என்னிடம் கொடுத்துச் சென்றிருந்த படச்சுருள் பற்றி கேட்கப் போகிறார் என்று நினைத்தேன். விழாப் படங்கள் வேலைக்கு நடுவே அதை என்னால் அச்சடிக்க முடியவில்லை என்றேன். ஆனால் அவர் செல்வதாக இல்லை. ஏதோ பேசிக் கொண்டிருந்தார். ஆனால் அவர் மனம் பேச்சில் இல்லை என்பதும் சொல்லாத எதைப் பற்றியோ எண்ணிக்கொண்டிருக்கிறார் என்பதும் தெரிந்தது. பொறுமையில்லாமல் நெளிந்துகொண்டிருந்தார்.

பின்னர் பேச்சு நின்றது. நான் வேண்டுமென்றே மௌனமானேன். கினி சுற்றும் முற்றும் பார்த்தார். சுவரில் இருந்த நாட் காட்டியை, எனது புத்தகங்களை, திரைச்சீலைகளை... பின்னர் என்னைப்பார்த்து 'உங்ககிட்ட ஒரு விஷயம் பேசணும்' என்றார்.

'சொல்லுங்க' என்றேன்.

'இப்போ வரைக்கும் இத நான் யாருகிட்டயும் சொன்னதில்ல. என் மனைவிக்கு மட்டும்தான் தெரியும்' என்றார் கினி. 'சில வருஷமா எனக்கு ஒரு கெட்ட பழக்கம். சாமிங்கள திட்டுறது.'

கினி பேச்சை நிறுத்தி எனது கட்டில் கால்களை நோக்கிக் கொண்டிருந்தார். நான் பேசாமல் இருந்தேன்.

'எங்க குடும்பத்தில நாங்க விநாயகரை கும்பிடுவோம்' தலை யைத் தூக்காமல் கினி தொடர்ந்தார். 'எனக்கு குழந்தையிலிருந்தே விநாயகர் பாட்டெல்லாம் மனப்பாடம். ஆனா அதெல்லாம் இல்லாம கெட்ட வார்த்தையா மனசுல வருது. சொல்லமுடியாத மோசமான வசைங்க. நான் நல்லவிதமா வளர்ந்தவன்தான். சின்னப் பையனா இருந்த போது எனக்கு கெட்ட வார்த்தையே தெரியாது. இன்னிக்கும் பேசமாட்டேன். ஆனா கடவுளை நினைச்ச உடனேயே வசைங்களா கொட்டுது. எனக்கு அவ்வளோ கெட்ட வார்த்தை தெரியுங்கிறதே முதல்ல அதிர்ச்சியாக இருந்தது.'

கதவு தட்டப்பட்டது. 'அப்பா, அப்பா' சிறுமி சுஷ்மா கத்தி னாள். 'என்னடா தொல்லை!' என்றபடி கதவைத் திறக்கச் சென்றார் கினி. 'உனக்கு என்ன வேணும்?' என்று மகளிடம் கேட்டார்.

'அம்மா உங்கள கூப்பிடறாங்க' என்றாள் சுஷ்மா. சொல்லி விட்டு உள்ளே வர முயற்சித்தாள். அவளைப் பிடித்து வெளியே தள்ளிய கினி 'கொஞ்ச நேரத்தில வரேன்' என்றார்.

'திரும்பி வந்து தட்டாதே'

கதவைத் தாள்போட்டுவிட்டு வந்து உட்கார்ந்துகொண்டார்.

'என் கதை இதுதான். பொதுவா திட்டுறது மனசுக்குள்ள ஓடும். வீட்டில இருக்கும்போது எனக்குள்ளேயே முணுமுணுத்துப்பேன். சில சமயம் வீட்டில அவளும் சுஷ்மாவும் எங்கயாவது வெளிய போயிருந்தாங்கன்னா, கதவு ஜன்னலெல்லாம் மூடிட்டு சாமி முன்னால நின்னுட்டு சத்தமா திட்டுவேன். என் காதுக்கே தாங்க முடியாம போறவரை என் வாய் மூடாது.'

கினி நிறுத்தினார். திடீரென்று ஓய்ந்துபோனதாகத் தெரிந்தார்.

'முதல்ல என் மனச கட்டுப்படுத்த முயற்சி பண்ணினேன். முடியல. எத்தனையோ மந்திரம் தாயத்தெல்லாம் கட்டிப்பாத்தேன். நிறைய சாமிக்கு வேண்டுதல் எல்லாம் நிறைவேத்தினேன். எதுவும் பிரயோஜனமில்ல.'

'ஏதோ ஒண்ணு உங்க மனசுல உறுத்திக்கிட்டே இருக்கு' என்றேன் நான். 'ஆழ்மனசுல ஏதோ அநீதியோ ஏமாற்றமோ பாதிச் சிருக்கு. இந்த மாதிரி அது வெளில வருதோ என்னமோ?'

‘அப்படியெல்லாம் இல்ல’ என்றார் கினி. ‘ஒருத்தன் எவ்வளவு சந்தோஷமா இருக்க முடியுமோ அவ்வளோ சந்தோஷமா நான் இருக்கேன். என்னோட ஒரே மகன் புத்திசாலி, நல்ல குணம், என்ஜினியரிங் படிக்கிறான். எங்களுக்கு வியாதிவெக்க இல்ல. மனசுல பெரிய கவலையெல்லாம் எதுவும் கிடையாது. நான் சந்தோஷமா இருக்கேன். இருந்தாலும் இந்தக் கொடுமையான சமாசாரம் மட்டும் போகவே மாட்டேங்குது.’

‘சைக்கியாட்ரிஸ்ட் யாரையும் பாத்தீங்களா?’ என்று கேட்டேன்.

‘அதுல எல்லாம் எனக்கு நம்பிக்கை கிடையாது. இதெல்லாம் கெமிக்கல்ஸோ நரம்போ சம்பந்தப்பட்டதில்ல. அறிவியல் ஆராய்ச்சி எல்லாம் பிரயோஜனமில்ல. கடவுள்தான் என்னைக் காப்பாத்தணும்.’

கினியின் வீட்டிலிருந்து அவர் மனைவி கத்துவதும் பின்னர் சுஷ்மா அழுவதும் கேட்டது. ஒரு நிமிடம் அதைக் கேட்டவர் பின் அதைச் சட்டை செய்யவில்லை.

‘அப்புறம்தான் இது நடக்குது’ என்றார். ‘சாமிக்கெல்லாம் கோபம் வந்திருக்கு. அன்னியிலிருந்து நான் யோசிச்சுக்கிட்டு இருக்கேன். என்னோட இந்தக் கொடுமையான பழக்கத்தாலதான் அது நடந்ததா? இது மாதிரி ஏதோ ஒண்ணு நடக்கும்னு எனக்கு தோணிக்கிட்டே இருந்தது. பாவத்துக்கான தண்டனை கிடைச்சே தீரும்.’

சிறிது நேரம் நான் பேசவில்லை. பின்னர், ‘இங்க பாருங்க கினி, நீங்க சொல்றதுல அர்த்தமே இல்ல. யோசிச்சுப் பாருங்க மும்பையில நூத்துக்கணக்கான விநாயகர் சிலைங்க எழுந்து ஓடிப்போச்சு. அதெல்லாமே ஒரு ஆள் செஞ்ச பாவத்தோட பலனா இருக்க முடியாது. காரண காரிய இடைவெளி பெரிசா இருக்கே! கடவுள் உங்களை மட்டும்தானா கவனிச்சிட்டிருக்காரு? அவர் கண் எல்லார் மேலேயும்தான்.’

ஒரு சிகரெட்டைப் பற்றவைத்தபடி தொடர்ந்தேன், ‘ஆனா நீங்க இப்படி யோசிக்கறது எனக்கு ஆச்சரியமா இல்ல. பொதுவா இப்படி ஒண்ணு நடக்கும்போது எல்லாருமே தங்களோட வாழ்க்கைய அதில பொருத்திப் பார்ப்பாங்க. நிச்சயமா இப்ப மும்பையில ஆயிரக்கணக்கானவங்க இப்படி நினைச்சுட்டிருப்பாங்க. இன்னொண்ணு, கடவுளோட கணக்கு வழக்குல உங்களுடைய இந்த அல்பமான பாவங்கள் எல்லாம் பெரிசா இருக்காது.’

கினி பேசாமல் இருந்தார். நான் பேசியது அவருக்கு கொஞ்சம் புரிந்திருக்கும். ஆனால் அவர் தன் எண்ணத்தை மாற்றிக்கொள்வார் என்று நான் நம்பவில்லை.

படுக்கையில் படுத்தபடி கினி சொன்னதைப்பற்றி வெகுநேரம் யோசித்துக்கொண்டிருந்தேன். தூக்கம் வந்தபோது நள்ளிரவாகி யிருக்கும். ஆனால் உடனே விழித்துக்கொண்டேன். ஏன் விழித்துக் கொண்டோம் என்று யோசிக்கையில், சமையலறையிலிருந்து சத்தம் கேட்டது. கவனித்ததில் எலியாக இருக்கும் என்று தோன்றியது. இதற்குமுன் என் சமையலறையில் எலி வந்ததே இல்லை. பின்னர் எலி பற்றி கினியும் சொன்னது நினைவுக்கு வந்தது. பக்கத்தில் சேரி ஒன்று உருவாகிக்கொண்டிருந்தது. அதனால்கூட எலிகள் கட்ட டத்தில் ஊடுருவி இருக்கலாம்.

எலிகளின் சத்தம் தூங்க விடவில்லை. அதுவும் இருளிலிருந்து வரும் சத்தம் அதிகம் எரிச்சலூட்டும். பொருட்கள் கண்ணுக்குத் தெரியும் வரை ஒலி பின்புலத்திற்குச் சென்றுவிடுகிறது. ஆனால் பொருட்கள் மங்கத் தொடங்கியதும் ஒலிகள் – பெரிதோ சிறிதோ– ஆதிக்கம் செலுத்துகின்றன. படுக்கையைவிட்டு எழுந்து சென்று சமையலறை மேடையில் ஒரு கத்தியின் பிடியால் தட்டினேன். திரும்பச் சென்று படுத்தேன். சில நிமிடங்கள் அமைதி. பின் மீண்டும் சத்தம் கேட்கத்தொடங்கியது. சட்டென்று கினி சொன்னது நினை வுக்கு வந்தது: இவையெல்லாம் விநாயகரின் எலிகள். புனிதமான எலிகள். புன்னகைத்துக்கொண்டேன்.

இருட்டில் எலிகள் ஏற்படுத்திய சத்தம் கருப்பு சிலேட்டில் முரட்டு சிலேட்டுப் பென்சிலால் எனக்குப் புரியாத வார்த்தைகளை யாரோ கிறுக்குவது போல் தோன்றியது. வீட்டில் கொஞ்சம் எலிமருந்து இருந்தது நினைவுக்கு வந்தது. அதைச் சமையலறையில் தரையில் கொஞ்சம் தூவலாமா என்று யோசித்தேன். ஆனால் படுக்கையைவிட்டு எழுந்துகொள்வதற்கு பதிலாகக் கண்களை அகலத் திறந்தபடி படுத்திருந்தேன். எனக்குத் தெரியாமல் யாரோ என்னைப் பளீரென்ற ஒளியில் படமெடுத்துக்கொண்டிருந்தது போலிருந்தது. பிறகு படமெடுப்பவர் தலைமேல் கருப்புத்துணியுடன் எனக்கு டை கட்டிக்கொள்ள உதவினார். இரண்டு கைகளாலும் டையை பிடித்திழுத்து படுக்கையிலிருந்து குதித்தேன். விளக்கைப் போட்டு சில்லென்ற நீரை முகத்தில் அறைந்துகொண்டேன். பின்னர் உடைமாற்றி வெளியில் சென்றேன்.

3

தெருக்கள் காலியாக இருந்தன. கொஞ்சம் சுற்றலாம் என்று தோன்றியது. கடற்கரைக்குப் போகலாம் என்று நினைத்தேன். அடிக்கடி இரவில் கடற்கரைக்குச் செல்வது என் வழக்கம். மாலையில் கூட்டமாக இருக்கும். இரவுகளில் கூட்டமில்லாமல் கடல் தூக்கத்தில் உளறிக்கொண்டிருப்பது இனிமையாக இருக்கும்.

எப்போதாவது ஒரு விமானம் நீலமும் பச்சையுமாக விளக்குகள் மின்ன மேலே கடந்துசெல்லும்.

ஆனால் இப்போது வேறுமாதிரி இருந்தது. இரவுகளில் தனியாகச் சுற்றுவது இப்போது பாதுகாப்பானதல்ல. எப்போது யானையின் துதிக்கையால் நீங்கள் தாக்கப்படுவீர்கள் என்று சொல்லமுடியாது. இரண்டு நிமிடங்கள் யோசித்துவிட்டு எப்படியும் கடற்கரைக்குச் செல்வதென்று தீர்மானித்தேன். என்ன வேண்டு மானாலும் ஆகட்டும். ஒருவேளை தலையில் அந்த அடி வாங்க வேண்டுமென்று உள்ளூர விரும்பினேனோ?

கடற்கரைக்குச் சென்று கழிவுநீரைக் கடலில் கொட்டும் ராட்சஸக் குழாயின் மீது உட்கார்ந்துகொண்டேன். போர்வையைப் போர்த்திக்கொண்டு கடற்கரைச் சுவரின்மீது உறங்கும் உருவங்களைப் பார்க்க முடிந்தது. நிலவொளியில் கடல் மின்னிக்கொண்டிருந்தது. உயரமாகவும் இல்லாமல் தாழ்வாகவும் இல்லாமல் மிதமாக அலைகள் எழுந்துகொண்டிருந்தன. அமைதியாக இருந்த நீரின் மீது கரையை நோக்கிச் சில்லென்ற காற்று வீசிக்கொண்டிருந்தது.

ஒரு மணி நேரம் கடந்திருக்கும். இரண்டு மூன்று உருவங்கள் கடற்கரையை நோக்கி வருவதைக் கண்டேன். என்னைப்போல் தூக்கம் வராத ஊர் சுற்றிகள் போல என்று எண்ணிக்கொண்டேன். உருவங்கள் குள்ளமாக இருந்ததால் குழந்தைகளோ என்று யோசித்தேன். இந்த வேளையில் குழந்தைகள் தனியாக என்ன செய்து கொண்டிருக்கின்றன? பின்னர் வாலசைவது போல் தெரிந்தது. நாய்களோ என்று நினைத்தேன். முன்னால் வந்த உருவங்கள் மணலில் நடந்தன. பிறகுதான் அவை விநாயகர் உருவங்கள் என்பது எனக்குத் தெரிய வந்தது.

மேலும் உருவங்கள் வரத்துவங்கின. முதலில் வந்தவை நீரை அடைந்து நேரே உள்ளே போய்க்கொண்டிருந்தன. முதலில் கால்கள், பின்னர் தொப்பையும் தோள்களும், அதன் பின்னர் யானை முகம் என அவை அடியில் சென்று மறைவதைப் பார்த்துக்கொண்டி ருந்தேன். உருவங்கள் ஒவ்வொன்றாகக் கடற்கரைக்கு வந்து கடலுக்குள் சென்றுகொண்டிருந்தன. அவற்றின் வழவழப்பான உடல்கள் நிலவொளியில் பளபளத்தன. விட்டு விடுதலையானது போல், அவ்வளவு நளினமாக அவை நடந்தன. ஒவ்வொன்றும் கடலுக்குள் நுழைய, கடவுளுக்கு வழிவிடுவதுபோல நீர் சிற்றலை களாக மாறியது. சில தெய்வங்கள் தண்ணீரில் நுழைகையில் விளை யாட்டாகத் தங்கள் துதிக்கைகளைக் காற்றில் அசைத்தன. எங்கும் அமைதி சூழ, கடவுளர் ஒவ்வொருவராகக் கடலுக்குள் சென்று மறைந்தனர்.

கட்டுண்டவன் போல அமானுஷ்யமான அந்தக் காட்சியை நான் பார்த்துக்கொண்டிருந்தேன். எல்லா சடங்குகளையும் ஒதுக்கித்

தள்ளிவிட்டு கடவுளர் வீடுதிரும்பிக்கொண்டிருந்தனர். பேரின்ப அலைபோல் கடற்கரைக்கு வந்தனர்; அவர்களது களிமண் உருவம் கடலில் சர்க்கரைக் கட்டிகள் போல கரைந்தது. அவர்களது கரையும் உருவங்கள் உப்புக்கடலை இனிமையாக்கிவிடும் என்று தோன்றியது.

மனதில் எங்கோ கேள்விகள் படபடத்துக்கொண்டிருந்தன. தெய்வங்கள் ஏன் திடீரென்று போகவேண்டும்? அவர்கள் நோக்கம் நிறைவேறிவிட்டதா? எதற்காக எழுந்தனர்? எண்ணியதைச் சாதிக்க முடியாததால் திரும்பிச் செல்கின்றனரா? ஒருவேளை அவர்கள் மக்கள் தங்கள் பிரச்சனைகளை தாங்களே பார்த்துக்கொள்ளட்டும் என்று முடிவுசெய்துவிட்டார்களோ? உலக மக்களுக்கு சம்பந்த மில்லாத தங்களுடைய தெய்வீக சிக்கல் ஒன்றிலிருந்து விடுபடுவதற் காக இந்தச் சோதனையை செய்தார்களோ? தமாஷுக்காக ஒரு புரட்சி செய்து இப்போது அந்த விளையாட்டு சலித்துப்போய் திரும்பிச் செல்கின்றனரா? பைட் பைப்பரும் எலிகளும் கதை நினைவுக்கு வந்தது. கடவுளரையே துரத்தும் பைட் பைப்பர் மிகவும் ஆற்றல் கொண்டவனாகத்தான் இருக்க வேண்டும் என்று தோன் றியது.

ஆனால் அந்தக் கேள்விகளும் எண்ணங்களும் நீண்ட நேரம் மனதில் நிற்கவில்லை. மயங்கிய நிலையில் அந்தக்காட்சியை கண்முன் பார்த்துக்கொண்டிருந்த எனக்கு அவை அர்த்தமற்றவை யாகத் தோன்றின. நெடுநேரம் பார்த்துக்கொண்டிருந்தேன். கடலை நோக்கி வந்த உருவங்களின் எண்ணிக்கை கொஞ்சம் கொஞ்சமாக குறையத்தொடங்கியது. இறுதியாக மிகச்சிறிய கடவுள் ஒருவர் குதித்தபடி வந்து குதூகலத்துடன் கடலில் மூழ்கினார். கடல் ஆள் அரவமில்லாததாக ஆனது. நீர் சலனமின்றி ஒளிர்ந்துகொண்டி ருந்தது. என்னை அறியாமல் கடற்கரையிலேயே தூங்கிப்போனேன்.

நான் விழித்துக்கொண்டபோது சூரியன் எழும்பியிருந்தது. சேரியிலிருந்து மக்கள் மலம் கழிக்க நீர் விளிம்பிற்கு வந்துகொண்டி ருந்தனர். கடல் அமைதியாக இருந்தது. இறுக்கமாக உணர்ந்தேன். சோம்பல் முறித்தபடி வீட்டிற்குக் கிளம்பினேன்.

நடக்கையில் முந்தைய இரவின் அதிசயக் காட்சியை எண்ணிக் கொண்டே சென்றேன். உண்மையில் அது நிகழ்ந்ததா அல்லது வெறும் கனவா என்று யோசித்தேன். அப்படி ஒரு காட்சியைக் காண ஆசிர்வதிக்கப்பட்டவனா நான்? நகரத்திற்குத் திரும்பியதும் உண்மை தெரிய வரும் என்று தோன்றியது. உண்மையிலேயே தெய்வங்கள் சென்றுவிட்டிருந்ததால் மக்கள் அதைக் கவனிக்காமல் இருந்திருக்க முடியாது. நகரத்தின் பிற கடற்கரைகளிலும் தெய்வங்கள் செல்வதைச் சிலர் பார்த்திருக்கலாம். ஆனால் உண்மையில் நான் கண்டது மெய்யா அல்லது என் கற்பனையா என்று தெரிந்து கொள் வதில் எனக்கு அக்கறை இல்லை. பார்த்தேன் என்பதே போதும்.

என் குழந்தைப்பருவத்தில் நடந்த ஒன்று நினைவுக்கு வந்தது. நான் வளர்ந்த கிராமத்தில் வயதான ஜோதிடர் ஒருவர் இருந்தார். கொஞ்சம் மறை கழன்றவர். ஒரு நாள் ஏதோ கணக்குகள் போட்டு குறிப்பிட்ட நாளில் பெரும் வெள்ளமும் புயலும் வந்து எல்லா வற்றையும் அடித்துக்கொண்டு போய்விடும் என்று அறிவித்தார். கிராமத்தில் உள்ளவர்களை எல்லாம் எச்சரிக்க ஆரம்பித்தார். அந்த நாளில் எல்லோரும் தங்கள் குடிசைகளை விட்டுவிட்டு ஒரு மலை யுச்சிக்குப் போய்விடும்படி சொன்னார். அவரைப் பார்த்து எல்லோரும் சிரித்தனர்.

நாளாக ஆக ஜோதிடர் பதற்றமடைந்துகொண்டே போனார். கிராமவாசிகளை அவர்களது 'முட்டாள்தனத்திலிருந்து' காப்பாற்ற இங்குமங்கும் ஓடிக்கொண்டிருந்தார். உலகம் அழியப்போகும் நாளைக்கு முந்தைய தினம் தன்னுடைய பொருட்களில் சிலவற்றை மூட்டை கட்டிக்கொண்டு, மக்களை கடைசிமுறையாக எச்சரித்து விட்டு எங்கள் கிராமத்தின் பின்புறம் இருந்த மலையுச்சிக்குப் போய் விட்டார். அது ஏறுவதற்கு மிகவும் கடினமான மலை. உச்சியை அவர் அடைந்தபோது அவரது பாதி உயிர் போயிருக்க வேண்டும். அன்றிரவு தற்செயலாக பெரும் புயல் உருவாகி, மணிக்கணக்கில் மழை பெய்து மரங்களெல்லாம் சாய்ந்தன. காலையில் மழை விட்டபிறகு கிராமத்தினரின் சிறு குழு ஒன்று மலையேறியது. அங்கு அவர்கள் ஜோதிடரின் இறுகிப்போயிருந்த உடலைக் கண்டனர்.

சிறுவனாக இருக்கையில் அதை நான் உணரவில்லை. ஆனால் பல வருடங்கள் கழித்து எனக்கு அது உறைத்தது: கடும் காற்றையும் மழையையும் எதிர் கொண்ட கிழவர் உலகம் அழிவை நெருங்குகிறது என்று மனப்பூர்வமாக நம்பியே இறந்திருக்கக்கூடும். அதுவே அவர் கண்ட மெய்மை; எண்ணிப்பார்த்தால் வேறென்ன மெய்மை இருக்கிறது?

நான் வசித்த குடியிருப்பை அடைந்தேன். என் அறைக்குச் செல்வதற்காக ஏறியவன் நின்று அக்கவுண்டண்ட் கினியின் வீட்டுக் கதவைத் தட்டினேன். கதவைத் திறந்த கினி, தூங்கிவழிந்த விழி களுடன் என்னைப் பார்த்தார்.

'கினி சார், அவங்க போயிட்டாங்க. கடவுள் எல்லாரும் போயாச்சு' என்று சத்தமாகச் சொன்னேன்.

'என்னது? போயிட்டாங்களா?' என்று கண்களைக் கசக்கியபடி முணுமுணுத்தார் கினி. 'எப்படி? எப்போ? ஏன் போனாங்க?' பாதி மூடிய கண்களுடன், ஏதோ துதிப்பாடல்கள் பாடுவதுபோல, வசைகளை முணுமுணுக்க ஆரம்பித்தார்.

○

II
வேட்கைச் சூழல்

தொலைந்த கண்ணி

ரத்னா சென்ற பிறகே ரூமி அதைக் கண்டுபிடித்தாள். அப்போது ரூமிக்கு பதின்மூன்று வயது. ரத்னா அவளைவிட இரண்டு வயது பெரியவள். முதலில் கிராமத்தில் உள்ள பெண்கள் எங்கோ சென்றுவிட்டு சில நாட்களில் திரும்ப வந்துவிடுவது போலவே தன் அக்காவும் எங்கோ சென்றிருக்கிறாள் என்று ரூமி நினைத்தாள். பிறகுதான் அவளுக்கு தன் அக்கா சென்றிருப்பதில் உள்ள விசேஷ அர்த்தம் புரிந்தது.

ரூமி தன் அம்மாவிடம் கேட்டாள் 'ரத்னாவுக்கு என்னாச் சும்மா? எங்க போயிருக்கு?'

அவள் அம்மா முறத்தில் அரிசி புடைத்துக்கொண்டிருந்தாள். புடைப்பதை ஒரு நிமிடம் நிறுத்தினாள். ஆனால் எதுவும் சொல்ல வில்லை. மீண்டும் தன் வேலையைத் தொடர்ந்தாள்.

'அம்மா, ரத்னா எங்க போயிருக்கு?' விடாமல் கேட்டாள் ரூமி.

'ரத்னா சொர்க்கத்துக்கு போயிருக்கு' உணர்ச்சியற்ற குரலில் சொன்னாள் அம்மா.

'அப்படின்னா செத்துப்போயிருச்சா?'

'இல்ல இல்ல. சொர்க்கத்துல இருக்கு. ரொம்ப வசதியா, சந்தோஷமா இருக்கு. உன்னால கற்பனை செய்யக்கூட முடியாது.'

'ஓ, எவ்வளோ ஜாலி! சொர்க்கத்துல என்ன இருக்கும்னு எனக்கு தெரியும். மாணிக்கோட பாட்டி அதப்பத்தி ஒரு கதை சொன்னாங்க.'

சிறிது நேரம் சொர்க்கம் பற்றிய எண்ணங்களில் மூழ்கினாள் ரூமி.

பின்னர் 'அப்படியின்னா ரத்னா திரும்ப வராதா?' என்று கேட்டாள்.

'இல்ல. வரும். வீட்டுக்கு திரும்ப வரும்'

'எப்போ வரும்?'

'இன்னும் கொஞ்ச வருஷம் கழிச்சு. முப்பது வயசுபோல ஆகும்போது வந்துரும்.'

ரூமி இந்தத் தகவலை அசைபோட்டாள். அவளது சிறிய அறிவுச் சேமிப்புக்கிடங்கில் இதையும் சேர்த்துக்கொள்ள வேண்டும்.

பின்னர் அவள் 'ரத்னாவோட கூட்டாளி மாணிக்கும் போயிருச்சே. அதுவும் சொர்க்கத்துக்கா போயிருக்கு?' என்று கேட்டாள்.

'ஆமா அதுவும் போயிருக்கு.'

'அதுவும் திரும்பி வருமா?'

'ஆமாம்'

'முப்பது வயசிலயா?'

'ஆமாம்'

இது கூடுதல் தகவல். இதைச் செரிப்பதற்கு ரூமிக்கு நேரம் பிடித்தது. பின்னர் ஒரு மின்னல் போல அவளுக்கு ஒன்று உறைத்தது; கிராமத்தில் அவள் வயது சிறுமிகள் இருந்தனர்; நடுத்தர வயதுப் பெண்கள் இருந்தனர்; கிழவிகள் இருந்தனர். ஆனால் இளம் பெண்கள், வாலிப யுவதிகள் யாருமிருக்கவில்லை. இளம் பெண்கள் எல்லாம் எங்கே போய்விட்டனர்?

'அம்மா, எல்லா பொண்ணுங்களும் பதினஞ்சு வயசுல சொர்க்கத்துக்கு போயிடுவாங்களா?' என்று கேட்டாள் ரூமி.

அம்மா அரிசியை காற்றில் புடைத்துவிட்டு நிறுத்தினாள். தன் மகளைப் பார்த்தாள்.

'ஆமாம். அப்படித்தான்' என்றாள்.

'சொர்க்கத்துல எல்லாத்தையும் அனுபவிச்சுட்டு திரும்பி வந்துடுவாங்க இல்ல?'

'ஆமாம். பதினஞ்சு வயசுல போவாங்க. கடவுள் அருள் இருந்தா முப்பத்தஞ்சு வயசுபோல ஆகும்போது திரும்பி வருவாங்க.'

'ஏன் பதினஞ்சு வயசுல போகணும்? முப்பத்தஞ்சுல ஏன் திரும்பி வரணும்? எப்பவும் சொர்க்கத்துலயே ஏன் இருக்கக்கூடாது?'

'கடவுள் அப்படித்தான் விதிச்சிருக்காரு. அதெல்லாம் நீ கேள்வி கேட்கக்கூடாது.'

'ஆனா சில பேரு திரும்பி வர்றதில்லையே? காவேரியோட அக்கா வரவே இல்லை.'

‘சிலபேர் வரவே மாட்டாங்க. அவங்க சொர்க்கத்துலயே இருந்துருவாங்க.’

எவ்வளவு புதிய தகவல்கள்! ரூமி தனது சின்ன மூளையை அதிகமாக கசக்கிக்கொள்ள வேண்டியிருந்தது.

சிறிது நேரம் கழித்து அவளுக்கு இன்னொரு கேள்வி எழுந்தது.

‘அம்மா, பசங்க சொர்க்கத்துக்கு போக மாட்டாங்களா? ஏன் போகக்கூடாது?’

‘அவங்க போறதில்ல.’

‘அதான் ஏன்மா?’

‘பசங்க வீட்டுல வேலை பாக்கணும், தோட்டத்துக்குப் போகணும். பொண்ணுங்க போயிட்டா பசங்கதானே வேலை செய்யறாங்க?’

‘ஆமாம்மா’ என்றாள் ரூமி. ‘அப்போ பூர்ணா சொர்க்கத்துக்கு போகமாட்டானா?’

‘இல்ல. அவன் நம்மளோடதான் இருப்பான்.’

பூர்ணா ரூமியின் தம்பி. அவனுக்குப் பத்து வயதாகிறது.

அன்று சொர்க்கம் பற்றிய சித்திரம் ஒரு விதையாக ரூமியின் மனதில் ஆழமாக ஊன்றப்பட்டது. அது கற்பனைகளின் தொகையாக, இன்பம் நிறைந்த அமானுஷ்யக் காட்சிகளாக, புனிதமான உணவுவகைகளாக, தேனாக, படுத்தவுடன் இன்பத்தில் மிதக்கச் செய்யும் படுக்கைகளாக, கற்பனையும் செய்யமுடியாத ஆயிரக்கணக்கான சொகுசுகளாக மடமடவென வளர்ந்தது.

இந்த அறிதலை ரூமி தனக்குள்ளேயே வைத்துக்கொண்டாள். அதைப்பற்றி தன் தோழிகளிடம் பேசவில்லை. அது மிகமிக அரிதானதென்று அவள் உள்ளுணர்வு சொன்னது. மிகவும் மென்மையானது. அடுத்தவர்களுக்குச் சொல்வதாலேயே உடைந்து விடக்கூடியது.

அதே காரணத்தால் ரூமி தன் தாயிடம் அடுத்த கேள்வியை கேட்கவில்லை: விரைவில் அவளும் சொர்க்கத்திற்குச் செல்வாளா? அந்தக் கதையில் புரியாத இழைகள் இருந்தன. திரும்பிவந்த ஒரு பெண்ணை ரூமி அறிவாள். அவள் மெலிந்துபோய் விரைவில் கிழடு தட்டிப் போனவளாகத் தெரிவாள்; எப்போதுமே நோயுற்றிருப்பாள். அவளுக்கு என்ன வியாதி என்று யாரும் விளக்க மாட்டார்கள். அவள் சீக்கிரம் இறந்துவிடுவாள் என்று கிராமத்துப் பெண்கள் சொல்லிக்கொள்வார்கள்.

அந்தப் பெண்ணைப்பற்றிய எண்ணமும் மற்ற புதிர்களும் தன் பொம்மையுடன் இருக்கையில் ரூமிக்குத் தோன்றாது. பொம்மையுடன் இருக்கும்போது அவள் கற்பனை எங்கோ மேலே மேலே பறக்கும். அந்தப் பொம்மை பூமியில் பிறக்கும்படி சபிக்கப்பட்ட

ஒரு அப்சரஸ் கன்னி என்பது அவள் எண்ணம். பேரின்ப சொர்க் கத்தின் அடையாளமான அந்தப் பொம்மை அவளில் ஏற்படுத்திய கற்பனைக் காட்சிகளில் அவள் மூழ்கியிருந்தாள்.

மற்ற நேரங்களில் அதைக் கண்ணில் படாதபடி ஏதோ ஒரு மூலையில் ஒளித்துவைத்திருப்பாள். பூர்ணா கண்ணில் பட்டால் அதை நாசம் செய்துவிடக்கூடும். பொருட்களை அக்கு வேறு ஆணி வேறாகச் செய்வதில் மகிழ்பவன். மிகவும் அழகாக ஒரு காலத்தில் இருந்த பொம்மை இப்போது மிகவும் அழுக்காகி வெளிறிப் போயி ருந்தது. மணியாலான அதன் ஒரு கண்ணைக் காணவில்லை. நீள மான சிவப்புப் பாவாடை சாயம்போயிருந்தது. ரூமியின் தாய் மாமன் ஒருவர் பல வருடங்களுக்கு முன் அதை மும்பையிலிருந்து வாங்கிவந்திருந்தார். மும்பையில் போதைமருந்து விற்று நன்றாக சம்பாதித்தவர். ரூமியின் தாய் தனது சகோதரனை நினைக்கும் போதெல்லாம் அழுவாள். அவர் மூன்று வருடங்களுக்கு முன் மும்பையில் ஒரு தகராறில் குத்திக் கொல்லப்பட்டிருந்தார்.

முடிவெடுக்கும் நாள் விரைவிலேயே வந்தது. அன்று மாலை ரூமியின் தந்தை வழக்கம்போல் வீட்டுக்கு வந்தார். அதிகாலையி லிருந்து மாலை வரை பண்ணையில் கூலி வேலை செய்பவர் அவர். அந்தக் கிராமத்தில் குடிக்காமல் வீடு திரும்பும் வெகு சிலரில் அவர் ஒருவர். ரூமியின் அம்மா அப்படி ஒரு கணவனை தனக்குக் கொடுத்த தற்காக தெய்வத்திற்கு எப்போதுமே நன்றி சொல்வாள்.

மண்ணெண்ணெய் விளக்கொளியில் ரொட்டியும் பருப்பும் சாப்பிட்டுவிட்டு ரூமியின் தந்தை தன் மனைவியை அழைத்தார்.

'நாளை காலையில படேல் வீட்டுக்கு வருவான்.'

கொஞ்சம் அதிர்ந்த ரூமியின் தாய் 'எதுக்கு?' என்று கேட்டாள்.

'அவன் ரூமிய பார்க்கணுமாம்.'

'என்ன சொல்றீங்க?' தாயின் குரல் கம்மியது.

'நாம ரூமிய அனுப்பலாம். முடிவு செய்யிறதுக்கு முன்ன அத பார்க்கணும்னு சொல்றான்.'

'ஐயோ கடவுளே! அதுக்குள்ளயா அத அனுப்பப்போறீங்க?'

'ஏய், அதுக்கு இப்பவே பதினாலாவுது. எதுவுமே சீக்கிரம் இல்ல.'

'நீங்க கொஞ்சம் காத்திருக்கலாம்! பதினஞ்சாவது முடியட்டுமே?'

'இருக்கலாம். ஆனா நிலைமை மோசமாயிட்டே போவுது. கடன் தொல்லை பெரிசாயிட்டே போவுது. வட்டிக்காரன் இன்னிக்கு பண்ணைக்கு வந்து மிரட்டிட்டுப் போறான்.'

ரூமியின் தாய் மௌனமானாள். பின்னர் 'படேல் எவ்ளோ கொடுப்பான்?' என்றாள்.

'இனிமேதான் முடிவு செய்யணும். அத பாத்துட்டு ஒரு தொகைய சொல்லுவான்.'

ரூமியின் தாய் சிறிதுநேரம் பேசாமலிருந்தாள்.

பின்னர் 'படேல் நாளைக்கு வரான்னு ரூமிகிட்ட சொல்லு. அவன் முன்னால ஒழுங்கா நடந்துக்கணும்' என்றார் தந்தை.

கோழிக்குஞ்சுகளை கூடையில் அடைத்துக்கொண்டிருந்த ரூமியை அழைத்தாள் அம்மா.

'ரூமி, படேல் மாமா நாளைக்கு காலைல இங்க வராரு.'

'எதுக்கு?'

'உன்ன பாக்க. நீ ஒழுங்கா இருந்தா உன்ன கூட்டிட்டு போவாரு'

'எங்க கூட்டிட்டு போவாரு?'

'உனக்குத் தெரியாதா? கிராமத்துப் பொண்ணுங்கள்லாம் எங்க போவாங்களோ அங்கதான்.'

'சொர்க்கத்துக்கா?'

'ஆமாம். இப்ப உனக்கு வாய்ப்பு. உன்ன ஏத்துக்கிட்டா நீ எப்பவும் சொகுசா இருக்கலாம்.'

'ஆனா...'

'என்ன ஆனா?'

'நான் இவ்ளோ சீக்கிரம் போகணும்னு நினைக்கவே இல்ல. எனக்கு...'

'என்ன?'

'இன்னும் கொஞ்ச நாள் உன்னோட இருக்கணும்மா எனக்கு. ரொம்ப ஆசைம்மா எனக்கு.'

அம்மா அவஸ்தையுடன் எச்சிலை விழுங்கினாள். பின்னர் தன் குரல் கம்மியது தெரியாமல் 'ஆனா நீ சொகுசா சந்தோஷமா வாழப்போற' என்றாள்.

'எனக்கு தெரியும். ஆனா... இருந்தாலும் உங்க ரெண்டு பேரோடயும்... பூர்ணாவோட... இன்னும் கொஞ்ச நாள் இருக்கணும் எனக்கு...'

'அது நம்ம கையில இல்லம்மா. படேல் மாமா அப்புறம் வராமயே போயிட்டா?'

அன்றிரவு ரூமிக்கு உடனே தூக்கம் வரவில்லை. முரண்பட்ட உணர்ச்சிகள் அலைக்கழித்துக்கொண்டிருந்தன. கனவிலும் கண்டிராத சொகுசுகளும் இன்பங்களும் நிறைந்த, அவளுக்கெனத் திறக்கும் ஒரு புது உலகிற்குச் செல்வதில் உள்ள கிளர்ச்சி ஒரு பக்கம் இருந்தாலும் பெற்றவர்களையும் தம்பியையும் பிரியவேண்டியிருக்கும்

என்பது அவள் இதயத்தை வலிக்கச் செய்தது. இங்குமங்குமாக ஊச லாடிய மனம் அவளைக் குழப்பத்தில் மூழ்கடித்தது. எதிரெதிர் காற்றுகளிடையே சிக்கிக்கொண்டவளின் மனம் மரத்துப்போனது.

மறுநாள் தந்தை எப்போதும்போல் அதிகாலையில் வேலைக்குப் போகவில்லை. அம்மா ரூமியைக் குளித்துவிட்டு உள்ளதிலேயே நல்ல உடைகளைப் போட்டுக்கொள்ளும்படி சொன்னாள். அவையுமே பழையவைதான். படேல் வருவதற்காக அவர்கள் காத்திருந்தனர்.

ஓரிரு மணிநேரம் கழித்து படேல் வந்தான். ரூமியின் தாய் தரையில் விரித்திருந்த துணியில் அமர்ந்துகொண்டான்.

படேலும் ரூமியின் தந்தையும் பேசிக்கொண்டிருந்தார்கள். வீட்டிலிருந்த பிடி உடைந்த ஒரே கோப்பையில் விருந்தாளிக்கு தேநீர் கொடுக்கப்பட்டது.

ரூமியைக் குடிசையில் ஒரு கொடியில் விரித்துப் போடப்பட்டி ருந்த சேலைக்கு அந்தப் பக்கமாக உட்காரச் சொல்லியிருந்தனர். பின்னர் அவள் தந்தையால் அழைக்கப்பட்டாள்.

கோப்பையைக் கீழே வைத்துவிட்டு ரூமியைப் பார்த்தான் படேல். அவன் இருமுனையும் மேல்நோக்கி சுருட்டிவிடப்பட்ட பெரிய மீசை வைத்திருந்தான். வெற்றிலைச் சாறால் அவன் உதடுகள் சிவந்து போயிருந்தன. இப்போது புதிதாக ஒரு வெற்றிலைச்சுருளை வாய்க்குள் செருகிக்கொண்டான்.

‘அழகான பொண்ணு வெச்சிருக்கீங்க. இன்னும் ரெண்டு வருஷத்துல அசத்தலா ஆயிடுவா’ என்றான் படேல்.

‘கடவுளோட அருள்’ என்றார் ரூமியின் தந்தை.

‘உனக்கு இருமல் அதிகம் உண்டா?’ என்று கேட்டான் படேல்.

ரூமி இல்லை என்பதாகத் தலையாட்டினாள்.

‘டிபி மாதிரி எதுவும் இல்லயே?’

‘கடவுள் கிருபையால அதெல்லாம் ஒண்ணும் இல்ல’ என்றார் ரூமியின் தந்தை.

படேல் குடிசையின் ஓரமாக சிவப்பான எச்சிலைத் துப்பி னான்.

‘அப்போ நாம விஷயத்தப் பேசுவோம்’ என்றான்.

‘ஆமாம். ரூமி கண்ணு, நீ போய் கொஞ்ச நேரம் வெளியில விளையாடு.’

ரூமி வெளியே சென்றாள். படேல் சென்றபிறகே அம்மா அவளை அழைத்தாள். அதற்குள் ரூமியின் தந்தை அவசரமாக வேலைக்குச் சென்றிருந்தார்.

‘படேல் மாமா என்ன சொன்னாரும்மா?’ என்று ரூமி கேட்டாள். ‘நான் போகப்போறேனா?’ ‘ஆமா, நாளைக்கு’ என்றாள் அம்மா.

‘நாளைக்கா?’

‘ஆமா’ என்று ரூமியைப் பார்க்காமல் சொன்னாள் அம்மா.

ரூமி அம்மாவைப் பார்த்தாள். கண்களில் நீர் வழியத் தொடங்கியது. விசும்பலை அடக்க முயன்றாள்.

அம்மா அவளைப் பார்த்தாள். அணைத்துக்கொண்டு ‘அழாதே’ என்றாள். அவள் குரல் அடைத்துக்கொண்டது.

ரூமி தாயை இறுக்கமாக அணைத்துக்கொண்டாள்.

‘நான்தான் சொன்னேன் இல்ல, நீ சொர்க்கத்துக்கு போகப் போறன்னு’ என்றாள் அம்மா. ‘சொர்க்கம் மாதிரியான அந்த இடத்துல எல்லா வசதியும் இருக்கும்.’

‘ஆனா எனக்கு உன்னோட இருக்கணும்மா.’

‘கவலைப்படாத. கொஞ்சம் வருஷம் கழிச்சு நிறைய காசோட நீ திரும்பி வந்துரலாம். அப்புறம் நாம எல்லாரும் சந்தோஷமா இருக்கலாம். இப்ப சாப்பிட்டுட்டு வெளிய போய் விளையாடு. உனக்கு எந்த வேலையும் இன்னிக்கு கிடையாது. நாள் முழுக்க சந்தோஷமா இரு. உன் கூட்டாளிங்களோட விளையாடு. இதப்பாரு, யாருகிட்டயும் படேல் மாமாவோட போறேன்னு சொல்லிடாத.’

ரூமி வெளியே சென்றாள். ஆனால் அவளுக்கு விளையாடத் தோன்றவில்லை. குடிசைக்கு வெளியே சும்மா நின்றுகொண்டிருந்தாள். வெறுமனே சுற்றிவந்தாள். இந்தக் கிராமத்தை நாம் இனிமேல் பார்க்கவே போவதில்லை என்று அவளுக்குத் தோன்றியது. அல்லது மீண்டும் பார்ப்பதற்கு வெகு காலம் ஆகலாம். ஆம், பிறந்து இன்றுவரை வாழ்ந்த ஊர்; அதுவே அவள் உலகமாக இருந்தது. ஆயிரக்கணக்கான நினைவுகள் அவள் மனதை நிறைத்தன; நூற்றுக்கணக்கான சின்னஞ்சிறு விஷயங்கள், ஆனால் எல்லாம் இப்போது புதிய அர்த்தம் கொண்டிருந்தன. துணைக்கண்டத்தின் வடக்கே, மலைகளுக்கு மேலாக இன்னும் பெரிய மலைகளின் அடிவாரத்தில் சில குடிசைகளின் தொகுப்பான அவளுடைய சிறு கிராமம். தன் ஊர் மீது அவளுக்கிருந்த பற்று அப்போதுதான் அவளுக்கு முதல்முறையாக உறைத்தது. குடிசைகளின் தொகுதியை, மலைச்சரிவில் விவசாயம் செய்யப்பட்டிருந்த சிறு நிலப்பரப்புகளை, பள்ளத்தாக்கை, தொலைவிலிருந்த மலைகளை எல்லாவற்றையும் பார்த்தாள். அன்று நல்ல காற்று இருந்தது. எல்லா பக்கங்களிலிருந்தும் வீசிய காற்று அவள் கூந்தலை அலைபாயச்செய்தது. அவள் உள்ளுணர்வு இந்தக்காற்றை இனி தான் ஒருபோதும் சுவாசிக்கப்

போவதில்லை என்று சொன்னதுபோல, தூய்மையான அந்த மலைக் காற்றை ஆழமாக பலமுறை சுவாசித்துக்கொண்டாள்.

ரூமி நாள்முழுக்க ஒவ்வொன்றாகப் பார்த்துக்கொண்டும், சில சமயம் எதையும் பார்க்காமலும் கிராமத்தைச் சுற்றிவந்தாள். பிற்பகலில் வெகுநேரம் கழித்து திரும்பி வந்தவள் தனது படுக்கை விரிப்பில் விழித்தபடி படுத்திருந்தாள். வெகுநேரம் இறுக்கமாக இருந்தது. அம்மா ஏதோ இனிப்புப் பலகாரம் செய்துகொண்டிருந்த மணம் அந்தச் சின்ன குடிசையை நிரப்பியது. பின்னர் அவளை அழைத்துச் சாப்பிடக் கொடுத்தாள் அம்மா. துருப்பிடித்த சிறு டப்பாவில் இனிப்புத்துண்டங்களை நிரப்பியபடி 'இது நீ நாளைக்கு போகும்போது எடுத்துட்டுப் போக' என்று புன்னகையுடன் சொன்னாள்.

மண்ணெண்ணெய் விளக்கொளியில் எல்லோரும் ரொட்டியை சாப்பிட்ட பின்னர் அம்மா அவசரமாக விளக்கை அணைத்தாள். மண்ணெண்ணெய் விலைகூடியது. தேவையில்லாமல் எரிக்கக் கூடாது.

கொடியின் மேல் போடப்பட்டிருந்த புடவைக்குப் பின்னால் தனது படுக்கைவிரிப்புக்குத் திரும்பினாள் ரூமி. பூர்ணாவும் அவள் அருகில்தான் தூங்குவான். குடிசையை இரு பகுதியாகப் பிரித்தது மெல்லிய சேலை. குடிசையால் கொடுக்கமுடிந்த அந்தப்புரம்.

பூர்ணா சீக்கிரம் தூங்கிவிட்டான். ரூமி கண்களை மூடியபடி படுத்திருந்தாள். வழக்கம்போல அவளது பொம்மை கைகளில் இருந்தது. ஆனால் அவளுக்குத் தூக்கம் இல்லை. பிணம் போல் அசையாமல் மணிக்கணக்கில் அவள் படுக்கையில் கிடந்தாள்.

நடு இரவில் அம்மா இருந்த பக்கத்திலிருந்து மெல்லிய சத்தம் கேட்டது. மெல்லியதாக இருந்தாலும் அது நிச்சயமாக அழுகைச் சத்தம்தான். அம்மா அழுதுகொண்டிருந்தாள்.

ரூமியின் அப்பா தூங்கிவழிந்த தன் முரட்டுக் குரலில் மனைவியை அழைத்தார். பின்னர் சிறிது சத்தமாக, கொஞ்சம் விழித்துக் கொண்டு மீண்டும் அழைத்தார்.

'என்னால தூங்க முடியல. ரூமி நாளைக்கு போயிடும்' என்றாள் அம்மா.

'பொண்ணுங்க எப்படியும் போய்த்தானே ஆகணும். நமக்கு பூர்ணா இருக்கான் இல்ல...'

'எனக்கு தெரியும், ஆனா...'

தந்தை எதுவும் சொல்லவில்லை. அம்மாதான் அழுகைக்கு நடுவே மீண்டும் பேசினாள்:

'அந்த ஊர்ல போய் ரூமி எப்படி இருக்கும்னு என்னால தாங்கவே முடியல...'

'எல்லாம் நல்லாத்தான் இருக்கும்'

'கற்பழிப்பாங்க, அடிப்பாங்க...'

'அதெல்லாம் உண்மையில்ல. அது நிறைய சம்பாதிக்கும். வசதியா இருக்கும். சந்தோஷமா இருக்கும்.'

அது உண்மையல்ல என்று ரூமியின் தந்தைக்குத் தெரியும் என்பது அம்மாவுக்கும் தெரியும். 'பணத்தை வெச்சுக்கிட்டு என்ன செய்ய?' என்றாள் அம்மா. 'அந்த மாதிரி ஒரு வாழ்க்கை... ஒரு கூண்டுல...'

'யாரு என்ன செய்யமுடியும்? ஊர்ல எல்லா பொண்ணுங்களும் இப்படி போறவங்கதான். ரூமிய நான் அனுப்பமாட்டேன்னு சொன்னா படேலோட ஆளுங்க என்ன கொன்னுட்டு ரூமிய தூக்கிட்டுப் போயிடுவானுங்க'

'எனக்கு தெரியும். நான் உங்கள எதுவும் சொல்லல. ஆனா...'

சிறிது நேரம் மௌனம். பின்னர் 'கொடுமை... இதெல்லாம் கொடுமை' என்றாள் அம்மா.

'இதப்பத்தி யோசிக்காம இருந்தா நல்லது. தலையெழுத்து போல நடக்கும். பேசாம தூங்கு.'

குழந்தைகள் இருவரும் நிம்மதியாகத் தூங்கிவிட்டதாக நினைத்துக்கொண்டு கணவனும் மனைவியும் பேசிக்கொண்டிருந்தனர். நன்றாக விழித்திருந்த ரூமி ஒரு வார்த்தை விடாமல் கேட்டுக்கொண்டிருந்தாள். அவர்கள் சொன்னது எதுவும் முழுதாக அவளுக்குப் புரியவில்லை. மூளையை கசக்கிப் புரிந்துகொள்ள முயன்றாள். பெற்றோர் பேசிக்கொண்டிருந்தது நின்றுவிட்டது என்பது நிச்சயமானவுடன், புடவைத் திரைக்கு மறுபுறம் ரூமி முகத்தைத் திருப்பிக்கொண்டு பொம்மையை நெஞ்சோடு அணைத்துக் கொண்டு படுத்தாள். ஒவ்வொரு இரவும் கிராமத்து நாய்கள் நடு இரவில் குரைத்துக்கொண்டு பெரும் அமளி செய்யும். அதற்குள் ரூமி தூங்கியிருப்பாள். ஆனால் இன்று அவள் இரவின் மௌனத்தில் நாய்களின் சண்டையையும் ஊளையையும் கேட்டாள். சிறிதுநேரம் கழித்து நாய்கள் ஓய்ந்தன. ஆனால் தனித்து விடப்பட்ட ஒரு விலங்கு மட்டும் இரவு நெடுநேரம் ஓலமிட்டபடி இருந்தது.

◯

கூண்டுக்குள் பெண்கள்

1

குல்ஷன்பாய் நடத்திவந்த பாலியல் விடுதியில், அடுத்தடுத்த அறைகளிலாக இரண்டு கூண்டுகள் இருக்கும். உண்மையில் அந்தக் கூண்டுகளை, ஃபோரஸ் சாலை வழியாகச் செல்லும் வாடிக்கை யாளர்களின் பார்வைக்கு பொருட்களை வைக்கும் ஜன்னல்கள் என்று சொல்லலாம். பிரிட்டிஷ் ஆட்சியில் ஃபோர்ஷோர் சாலை என்று இருந்தது மருவி ஃபோரஸ் சாலையாகிவிட்டது. இப்போது உலகப் புகழ் பெற்ற ஃபாக்லாண்ட் சாலையருகே இருப்பதுதான் ஃபோரஸ் சாலை.

கூண்டுகளின் கம்பிகளைப் பிடித்துக்கொண்டு வாடிக்கையைக் கவரும்படி பெண்கள் நின்றிருப்பார்கள். குல்ஷன்பாயின் பாலியல் விடுதியில் எட்டு பெண்கள் இருந்தனர். ஒரு கூண்டில் நான்கு பேர். இரு அறைகளுக்கும் நடுவே கதவு இருந்தாலும் சுவற்றின் அந்தப் பக்கம் இருந்த நால்வரும் அங்கேயே இருப்பார்கள். மற்ற நால்வரும் இந்தப் பக்கம். கூண்டுகளின் இரண்டு பக்கமும், நடையிலும், ஒட்டி யிருந்த சிறு தடுப்புகளிலும் பெண்கள் தாராளமாகப் போய் வரலாம். குல்ஷன்பாய் வேலைக்கு வைத்திருந்த பையனிடம் பெண்கள் டீயும் சாப்பாடும் வாங்கிவரச் சொல்வார்கள். அதனால் அவர்களுக்கு வெளியே செல்ல வேண்டிய தேவையே இருக்காது. சிறிய வேலை எதுவும் இருந்தால் வெளியே போய்விட்டு வரலாம். ஆனால் வெளியில் செல்லும்போது மரியாதைக்கு குல்ஷன்பாயிடம் எங்கு போகிறோம் என்பதை சொல்லிவிட்டே போவார்கள். குல்ஷன்பாய்

அலட்டிக்கொள்ளாமல் தன் பெண்கள்மீது ஒரு கண் வைத்தபடியே இருப்பாள். எப்படியும் எந்தப் பெண்ணும் தப்பிச் செல்லும் கனவு கூட காணமுடியாது. அந்த வகையில் அப்பெண்கள் கூண்டில் அடைக்கப்பட்டிருந்தார்கள் என்றே சொல்லலாம். ஆனால் என்ன, சிறிய குடியிருப்பில் ஜன்னல் கம்பிகளுக்கு வெளியே பார்த்துக் கொண்டு, கணவனுக்குத் தேவையானபோது தட்டாமல் தன் உடலைக் கொடுத்துக்கொண்டு இருக்கும் மனைவியும் கூண்டில் தானே அடைபட்டிருக்கிறாள்?

சரஸாதான் சரஸ்வதியின் சுருக்கம். அந்த நிறுவனத்தின் மூத்த பணியாள். பதினைந்தாண்டுகளுக்கு மேலாக அவள் குல்ஷன்பாயின் பாதுகாப்பில் இருக்கிறாள். அவளுடைய தொழிலில் மூப்பு என்பது சேர்த்துவைக்கும் சொத்து இல்லை. அதற்கு எதிர்மாறானது. சரஸா விற்கு வயதாகிக்கொண்டிருந்தது. தன் தொழிலில் அதிக நாள் நீடிக்க முடியாத நிலை. அவளுக்கு தன் சரியான வயது தெரியாது. முப்பது முடிந்து நிறைய வருடங்கள் ஆகியிருக்கும் என்பது மட்டும் நிச்சயம். வயதைக் கேட்டால் அவள் இருபத்தைந்து என்பாள். ஆனால் யாரும் நம்புவதில்லை.

சரஸாவிற்கு வாடிக்கை கிடைப்பதென்பது நாளுக்கு நாள் பெரும்பாடாகிக் கொண்டிருந்தது. அவளது பழைய வாடிக்கையா ளர்கள், தொடர்ந்து ஆதரவளித்தவர்கள் எல்லாம் அவளைக் கை விட்டுவிட்டனர். ஓரிருவர் இன்னும் வருவதுண்டு. ஆனால் எப்பொழுதாவது வருபவர்கள்தான் அவர்கள். அவளிடம் பெரிய சவால் இருக்காது என்பதற்காகவும் அவ்வளவாகப் பயப்பட வேண்டாம் என்பதற்காகவும் வரும் ஒரு கற்றுக்குட்டியும் உண்டு. அவர்களையறியாமலேயே ஒருவகையில் அவளைத் தாயின் வடிவ மாகப் பார்த்தனர்.

அன்று காந்தி பிறந்த நாள். காலை பதினோரு மணிக்கெல்லாம் தயாராகி கூண்டின் கம்பிகள் முன் வந்து நின்றாள். அந்த நேரத்தில் தெருவில் நடமாட்டம் குறைவாகவே இருக்கும். அதுவும் அன்று காந்தி ஜெயந்திக்காக அரசு விடுமுறை என்பதால் இன்னும் குறை வாக இருந்தது. ஆனால், காந்தி பிறந்த நாளாக இருந்தாலும், அவர் சொர்க்கம் சென்ற நினைவுநாளாக இருந்தாலும் கூண்டில் இருக்கும் பெண்களுக்கு விடுமுறை கிடையாது. உண்மையில், விடுமுறை நாளென்றால் வாடிக்கையாளர் வருகை அதிகமாக இருக்கும்.

பகலில் அந்த நேரத்தில் அபூர்வமாகவே ஒரு வாடிக்கையாளர் வரக்கூடும். அந்த வழியில் போகும் யாராவது ஒருவர் தூண்டப்பட்டு வரலாம் என்ற நம்பிக்கையில் சரஸா கூண்டில் நின்றுகொண்டி ருந்தாள். பாலியல் விடுதியில் இருந்த மற்ற பெண்கள் நன்றாகத்

தூங்கிக் கொண்டிருந்தார்கள். மிகவும் பிந்தியே அவர்கள் கூண்டு களுக்கு வரக்கூடும். ஃபோரஸ் சாலையில் நாளே தாமதமாகத்தான் தொடங்கியது. பெண்கள் விடிகாலையில் தூங்கச்சென்று பிற்பகல் நேரம் கழித்துத்தான் எழுந்திருப்பார்கள். போட்டிக்கு வரக்கூடிய வர்கள் வெறுப்புடன் குறட்டைவிட்டு உறங்குகையில், ஒரு கிராக்கி யைப் பிடித்துவிடலாம் என்று நினைத்தாள் சரஸா.

முந்தைய தினத்திலிருந்து அவளது பதற்றம் அதிகரித்திருந்தது. குல்ஷன்பாய் கூப்பிட்டு இன்னும் சரியாக ஒரு மாதத்தில் அவள் இடத்தைக் காலிசெய்ய வேண்டுமென்று சொல்லியிருந்தாள். வேலை யில்லாமல், குடியிருக்கக் கூரையில்லாமல் இருக்கவேண்டும் என்ற எண்ணம் பெரும் பூதம்போல கண் எதிரில் எழுந்து பயமுறுத்தியது. சொல்லிக்கொள்ளும்படி அவளுக்குச் சொந்தக்காரர்கள் இல்லை. போவதற்கு ஒரு இடமும் கிடையாது. அவள் தெருவில்தான் நிற்க வேண்டும். ஏதோ கொஞ்சம் பணம் சேர்த்து குல்ஷன்பாயிடம் கொடுத்துவைத்திருக்கிறாள். குல்ஷன்பாயும் கருணைக் கொடை போல கொஞ்சம் தரக்கூடும். சுமாரான தொகையாக இருந்தாலும் அந்தப் பணம் திரும்பிப்பார்ப்பதற்குள் கரைந்துவிடும் என்பது சரஸா வுக்குத் தெரியும். யாரும் அவளுக்கு வேலை கொடுக்க மாட்டார்கள். தெருவில் கடைவைத்து பிழைக்கலாம். பூ வியாபாரம் போல் எதுவோ செய்யலாம். அது தெருவில் பிச்சை எடுப்பதில்தான் சென்று முடியும். முகவரியில்லாதவளாக இறந்து அரசு மருத்துவமனையில் மருத்துவம் படிப்பவர்களுக்குப் பயன்படும் எண்ணிடப்பட்ட ஒரு பிணமாக ஆகவேண்டியதுதான்.

தெருவில் பாலியல் விடுதியை நோக்கி பத்யே வருவதைப் பார்த்த சரஸாவின் சிந்தனை தடைபட்டது. எப்போதும் அவளிடம் விசுவாசமாக இருந்த அந்தக்கால வாடிக்கையாளர் சிலரில் அவனும் ஒருவன். உறவு வைத்துக்கொள்வதைவிட தொடர்புவிட்டுப் போகாமல் இருக்கவேண்டும் என்பதற்காக பதினைந்து நாட்களுக்கு ஒருமுறை வருவான். ஐம்பது வயதைத் தாண்டிய அவனுக்கு காமம் பெரிதல்ல. சரஸாவின் அறிவாளி வாடிக்கையாளர்களில் அவனொருவன். மராத்தி பத்திரிகையாளன். உலக நடப்புகள் பற்றி சுவாரசியமான விஷயங்களை பத்யே சொல்வான். படிப்பறிவும் இல்லாத சரஸாவுக்கு அவை வேறெப்படியும் கிடைக்க வாய்ப்பில்லை. இந்தக் காரணத் திற்காகவே சரஸா அவன் தொடர்பை மதித்தாள். அத்துடன் பல வருடப் பழக்கத்தில் அவர்களிடையே ஒருவித நட்பும் ஏற்பட்டி ருந்தது. கட்டடத்திற்குள் நுழைந்த பத்யே பார்வையிலிருந்து மறைந் தான். கூண்டிற்கு மறுபுறம் திரும்பி பத்யே நுழைவதற்குக் காத்தி ருந்தாள் சரஸா.

2

தடுப்பறையில் இருந்த படுக்கையில் பத்யே கைகால்களை விரித்துப் படுத்திருக்க சரஸா ஓரத்தில் உட்கார்ந்திருந்தாள். பத்யே எப்போதும் உறவு கொள்வதற்கு அவசரப்பட்டதில்லை. அவர்கள் பேசிச் சிரித்துக்கொண்டிருந்தார்கள். சரஸாவின் மனதில் குல்ஷன் பாய் கொடுத்திருந்த கெடுவும் அவளது எதிர்காலமுமே ஓடிக்கொண் டிருந்தன. இந்த விஷயத்தில் பத்யேவிடம் யோசனை கேட்க நினைத்தாள். ஆனால் இந்த நாட்டில், ஒருவரைச் சந்தித்தவுடன் தன் மனதில் இருப்பதைச் சொல்வது பண்பாடாகாது. இறுதியில் தான் சொல்லவேண்டும். அதுவும் பத்யே ஒரு வாடிக்கையாளன் தான். அவனைக் கவனிக்க வேண்டியதே முதல் கடமை, அன்றாட வாழ்க்கை பற்றிய கேள்விகளைக்கேட்டு அவனைச் சங்கடப்படுத்தக் கூடாது.

'உலகத்தில என்ன நடக்குது?' என்று எப்போதும் போல் கேட் டாள் சரஸா.

'புதுசா ஒண்ணுமில்ல. எல்லாம் பழசுதான். தீவிரவாதி தாக்கு தல்; உத்தரப்பிரதேசத்துல தேர்தல்; அயோத்தி கோயில் பிரச்சனை மோசமாயிட்டே போகுது.'

பத்யே நிறுத்தினான். 'இந்த அரசியலெல்லாம் எனக்கு வெறுத்துப் போச்சு. அனுமதி கிடைக்கும்போது அரசியல் இல்லாத விஷயங்களைப் பத்திதான் எழுதுறேன்.'

'எந்த மாதிரி விஷயங்க?'

'கலாச்சார நிகழ்வுகள். கலாச்சாரம்னா தெரியுமில்ல? உண்மையில எதுக்கும் உதவாத விஷயங்க.'

'ஆமாமாம், தெரியும்.'

'சமீபத்துல நோபல் பரிசு வாங்கினவங்கள பத்தி எழுதினேன்'

'நோபல் பரிசுன்னா?'

'உலகத்துலயே உயர்ந்த பரிசு. எப்படியுமே இந்தியாகாரங்களுக்கு கிடைக்காதது.'

'ஆமாமாம்.'

'நான் ஒரு ஆள பத்தி எழுதினேன்ல? அந்த ஆளு ஐரோப் பாவில இருக்கற பாலியல் தொழிலாளிகளுக்கெல்லாம் நன்றி சொல்லியிருக்காரு. தன்னோட கலையில அவர் ஈடுபட்டிருக்கும் போது அவங்க தான் அவரை நிம்மதியா சொகுசா வெச்சுக்கிட்டாங் களாம்.'

'நிஜம்மாவா? கேக்கவே நல்லாருக்கு. தனக்கு சந்தோஷம் கொடுத்த பொண்ண நினைச்சு பாக்குறதே எவ்வளவு நல்ல எண்ணம்! இல்லைன்னா எங்கள யாரு நினைக்கிறாங்க?'

‘ஆமாம், நீ சொல்றதும் சரிதான்’

‘அந்தாளு எங்கிட்ட வந்தார்னா நான் காசே வாங்கமாட்டேன்.’

‘ஓ, உலகப்புகழ் பெற்ற எழுத்தாளர்... இங்க ஃபோரஸ் ரோடுல உன்கிட்ட... கனவு ஏதும் காண்றியா?’

‘எப்படியிருந்தாலும் அவர் வந்தார்னா அவருக்கு இனாம் தான்.’

‘இப்பத்தான் நினைவுக்கு வருது சரஸா, அந்த எழுத்தாளரோட முன்னோரெல்லாம் இந்தியாக்காரங்களாம். உத்தரப்பிரதேசத்தில விவசாயம் செஞ்சவங்க.’

‘அப்படியா?’

‘ஆமாம். அவங்க வாரிசுங்க யாராவது உத்தரப்பிரதேசத்திலேயே இருந்தாங்கன்னா யாராவது உன்கிட்ட வந்திருப்பாங்க.’

‘தெரியுதா?’

‘இரு இரு. அவரு இந்தியாவிலேயே இருந்திருந்தா உலகப்புகழ் பெற்ற எழுத்தாளரா ஆகியிருக்க மாட்டாரு. அதுக்கென்ன சொல்ற?’

அந்த விஷயம் சலித்துப்போக அவர்கள் உறவுகொள்ள ஆரம்பித்தனர். மும்பையில் எப்போதும் இருப்பதுபோல வியர்த்துக் கொட்டியது. முடிந்ததும் நிம்மதியாக இருந்தது. மீண்டும் ஒரு முறை விறைப்பு நிகழ வேண்டுமென்றால் அரைமணிநேரம் ஆகும் என்பது அனுபவத்தில் பத்யே அறிந்தது. பொறுமையாகப் படுத்திருப்பதே நல்லது. இருவரும் மௌனமாக இருந்தனர்.

தான் ஓய்வு பெறுவதைப் பற்றிய பேச்சை எடுக்கலாம் என்று சரஸா நினைத்தபோது திடீரென ‘சரஸா, நேத்து ரொம்ப வெறுப்பாயிடுச்சு. அதனாலதான் இன்னிக்கு உன்கிட்ட வந்தேன். உன்னோட இருந்தா எல்லாம் கொஞ்சம் தெளிவாகும்னு நினைச்சேன்.’

‘ஏன், என்னாச்சு?’

‘நேத்து எங்க பத்திரிகையில் இருந்து கே.ஈ.எம். ஹாஸ்பிட்டலுக்கு அனுப்பிச்சாங்க. கெமிஸ்ட்ரியில ஆராய்ச்சி செய்யிற ஒருத்தர பேட்டி எடுக்கணும். கொசு, மலேரியா இதைப்பத்தி எல்லாம் ஆராய்ச்சி பண்றவரு. ஒரு ரூம் முழுக்க கொசுவா வெச்சுருக்காரு. அதுங்களுக்கு சாப்பாடு எப்படி தெரியுமா? ஒரு முயல ரூமுக்குள்ள விட்டு கதவை மூடினாங்க. பசி வெறியில இருந்த கொசு எல்லாம் பாய்ஞ்சு வந்து போட்டி போட்டுக்கிட்டு அதோட ரத்தத்தை உறிஞ்சுதுங்க. வெள்ளையா இருந்த முயல் ஒரு நிமிஷத்துல கொசுங்க மூடி கருப்பாயிடுச்சு. கொசு முயல்! நாங்க ஒரு கண்ணாடி ஜன்னல் வழியா அதை பார்த்தோம். ஒரே நிமிஷத்துல கொசுங்க முயல உறிஞ்சுருச்சுங்க. கூண்டுக்குள்ள அது ரத்தமே இல்லாத மிருகம்

மாதிரி கிடந்தது. அந்தக் காட்சிய பார்த்து ஆடிப்போயிட்டேன். நேத்து ராத்திரி என்னால தூங்கவே முடியல. வெள்ளை முயல் பிணத்தை பார்த்துக்கிட்டே இருந்தேன்.'

சரஸா ஒப்புக்கு ஏதோ சொன்னாலும் அவளது எதிர்காலம் பற்றிய பயமே அவள் மனதில் ஓடிக்கொண்டிருந்தது. பத்யேவுக்கு இரண்டாவது முறையாக விறைத்தது; மீண்டும் வியர்த்து வழியப் போகிறது. முடிந்ததும் பத்யே கிளம்பிவிடுவான் என்று சரஸாவுக்கு தெரியும். வழக்கம் அதுதான். தன் மனதை அடைத்துக்கொண்டிருந்ததைக் கொட்டினாள்.

'ஆமாம், பெரிய பிரச்சனை. நிஜமாவே பெரிய பிரச்சனைதான்' ஆழ்ந்த யோசனையுடன் சொன்னான் பத்யே. 'ஆனா, இந்தப் பிரச்சனை இப்பவோ அப்பவோ யாருக்குமே வரத்தான் செய்யும். நான் பல பத்திரிகைங்கள்ல வேலை மாறியிருக்கேன். நான் ரிடையர் ஆகும்போது பென்ஷன், கிராஜுவிட்டி எதுவும் பெரிசா வராது.'

'ஆனா நீங்க அறுபது வயசு வரையோ அதுக்கு மேலேயோ வேலை செய்வீங்க இல்ல. எங்க தொழில்ல முப்பத்தஞ்சு ஆகும் போதே போயிடணும். அவ்வளோ சீக்கிரமா ரிடையர் ஆயிட்டா எப்படி வாழ்றது?'

'ஆமா, நீ சொல்றது புரியுது. நிச்சயமா பெரிய பிரச்சனைதான்.'

பத்யே அந்தப் பிரச்சனையைப் பற்றி சிறிது நேரம் யோசித்தான். பின்னர், 'உனக்குத் தெரியும் இல்ல சரஸா, ஆர்மில கூட முப்பத்தஞ்சு ஆச்சுன்னா ரிடையர் ஆயிடுவாங்க. உன்ன மாதிரி பொம்பளைங் களும் அதே நிலைமையிலதான் இருக்கீங்க. ஆனா ஆர்மில அந்த வயசுக்கு நல்ல பென்ஷன் கொடுப்பாங்க.' பத்யே ஒரு இடைவெளி விட்டு, 'என்ன செய்யணும்னு சொல்றேன்' என்றான். 'உன்னப் போல பெண்ணுங்களுக்கும் அதேமாதிரி பென்ஷன் அரசாங்கம் கொடுக் கணும். ஆர்மில இருக்கிறவங்களுக்கு என்ன கிடைக்குமோ அது பெண்களுக்கும் கிடைக்கணும். சொகுசுப் பெண்களோட ஆர்மி!'

தன்னுடைய தமாஷான பேச்சுக்கு தானே சிரித்துக் கொண் டான். படுக்கையிலிருந்து எழுந்துகொண்டான். சரஸாவிடம் முயல் கதையைச் சொல்லி, தனது காமச்சாறுகளை அவள் காலடியில் பொழிந்ததோடு அவனது வெளிப்பாடுகள் தீர்ந்தன. சரஸாவுக்கான தேவை முடிந்தது.

'சரி, நான் கிளம்பணும்' என்றான் பத்யே. 'காந்தி ஜெயந்தி விழா ஒண்ணு. மாலையில அதுக்கு போய் ரிப்போர்ட் செய்யணும். கட்டிலருகே நின்றபடி டிரவுசரை அணிந்துகொண்டான். டிரவுசர் பாக்கெட்டிலிருந்து பர்ஸை எடுத்தான். இரு நூறு ரூபாய் நோட்டு களைச் சுருட்டி முனையில் கூராகச் செய்து படுக்கையில் அம்மண

மாகக் கிடந்த சரஸாவின் கால்களுக்கிடையில் சொருகினான். பத்யே புன்னகைசெய்தான். பாசத்தோடும் மகிழ்வோடும் சரஸாவிடம் அப்படி விடைபெறுவதுதான் அவன் வழக்கம்.

'நான் இன்னிக்கு ஒரு நூறு ரூபா அதிகமாக கொடுக்கிறேன் உன்னோட ஓய்வூதிய நிதி!' என்றபடி மீண்டும் புன்னகைத்தான்.

கதவருகில் சென்ற பத்யே திரும்பி, 'உன்னோட பிரச்சனைய பத்தி யோசிக்கிறேன் சரஸா. என்னால என்ன செய்யமுடியும்னு பாக்கறேன்' என்றான்.

பத்யே சென்றபிறகு சரஸா தான் சம்பாதித்ததை குல்ஷன் பாயிடம் கொடுத்தாள். மனமுடைந்து போன சரஸா, தனிப்பட்ட முறையில் கொஞ்சம் உதவிசெய்வதைத் தாண்டி பத்யேவால் பெரிதாக எதுவும் செய்ய முடியாது என்று நினைத்துக்கொண்டாள்.

3

பெண்கள் பிற்பகலில் நெடுநேரம் கழித்து எழுந்தார்கள். சாப்பிட்டுவிட்டு, ஒப்பனை செய்துகொண்டு கூண்டுக்கம்பிகள் முன்பாக வந்து நின்றுகொண்டார்கள். எட்டு பேரும் ஒரு வரிசையில். தெருவில் செல்வோரைப் பார்த்து சிரித்துக் கையாட்டினார்கள்; தங்களுக் குள்ளும் சிரித்துப் பேசிக்கொண்டார்கள். மாலையில் ஒவ்வொரு வருக்கும் வாடிக்கையாளர்கள் வந்தார்கள். எப்போதும் போல, சரஸா மட்டும் தனித்து விடப்பட்டாள். யாரையும் கவரமுடியாமல் அவள் தனியாக இருந்தது அவளை மேலும் சங்கடப்படுத்தியது.

மற்ற பெண்கள் எல்லோரும் மகிழ்ச்சியாக இருந்தனர். அவர்கள் இளையவர்கள். மேலோட்டமாகவாவது கவலையில்லாதவர்கள். அவர்களது இளமையுடன் சரஸாவால் போட்டி போட முடிய வில்லை. எட்டு பேரில் நான்கு பேர் நேபாளிகள்; பதினாறிலிருந்து இருபது வயதிற்குள் இருப்பவர்கள். அந்தக் காலத்தில் அப்படி இருந்ததில்லை. இப்போதெல்லாம், நேபாளிலிருந்து இளம் பெண்கள் வந்துகொண்டே இருந்தார்கள். சங்கிலித்தொடர் போல இருந்த தரகர்களால் வடக்குமலைகளின் சுத்தமான காற்றிலிருந்து மூச்சடைக்கச் செய்யும் மும்பையின் சேரிகளுக்கு தூக்கி எறியப்பட்டவர்கள். இளமையும் வலிமையும் மட்டுமில்லாமல் சராசரி இந்தியப் பெண்களைவிட நேபாளிச் சிறுமிகள் நல்ல நிறமும் உள்ளவர்கள். அதனால் அவர்களுக்கு அதிக கிராக்கி இருந்தது. தட்பவெப்ப நிலை மாற்றத்தால் காசநோய் கண்டு விரைவிலேயே தொழிலைவிட்டு விலகவேண்டி இருந்தது. காசநோய் இல்லையென்றால் எய்ட்ஸ். நேபாளிப் பெண்கள் எளிதில் கிடைப்பதால் தான் தொழிலில்

தனக்கு வாய்ப்பில்லாமல் போகிறது என்று நினைத்தாள் சரஸா. நேபாளிப் பெண்களை விஷமாக வெறுத்தாள்.

சில மாதங்களுக்கு முன்பாக ஒரு நேபாளிச் சிறுமி குல்ஷன் பாயின் கூட்டில் சேர்ந்திருந்தாள். பதின்மூன்றோ பதினாலோ ஆகியிருந்தால் அதிகம். வந்த புதிதில் தீவிரமாக எதிர்ப்பு தெரிவித் தாள். குல்ஷன்பாயின் காவலர்கள் அவளை விடாமல் கற்பழித்து அடித்து துன்புறுத்தியும், ரூமி என்ற அந்தப்பெண் மசியவில்லை. சில நாட்களுக்கு அவளை படுக்கையில் சங்கிலி போட்டு கட்டி வைத்தனர். ஆனால் ஓரிரு மாதங்கள் ஆனபிறகு அவள் வழிக்கு வந்தாள். இப்போது அவள் வாடிக்கையாளர்களைப் பார்த்துச் சிரிக்கிறாள், அவர்களோடு நன்றாகப் பழகுகிறாள். அவளது பழைய வாழ்க்கை பற்றி, பெற்றோரைப் பற்றி சரஸா ஓரிரு முறை விசாரித் தாள். இந்தி சரியாகத் தெரியாதவள் தனக்கு பழைய வாழ்க்கை யெல்லாம் கிடையாது, நினைவில் எதுவும் இல்லை என்று வெடுக் கென்று பதில் சொன்னாள்.

மாலையில் நேரமாக ஆக சரஸாவுக்கு தவிப்பு ஏறிக்கொண்டே சென்றது. இது இப்போதெல்லாம் தினமும் மாலையில் நடக்கிறது. மற்ற பெண்கள் தெம்பாக வாடிக்கையாளர்களைக் கவனித்துக் கொண்டிருக்கும்போது அவள் மட்டும் கைவிடப்பட்டவளாகப் பார்த்துக்கொண்டிருந்தாள். இப்போதெல்லாம் ஒரு கிளாஸ் நாட்டுச் சாராயம் குடிப்பதைப் பழக்கமாக்கிக்கொண்டிருந்தாள். வாடிக்கை யாளர்கள் விரும்பினால் அவர்கள் குடிக்கும்போது பெண்களும் அவர்களுக்குத் துணையாகக் குடிக்கவேண்டும். சரஸா இதை பல வருடங்களாகச் செய்துவந்தாள். கடமைக்காக கொஞ்சம் குடித் தாலும் அவளுக்கு சாராயம் ஒருபோதும் விருப்பமானதாக இருந்த தில்லை. இப்போதும் அவளுக்கு சாராயம் பிடிக்காது. அதிலும் நாட்டுச் சாராயத்தை வெறுத்தாள். ஆனாலும் கவலையை மறக்க அவசர அவசரமாக இரண்டு மிடறு விழுங்குவாள். அந்த நேரத்தில் அவள் தன் கடந்த காலத்திற்குள் சென்று மீண்டும் வாழ்வாள். அவளுக்கென வாடிக்கையாளர்கள் வரிசையில் காத்திருந்த காலத்தில், அவளுக்காக முன்பதிவு செய்துகொண்டிருந்த காலத்தில் யாராவது அவளை குடிக்கச் சொன்னால், அதிகாரமாக ‘கழுத மூத்திரத்தை நீ குடி!’ என்று மறுத்துவிடுவாள். அது அவள் இளமை யுடன் இருந்த காலம், அவள் கையில் பணம் புழங்கிய காலம். இப்போது எதுவுமே இல்லை.

சரஸாவின் வயது ஆவதற்கு முன்பே பல பெண்கள் இறந்தனர். காசநோயோ, பால்வினை நோயோ பாதித்திருக்கும். இப்போது எய்ட்ஸ் வேறு. அந்தப் பெண்களுக்கு எய்ட்ஸ் கடவுளின் அருள் போலவே வந்தது. நீண்ட நாட்கள் அவதிப்படாமல் போய்ச்சேர

லாம். மிகவும் வெறுத்துப் போகையில் சரஸா தனக்கு எய்ட்ஸ் வந்திருந்தால் நன்றாக இருக்குமே என்று எண்ணிக்கொள்வாள். ஆனால் ஏதோ அதிர்ஷ்டவசமாக அவளுக்கு எந்தக் கொடிய நோயும் வரவில்லை.

4

அன்று மாலை சரஸா இரண்டு மிடறு குடித்துவிட்டு கூண்டுக் கம்பியருகே நின்றுகொண்டிருந்தாள். மணிக்கணக்காகக் காத்திருந்தது போலிருந்தது. பலமணி நேரம் ஆகியும் இருந்தது. அவள் கால்கள் வலிக்கத்தொடங்கின. அவளுக்குத் தெரிந்த குரல் பின்னால் கேட்டது, 'சரஸா...'

ஆமாம், பப்லுவேதான். பப்லு அந்தப்பகுதியில் ஆண் பாலியல் தொழிலாளியாக இருப்பவன். எப்போதும் மகிழ்வோடு திரிபவன். அடிக்கடி வந்து பேசிக்கொண்டிருப்பான். சரஸாவுக்கும் அவன் வந்து போவதில் மகிழ்ச்சி.

'எப்படி இருக்க பப்லு?'

'ஓ, நல்லாருக்கேன்'

சரஸாவுக்கு அவன் குரல் மாறியதுபோல் தெரிந்தது. அவன் மெலிந்து நோயுற்றவன்போல் இருந்தான்.

சற்று கழித்து, 'என்ன விஷயம்? சொல்லு பப்லு' என்றாள் சரஸா.

பப்லுவின் முகத்தில் இருந்த புன்னகை மறைந்தது.

'எனக்கு எய்ட்ஸ் இருக்கு சரஸா. நேத்துதான் தெரிஞ்சது'

'ஐயோ, கடவுளே!'

'இந்தத் தொழிலுக்குள்ளதுதானே? உண்மையில அது எதிர்பார்க்காதது இல்லையே?'

'இருந்தாலும்...'

இருவரும் சிறிது நேரம் பேசாமல் இருந்தனர். தங்கள் பங்கு சாராயத்தைக் குடித்தனர்.

'தொழில் எப்படி இருக்கு சரஸா?' என்று கேட்டான் பப்லு.

'மோசம். ரொம்ப மோசமா இருக்கு'

'நான் உனக்கு பலமுறை சொல்லியிருக்கேன் சரஸா. முன்னாலயே நீ உன் கிராக்கிங்களுக்குப் பின் பக்கத்தை கொடுத்திருக்கணும்'

'என்னால முடியல பப்லு. ரொம்ப வலிக்குது'

‘அது ஒண்ணும் கஷ்டமே இல்ல. முறையா செய்யணும். உள்ள நுழைக்கும்போது நீ வெளியேத்துற மாதிரி செய்யணும். அப்போ உன்னோட இறுக்குத் தசை தானா திறந்துக்கும். சுலபமா உள்ள போயிடும்.’

‘ஒரு மாசம் முன்னால நீ அதத்தான் சொன்ன. முயற்சி பண்ணிப் பாத்தேன்.’

‘அப்புறம்?’

‘நான் வெளியேத்துறமாதிரி செஞ்சேன். உண்மையிலேயே மலம் வந்திருச்சு. கிராக்கி கடுப்பாயிட்டான். கோபத்துல என்ன அறைஞ் சுட்டு கத்திக்கிட்டே போயிட்டான். குல்ஷன்பாயும் என்ன திட்டிச்சு.’

பப்லு தன்னைப்போல கீழ்ப்படியும் ஓரினச்சேர்க்கையாளனுக்கு கிராக்கி கிடைப்பதில் குறையே கிடையாது என்று பெருமை யடித்துக்கொள்வான். கூண்டுக்குள் இருக்கும் ஒரு பெண்ணுக்கு முப்பத்தைந்து வயது வரைதான் தொழில் வாழ்க்கை. ஆனால் அவனைப் போன்றவர்களுக்கு வயதானாலும் பிரச்சனை இல்லை. கீழ்ப்படியும் ஆண்களுக்கு எப்போதுமே நல்ல கிராக்கி உண்டு. அவர்கள் பார்க்க எப்படியிருந்தாலும் பரவாயில்லை; வயது முக்கிய மல்ல, துளைதான் விஷயம். துளை என்பது உடலிலிருந்து அகற்றப் பட்ட ஒரு அருவமான பொருள்.

இம்முறை பப்லு பெருமையடித்துக்கொள்ளவில்லை. எய்ட்ஸ் எல்லாவற்றையும் மாற்றிவிட்டிருந்தது.

‘ரொம்ப மோசமா இருக்கா?’ என்று கேட்டாள் சரஸா.

‘டாக்டர் மோசமில்லன்னுதான் சொன்னாரு. ஆனா அவரு சொன்னதுல எனக்கு நம்பிக்கையில்ல’

‘என்ன பப்லு...?’

சிறிதுநேரம் மௌனமாக இருந்தனர்.

‘அதுக்குத்தான் உன்ன இன்னைக்கி பார்க்க வந்தேன் சரஸா. உன்ன மறுபடியும் பார்ப்பனான்னு தெரியல’

‘அப்படியெல்லாம் பேசாத பப்லு’

பப்லு சென்றபிறகு சரஸா கூண்டுக்கம்பிக்குள் தனது நோட்டத்தைத் தொடர்ந்தாள். வழக்கத்திற்கு அதிகமாக குடித்து விட்டிருந்தாள். தலை சுற்றியது. சுற்றிலும் இருப்பது எதுவும் பெரிதாக உறைக்கவில்லை. வெறுப்புடன் கம்பிகளைப் பிடித்தபடி நின்றிருந்தாள். கடந்தகாலப் படம் அவள் கண்முன் தானாகவே ஓட ஆரம்பித்தது. இன்று நினைவில் இருந்த இன்னும் பழைய படங்கள் ஓடின. தன்னை சின்னஞ்சிறுமியாகப் பார்த்தாள். ‘ஃப்ராக்’ என்று சொல்லப் பட்ட அழகான உடையணிந்திருந்தாள். விநோதமான, மலர்கள்

நிறைந்த நிலத்தில் இருந்தாள். உண்மையில் அந்தக்காட்சி அவள் வீட்டருகில் வசித்த பள்ளி ஆசிரியை ஒருவர் அவளுடைய குழந்தைப்பருவத்தில் அவளுக்குச் சொல்லிய கதையில் வரும் காட்சி. அந்தக் குட்டி சரஸா எங்கேயோ அவசரமாகப் போய்க்கொண்டிருந்த ஒரு முயலைப் பார்த்தாள். அதை நிறுத்தி அதனிடம் வழி கேட்கும் போது திடீரென ஆயிரக்கணக்கான கொசுக்கள் முயல்மீது வந்து அமர்ந்தன. அதன் முழு உடலையும் அப்பியபடி உட்கார்ந்ததில் அந்த முயலே கருப்பானது. கொசுக்கள் முயலின் ரத்தத்தைக் குடிக்கும் போது சரஸா கொசுக்கள் கடிப்பதை உணர்ந்தாள். விரைவிலேயே முயல் ரத்தம் உறிஞ்சப்பட்டு வெறும் எலும்புக்கூடானது. குட்டி சரஸா தேற்றமுடியாதபடி அழுதாள். ஆனால், அதிசயமாக, இறந்துபோன முயல் இளம் பப்லுவாக உருமாறியது. சரஸாவிடம் தான் ஒரு முனிவரால் எய்ட்ஸ் வரும்படி சபிக்கப்பட்ட ஒரு இளவரசன் என்று சொன்னான் அவன். முனிவரிடம் சாபவிமோசனம் கேட்டபோது முனிவர் அவனை ஒரு முயலாக மாற்றிவிட்டிருந்தார்.

கொசுக்கள் ரத்தத்தை உறிஞ்சியதும் பப்லுவின் உடலும் ஆன்மாவும் சுத்தமாகி அவன் தனது பழைய நிலைக்கே திரும்பினான். அழகான இளவரசன் சரஸாவை வணங்கிவிட்டு சினிமாக்களில் வருவதுபோல் அவள் கையை முத்தமிட்டான். இந்திப் படங்களில் செய்வதுபோல் இளவரசன் பப்லு சரஸாவுடன் நடனமாடினான். கூண்டில் இருந்த மற்ற பெண்கள், எக்ஸ்ட்ராக்கள் போல அந்த ஜோடியைச் சுற்றி மகிழ்ச்சியோடு ஆடினார்கள்.

❍

அழிவின்மையின் மணம்

1

நேபாளத்திலிருந்து காமத்திபுராவிற்கு வந்த பெண்களில் சம்பாவும் ஒருத்தி. நேபாளப் பள்ளத்தாக்கில் பரந்த வெளியின் காற்றைச் சுவாசித்தவள், மக்கள் நெரிசல் அச்சுறுத்தும் மும்பையின் காமத்திபுராவிற்கு வந்தபோது அதிர்ந்துபோனாள். முதலில் முரண்டு பிடித்தாலும் பின்னர் பழக்கப்பட்டு காமத்திபுராவின் வாழ்க்கையில் தன்னைப் பொருத்திக்கொண்டாள். பெரும்பாலான நேபாளப் பெண்களைப்போலவே நல்ல நிறமும் அழகும் கொண்டவள். இளமையானவள். அவளுக்கு வாடிக்கையாளருக்கு குறைவே இல்லை. அவளுடைய வீட்டின் எஜமானி அவள் அந்த வீட்டிற் கென ஐம்பதாயிரம் ரூபாய் சம்பாதித்துக்கொடுத்தாள் என்றால் சுதந்திரமாக நேபாளத்திற்கே திரும்பிச் செல்லலாம் என்று வாக்களித்திருந்தாள். நேபாளத்தில் தன் கிராமத்திற்கே திரும்பிச் செல்வது என்னும் எண்ணமே பெரும் கிளர்ச்சி தருவதாக இருந்தது. சுதந்திரம் பெறுவதற்கான தொகையைச் சேர்ப்பதே குறிக்கோளாக உழைத்தாள் சம்பா. ஒவ்வொரு மாலையும் பத்து அல்லது பன்னி ரண்டு வாடிக்கையாளர்களைச் சமாளித்தாள்.

அந்த வழக்கத்தால் நாளின் இறுதியில் சோர்ந்துவிடுவாள். மறு நாள் பகலிலும் ஒருவித மயக்கத்தில் மரக்கட்டைபோல் படுத்திருப் பாள். அளவுக்கு அதிகமாகப் பயன்படுத்தப்பட்டதால் அவளது பிறப்புறுப்பு நொய்மையாகி வலித்துக்கொண்டே இருக்கும்.

'கடவுளே! எனக்கு பத்து யோனி இருந்திருந்தால் நன்றாக இருக்கும்' என்று சொல்லிக்கொண்டாள். 'அப்படி இருந்தால் ஒரே சமயத்தில் பத்துப் பேரை சமாளித்து சீக்கிரம் பணம் சேர்த்து விடலாம்!'

அவளுக்குச் சட்டென யோசனை தோன்றியது. அவளுடைய தந்தை மந்திரதந்திரங்களில் ஈடுபட்டிருந்தவர் என்பதால் அவளுக்கு நேபாளத்தில் பல தாந்த்ரீகர்களைத் தெரியும். அவளே விநோதமான மனித உருவங்களைப் பார்த்திருக்கிறாள்: ஒரு ஜோடி முன்னாலும் ஒரு ஜோடி பின்னாலுமாக நான்கு கண்கள் உள்ள குழந்தை; இரண்டு ஆண் உறுப்புள்ள குழந்தை; பிறப்புறுப்பிலிருந்து பல நாக்குகள் தொங்கும் பெண்; ஒன்றின்மேல் ஒன்றாக இரண்டு ஜோடி மார்புகள் கொண்ட பெண் என பலவிதங்களில். இவை கடவுளின் விளையாட்டாக இருக்கலாம். என்றாலும் சக்திகொண்ட தாந்த்ரீகர் களால் மனித உடலைக் களிமண் போல உருமாற்றம் செய்ய முடியும் என்று அவளுக்குத் தெரியும். மாயமந்திரமும் அமானுஷ்ய சக்திகளும் இருந்தால் பல வித்தைகளைச் செய்யலாம். கிழக்கு நேபாள கிராமங்களில் பிரபலமான சத்யேந்திர மஹந்த் என்ற தாந்த்ரீகரின் நினைவு வந்தது. சம்பாவின் தந்தைக்கு அவரை நன்றாகத் தெரியும். ஒரு வருடத்திற்கு முன்பாக அவளது தந்தை இறந்தபிறகுதான் அவள் மும்பையிலிருந்த ஒரு தரகனுக்கு விற்கப்பட்டிருந்தாள். இப்போது அவளிடம் கொஞ்சம் பணம் சேர்ந்திருந்தது. மஹந்த்ஜியை நேபாளத்திலிருந்து மும்பைக்கு வரவழைக்கலாம் என்று முடிவு செய்தாள். அவரை வரும்படிவேண்டி கடிதம் எழுதினாள். வந்து போகும் செலவு, மும்பையில் தங்குவதற்கான ஏற்பாடு எல்லா வற்றையும் தான் பார்த்துக்கொள்வதாகக் கூறினாள். தான் பொது வாக பயணம் செய்வதில்லை என்றும் அதுவும் மும்பை போன்ற தொலைவான இடங்களுக்கு கண்டிப்பாகவே செல்வதில்லை என்றும் கூறியவர், அவள் தனது நெருங்கிய நண்பரின் மகள் என்பதோடு இனிய குழந்தையாகத் தன் நினைவில் இருப்பவள் என்பதால் அவள் அழைப்பை ஏற்றுக்கொள்வதாகவும் பதில் எழுதினார். சம்பாவிற்கு மகிழ்ச்சி தாங்கவில்லை. அவர் மீதான நன்றிப்பெருக்கிலும் தன் தந்தையை நினைத்தும் கண்ணீர் விட்டாள்.

காமத்திபுராவிற்கு வந்த மஹந்த்ஜி அது மிகவும் கடினமான விஷயம் என்றார். கடவுள் அருள் இருந்தால் தன்னால் முடியும் என்றார். இந்திரன் உடல் முழுக்க கண்கள் கொண்டவன்தானே!

'ஆமாம் மஹந்த்ஜி, நான் இந்திரனோட கதை கேட்டிருக்கேன். ஆனா, இந்திரனுக்கு ஏன் உடல் முழுக்க யோனிகள்... 'கண்கள்'... உண்டாகணும்? ஒரு ஆணுக்கு என்ன பிரயோசனம் அதனால? ஒரு பெண்ணுக்கு நிறைய இருந்ததுன்னா நல்லா பயன்படும்!'

மஹந்த்ஜி தன் இடுங்கிய பளபளப்பான கண்களுடன் சீன மீசைக்குக் கீழே வெறுமனே புன்னகைத்தார். அவர் தன் மந்திர தந்திரங்களை ஆரம்பித்தார். சம்பா அர்ப்பணிப்போடு ஒத்துழைத் தாள்.

இரண்டு வாரங்களில் சம்பாவின் உடல் முழுக்க அரிப்பெடுத்தது. வெவ்வேறு பகுதிகளில் தாங்க முடியாத எரிச்சல் உண்டானது. பின்னர் தன் உடலில் இடதுபுறம் வயிற்றோரமாக ஏதோ புண் உண்டாகிறது என்று நினைத்தாள். பை போல் தொங்கிக் கிடந்த தன் இடது மார்பைத் தூக்கிக் கீழே பார்த்தாள். புண்போல என்ன வென்று சொல்லமுடியாத ஏதோ ஒன்று உண்டாகியிருந்தது. அவள் உடல் என்ற புவியியல் வரைபடத்தில் எரிமலைத் தீவு போலிருந்தது அது. அல்லது செவ்வாய் கிரகத்தின் மேல் தெரியும் புரியாத அமைப்பு போல.

ஓரிரு நாட்களில், சம்பாவின் உடலில் இடதுபுறமாக ஒரு யோனி உருவாகியிருந்தது நன்றாகத் தெரிந்தது. விரைவிலேயே பல யோனிகள் தோன்றின. பெரியம்மை போல யோனிகள் அவள் உடலை மறைத்தன. இந்த உருமாற்றம் நிகழ்ந்து முடிய சில நாட்கள் ஆயின. அவள் ஏதோ ஒரு மயக்க நிலையிலேயே இருந்தாள். கணக்கில்லாத இதழ்கள் கொண்ட மென்மையான சிவப்பு மலர் ஒன்று உலகை நோக்கித் திறப்பதுபோல தன் உடலை உணர்ந்தாள்.

மஹந்த்ஜி தான் வந்த வேலை முடிந்தது என்று சொல்லி வடக்கு நோக்கிய நீண்ட பயணத்திற்குத் தயாரானார். அவர் செல்வதற்கு முன்பாக, சம்பாவிடம், ‘முன்ன எப்பவோ இந்திரனுக்கு இந்த மண்ணில ஏற்பட்ட சாபத்தினாலதான் இப்போ இது சாத்தியமானது. உன்னோட தினப்படி பூஜையில இந்திரனையும் சேர்த்துக் கும்பிடு’ என்று சொல்லிவிட்டுச் சென்றார்.

2

சம்பாவின் புதிய தோற்றம் மக்களுக்குப் பழகுவதற்கு சில நாட்கள் ஆனது. முதலில், கிட்டத்தட்ட எல்லோரும் பயந்தே போனார்கள். ஒருவர் ராட்சஸப் பூச்சியாக மாறிவிட்டது போலிருந்தது. சம்பா பார்ப்பதற்கு மிகப்பெரிய வண்டுபோல் ஆகியிருந்தாள். யோனிகளால் ஆன உடலெனும் கூட்டிலிருந்து எட்டிப்பார்த்த தலை ஆமையுடையது போலிருந்தது. வெறும் யோனிகள் மட்டுமல்லாமல் அவற்றைச் சுற்றிலும் அடர்த்தியான மயிரும் முளைத்திருந்தது. ஒழுங்கில்லாத புல்தரை போலிருந்தது அவள் உடல். எல்லா யோனிகளும் நிமிர்ந்த உடலில் செங்குத்தாக இருந்ததால் அவளது உருவம் இன்னும் நிமிர்வு கொண்டதாகத் தெரிந்தது. அவள் சாய்ந்து அமர்ந்தால் அவள் உடல், நகரருகே இருந்த பௌத்த குகைகள் நிறைந்த மலைபோல தெரிந்தது.

சாகசம் விரும்பிய வாடிக்கையாளர்கள் சம்பாவின் புதிய உடல் தரும் இன்பங்களை ருசிபார்க்க விரும்பினார்கள். அவர்களுக்கு அது பேரின்ப அதிர்ச்சியாக இருந்தது. அவளில் உண்டாகியிருந்த உறுப்புகள் காமக்களியாட்டத்துக்கு மிகவும் பொருத்தமானதாக

இருந்தன. ஒருமுறை ருசித்த எவரும் தவறாமல் மீண்டும் வந்தனர். பண்டைய இலக்கியங்கள் பாலின்பத்தைப் பிரம்மனை ருசிக்கும் பேரின்பத்துக்கு இணைவைக்கின்றன. சம்பாவின் தெய்வீக உடல் அதைவிடப் பேரின்பம் தருவதாக இருந்தது.

சம்பாவின் பாலியல் விடுதியில் கிடைக்கும் விநோதமான கிளர்ச்சி பற்றிய செய்தி எங்கும் பரவியது. அவள் இல்லத்தை வாடிக் கையாளர்கள் மொய்க்கத் தொடங்கினார்கள். திருப்தியிலோ சேவை யிலோ எவருக்கும் எந்தக் குறையும் இல்லை. ஒரு சமயத்தில் ஒரு கிராக்கி என்ற வழக்கமில்லாமல், ஒரே சமயத்தில் பத்தோ அதற்கு மேலோ வாடிக்கையாளர்களுக்கு சேவை வழங்கப்பட்டது.

நவீன ஹோட்டல்காரனுக்கு இருப்பதைவிட சிறந்த வியாபார உத்திகள் அவளிடம் இருந்தன. அது ஒரு திறந்த வீடு; அவள் உடலை பலர் மொய்த்துக்கொண்டிருக்கும்போதே புதிதாக யாரும் வந்தாலும் சேர்ந்துகொள்ளலாம். அவளிடம் இருந்த சொத்தை சிறப்பாகப் பயன்படுத்திக்கொள்வதற்காக வழக்கமான படுக்கையை அகற்றி விட்டு, கைகளை மேலே தூக்கிக் கட்டிக்கொண்டு அறை நடுவில் நின்றுகொள்வாள். அக்குள்கள் அடியிலும் யோனிகள் இருந்தன. புதிதாகத் தோன்றியவற்றில் பெரும்பாலானவை இயற்கையாக இருந்ததற்கு மேலே இருந்ததால் வாடிக்கையாளர்கள் தங்கள் ஆணுறுப்பு அவற்றை எட்டுவதில் உள்ள சிக்கல்களைச் சமாளிக்க வேண்டியிருந்தது. அதற்கென நாற்காலிகளும் முக்காலிகளும் போடப்பட்டன. கூட்டம் நிறைந்திருந்த சமயங்களில் சம்பா பல அட்டைப்பூச்சிகள் ஒட்டியிருக்கும் பெண் போல தோன்றினாள். 'கபாப்' நெருப்பில் வைக்கப்பட்ட மாமிசம் போலிருந்தது அவள் உடல்.

முயக்கத்தில் ஈடுபட்ட யோனிகள் ஒலி எழுப்பின. தொடர்ந்து இன்ப ஒலி எழுப்பிய பெண்ணுறுப்புகள் சம்பாவை ஒரு இசைக் கருவியில் பலவிதமான ஸ்வரங்களை வாசிப்பவள் போல் காட்டின. பலவிதமான ஒலிகளிலும் ஒரு ஒத்திசைவு இருந்தது. அவளுடன் சேர்ந்து இசைத்த ஆண்கள் சொர்க்கத்தின் இசையை அனுபவித் தனர்.

ஆனால், மாதமொருமுறை சம்பாவின் உடலை மொய்த்த ஆண்கள் மூக்கைப் பொத்தியபடி ஓடினர். மாதவிடாய் காலம் சம்பாவுக்கு பெரும் சோதனைக்காலம். சாதாரண பெண்ணுக்கே மாதவிலக்கு காலம் கொடுமையானது. அப்படியென்றால் சம்பாவின் நிலைமையில் இருப்பவளின் நிலையை யோசித்துப் பாருங்கள்! எண்ணற்ற துளைகளைப் பழம்புடவைக் கிழிசல்களைக் கொண்டு அடைத்துவைப்பது பெரும் பாடாக இருந்தது.

சம்பாவின் பொற்காலம் நீடிக்கவில்லை. சில வாரங்களில் பெரும் பணம் சேர்த்தாள் என்பதில் ஐயமில்லை. எஜமானியிட

விலாஸ் சாரங் ● 109

மிருந்து விடுதலை பெறத் தேவையான தொகையைச் சேர்த்து பதுக்கி விட்டிருந்தாள். ஆனால், பொதுவாக எங்கும் நடப்பதைப் போலவே அவளும் நகர வாழ்க்கைக்கு பழகிவிட்டிருந்தாள். பிறந்த ஊருக்குப் போகவேண்டும் என்ற ஆசை இல்லாமலாகியிருந்தது. ஆனால் இதை ஒப்புக்கொள்ளவும் மனமில்லை. காமத்திபுராவை விட்டுச் செல்வது என்பதை மட்டும் ஒத்திப்போட்டுக்கொண்டே வந்தாள்.

திடீரென்று சந்தையில் சம்பா ஏற்படுத்திய நிலவரம் அவளது போட்டியாளர்களைத் தளர்ந்துபோகச் செய்தது. சம்பா சந்தையில் பெரும் பங்கை எளிதாகக் கைப்பற்றினாள். காமத்திபுராவில் இருந்த பிற பாலியல் விடுதிகளில் இருந்த தரகர்கள் கூப்பாடு போட ஆரம்பித்தார்கள்.

மாயமந்திரம், ஏவல், செய்வினை செய்பவர்களுக்கு கிராக்கி ஏற்பட்டது. காமத்திபுராவிலிருந்த பிற பாலியல் விடுதிகளின் எஜமானிகள் நேர்வழியில் தாங்கள் நடத்திய பிழைப்பில் விழுந்த அடியைச் சரிசெய்ய சக்திவாய்ந்த தாந்த்ரீகர்களை அழைத்து வந்தார்கள்.

சிலநாட்களிலேயே தீய செய்வினைகள் தீய பயன்களைக் கொடுத்தன. அதன் விளைவாக, சம்பாவிடம் வந்தவர்கள் எல்லாம் ஆண்மை இல்லாதவர்கள் ஆனார்கள். அவளது உறுப்புகளில் உண்டான கிருமிகள் அவற்றைத் தீண்டிய ஆணுறுப்புகளை நிரந்தரமாகச் செயலிழக்கச் செய்தன. இந்திரனுக்கும் பழங்காலத்தில் இதே போன்ற சாபம் ஏற்பட்டிருந்தது. தீவினையாளர்கள் அந்தப் புராண நிகழ்வைக் கொஞ்சமாக நகல் செய்து தங்களுக்குச் சவாலாக வந்ததைச் செயலிழக்கச் செய்தார்கள்.

3

இந்தப் பிரச்சனை காமத்திபுராவில் பரவியதும் – இதுபோன்ற செய்திகள் அதிவிரைவில் பரவும் – சம்பாவுக்கு இருந்த கிராக்கி உடனடியாகக் காணாமல் போனது. அவளை யாரும் அண்ட வில்லை.

திடீரென்று நிலைமை தலைகீழாக மாறிவிட்டது என்பது சம்பாவுக்குத் தெரிந்தது: தேனீ போல சுறுசுறுப்பாக இருந்தவள் செய்வதற்கு ஒன்றுமில்லாமல் ஆனாள். அவ்வளவு தூரம் திட்டம் போட்டு உருமாற்றிக்கொண்ட உடல் பயனற்றுப்போனது.

அதுவரை கூண்டுக்கம்பிகள் பிறருக்கானதாக இருந்தன. சம்பா தன் உருமாற்றத்திற்குப் பிறகு தன்னைக் காட்டிக்கொண்டு கூண்டுக்குள் நிற்கவேண்டி வந்ததில்லை. கூண்டுக்குச் செல்லா மலேயே அவளைத் தேடி கிராக்கி வந்துகொண்டிருந்தது. ஆனால் இப்போது மணிக்கணக்காக கூண்டருகே உட்கார்ந்துகொள்கிறாள்.

வாடிக்கையாளரைக் கவர்வதெல்லாம் அவள் நோக்கமில்லை. அவளிருக்கும் பக்கமே யாரும் வருவதில்லை. தெருவில் போவோரை வேடிக்கை பார்த்துக்கொண்டு பொழுதைக் கழித்தபடி இருப்பாள். பணம் அவளுக்குப் பொருட்டல்ல. வேண்டுமளவு சேர்த்திருந்தாள். தங்குவதற்கும் சாப்பாட்டிற்கும் எஜமானிக்குப் பணம் கொடுத்து விடுவாள்.

கீழே தெருவில் இருந்து பார்த்தால் கண்ணில் படாதபடி கூண்டிலிருந்து சற்றுத் தள்ளி உட்கார்ந்திருப்பாள். அவளை யாராவது பார்த்தால் வசைமாரி பொழியக்கூடும். தெருவை நன்றாகப் பார்க்கும்படி தலையை மட்டும் தூக்கி வைத்துக்கொண்டு அமர்ந்திருந்தவள் எதிர்காலத்தைப் பற்றி எண்ணினாள். என்ன செய்யப்போகிறாள்? அவளது நிலைமையில் எதுவும் மாற்றம் ஏற்படும் என்று தோன்றவில்லை. ஓய்வு பெறுவதா வேண்டாமா என்றுதான் யோசிக்க வேண்டியிருந்தது. உலகிலேயே பழமையான தொழிலில் அவளது நிலைமை ஒன்றும் புதிது அல்ல.

ஒருநாள் பிற்பகலில் கூண்டிற்குக் கீழாக தெருவைப் பார்த்துக் கொண்டிருந்தவள் கண்ணில் பிச்சைக்காரன்போல தோன்றிய ஒருவன் தென்பட்டான். அந்தத் தொழிலில் இருக்கும் பெண்களே பிச்சைக்காரர்களுக்கு தாராளமாகக் கொடுப்பார்கள் என்பதால் அவர்கள் வசிக்கும் தெருவில் பிச்சைக்காரர்கள் அதிகமாகவே திரிவார்கள்.

சம்பா, டீ பையன் கையில் இரண்டு ரூபாயைக் கொடுத்து அந்தப் பிச்சைக்காரனுக்குப் போடும்படி சொன்னாள். பிச்சைக் காரன் அதை வாங்கிக்கொண்டும் அங்கிருந்து போகாமல் எஜமான் கொடுக்கும் எலும்புத்துண்டுக்காக ஏங்கும் நாய்போல மாடியில் இருந்த கூண்டைப் பார்த்தபடி நின்றுகொண்டிருந்தான்.

அவன் ஏன் இன்னும் அங்கேயே நின்றுகொண்டிருக்கிறான் என்று விசாரித்து வரும்படி டீ பையனை அனுப்பினாள் சம்பா. டீ பையன் சிரித்துக்கொண்டே வந்தான்.

‘சம்பாம்மா, அவனுக்கு வேற வேணுமாம்’

‘என்னவாம்?’

‘செக்ஸ் வேணுமாம்’

‘என்னது?’

அஸ்லாம் என்ற அந்த டீ பையன் தரகு வேலையும் பார்ப்பான். இன்னும் கொஞ்சம் விளக்கமாகச் சொன்னான்.

‘அடக்கடவுளே! இப்போ பிச்சைக்காரங்களும் இதுக்காக வர ஆரம்பிச்சுட்டானுங்களா?’

‘அவனை எங்கேயாவது போய் சாவ சொல்லுங்க’ என்றான் அஸ்லாம்.

ஆனால் சம்பா பிச்சைக்காரனை மேலே அனுப்பும்படி சொன்னாள்.

'சம்பாம்மா, பிச்சைக்காரனுங்கள இனாமா செய்ய அனுமதிச்சீங்கன்னா நாம் எல்லாம் சீக்கிரமே தெருவுலதான் நிப்போம்.'

'போகட்டும், அவனை அனுப்பு அஸ்லாம்.'

அஸ்லாம் போய் பிச்சைக்காரனை அழைத்துவந்தான். மரப் படிக்கட்டுகளில் மெதுவாக ஏறி வந்தான் பிச்சைக்காரன். அந்த மாதிரி ஆட்கள் இருக்கும் இடத்தில் இருக்க விரும்பாத அஸ்லாம் உள் அறைகளுக்குள் சென்று மறைந்தான்.

'நீ இப்படி கேட்டது ஆச்சரியமாயிருக்கு' என்றாள் சம்பா.

'இதுல என்ன ஆச்சரியம்? ஒருவிதத்துல நீங்க சொல்றது சரிதான். நாங்க பிச்சைக்காரங்க எங்களுக்குள்ளேயே இத முடிச்சுப்போம். பிச்சைக்கார பொம்பளைங்க காசு கொடுத்தா வருவாங்க. ஆனா எனக்கு இந்தத் தொழில்ல இருக்கிற ஒரு பொம்பள வேணும்னு தோணிச்சு. ஃபோரஸ் ரோடு முழுக்க கேட்டுப் பார்த்தேன். பொம்பளைங்க சிரிச்சாங்க; கிண்டல் பண்ணுனாங்க; அவமானப்படுத்தினாங்க. தரகனுங்க துரத்தினாங்க, அடிச்சாங்க.'

பிச்சைக்காரன் பேசியதில் ஒரு விநோதமான கண்ணியம் இருந்தது. பிச்சைக்காரத்தனமான உடை, தாடி இவற்றைத் தாண்டி ஏதோ ஒரு வகையில் அழகனாக இருந்தான் அவன்.

சம்பாவின் மனம் இளகியது.

'வா என்னோட' என்றாள்.

கூண்டிலிருந்து அவளுடைய உள்ளறைக்கு அவனை அழைத்துச் சென்றாள். அவளது அறை அலங்கோலமாக இருந்தது. படுக்கை விரிப்பும் துணிகளும் சிதறிக்கிடந்தன.

சம்பா பிச்சைக்காரனின் சட்டையில் இருந்த பொத்தான்களை அவிழ்த்தாள். டிரவுசர் பட்டன்களை அவிழ்க்கையில் அவனது மயிரடர்ந்த, கறைபடிந்த மார்பில் ஒரு தனிப்பட்ட மணத்தை உணர்ந்தாள். அழிவின்மையின் மணம். சந்தனக்குழம்பும், இமயமலையில் இருக்கக்கூடிய அபூர்வமான தெய்வீகச் செடிகளும் கலந்த மணம் முன்பின் அறியாதவனின் உடலிலிருந்து எழுந்து சம்பாவைக் கிறங்கடித்தது. அப்பொழுதே அவளுக்கு வந்தவன் யாரென்று புரிந்துபோனது.

'இந்திரன்தானே நீங்க? இந்த ஏழை வீட்டுக்கு வந்து கருணை காட்டியிருக்கீங்க!'

சம்பா குனிந்து இந்திரனின் கால்களை மரியாதையுடன் தொட்டாள். இந்திரன் சோர்வாகப் புன்னகைத்தான்.

'கடவுளே! நீங்க எனக்கு ஆயிரம் யோனிய கொடுத்தும்கூட உங்களை திருப்திப்படுத்த முடியுமான்னு எனக்கு தெரியல.'

'கவலைப்படாதே. ஒரு பிச்சைக்காரனுக்கு எதை படைச்சாலும் ஏத்துப்பான்.'

இந்திரன் சம்பாவின் உடலை அனுபவித்துக்கொண்டிருக்கும் போது அவளுக்கு படபடப்பும் பயமுமாக இருந்தது. இந்திரன் திருப்தியடைந்து ஓய்வாக இருந்தபோது, சம்பா உள்ளுக்குள் பயந்தபடி 'கடவுளே, உங்களுக்கு நான் பெரிய தவறு பண்ணியிருக்கேன்னு தோணுது. நீங்க என்னை அகலிகை மாதிரி கல்லா ஆக்கினாலும் நான் வருத்தப்பட மாட்டேன்' என்றாள்.

'எனக்கு நீ என்ன தப்பு பண்ணமுடியும்?'

சிறிது நேரம் சம்பா ஒன்றும் பேசவில்லை. பின்னர், 'என்னோட உறவு வெச்சுக்கிறவங்க மலடாயிடுவாங்க. உங்களுக்கும் அப்படி ஆயிடும்னு தெரிஞ்சே நான் உங்க ஆசைக்கு ஒத்துக்கிட்டேன்' என்றாள்.

இந்திரன் கசப்புடன் சிரித்தான். 'பைத்தியக்காரி, என்ன நடக்கும்னு தெரியாமயா நான் உன்னோட படுத்தேன்னு நினைக்கிற?'

குழம்பிப்போன சம்பா, கடவுளை நேருக்கு நேர் பார்க்கக் கூடாது என்பதை மறந்து, இந்திரனின் முகத்தைப் பார்த்தாள்.

'உங்களுக்கு தெரியும்னா சொல்றீங்க?'

'ஆமாம்'

'அப்புறம் ஏன் செஞ்சீங்க? நீங்க உலகத்துலயோ அல்லது சொர்க்கத்துலயோ எந்தப் பொண்ண வேணா அனுபவிச்சிருக்கலாம்.'

இந்திரன் எதுவும் பதில் சொல்லவில்லை.

'என்னோட சேர்ந்து உங்க ஆண்மையை நீங்க ஏன் இழக்கணும்?' தன் கேள்வியை மீண்டும் கேட்டாள்.

'எனக்கு அதப்பத்தி கவலையில்ல' என்றான் இந்திரன்.

'கவலையில்லையா? என்ன சொல்றீங்க? எனக்கு புரியல.'

'எனக்கு ஆசையே வெறுத்துப் போச்சு'

'ஆசை வெறுத்துப்போச்சா?'

'ஆமாம். எனக்கு எல்லாமே வெறுத்துப்போச்சு. ஜனங்க என்னை காமவெறிபிடிச்ச, எல்லாரையும் பெண்டாள்ற கடவுளா நினைக்கிறாங்க. தங்களோட காமவெறிய என்மேல போட்டுப் பார்க்கிறாங்க. அதெல்லாம் பழைய கதை. இப்போ எனக்கு காமம், பேராசை எல்லாமே வெறுத்துப் போச்சு.'

'ஆனா... மலட்டுத்தன்மை?'

'அதுக்கென்ன?' இந்திரன் முதல் முறையாக ஒரு மனிதன் இன்னொருவனைப் பார்ப்பதுபோல் சம்பாவைப் பார்த்தான்.

விலாஸ் சாரங்

‘மலட்டுத்தன்மை ரொம்ப நல்ல விஷயம்! அது ஒரு வரம்தான்! முதல் முறையா நான் ரொம்ப லேசா, சுதந்திரமா இருக்கிறதா தோணுது. எந்தப் படபடப்பும் இல்ல. நிலையில்லாத உலகத்தில நான் லேசா நுழையலாம். என்னோட ஆண்மை எனக்கு ஒரு சுமையா இருக்காது. இப்போ நான் உன்னை நிறைய துளைகள் உள்ள ஒரு ஜந்துவா, ஒரு கோல்ஃப் மைதானமா பார்க்காம ஒரு மனுஷியா பார்க்க முடியும்.’

தனது நகைச்சுவைக்கு தானே சிரித்துக்கொண்டான் இந்திரன்.

‘ஆமாம். இந்த ஊர்ல நான் ஒருத்தன பார்த்தேன். வருஷக் கணக்கா காமவெறிபிடிச்சு அலைஞ்சான். அப்புறம் மலடா யிட்டான். அதை அவன் எப்படி எடுத்துக்கிட்டான்னு கேட்டேன். அதுக்கு அவன் “இந்த நிலைமை எனக்கு ரொம்ப பிடிச்சிருக்கு. ஒரு பொம்பளய மயக்கணும்னோ, முடியலேன்னோ கவலைப்பட வேணாம். இன்னொரு ஆம்பளய எதிரியா பார்க்க வேணாம். என் பொண்டாட்டி நான் அவள காமப்பொருளா மட்டும் பார்க்கி றேன்னு குறைசொல்ல முடியாது. அது ரொம்ப நல்ல விஷய மில்லையா”ன்னு கேட்டான். அவன் சொன்னது எனக்கு இப்போ புரியுது.’

சம்பாவுக்கு இந்திரன் சொன்னது புரிய சிறிது நேரம் ஆனது. பின்னர், ‘கடவுளே, நீங்க சொல்றது எனக்கு புரியற மாதிரி இருக்கு. நான் வேற மாதிரியா? என் உடம்பு முழுக்க, நிலாவுல மேடுபள்ளம் மாதிரி இருக்கற, இந்த உதவாத ஓட்டைங்களால நான் ஒரு பொம்பளைங்கிறதே எனக்கு மறந்துபோவுது.’

‘நான் அழிவில்லாதவன். ஆனா நான் உலகத்தில இருக்கற மனுஷங்களை நினைச்சு பார்க்கிறேன். காமத்துக்கு எதிரானதா மரணத்தை மனுஷனுக்கு கொடுத்தார் பிரம்மா. ஒருவேளை காமத்தைக் கடந்துட்டா அழிவில்லாதவனா ஆயிடலாமோ?’

‘இருக்கலாம்’ நடுக்கத்துடன் சொன்னாள் சம்பா. ‘ஆனா எனக்கு பயமாயிருக்கு, ஏதோ மாதிரி, எல்லாம் போயிட்ட மாதிரி.’

இந்திரன் சிரித்தபடி ‘நீ ஒரு பொம்பளைதானே, அழியக்கூடிய ஜந்துதானே’ என்றான்.

‘ஆமாம், தெய்வமே’

‘உன்னோட புதிய வாழ்க்கையில உனக்கு புது கண்கள் உண்டாகும்’ என்றான் இந்திரன். ‘இந்த உறுப்பெல்லாம் இனிமே உனக்கு பிரயோஜனமில்லைதானே?’

‘ஆமாம்.’

‘அப்படியின்னா அதையெல்லாம் நான் கண்ணா மாத்திடுறேன். உபயோகமான உறுப்பா மாத்துறேன். எல்லாத்தையும் உன்னால நல்லா பார்க்க முடியும்’ என்று சொல்லியபடி இந்திரன் கிளம்பி

னான். படிகளில் இறங்குவதற்கு முன்பாக திரும்பி சம்பாவிடம், 'என்னோட படியிறங்கி வா. எனக்கு ஏற்கெனவே கண்ணை கட்டுது' என்றான்.

4

சம்பாவின் புதிய தோற்றம் ஆண்களுக்கும் பெண்களுக்கும் மிகவும் ஆச்சரியமானதாகவும் அவர்களை நிலைகுலையச் செய்வ தாகவும் இருந்தது. முன்பெல்லாம் சம்பா, தலையைத் தவிர்த்து உடல் முழுவதையும் மூடிய தடித்த அங்கியை உடுத்தியிருப்பாள். இப்போது தன் உடலை ஏதோ அவமானத்துக்குரிய ரகசியமாக வைத்திருக்கத் தேவையில்லை என்று நினைத்தாள். மெல்லிய சேலை ஒன்றை உடுத்தி உலகை அமைதியுடன் எதிர்கொண்டாள். அவளது ஆயிரக் கணக்கான கண்களின் பார்வையைத் தாளமுடியாமல் ஆண்களும் பெண்களும் தவித்தனர். அவளைப் பார்ப்பது சூரியனைப் பார்ப்பது போல் இருந்தது. அந்தப் பார்வையைத் தவிர்த்தார்கள். ஆனால் அவள்முன் ஆழ்ந்த மரியாதையுடன் வளையவந்தார்கள்.

நாளாக ஆக, சம்பாவின் பார்வையில் இருந்த தீவிரம் குறைந் தது. தன்னிடமிருந்த பணத்தை வைத்து கூண்டிற்குள் இருக்கும் பெண்களுக்கும் அந்தப் பகுதியில் இருந்த பிச்சைக்காரர்களுக்கும் அவள் உதவிகள் செய்தாள். முன்பாகவே ஓய்வுபெறுவதைப் போல, உலகத்தின் மிகப்பழைய தொழிலில் மரணமும் சீக்கிரமே வந்துவிடும். அதுவும் எய்ட்ஸின் காலம் இது. அவளது பொற்காலத்தில் உடல் முழுக்கத் திறந்திருந்த துளைகள் மூலம் கிருமி உள்ளே போய்விட்டி ருந்தது. அவளுக்கு எய்ட்ஸ் பாதித்த பிறகும் சில மாதங்கள் உயிரு டன் இருந்தாள். இறுதியில் அதற்கு இரையானாள். அவள் உடலில் இருந்த எண்ணற்ற கண்கள் தாமரைகளாக மாறின. அவை எல்லாம் ஒவ்வொரு இதழாக மூடிக்கொண்டன. ஒரு கரும் வண்டு மூடிய தாமரை ஒன்றில் தங்கியது. தாமரைகள் மீண்டும் மலர்கையில் விழித் தெழக் காத்திருந்தது.

காமத்திபுராவின் நினைவில் சம்பா பல ஆண்டுகள் இருந்தாள். இன்றும் நவராத்திரி விழாவில் ஒன்பது இரவுகளும் துணியில் வரையப்பட்டு மரச்சட்டத்தில் ஒட்டி நிறுத்தப்படும் எண்ணற்ற கடவுள் உருவங்களுடன் லேசாக அவள் சாயல் கொண்ட உருவம் ஒன்றும் இருக்கும். வண்ணமயமான விளக்குகளால் ஒளியூட்டப் பட்ட கணக்கில்லாத கண்களுடன் கூட்டத்தை வெறித்துப்பார்த்த படி இருக்கும், சம்பாதேவியின் உருவம்.

○

ஓம் லிங்கம்

1

ஒருநாள் காலையில் ஏடாகூடமான கனவுகளோடு விழித்துக் கொண்டபோது நான் ஒரு விரைத்த குறியாக உருமாறியிருந்தேன். என் தலை உருண்டையாக வழவழப்பாக உச்சியில் ஒரு சிறு பிளவுடன் இருந்தது. மயிரேதும் இல்லாமல் தலைகாணியில் சாய்ந் திருந்தது. கீழே நீளமான உருண்ட உடல் போர்வைக்குள் நீண்டி ருந்தது. தலையை இப்படியும் அப்படியும் திருப்பியபோது அதோடு சேர்ந்து உடலும் திரும்பியது. கழுத்தென்று ஒன்று இல்லாததால் என்னால் தலையைத் திருப்புவது என்பது முடியாது என்று உணர்ந்தேன். காதுகளோ, கண்களோ, மூக்கோ இல்லையென்றாலும் என்னால் பார்க்க முடிந்தது. அது எப்படி என்றுதான் புரியவில்லை. சரியாக எடுக்கப்படாத புகைப்படம்போல எல்லாம் மங்கலாகத் தெரிந்தாலும் என்னால் பார்க்க முடிந்தது. கேட்க முடிகிறதா என்று கவனித்தேன். ஆம், பக்கத்து வீட்டில் ராம்பாவ் வாய் கொப்பளிப்பது கேட்கிறது, கீழே உள்ள வீட்டில் ரேடியோ அலறுகிறது. வாசனை? தலைகாணி ஓரங்களில் நான் நசுக்கிய மூட்டைப் பூச்சிகளின் ரத்தவாடை வரும். தலையை உடலோடு சேர்த்துத் திருப்பி பூச்சி வாசனை இருக்கிறதா என்று பார்த்தேன். முகர்தலை இழந்து விட்டேன் என்று தெரிந்தது. அதற்காகப் பெரிதும் வருந்தவில்லை. நறுமணமோ, கெடுமணமோ எதற்கும் பெரிதாகக் கவலைப்பட்ட வனல்ல நான். மணங்களால் எந்தப் பயனும் இல்லை. பின்னர்தான் என்னால் பேசமுடியுமா என்று யோசித்தேன். அது மிக முக்கிய மானது. வாசனை எப்படியோ போய் ஒழியட்டும்; பேச்சு அத்தியா

வசியமானது. பேச முயற்சி செய்தேன். ஆனால் சரியாகச் செய்ய வில்லை என்பதை உடனேயே உணர்ந்தேன். என் உதடுகள் முன்னர் இருந்த இடத்தில் இல்லை. இப்போது அவை என் தலைக்கு மேலே இருந்தன. இப்போது நான் அந்தத் திறப்பு மூலமாக பேச முயற்சிக்க வேண்டும். மிகவும் சிரமப்பட்டு அந்த உதடுகளை அசைத்து ' ஹரே ராம, ஹரே கிருஷ்ண' என்று சொல்ல முயற்சி செய்தேன். ஆனால் வெளிவந்த சத்தம் சரியாக இல்லை. ஏதோ 'ஹர்ர்ர்... ஹர்ர்ர்... கெர்ர்ர்' என்பதுபோல் இருந்தது. எனது புதிய உதடுகள் வார்த்தை உச்சரிப்புக்கு இனிமேல்தான் பழகவேண்டும். அதுவரை அவற்றின் பணி நீர்மங்களை வெளியேற்றுவது மட்டுமாக இருந்தால் அது ஒன்றும் ஆச்சரியமில்லை. இருந்தாலும் அவற்றால் ஒலியெழுப்ப முடியும் என்பதே ஊக்கம் தருவதாக இருந்தது. மெல்ல மெல்ல அவற்றைப் பேசுவதற்கு பழக்கிவிட முடியும் என்ற நம்பிக்கை ஏற்பட்டது.

ஆனால் கைகால்கள் இல்லாத நீளமான, உருளை வடிவ உடலை வைத்துக்கொண்டு என்ன செய்ய? என்னால் எழுந்து நடக்க முடியுமா? எப்போதைக்குமாக படுக்கையில் கிடக்க வேண்டியது தானா? அந்த எண்ணத்தால் அதிர்ச்சி அடைந்த நான் என் பலம் முழுவதையும் திரட்டி படுக்கையை விட்டுத் துள்ளி எழுந்தேன். போர்வை பறந்து விலக என் அடிப்பகுதி தரையைத் தொட்டது. சிறிதுநேரம் நிலையில்லாமல் இப்படியும் அப்படியுமாக ஆடி பின் தரையில் நேராக நின்றேன். அப்படியே சிறிது நேரம் நின்று என் அறையைக் கவனித்தேன். என் உடல் நம்பமுடியாத அளவு உருமாறி விட்டிருந்தாலும் என் அறையில் இருந்த பொருட்கள் எல்லாம் முன்பிருந்ததைப் போலவே மாறாமல் இருப்பதைப் பார்க்க மகிழ்ச்சியாகவும் நிம்மதியாகவும் இருந்தது. மீண்டும் என் ஆற்றலைப் பிடித்திழுத்து குதித்தேன். இரண்டே தாவலில் கதவருகே சென்றேன். சில கணங்கள் அங்கு நின்றபின் மீண்டும் குதித்து என் படுக்கை யருகே வந்தேன். ஆக, என்னால் நகர முடிகிறது. இந்த எண்ணம் என்னில் ஏற்படுத்திய மகிழ்ச்சியில், வால்ட் டிஸ்னி கார்ட்டூனில் வரும் ரப்பர் பந்து போல அறைக்குள்ளேயே இங்குமங்குமாக குதிக்கத் தொடங்கினேன்.

குதித்தபடி ஜன்னல் அருகே சென்றுநின்று வெளியே பார்த் தேன். தெருவில் காலைநேர சந்தடி தொடங்கியிருந்தது. தெளிவாக எல்லாம் தெரியவில்லை என்றாலும் பார்த்தபடி இருந்தேன். இனி இந்த ஜன்னல் வழியாக உலகைப் பார்ப்பது மட்டுமே எனக்கும் புற உலகுக்குமான தொடர்பாக இருக்கப் போகிறது என்பது உறைத்தது. நான் எடுத்திருக்கும் இந்த அவதாரத்துடன் எப்படி வெளியில் செல்ல முடியும்? மக்கள் சிரிப்பார்கள்; சிறுவர்கள் துரத்தி

வந்து கிண்டலடிப்பார்கள்; நாய்கள் குரைக்கும். நான் இனி அறையில் அடைந்துகிடக்க வேண்டியதுதான். வெளியில் செல்வ தற்கு அவசியம் என்ன ஏற்படப்போகிறது? சாப்பிட வேண்டாம், குடிக்க வேண்டாம், கழிக்க வேண்டாம், சம்பாதிக்க வேண்டாம். இந்த உலகத் தளைகளில் இருந்தெல்லாம் விடுபட்டு என் வீட்டின் தனிமையில் இன்பமாக வாழலாம். என் வேலையும் இனி எனக்குத் தேவையில்லை. அதுவும் எனக்கு வெறுத்துப்போயிருந்தது. விடிகாலையில் எழுந்து, குளித்து, அவசர அவசரமாகச் சாப்பிட்டு விட்டு ஓடி ரயிலைப்பிடித்து அலுவலகம் போக வேண்டாம். வெளி உலகின் கட்டாயம் எதுவுமில்லாமல் ஓய்வான ஒரு வாழ்க்கையை வாழலாம். அந்த எண்ணமே இனிமையாக இருந்தது. இப்படியெல் லாம் யோசித்துக்கொண்டிருக்கும்போதே தெருவில் சிலபேர் கூடி என்னைக் கூர்ந்து பார்த்துக்கொண்டிருக்கிறார்கள் என்பது உறைத் தது. வேகமாகக் குதித்து ஜன்னலைவிட்டு நகர்ந்தேன்.

வீட்டில் இங்குமங்குமாக உட்கார்ந்து அந்த நாளைக் கழித்தேன். 'உட்கார்ந்து' என்பது தவறான சொல். என்னால் நிற்கவோ படுக்கவோதான் முடியும். வெளி உலகுடனான தொடர்பு அறுந்து விடவில்லை என்றாலும் நான் ஒழுங்காகப் பேசக் கற்றுக்கொள்ள வேண்டும் என்று தோன்றியது. என் வீட்டுக் கதவை நான் திறக்கப் போவதில்லை என்றாலும் பேச்சு அவசியத் தேவை. கதவைத் தட்டுபவர்களுக்கு நான் பதில் சொல்லியாக வேண்டுமே! என் வீட்டுக்கதவு மூடியே இருப்பதைப் பார்த்தால் அண்டை வீட்டார் எப்படியும் தட்டத்தான் போகிறார்கள். கதவைத் திறக்காமல் அவர்களைத் தவிர்த்தாக வேண்டும். இல்லையென்றால் அவர் களுக்குச் சந்தேகம் ஏற்பட்டு காவல்துறையையோ தீயணைப்புத் துறையையோ அழைப்பார்கள். எல்லாவற்றையும்விட என்னைப் பொறுத்தவரை பேச்சு என்பது அத்தியாவசியமானது, மானுட இருப்பின் முக்கியமான கூறு. முழுக்க முழுக்க மனிதனாக இருக்க வேண்டுமென்றால் நான் பேசியாக வேண்டும், வார்த்தைகள் வரவேண்டும். எனவே, அன்றிரவு அறை நடுவே நின்றுகொண்டு, கவனத்தைக் குவித்து பகவத் கீதையிலிருந்து வரிகளை உச்சரிக்கத் தொடங்கினேன். முதலில் சொற்கள் வராமல் தெளிவற்ற கரடு முரடான ஒலிகளே வந்தன. ஆனால் ஒருமணி நேரம் விடாமல் முயன்றதில் முன்னேற்றம் தெரிந்தது. அரைகுறையாக இருந்தாலும் சொற்கள் வெளிவந்தன. சோர்ந்துபோய் நிறுத்திக்கொண்டேன். சில நாட்கள் பயிற்சி செய்தால் என்னால் நன்றாகவே பேசமுடியும் என்ற நம்பிக்கை ஏற்பட்டது. படுக்கைக்குத் தத்திச் சென்று போர்வைக்குள் சுருண்டுகொண்டு என் பிரார்த்தனைகளைச் சொல்லிவிட்டு உறங்கிப் போனேன்.

மறுநாளில் பெரும்பகுதியை பேச்சுப் பயிற்சியில் செல வழித்தேன். உச்சரிப்பில் நல்ல முன்னேற்றம் ஏற்பட்டிருந்தது. நடுநடுவே, சோர்வு ஏற்பட்டபோதெல்லாம் ஜன்னலருகே சென்று வெளியே வேடிக்கை பார்த்தேன். தெருவிலிருந்து யாரும் பார்க்காத படி மெல்லிய திரைச்சீலையை இழுத்துவிட்டிருந்தேன். அவ்வப் போது வீட்டிற்குள்ளேயே இலக்கில்லாமல் தத்தியபடி சுற்றிவந்தேன்.

நான்குநாட்கள் கழித்து காலையில் கதவு தட்டப்பட்டது.

'ராவ் சார், ராவ் சார்' பக்கத்துவீட்டுக்காரர் ராம்பாவ் கூப்பிட் டார். வாசற்கதவை நோக்கிச் சென்று அதன் முன் சத்தமில்லாமல் நின்றுகொண்டேன். எவ்வளவு தெளிவாக பேச முடியுமோ அவ் வளவு முயன்று 'யாரது?' என்றேன். 'நான்தான் ராம்பாவ். நாலஞ்சு நாளா உங்களை காணவே இல்லையே? கதவு மூடியே இருக்கு. எங்கயும் போறதாவும் சொல்லல நீங்க. அதான் பார்க்கலாம்னு வந்தேன்.' 'கொஞ்ச நாளா ஜலதோஷம். படுத்துட்டே இருந்தேன்.' 'இப்போ நல்லா ஆயிட்டீங்களா?' ராம்பாவ் கேட்டார். 'ஆங், இப்ப ஒண்ணுமில்ல.' 'உங்க குரல் ஏன் ஒருமாதிரியா இருக்கு?' 'பயங்கர இருமல் இருக்கு' என்றவன் அவசரமாக 'ராம்பாவ் நாளைக்கு கம்பெனி வேலையா வெளிய போறேன். ஒரு மாசம் இருக்க மாட்டேன். கொஞ்சம் வீட்ட பாத்துக்குங்க' என்றேன். 'சரி சார்' என்றபடி ராம்பாவ் அகன்றார்.

ராம்பாவுடன் இந்தப் பேச்சுவார்த்தை நடந்த மறுநாள் தபால் காரர் ஒரு அஞ்சலட்டையைக் கதவிடுக்கு வழியாக உள்ளே போட்டு விட்டுப் போனார். நான் வேலை செய்த நிறுவனத்திலிருந்து வந்திருந்தது. தெளிவாக என்னால் படிக்கமுடியவில்லை என்றாலும் ஒவ்வொரு வார்த்தையாக மெல்ல படிக்க முயன்றேன். சென்ற மூன்று நாட்களாக நான் ஏன் வரவில்லை என்று கேட்டும் உடனடி யாக வரவேண்டும் என்று அறிவுறுத்தியும் எழுதியிருந்தார்கள்.

எனக்கு வேலையைப் பற்றி எந்த அக்கறையும் இனி இல்லை. என் தோழி லத்திகாவைப் பார்க்க வேண்டும். அதுதான் என்னைத் தொந்தரவு செய்துகொண்டே இருந்தது. அவளைப் பார்த்தே ஆகவேண்டும். என் உருமாற்றத்திற்கு முன்பே, அவளைப் பார்த்து பதினைந்துநாட்களுக்கு மேலாகியிருந்தது. எங்களுக்கிடையே சிறு ஊடல் நிகழ்ந்திருந்தது. லத்திகாவுக்கு இயற்கையிலேயே மேட்டிமை அதிகம். கண்டிப்பாக அவள் இறங்கிவர மாட்டாள் என்பது எனக்குத் தெரியும். அதற்காக நான் போய் பார்க்காமல் இருந்தால் நான் மிகவும் புண்பட்டுவிட்டேன் என்று அவள் நினைக்க எங்களி டையே விரிசல் அதிகமாகிவிடவும் கூடும். என்னில் ஏற்பட்டுள்ள மாற்றத்திற்குப் பிறகும் எங்கள் உறவு தொடர்வதற்கு வாய்ப்பு மிகவும்

குறைவுதான். எனது புதிய அவதாரத்தை அவள் ஏற்றுக்கொள்வாளா என்ன? உண்மையான காதலுக்கு தடையேதும் இல்லை என்று சொல்கிறார்கள். லத்திகாவுக்கும் உண்மையிலேயே என் மீது காதல் தான். இருந்தாலும் எல்லா மாயைகளையும் தாண்டி ஜெயிக்க முடியும் என்று நம்புவது அவ்வளவு எளிதாக இல்லை. சோகத்தில் மூழ்கிய நான் அவளைப் பிரியவும் எங்கள் காதலை மனதின் அடியில் போட்டுப் புதைக்கவும் தயாராகவே இருந்தேன். இருந்தாலும் அவளை ஒரே ஒருமுறை, கடைசியாகப் பார்த்துவிட ஏங்கினேன். ஆனால் அது எப்படி நடக்கும்? வணிகவியல் படித்துக் கொண்டிருந்த லத்திகா பெண்கள் விடுதியில் தங்கியிருந்தாள். நான் இருந்த இடத்திலிருந்து அது ஒன்றும் தூரமல்ல. இருந்தாலும் யார் கண்ணிலும் படாமல் எப்படிப் போவது? அப்படியே போய்விட் டாலும் காவல்காரன் என்னை உள்ளே விடுவானா என்ன? லத்தி காவைப் பார்ப்பதென்பது நடக்கக்கூடியதாகத் தோன்றவில்லை.

அடுத்த மூன்று நான்கு நாட்களும் இந்தப் பிரச்சனையைப் பற்றியே யோசித்துக்கொண்டிருந்தேன். பின் திடீரென லத்திகாவைப் போய் பார்த்துவிடுவது என்ற முடிவுக்கு வந்தேன். இரவு விழித் திருந்து தெரு ஆள் அரவமில்லாமல் இருக்கும் என்பதை நிச்சயம் செய்துகொண்டு கதவருகே சென்று தாழ்ப்பாள் மீது சாய்ந்து அதை விலக்கினேன். ஒரு தாவு தாவி வெளியே வந்தேன். கட்டடம் அமை தியாக இருந்தது; எல்லா கதவுகளும் மூடப்பட்டிருந்தன. படிகளில் குதித்திறங்கி வாயிற்கதவை அடைந்தேன். சில கணங்கள் அங்கேயே நின்று இடதும் வலதும் பார்த்தேன். பின்னர் தெருவில் இறங்கி வேக மாகக் குதித்து குதித்து லத்திகாவின் இருப்பிடம் நோக்கிச் சென் றேன். இரவுக்காற்று சில்லென்று இருந்தது.

சிறிது தூரம் சென்றிருப்பேன். இரண்டு ஆட்கள் ஏதோ வம்படித்துக்கொண்டு என்னை நோக்கி வருவதைப் பார்த்ததும் சட்டென்று திரும்பி அங்கிருந்த சந்துக்குள் நுழைந்து சுவற்றில் சாய்ந்து இருட்டுக்குள் நின்றுகொண்டேன். தெருவில் அவர்கள் கடந்துசென்றதும் என் பயணத்தைத் தொடர்ந்தேன். சில நிமிடங்கள் கழித்து திடீரென பக்கத்து சந்திலிருந்து ஒருவன் எனக்கு நேர் எதிராகத் தோன்றினான். நான் கலவரப்படாமல் சுறுசுறுப்பாக போய்க்கொண்டே இருந்தேன். அவன் ஆடிக்கொண்டே வந்ததைக் கவனித்தேன். நன்றாகக் குடித்திருப்பான் போல. தடுமாற்றத்துடன் என்னைப்பார்த்தவன் நான் அவனைத் தாண்டிச் செல்கையில் கண்களைக் கசக்கிக் கொண்டான். அவனைக் கடந்து நான் வந்த பிறகு வெகுநேரம் விரிந்த விழிகளுடன் என்னைப் பார்த்துக் கொண்டே இருந்திருப்பான் என்பதில் சந்தேகமே இல்லை. இப்படி

ஒரு காட்சியை அவன் தன் நண்பர்களிடம் சொல்வான் என்று தோன்றியது. ஆனாலும் ஒருவரும் அவனை நம்பப் போவதில்லை.

லத்திகாவின் விடுதி கண்ணில் பட்டதும் எனது பதற்றம் அதிகமானது. என் வேகம் குறைந்தது. மூடியிருந்த கம்பிபோட்ட கேட் அருகே சென்று நின்றேன். உள்ளே குறுகலான நடைவழியின் கதவருகே காவல்காரன் ஒரு கட்டிலில் தூங்கிக்கொண்டிருந்தது கம்பிகளிடையே தெரிந்தது. சில அடிகள் பின்னெடுத்து வைத்து வேகமாக வந்து ஒரே எம்பில் கேட்டைத் தாண்டி உள்ளே குதித்தேன். காவல்காரனை ஜாக்கிரதையாக தாண்டிச் சென்றேன். இருபுறமும் இருந்த அறைகளின் கதவுகள் மூடியிருந்தன. முதல் மாடியில் இருந்த 37ஆம் அறைதான் லத்திகாவுடையது. படியேறிச் சென்று கதவின் முன்பாக சிறிதுநேரம் அமைதியாக நின்றேன். பின்னர் தலையால் லேசாக கதவைத் தட்டினேன். சில கணங்கள் காத்திருந்து பின் சற்று அதிக சத்தம் வரும்படி தட்டினேன். உள்ளே ஏதோ ஓசை கேட்டது. விளக்கு எரிந்தது. 'யாரது?' தூக்கக் கலக்கத்துடன் லத்திகாவின் குரல் கேட்டது. மீண்டும் கொஞ்சம் சத்தமாக 'யாரது' என்றாள். 'நான்தான். கதவைத் திற' என்றேன்.

கதவு லேசாகத் திறந்தது. தூங்கி வழிந்துகொண்டு லத்திகா என்னைப் பார்த்தாள். அவள் கத்தப் போகிறாள் என்பதை உணர்ந்த நான் அவசரமாக 'கத்தாதே, லத்திகா. நான்தான் அனில். முதல்ல என்னை உள்ளே விடு. எல்லாத்தையும் சொல்றேன்' என்றேன். புறங்கையால் வாயைப் பொத்தியபடி லத்திகா மெல்ல மெல்ல பின்னடி எடுத்து வைத்தாள். நான் அறைக்குள் சென்று என் பின்னால் கதவை மூடினேன். 'லத்திகா... லத்திகா...' என நெஞ்சுருக வேண்டினேன். பின்னால் நகர்ந்தவள் தன் கட்டிலில் இடித்துக் கொண்டாள். பின் கட்டில் முனையில் உட்கார்ந்துகொண்டாள். கண்ணீர் பொங்கியது. வாயைப் பொத்தியிருந்த கை நடுங்கியது. நான் அவள் முன் நின்று 'சொல்றத கேளு, லத்திகா' என்றேன். முகத்தில் கண்ணீர் வழிய அவள் நான் சொன்னதைக் கேட்டாள். நான் சொல்லி முடித்ததும் அவளால் 'அனில்... அனில்...' என்று முனக மட்டுமே முடிந்தது.

'லத்திகா, இப்போ நான் உன்கிட்ட இருந்து நிரந்தரமா பிரிஞ்சே ஆகணும். வேற வழியே இல்ல. நான் போறேன். உன்ன இனிமேல் எப்பவும் தொந்தரவு செய்ய மாட்டேன். யாராவது நல்ல பையனை கல்யாணம் பண்ணிக்கிட்டு நீ சந்தோஷமா இருந்தா போதும்.' கொஞ்சம் நிறுத்தி, 'போறதுக்கு முன்னால எனக்கு ஒரு உதவி நீ செய்யணும். எனக்கு கடைசியா ஒரு முத்தம் தருவியா?' என்று கேட்டேன். லேசாக முன்னால் தாவினேன். 'அனில்!' என்று மூச்ச

டைத்த குரலில் சொல்லியபடி கட்டிலைவிட்டு எழுந்து நின்றாள். அவளை முத்தமிடுவதில் ஒரு பிரச்சனை இருக்கிறது. அவளை அணைத்துக்கொள்ள எனக்கு கைகளில்லை. என் உதடுகள் மேலே இருந்ததால் நான் தரையில் விழுந்துவிடக்கூடும். 'தயவுசெஞ்சு, லத்திகா' என்றேன் முன்னால் லேசாகக் குனிந்தபடி. 'அனில்...' என்று மீண்டும் ஒடுங்கிய குரலில் சொல்லியபடி அவசரமாகப் பின்னால் நகர்ந்தாள் லத்திகா. அறையின் மறுமுனைக்கு வேகமாக ஓடியவள் சுவரில் சாய்ந்து நின்றாள். அவள் உடல் நடுங்கிக்கொண்டிருந்தது. நான் எழுந்திருக்க முயலாமல், அவளிருந்த திசை நோக்கி தரையில் உருண்டேன். ஆனால் கட்டிலுக்கும் மேசைக்கும் நடுவே மாட்டிக் கொண்டேன். நெருக்கடியான அந்த இடத்தில் மாட்டிக்கொண்ட என்னால் எழுந்திருக்கவே முடியவில்லை. 'லத்திகா, லத்திகா' என்று மூச்சடைக்க மன்றாடினேன். 'தயவு பண்ணு லத்திகா' நிச்சயமில்லாத உணர்ச்சியுடன் என்னைப்பார்த்தபடி அசையாமல் நின்றுகொண்டி ருந்தாள். பின் மெதுவாக முன்னால் வந்து குனிந்து என்னை எழுப்பி விட்டாள். அவளது மென்மையான கைகளின் தொடுகைதான் எவ்வளவு இனியது! அவள் அவசர அவசரமாகத் தன் கையை எடுத்துக்கொண்டு பின்னால் வைத்துக்கொண்டதைப் பார்த்ததும் என் ஆசை தணிந்தது. என்றாலும் சிறு சைகைகள் மாயத்தோற்றங் களில் நம் நம்பிக்கையை மீட்டெடுக்கும். 'சரி லத்திகா. இப்போ நான் போறேன். கடைசியா குட்பை.' சில கணங்கள் அங்கேயே நின்று அவள் முகத்தைப் பார்த்துக்கொண்டிருந்தேன். எனக்கு கைகள் மட்டும் இருந்திருந்தால் அந்தக் கண்ணீரை மென்மையாகத் துடைத்திருப்பேன். லத்திகா நடுங்கும் கைகளால் கதவைத் திறந்தாள், இரண்டே தாவலில் நான் அறைக்கு வெளியே வந்தேன்.

'அடக் கடவுளே' பல பெண் குரல்கள் ஒரே சமயத்தில் அலறின. நடுங்கிப்போய் சுற்றிலும் பார்த்தேன். பெண்கள் படை ஒன்றால் சூழப்பட்டிருந்தேன். லத்திகாவின் அறையில் குரல்களைக் கேட்ட வர்கள் ஏதோ அங்கே நடக்கிறது என்று முடிவுசெய்து ஒட்டுக் கேட்கும் எண்ணத்தில் கதவருகே கூடியிருக்கிறார்கள் என்பது புரிந்தது.

'ஐயோ, என்னடி இது?' 'யப்பா, எவ்வளவு பெருசு!' 'லத்திகா, இவ்வளவு பெரிசா எங்கடி பிடிச்ச?' இத்தனைக்கும் நடுவில் ஓரிரு பெண்கள் என்னைத் தொட்டுப் பார்த்தனர். இந்த முற்றுகையை நான் உடனடியாக உடைத்தாக வேண்டும் என்று முடிவுசெய்து வெறித்தனமாக முன்னால் தாவினேன். வழியில் இருந்த பெண்கள் பின்னால் நகர்ந்தார்கள். பெரிதாக எம்பி வளையத்தை உடைத்து வெளியே தாவி படிக்கட்டை நோக்கி ஓடினேன். 'ஹேய் நில்லு நில்லு' என்று கத்திக்கொண்டு பெண்கள் துரத்திக்கொண்டு வந்தனர். நான்

வேகமாகப் படியிறங்கி கீழே நடைவழிக்கு வந்தேன். சத்தம் கேட்டு எழுந்த விடுதி மேட்ரன் என்னை நோக்கி வந்துகொண்டிருந்தார். குதித்தபடி வந்துகொண்டிருந்த என்னை ஒருமுறை பார்த்தவர் அலறிக்கொண்டு மயங்கி தரையில் சாய்ந்தார். அந்தச் சத்தம் மறு முனையில் தூங்கிக்கொண்டிருந்த காவல்காரனை எழுப்பி விட்டது. அவன் எழுந்துகொள்வதற்குள் அவனருகே சென்றிருந்த நான் கேட்டின் அருகே சென்று ஒரே எம்பில் தெருவில் குதித்தேன். வீடிருந்த திசை நோக்கி வேகமாகச் சென்றுகொண்டேயிருந்தேன். வீட்டிற்கு வரும் வரை வேறு எந்தச் சம்பவமும் நிகழவில்லை. படியேறி, வெறுமனே மூடிவிட்டு வந்திருந்த கதவைத் தள்ளித் திறந்து உள்ளே சென்று மூடிக்கொண்டேன்.

லத்திகாவைச் சந்தித்துவிட்டு வந்தபிறகு நாலைந்து நாட்கள் மனமுடைந்து படுக்கையிலேயே கிடந்தேன். அலுவலகத்திலிருந்து மேலும் ஒன்றிரண்டு கடிதங்கள் வந்தன. அவற்றை நான் படிக்கக்கூட முயற்சி செய்யவில்லை. சில நாட்கள் கழித்து என் வீட்டிற்குள்ளேயே சுற்றிவர ஆரம்பித்தேன். பெரும்பாலான சமயம் ஜன்னலருகே நின்று வெறித்துப் பார்த்துக்கொண்டிருந்தேன். மனதில் பலதும் ஓடிக் கொண்டேயிருந்தது. என் வாழ்க்கையை, என் எதிர்காலத்தை எண்ணியபடி இருந்தேன். நான் உருமாறியிருக்கிறேன்; என் எதிர் காலமும் என் விதியும் மாறாதா என்ன? என் விதியில் வேறேதோ எழுதப்பட்டிருக்கிறது என்பது எனக்கு நிச்சயமாகத் தெரிந்தது. என் விதியை நிறைவேற்றுவது என் கடமை. அனில் ராவ் என்றழைக்கப் பட்ட சாதாரண மனிதன் அல்ல நான். அந்தத் தோலைக் களைந்து விட்டு இன்னும் தூயதான இருப்பை நான் இப்போது அடைந் துள்ளேன். அனில் ராவின் நகலாக வாழ்வதோ, பகலொளியைக் கண்டு அஞ்சும் சிறு பிராணியாக வாழ்வதோ அல்ல என் விதி. என் மூடிய அறைகளிலிருந்து நான் வெளியேற வேண்டும். அனில் ராவை எனக்குப் பின்னால் விட்டுச்செல்ல வேண்டும்.

இந்த முடிவோடு, இனி திரும்புவதில்லை என்ற தீர்மானத்தோடு ஒரு நள்ளிரவில் நான் என் வீட்டைவிட்டு வெளியேறினேன். வேக மாக தத்தித் தத்தி நகரத்தை விட்டு வெளியே செல்லும் சாலையில் சென்றேன். எங்கு போகிறேன் என்று எனக்கே தெரிந்திருக்கவில்லை. என் விதியை நான் அடையவில்லையென்றால் அது என்னை வந்தடையும் என்பது எனக்கு நிச்சயமாகத் தெரிந்தது.

2

ஒரு நகர்ப்புறத்தை அடைந்திருந்தேன். அங்கே தெரு விளக்குகள் இல்லை. இன்னும் இருட்டாகவே இருந்தது. சில்லென்று இருந்த

இரவுக்காற்று என்னைக் கிளர்ச்சியடையச் செய்தது. சாலையின் இருபுறமும் வயல்களும் காலி நிலங்களும் இருந்தன. அவ்வப்போது டிரக்கோ காரோ கடந்து சென்றது. அது சென்று மறையும் வரை நான் ஒளிந்துகொண்டேன். சிறிதுநேரம் கழித்து நான் சாலையை விட்டிறங்கி கிராமத்திற்குள் போகும் பாதையில் செல்லத்தொடங்கினேன். வெகுதூரம் சென்றபிறகு தூரத்தில் குடிசைகளின் வரிசை தெரிந்தது. அந்தப்பாதை கிராமத்திற்குத்தான் செல்கிறது என்பது நிச்சயமானது. எனக்கு அதுபோல் எங்கும் செல்லும் எண்ணமில்லை. பாதையிலிருந்து விலகி கிராமமிருந்த பக்கத்தைத் தவிர்த்து திறந்த வயல்வெளியில் இறங்கிச் சென்றேன். என் வலதுபுறத்தில் ஒரு சிறிய குன்றின் வடிவம் தென்பட்டது. அதைநோக்கிச் செல்லத் தொடங்கினேன். சில நிமிடங்களில் அந்தக் குன்றின் அடிவாரத்தை அடைந்தேன். அந்த இடம் தனிமையானதாக, வறண்ட நிலமாக இருந்தது. நான் மிகவும் சோர்ந்திருந்தேன். விடியப்போகும் தருணம். குன்றின் பின்புறம் வானம் லேசாக சிவக்கத் தொடங்கியிருந்தது.

சூரியன் மேலெழுந்தான். காய்ந்த மஞ்சள் புல்லும், சிறு புதர்களும், நிறைய பாறைகளும் பரவியிருந்த குன்றை நோட்டம் விட்டேன். என்னைச் சுற்றியிருந்த வெளியில் அதே காய்ந்த புல்லும், புதர்களும், கற்களும் பரவியிருந்தன. உயரமான மரங்கள் சிலவும். அவற்றில் ஒன்றின் அடியில்தான் நான் நின்றுகொண்டிருந்தேன். அந்த இடம் எனக்கு பிடித்துப்போனது. என்னுடைய புதிய அவதாரத்திற்குப் பொருந்துவது போன்ற பழமையான, காலமற்ற தன்மை ஒன்று அதில் இருந்தது. சிமெண்டால் கட்டப்பட்ட எதுவும் எனக்கு இனி பொருந்தாது. என் தலைக்கு மேல் கூரை என்று ஒன்று இருக்கவேண்டுமென்றால் அது கல்லாலானதாக, பழமையான முறையில் வடிவமைக்கப்பட்டதாக மட்டுமே இருக்க முடியும்.

என் எண்ணம் இப்படிப் போய்க்கொண்டிருக்கையில் தூரத்தில் கிராமத்தான் ஒருவன் என்னை நோக்கி வருவதைப் பார்த்தேன். அவன் அருகில் வந்தான். நான் அசையாமலிருந்தேன். அவன் என் மேல் மோதியிருக்கக்கூடும். அப்போதுதான் என்னைக் கவனித்தான். பார்த்தவன் அப்படியே உறைந்து நின்றான். கண்கள் விரிய என்னைப் பார்த்தான். திடீரென்று அப்படியே திரும்பி கிராமத்தை நோக்கி ஓடத்துவங்கினான். சிறிதுநேரம் கழித்து ஒரு கும்பல் அவசர அவசரமாக என்னை நோக்கி வருவது தெரிந்தது. கிட்டத்தட்ட ஓடி வந்தவர்கள் என்னைச் சுற்றி நின்றுகொண்டார்கள். வியப்பொலி எழுப்பிக்கொண்டு ஒருவரை ஒருவர் பார்த்துக்கொண்டனர். ‘சிவலிங்கம்... சிவலிங்கம்’ என்று அவர்கள் சொன்னது எனக்குப் புரிந்தது. சுயம்பு லிங்கம் ஒன்றைக் கண்டெடுத்தவர்கள் அதைக் கொண்டுபோய் கிராமத்தில் சரியான இடத்தில் வைக்கப்போகி

றார்கள் என்பது அவர்கள் பேச்சிலிருந்து தெரிந்தது. சிலர் திரும்பிச் சென்று எதைஎதையோ எடுத்து வந்தார்கள். பின்னர் அவர்கள் என்னைச் சுற்றி உட்கார்ந்துகொண்டு பூக்களையும் பிறவற்றையும் எனக்குப் படைத்தார்கள். சிலர் வாத்தியங்களை எடுத்து வந்திருந் தார்கள். பின்னர் இருவர் சேர்ந்து என்னை மேலே தூக்க எல்லோரும் 'நமச் சிவாய! நமச் சிவாய!' என்று கோஷமிட்டபடி மேளமும் நாயனமும் முழங்க கிராமத்தை நோக்கி நடந்தார்கள்.

கிராமத்தின் எல்லையில் இருந்த பெரிய கல் மேடை ஒன்றில் என்னை வைத்தார்கள். அந்த இடம் சிதைந்து போன அல்லது அழிக்கப்பட்ட கோவில் போலிருந்தது. பெருங்கூட்டம் ஒன்று கல் மேடையைச் சுற்றிக் கூடிவிட்டது. மொத்தக் கிராமமும் என்னைப் பார்ப்பதற்காக வந்துவிட்டிருந்தது. பெண்களும் குழந்தைகளும் கூச்சலிட்டபடி இருந்தார்கள். நடுநடுவே என்னை வணங்கினார்கள். என்னைத் தூக்கிவந்த இருவரும், அதில் ஒருவர் கிராமத்தின் தலைவர் போல, மற்றவர்களுடன் ஏதோ விவாதித்துக்கொண்டிருந் தார்கள். நான் மரமா, கல்லா என்று தெரிந்துகொள்ள சிலர் என்னைத் தொட்டுப்பார்த்தனர். நான் கல்லாக இல்லாமல் உயி ருள்ள தோலைத் தொடுகையில் இருப்பதுபோல இளஞ்சூடாக இருப்பது அவர்களுக்கு வியப்பாக இருந்தது. அவர்கள் பேசிக்கொள் வதை சற்று நேரம் கேட்டுக்கொண்டிருந்தவன் சத்தமாக 'மக்களே, கேளுங்க' என்றேன்.

நான் மனிதன் போல பேசுவதைக் கண்டதும் கூட்டம் அதிர்ந்து போனது. 'கேளுங்க மக்களே' என்றேன் மீண்டும். 'பல வருஷங்களுக்கு முன்ன பிரம்மா, விஷ்ணு, சிவன் மூணு பெரிய தெய்வங்களும் உலகத்தை மூடியிருந்த தண்ணியில் இருந்து வெளிய வந்தாங்க. பிரம்மாவும் விஷ்ணுவும் சிவனை கும்பிட்டு "சக்தியுள்ள தெய்வம் நீங்க. நம்மல்ல பெரியவர். நீங்க விரும்புறமாதிரி உலகத்தை படைக் கணும்" அப்படின்னு கேட்டுக்கிட்டாங்க. சிவனும் "அப்படியே ஆகட்டும்"னு சொல்லி திரும்ப தண்ணிக்குள்ள மூழ்கி இந்த விஷயத்தை எண்ணி தவமிருந்தாரு. ஆயிரக்கணக்கான வருஷம் அவர் மூழ்கியிருந்தாரு. இதுக்கிடையில பிரம்மாவும் விஷ்ணுவும் அவங்க என்ன செய்யணும்னு விவாதிச்சாங்க. விஷ்ணு பிரம்மா கிட்ட 'நீங்களே ஏன் உலகத்தைப் படைக்கக்கூடாது? உங்களுக்கு தான் அந்த சக்தி இருக்கே?' அப்படின்னு கேட்டாரு. அதனால பிரம்மா அசையறதும் அசையாததுமான உலகத்தைப் படைச்சாரு. பிறகு உலகத்தைப் படைக்கணும்னு சிவன் தண்ணியில இருந்து வெளிய வந்தாரு. ஆனா பிரம்மா ஏற்கெனவே உலகத்தைப் படைச் சுட்டாருங்கிறதை பாத்தாரு. பிரம்மா படைச்ச உலகம் அவருக்கு பிடிக்கவேயில்ல. சிந்திக்கற சக்தி இல்லாத மிருகங்களையும் பறவை

களையும் பார்க்க வெறுப்பா இருந்தது. அதைவிட, பதட்டம், பயம், குழப்பம் இதனால எல்லாம் பாதிக்கப்பட்டு பரிதாபமான வாழ்க்கை நடத்துற மனுஷனை சுத்தமா பிடிக்கலை. கடுமையான கோபத்தோட "இந்த பிரம்மா எவ்வளவு மோசமான உலகத்தைப் படைச்சிருக்காரு! நான் இதைவிட ஆயிரம் மடங்கு மேலான மனுஷன படைச் சிருப்பேன். பதட்டம், பயம், குழப்பம் இப்படி எந்த பலவீனமும் இல்லாதவனா படைச்சிருப்பேன். நான் நிதானமா எல்லாத்தையும் பார்த்துப் பார்த்து பொறுமையா செஞ்சிருப்பேன். இந்த பிரம்மா அவசர அவசரமா திறமையில்லாம செஞ்சுட்டாரு. எனக்கு திரும்ப புதுசா ஒரு உலகத்தை படைக்கிற ஆர்வமே இல்லாம போச்சு. அதுக்குப் பதிலா இந்த மோசமான உலகத்தை எரிச்சு அழிக்கப் போறேன்"னு சொல்லி தன் வாயிலேருந்து பெரிய நெருப்பை கக்கினாரு. உலகத்தை அழிச்சுராதீங்கன்னு பிரம்மா சிவன்கிட்ட வேண்டினாரு. "உங்களுடைய லிங்க உருவத்தை தவறாம நாங்க வழி படுவோம்." கசப்போட சிரிச்சுக்கிட்டே சிவன் சொன்னாரு, "சரி போகட்டும். நான் உங்க படைப்பை அழிக்கல. ஆனா என்னுடைய லிங்கம் கச்சிதமான ஒரு மனித குலத்தை இந்த உலகத்துல உருவாக்க நினைச்சது. இப்போ அதுக்கு எந்த பயனுமில்ல." இத சொல்லிக் கிட்டே சிவன் தன்னுடைய லிங்கத்தை வெட்டி பூமி மேல எறிஞ்சாரு. மக்களே, நீங்க இப்போ பாத்துக்கிட்டு இருக்கற லிங்கம் சிவனுடைய புனிதமான லிங்கம்.'

நான் சொல்லி முடித்ததும் என்னைச் சுற்றி நீண்ட நேரத்திற்கு சிறு சத்தமோ அசைவோகூட ஏற்படவில்லை. பின்னர் ஒரே குரலில் எல்லோரும் 'நமச் சிவாய! நமச் சிவாய!' என்று கூவினார்கள். பலரும் முன்னால் வந்து தரையில் விழுந்து வணங்கினார்கள். நாள் முழுக்க ஆண்களும் பெண்களும், சிறியவரும் பெரியவரும் வந்து வணங்கிக் கொண்டே இருந்தார்கள். செய்தி பரவியதும் தொலைவில் இருந்த கிராமங்களிலிருந்தும் மக்கள் வரத்தொடங்கினார்கள். பிறகு கிராமத் தலைவர் என்னைச் சுற்றி ஒரு கோவிலைக் கட்டுவது என்ற முடிவுக்கு வந்தார். வேலையாட்கள் வந்து கற்களை செதுக்க ஆரம்பித்தார்கள். சில நாட்களுக்குள்ளாகவே என்னைச் சுற்றி கோபு ரத்துடனான கற்கோயில் எழுப்பப்பட்டது.

கிராமத்திலிருந்த ரக்மாபாய் என்ற பெண் முழு அர்ப்பணத் துடன் என்னை வழிபடத் துவங்கினாள். அவளது கணவன் இள வயதிலே இறந்துபோயிருந்தான். அவர்களுக்கு குழந்தைகள் இல்லை. இப்போது அவள் தன் வீட்டை மறந்து விழித்திருக்கும் நேரமெல்லாம் எனக்கு சேவை செய்வதிலேயே கழித்தாள். இரவில் மட்டும் வீட்டுக்குச் செல்வாள். பக்தர்களை அவள் மேற்பார்வை செய்தாள். பல பக்தர்கள் என்னிடம் அவர்களது வாழ்க்கை பற்றி, எதிர்காலம்

பற்றி, அவர்களது பிரச்சனைகள் பற்றி கேள்விகள் கேட்டனர். எனக்கு மனமிருந்தால் அவர்களுக்குப் பதில் சொல்வேன். பதில் கிடைத்தவர்கள் மகிழ்ச்சியோடு திரும்பிப்போவார்கள். அப்படிப் பதில் சொல்வதால் என்னுடைய புகழ் மேலும் பரவியது. நாள் முழுவதும் கோபுரத்திற்குக் கீழிருந்த பீடத்தில் பக்தர்கள் வழிபடுவதற்கென நின்றுகொண்டிருப்பேன். சில சமயம், ரக்மாபாய் வீட்டிற்குச் சென்றபிறகு நள்ளிரவில் தத்தியபடி கோவிலைவிட்டு வெளியே சென்று கற்கள் பரவிய காட்டுப்பகுதியில் சுற்றிவிட்டு வருவேன். நள்ளிரவின் அமைதியில், நிலவும் நட்சத்திரங்களும் தரும் மெல்லிய ஒளியில் நான் மிகவும் மகிழ்ச்சியுடன் இருப்பேன். ஆழ்ந்த அமைதி என் மனதை நிறைத்திருக்கும். சில இரவுகளில் நான் இந்த பூமியில் எப்படித் தோன்றினேன் என்பதைக் காண்பேன். சிவபெருமான் என்னைத் தன்னிலிருந்து துண்டித்து நிலத்தின் மீது எறிவார். சிவனின் லிங்கமான நான் மொத்த உலகையும் ஊடுருவி வெளியை நிறைத்திருப்பேன். பிரம்மா ஒரு கொக்கின் உருவம் எடுத்து என் முடியை வான்வெளியில் தேடத் தொடங்கினார். விஷ்ணுவோ பன்றி வடிவெடுத்து எனது அடியை பூமியின் வயிற்றில் தேடினார். இரு வராலும் என் அடிமுடியைக் காணமுடியவில்லை. நான் அவ்வளவு பரந்திருந்தேன். பின்னர் அவர்களுக்கு வானிலிருந்து ஒரு குரல் கேட்டது: 'சடைமுடிகொண்ட இறைவனின் லிங்கத்தை வழி படுவோர் எண்ணமெல்லாம் ஈடேறும்.' அதைக் கேட்ட பிரம்மாவும், விஷ்ணுவும், மற்றெல்லோரும் என்னை வழிபட ஆரம்பித்தார்கள்.

நான் என் விதியைக் கண்டடைந்திருந்தேன். பிரபஞ்ச அமைப்பில் என்னுடைய தனிப்பட்ட இடம் என்ன என்பது இப்போது எனக்குத் தெரியும். சிவனின் லிங்கமான நான் கடந்த காலம், நிகழ்காலம், எதிர்காலம் என்ற மூன்றின் வடிவம். காலச் சக்கரத்தின் அச்சு நான். இருந்தாலும் என்னில் ஒரு சோகம் இருந்தது. சிவன் தன் லிங்கத்தை அறுத்தெறிந்தது ஒரு நல்ல விஷயமல்ல. சிவன் கோபப்பட்டு செய்த இச்செயல்தான் உலகில் உள்ள இடர்களுக்கெல்லாம் காரணம் என் பதில் எந்தச் சந்தேகமும் இல்லை. நான் இறைவனுடன் சேர முடியும் என்றால் இவ்வுலகில் அமைதியும் அன்பும் திகழும். எப்போது அது நிகழும்? நான் எப்போது என் இறையுடன் சேர்வேன்?

3

ரக்மாபாய் இடைவிடாது எனக்கு சேவை செய்துவந்தாள். இப்போதெல்லாம் அவள் இரவில்கூட வீட்டிற்குச் செல்வதில்லை. கோவிலுக்குள்ளேயே தூங்குகிறாள். அவள் தன்னை முழுமையாக எனக்கு அர்ப்பணித்தாள். அவள் மீது எனக்கு ஆழமான பாசம்

ஏற்பட்டிருந்தது. ஒரு நள்ளிரவில், மற்றவர்களெல்லாம் கிளம்பிச் சென்ற பிறகு அவளை எனக்கு உடம்பு பிடித்துவிடும்படி சொன்னேன். தேங்காய் எண்ணெய்யை என் மீது தடவி இரண்டு கைகளாலும் தேய்த்துவிட்டாள். மேலிருந்து கீழ் வரை அவளது கைகள் என் மீது வேக வேகமாகத் தடவிச் சென்றன. அவள் தன் தொடையிடுக்கில் சேலை ஈரமானதைக்கூட கவனிக்காமல் தன் செயலில் மூழ்கியிருந்தாள். எனக்கும் கிளர்ச்சி ஏறிக்கொண்டே சென்று இறுதியில் சூடான விந்துவை வாய்வழியே பீய்ச்சி அடிக்க வேண்டுமென்ற வெறி எழுந்தது. ஆனால் அது நடக்காது என்பது எனக்குத் தெரியும். என் வாயிலிருந்து சொற்கள் மட்டுமே எழமுடியும். வெறும் சொற்கள். நான் தளர்ந்துபோய் சோகத்தில் மூழ்கினேன். இந்த வறட்டு வெட்டி வேலை போதுமே என்று எனக்கு நானே சொல்லிக்கொண்டேன். ரக்மாபாயும் சோர்ந்துபோய் இரண்டு கைகளும் என்னைச் சுற்றியிருக்க தரையில் படுத்துக்கொண்டாள்.

சில சமயங்களில் அவள் என்னிடம் இறைஞ்சுவாள், ‘சாமி, உங்களுடைய ஒரு துளி சக்தியை எனக்கு கொடுப்பீங்களா? உலகத்தையே ஆளக்கூடிய பிள்ளை எனக்கு பிறப்பான். அமைதியும் அன்பும் நிறைஞ்ச சாம்ராஜ்யத்தை ஏற்படுத்துவான்.’ ‘இப்போது அது முடியாது ரக்மாபாய். நான் திரும்பவும் சிவனோடு சேர்ந்தாத்தான் அது நடக்கும்’ என்று அவளிடம் சொன்னேன். ‘நீங்க சிவனோடு சேர்ந்த பிறகு என்னை மறக்க மாட்டீங்களே?’ என்று பதற்றத்தோடு கேட்டாள் ரக்மாபாய். ‘உன்னை எப்பவும் மறக்க மாட்டேன் ரக்மாபாய்.’ அவள் என்னை இன்னும் ஆசையோடு இறுக கட்டிக்கொண்டாள். இந்த மண்ணில் வாழ்வு இத்தகைய ஏக்கங்களும், வருத்தங்களும், ஒளிரும் சிறப்புகளும் நிறைந்தது. கற்களும் விண்மீன்களும் சாட்சியாக இவையெல்லாம் எனக்கும் நிகழ்ந்தன.

நாளாக ஆக என்னில் இருந்த வருத்தம் அதிகமானது. இப்போது மக்களிடையே புகழ் பெறுவது எனக்கு ஒரு பொருட்டல்ல; எனக்குத் தேவையான மன அமைதியை அது கொடுக்கவில்லை. பக்தர்கள் கேட்கும் கேள்விகளுக்கு எப்போதாவது தான் பதில் சொல்கிறேன். என் மனதை ஆக்ரமித்திருந்த ஒரே கேள்வி: எப்போது என் இறையுடன் சேர்வேன்? நான் மண்மீது இருந்தேன், ஆனால் மண்ணைச் சேர்ந்தவனாக இல்லை; தெய்வீக ஆற்றலின் வடிவாக இருந்தேன், ஆனால் ஆற்றல் ஏதும் இல்லாமல் இருந்தேன். இந்த அடிப்படை முரண்கள் என் வாழ்வைச் சலிப்படையச் செய்தன. பின்னர் ஓரிரவில் என்னில் இன்னொரு மாற்றம் நிகழ்ந்தது. எனது விறைப்பு இல்லாமலாகி தொய்ந்து தரையில் விழுந்தேன். ஐந்தடி உயரமிருந்த நான் இப்போது வெறும் இரண்டடியாகிவிட்டிருந்தேன். கோவிலின் ஒரு ஓரத்தில் தூங்கிக் கொண்டிருந்த

ரக்மாபாய் விழித்துக்கொண்டு ஓடி வந்தாள். 'என் சாமி, என் சாமி என்ன இது?' என்று அழத்தொடங்கினாள். என்னிடமிருந்து பதில் இல்லாததால் என் பக்கத்தில் உட்கார்ந்து கொண்டு மெல்ல என்னை வருடியபடி இருந்தாள். அவ்வப்போது சேலைத் தலைப்பால் கண் களைத் துடைத்துக் கொண்டாள். சிறிது நேரம் கழித்து நான் பேசத் தொடங்கினேன். என் குரல் மிகவும் பலவீனமாக இருந்ததால் ரக்மா பாய் நான் சொல்வதைக் கேட்பதற்காக தலையைக் குனிய வேண்டி யிருந்தது. 'ரக்மாபாய், நான் இந்த நிலைமையில இங்க இருக்க விரும்பல. என்னை தூக்கிட்டு போய், விடியறதுக்குள்ள ஆளில்லாத இடத்துல விட்டுடு. காலைல மக்கள் வந்தாங்கன்னா நான் ராத்திரில சொர்க்கத்துக்கு போயிட்டேன்னு சொல்லிடு' என்றேன். முதலில் ரக்மாபாய் இதற்கு ஒப்புக்கொள்ளவில்லை. கடைசியாக ஒப்புக் கொண்டவள் ஒரு குழந்தையைப் போல என்னை தன் கைகளில் தூக்கிக்கொண்டு கோவிலை விட்டு வெளியேறினாள். இருட்டில் வெகுதூரம் நடந்தபின் என்னை ஆள் அரவமில்லாத இடத்திலிருந்த பாறை ஒன்றின்மீது கிடத்தினாள். தன் சேலை முனையில் நீளமாகக் கிழித்து என்னை அதில் சுற்றினாள். எறும்புகளும் காகங்களும் பிற காட்டு மிருகங்களும் என்னை அண்டாமல் காப்பாற்றினாள்.

கிராமத்திலிருந்தும் நகரத்திலிருந்தும் மனிதக் குடியிருப்புகளி லிருந்தும் விலகி இதோ இங்கே வெட்டவெளியில் கிடக்கிறேன். என் தனிப்பட்ட வீழ்ச்சி என்னைத் துயரடையச் செய்யவில்லை; அந்த அடையாளத்தின் முக்கியத்துவம்தான் என்னைப் பாதிக்கிறது. முதலில் சிவபெருமான் தன் லிங்கத்தை அறுத்து வீசினார்; இப்போது அதை ஆற்றலில்லாததாகச் செய்துவிட்டார். அப்படி யென்றால் என் இறைவன் உலகின் மீதான நம்பிக்கையை இழந்து விட்டாரா? இனி இவ்வுலகு என்னாகும்? ஆண்கள் என்னா வார்கள்? ஏற்கெனவே கலவரமும் குழப்பமும் நிரம்பிய இவ்வுலகு இன்னும் மோசமான நிலைக்குப் போய்விடுமா? இதுதான் என்னைத் துயரடையச் செய்கிறது. வெட்டவெளியில் ஒரு பாறையின் மீது கைவிடப்பட்டவனாகக் கிடக்கும் நான் ஆண்களுக்கு கருணை புரியும்படியும் அவர்களுக்கு இனப்பெருக்க ஆற்றலை அருளும் படியும் சிவபெருமானை விடாது வேண்டிக்கொண்டிருக்கிறேன்.

❍

எம். சாக்கோவுடன் ஒரு நேர்காணல்

பேட்டி எடுப்பவர்: திரு சாக்கோ அவர்களே, நீங்கள் வெகு நாட்கள் வாழ்ந்த தீவின் பெயர் லோர்ஜான்தானே?

சாக்கோ: ஆமாம்.

பே: அது சரியாக எந்த இடத்தில் இருக்கிறது?

சா: நான் அதைத் தெரிந்துகொள்ளவே இல்லை. எங்களுடைய கப்பல் மூழ்கியபோது நாங்கள் நான்கு பேர் ஒரு உயிர்காப்புப் படகில் நாள்கணக்கில் அலைந்துகொண்டிருந்தோம். எங்களிடமிருந்த உணவெல்லாம் காலியாகியிருந்தது. லோர்ஜானை நாங்கள் அடைந்த போது கிட்டத்தட்ட சாவை நெருங்கியிருந்தோம். அந்தத் தீவு இந்தியப் பெருங்கடலில் தெற்கே வெகுதொலைவில் எங்கோ இருக்கிறது என்று மட்டும் என்னால் சொல்லமுடியும்.

பே: அந்தத் தீவில் நீங்கள் நான்கு பேர் இறங்கினீர்களா?

சா: இல்லை. இருவர் கடலிலேயே இறந்துவிட்டார்கள். என்னோடு லோர்ஜானுக்கு வந்தது வைக்கோ மட்டும்தான்.

பே: நீங்கள் நீதிமன்றத்தில் கொடுத்த வாக்குமூலத்தின்படி அந்தத் தீவில் இருந்த பெண்கள் எல்லாம் பாதி உடல் கொண்டிருந்தவர்கள். சாதாரண முழு மனித உடல் கொண்ட ஒரு பெண் கூடவா இல்லை?

சா: கிடையாது. எல்லோருமே பாதிதான். மேல்பாதி, இல்லை யென்றால் கீழ்பாதி.

பே: ஆனால் ஆண்கள் சாதாரணமாக இருப்பார்களா?

சா: ஆமாம், அப்படித்தான்.

பே: அது எப்படி?

சா: அவர்களுடைய மரபணுவில் ஏதோ விநோதமான மாற்றம் நிகழ்ந்திருக்க வேண்டும்.

பே: இனப்பெருக்கம் எப்படி?

சா: டெஸ்ட் ட்யூப் குழந்தைகள்தான்

பே: அப்படியென்றால் அவர்களுடையது முன்னேற்றமடைந்த நாகரிகம்தான், இல்லையா?

சா: நிச்சயமாக. சில விஷயங்களில் அவர்கள் நம்மைவிட முன்னேறியவர்கள்.

பே: அவர்கள் எந்த இனத்தைச் சேர்ந்தவர்கள்?

சா: பல நூறாண்டுகளுக்கு முன்பாக அவர்களுடைய மூதாதைகள் கிழக்காசியாவில் எங்கிருந்தோ இடம்பெயர்ந்திருக்க வேண்டும் என்கிறார்கள். அப்போதிலிருந்தே அவர்கள் வெளிஉலகத் தொடர்பையே தவிர்த்திருக்கிறார்கள். தங்களுக்கென ஒரு தனி நாகரிகத்தை உருவாக்கிக்கொண்டிருக்கிறார்கள்.

பே: அவர்கள் உங்களைத் தங்களில் ஒருவராக ஏற்றுக் கொண்டார்களா?

சா: ஆமாம். அதில் எனக்கு எந்தச் சிக்கலும் இருக்கவில்லை என்றுதான் சொல்லவேண்டும். உண்மையில் அவர்கள் என்னைத் தீவைவிட்டுச் செல்வதற்குத்தான் அனுமதிக்கவில்லை. நான் வெளியேறினால் அவர்களைப் பற்றி வெளி உலகத்திற்குச் சொல்லிவிடுவேன் என்று பயந்தார்கள். விரைவிலேயே நான் அங்கு என்னைப் பொருத்திக்கொண்டேன்.

பே: அந்தத் தீவில் பெண்கள் விநோதமாக இருந்தது உங்களுக்குத் தடையாக இருக்கவில்லையா?

சா: என்னைப் பெரிதாக அது பாதிக்கவில்லை. ஒருவரால் எதற்கும் பழகிவிடமுடியும். பொறியியல் நிறுவனம் ஒன்றில் எனக்கு வேலை கிடைத்தது. என்னை நிலைப்படுத்திக்கொண்ட பிறகு ஒரு மனைவி தேவை என்று அரசாங்க திருமணப்பதிவுத் துறைக்கு விண்ணப்பித்தேன். அங்கு பெண்கள் எண்ணிக்கை ஆண்களை விடக் குறைவு என்பதால் எப்போதும் ஒரு காத்திருப்புப் பட்டியல் இருக்கும். பின்னர் ஒருநாள் எனக்கு ஒரு மனைவி ஒதுக்கப்பட்டார். அவரது பெயர் கா சிரிநோம்.

பே: பாதிப் பெண்ணுடன் வாழ்வது நிறைவாக இருந்ததா?

சா: ஏன் இருக்கமுடியாது? லோர்ஜானில் குழந்தைகள் அரசுக் காப்பகத்தில் வளர்க்கப்பட்டார்கள். உண்மையில் குடும்பம் என்ற

அமைப்பே அங்கு கிடையாது. குடியிருப்புகளில் ஆண்கள் தனியாக வாழ்வதே அங்கு இயல்பு. வீட்டில் இன்னொருவர் இருக்கிறார் என்பதே அவர்களுக்கு சந்தோஷமான விஷயம். அவ்வளவுதான். அந்தப் பெண்ணுக்கு உடல் முழுமையாக உள்ளதா பாதிதான் உள்ளதா என்பதைப்பற்றியெல்லாம் கவலையில்லை. இன்னொருவர் கூட இருக்கிறார் என்பதை மட்டுமே நீங்கள் கருத்தில் கொள்ள வேண்டும். யாரென்பது பொருட்டில்லை. நீங்கள் தனியாக வாழ்ப வராக இருந்தால் உங்களுக்கு அதில் உள்ள வேறுபாடு புரியும். வீட்டில் ஒரு சிலந்தியோ, உங்கள் அறையில் ஒரு எலியோ, உங்களைச் சுற்றும் ஒரு ஈயோ இருந்தால்கூட போதும். ஒரு பூனையுடனோ அல்லது நாயுடனோ வீட்டைப் பகிர்ந்துகொள்வதே பெரிய விஷயம். பாதிப் பெண் அந்தக்குறையை நன்றாகவே தீர்த்து வைப்பார்.

பே: அப்படியென்றால் நீங்கள் உங்கள் மனைவியுடன் மகிழ்ச்சியாகத்தான் வாழ்ந்தீர்களா?

சா: நாளடைவில் கா சிரிநோம் என் வாழ்வின் ஒரு பகுதி யானார். முதலில் பாதிப் பெண்ணுடன் வாழ்வது என்பது மிகவும் விநோதமான அனுபவமாக இருந்தது. அவரது இடுப்புக்கு மேல் கண்ணுக்குத் தெரியாத மேல்பாதி உடல் ஒரு பேயுடையதைப் போல காற்றில் மிதந்துகொண்டிருப்பதாக அடிக்கடி எனக்குத் தோன்றும். சிலசமயம் மண்ணில் புதையும் கால்களைத் தூக்கிவைத்து நடந்து வருவது போல் வந்து என் முன்னால் நின்று கொண்டிருப்பார். அப்போதெல்லாம் கண்ணுக்குத் தெரியாத விழிகளால் என்னைப் பார்த்துக்கொண்டிருப்பதாகத் தோன்றும். ஒருமுறை நின்றபடி அவருடன் உறவுகொண்டிருந்த போது கண்ணுக்குத் தெரியாத கைகளால் என்னை அணைத்துக்கொண்டது போல் தோன்றியது. பயந்துபோய் பின்பக்கமாகத் துள்ளி நகர்ந்தேன்.

பே: இந்தமாதிரி அனுபவங்கள் உங்களை வருத்தமடையச் செய்யவில்லையா?

சா: அந்த சமயம் பொறியியல் ஆய்வுத் திட்டம் ஒன்றில் ஈடுபட்டிருந்ததால் அதிலேயே மூழ்கி இருப்பேன். கா சிரிநோமுடன் செலவிடுவதற்கெல்லாம் அதிக நேரம் இருக்காது. அவர் வீட்டில் நடமாடிக்கொண்டிருப்பார், இல்லையென்றால் படுக்கையில் ஓய்வெடுப்பார். எனக்குத் தேவை ஏற்படும்போது அவரிடம் சென்று, கதவைத் தட்டுவதுபோல அவர் கால்களைத் தட்டுவேன். அவரது இடுப்பு அழகாகப் பெரியதாக இருக்கும். வழுவழுப்பான கால்களும் நன்றாக இருக்கும்.

பே: லோர்ஜானில் இருந்த காலம் முழுவதும் நீங்கள் கா சிரிநோமுடன்தான் வாழ்ந்தீர்களா?

சா: *(கேள்வியைச் சரியாகக் காதில் வாங்கிக்கொள்ளாமல்)* இல்லை. அவர் என் வீட்டில் ஒரு ஐந்து வருடம் வாழ்ந்திருப்பார். பிறகு என் வேலையில் சில பிரச்சனைகள். ஆய்வுத் திட்டத்தில் பல பெரிய தவறுகளைச் செய்திருந்தேன். அந்த நாட்களில் வீட்டிற்குத் திரும்பும்போது மிகவும் நொந்து போயிருப்பேன். வெறி பிடித்தவன் போல கா சிரிநோம் மேலே விழுவேன். அவருடைய கட்டை விரல்களைத் தோல் உரியும்படி சப்புவேன். அவர் எல்லாவற்றையும் பொறுத்துக்கொண்டார்.

பே: *(சாக்கோ ஏதோ நினைவில் ஆழ்ந்துவிட்டதைப் பார்த்து)* பிறகு?

சா: அதில் எந்தப் பயனும் இல்லை என்பது எனக்கு விரைவிலேயே புரிந்தது. எனது எரிச்சல் இன்னும் அதிகமானது. கா சிரிநோமால் கேட்கவும் பேசவும் முடிந்திருந்தால் நான் அவருடன் பேசியிருக்க முடியும். பல விஷயங்களை அவரிடம் பேசி என்னை லேசாக்கிக்கொண்டிருக்கலாம். ஆனால் அவரால் கேட்கவும் முடியாது பேசவும் முடியாது. அவருக்குத் தெரிந்ததெல்லாம் ஒன்றுதான், காலை அகட்டிக்கொள்ள முடியும். ஆகவே, ஒரு நாள் அவரைப் பதிவகத்திற்கே திருப்பிக்கொடுத்துவிட்டேன். பதிலாக வேறொரு பெண்ணைப் பெற்றுக்கொண்டேன். இம்முறை வந்தவர் லின் பிரிவைச் சேர்ந்தவர். அவர் பெயர் லின் ரபயா.

பே: கா சிரிநோமை திருப்பிக் கொடுக்காமல் இன்னொரு மனைவியை நீங்கள் பெற்றிருக்க முடியாதா?

சா: முடியாது. ஆண்களைவிடப் பெண்கள் குறைவு என்பதால் ஒரு சமயத்தில் ஒருவர் ஒரு பெண்ணைத்தான் வைத்துக்கொள்ள, அதாவது திருமணம் செய்துகொள்ள முடியும். ஆனால், அதிலும் சிலசமயம் மக்கள் ஒரு முறையை பின்பற்றுவார்கள். கா மனைவியை வைத்துள்ள ஒருவன் லின் மனைவியை வைத்துள்ளவனோடு ஒப்பந்தம் செய்துகொள்வான். அவர்கள் தங்கள் மனைவியரை ஒரு கயிற்றால் ஒன்றாகக் கட்டி 'ஒரு' பெண்ணாக ஆக்கி, முறை வைத்துக்கொண்டு 'அவளுடன்' உறவுகொள்வார்கள். இதுபோல நானும் சிரிநோமை வைத்து சில முறை செய்து பார்த்தேன். ஆனால் அது திருப்தியாக இருக்கவில்லை. ஒருவிதத்தில் இரு பாதிகளை வைத்து ஒரு பெண்ணை நீங்கள் உண்டாக்கலாம். ஆனால் உங்கள் மனதிற்கு அது பொய் என்பது தெரியும். உங்களை நீங்களே ஏமாற்றிக்கொள்கிறீர்கள் என்பதும் தெரியும். அதோடு இல்லாமல், இரண்டு பாதிப்பெண்கள் ஒருபோதும் இடுப்புப் பகுதியில் வழுவழுப்பாகவும் தட்டையாகவும் இருப்பதில்லை. இது பெரிய இடைஞ்சல். ஒரு முறை இப்படி இணைக்கப்பட்ட உடல்களுடன்

நான் முயங்கிக்கொண்டிருந்தபோது கயிறு அறுந்து இரண்டு உடல்களும் விலக ஆரம்பித்தன. லின் பெண் என்னைத் தழுவி வெறியுடன் முத்தமிட்டுக் கொண்டிருந்தாள். அதே சமயம் கா சிரிநோம் தன் கால்களால் என்னை இறுக அணைத்துக் கொண்டிருந்தாள். இருவரும் என்னை இரண்டாகப் பிய்த்தபடி இரண்டு திசையில் வழுக்கிக்கொண்டிருந்தார்கள். காலடியில் பூமி இரண்டாகப் பிளப்பது போலிருந்தது அது.

பே: அப்படியானால் உங்களுக்குத் தேவையானது உங்களுடைய இரண்டாவது மனைவியிடம் கிடைத்ததா?

சா: லின் ரபயாவை வீட்டிற்கு அழைத்துவந்த பிறகு அவருடன் நிறையப் பேசினேன். சில சமயம் இரவுமுழுக்கப் பேசிக்கொண்டிருப்போம். லின் ரபயா நல்ல புத்திசாலி. நிறையப் படித்தவர். அவரை ஒரு அறிவுஜீவி என்றே சொல்லலாம். காலப்போக்கில் அவரை நான் உண்மையாகவே காதலித்தேன் என்றே தோன்றுகிறது.

பே: உடல்ரீதியான திருப்தி எப்படி இருந்தது?

சா: ஓ... அவரது கைகள், உதடுகள்... உங்களுக்குப் புரியும் என்று தோன்றுகிறது.

பே: ஆம், புரிகிறது.

சா: அவருக்கு இனிமையான பெரிய உதடுகள்... அவற்றை எப்படிப் பயன்படுத்த வேண்டும் என்று அவருக்கு நன்றாகத் தெரியும். ஆனால் பனிக்காலத்தில் அவை காய்ந்து பிளந்திருக்கும். அது மிகவும் அசௌகரியமாக இருக்கும். அதற்காக ஒரு களிம்பை அவருக்கு நான் கொடுத்தேன். மொத்தமாகப் பார்த்தால் இருவரும் மகிழ்ச்சியாகவே இருந்தோம். ஒரு விடுமுறைக்காலத்தில் கடற்கரையில் இருந்த விடுதிக்குப் போயிருந்தோம். கடற்கரையோரமாக அவருடன் நீண்டதூரம் சென்றுவந்தேன். அவரைச் சக்கரநாற்காலியில் வைத்து மணலில் தள்ளிக்கொண்டு செல்வது சிரமமாகத்தான் இருந்தது. கரையில் உட்கார்ந்துகொண்டு சூரியன் மறைவதைப் பார்த்துக் கொண்டிருப்போம். நான் பிறந்துவளர்ந்த நாட்டைப்பற்றி அவருக்குச் சொன்னேன். அங்கு பெண்கள் ஆண்களைப் போலவே முழு உடலுடன் இருப்பார்கள் என்று சொன்னபோது அவர் சிரித்து விட்டு என் கன்னத்தில் தட்டினார். 'அது உங்கள் கற்பனையாக இருக்கும், நீங்கள் கண்ட கனவாக இருக்கும்' என்றார்.

பே: நீங்கள் சொல்வதுபோல் லோர்ஜானியர்கள் முன்னேற்றம் அடைந்தவர்கள் என்றால் அவர்களுக்கு வெளிஉலகம் பற்றித் தெரிந்திருக்க வேண்டுமே?

சா: அரசாங்கத்திற்குத் தெரியும். ஆனால் பொது மக்கள் அறியாதபடி இருட்டடிப்பு செய்யப்பட்டிருந்தது. மக்கள் வெளி

உலகத்தைக் கேவலமானதாக எண்ணும்படி செய்வதில் அரசாங்கம் முனைப்பாக இருந்தது.

பே: ஓஹோ. சரி, லின் ரபயாவின் கதையைச் சொல்கிறீர்களா?

சா: சிறிது காலத்திற்குப் பிறகு லின் ரபயாவிடம் எனக்கு அதிருப்தி ஏற்பட்டது. 'ஐ லவ் யூ, ஐ லவ் யூ' என்று அவளிடம் கிசுகிசுப்பேன். அவரும் 'ஐ லவ் யூ டூ' என்பார். ஆனால் அவர் அதை உண்மையாகச் சொல்லவில்லை. உணர்வுப்பூர்வமான ஒரு உறவில் ஈடுபடுவதில் அவருக்கு ஆர்வமிருக்கவில்லை. அவர் ஒரு காமுகி. முடிவே இல்லாமல் என்னை வருடிக்கொண்டே இருப்பார். நான் அவர் கைகளைப் பற்றி 'ஐ லவ் யூ, லின் ரபயா' என்பேன். அவர் சிரித்துவிட்டு 'ஐ லவ் யூ டூ, சாக்கோ' என்பார். ஆனால் நான் கைகளை விட்டவுடன் அவை என் உடல்முழுக்க மீண்டும் ஊரத்தொடங்கிவிடும். அவர் செய்வதைப் பார்த்தால் தொலைத்து விட்ட எதையோ இருட்டில் தேடுவது போல் இருக்கும். விரல்களின் தீவிரத்தைப் பார்த்தால் என் தோலைக் கிழித்து உள்ளிறங்க முயற்சிப்பதுபோலிருக்கும். நாளாக ஆக நாங்கள் பேசுவது குறைந்து கொண்டே வந்தது. அவரது உதடுகளும் விரல்களும் என் முழு உடலையும் அறிய முயல நான் பேசாமல் படுத்திருப்பேன். மென்மை யான ஆலங்கட்டி மழை பொழிந்து என்னைப் புதையச் செய்வது போலிருக்கும். பின்னர் நான் பெரும்பாலான நேரத்தை வீட்டுக்கு வெளியே கழிக்கத் தொடங்கினேன்.

பே: அப்படியென்றால் நீங்கள் லின் ரபயாவையும் கை விட்டீர்களா?

சா: உடனடியாகச் செய்யவில்லை. ஒரு வருடம் யாருமில்லாமல் நான் மட்டுமாக வாழ்ந்தேன். பிறகு ஒரு கா பெண்ணை வீட்டிற்கு அழைத்து வந்தேன். கா சிரிநோம் இல்லை. அவர் வேறு யாருடனோ சென்றுவிட்டிருந்தார். இவரது பெயர் கா புன்னசார்தோ.

பே: அவரைப் பற்றிச் சொல்லுங்களேன்.

சா: கா புன்னசார்தோ கா சிரிநோமைப் போல இல்லை. அவர் குண்டாக, சதைப்பற்றாக இல்லை. அவருக்கு நீண்டு மெலிந்த கால்கள். அவரை ஒல்லி என்று சொல்லலாம். ஆனால் அவரது நடை மிக நளினமாக கவர்ச்சியாக இருக்கும். முதலில் அவரை அவ்வளவாக நான் கவனிக்கவில்லை. வீட்டில் யாராவது இருக்க வேண்டும் என்ற ஒரே காரணத்திற்காகத்தான் அவரை அழைத்து வந்திருந்தேன். கா புன்னசார்தோ பெண்கள் விளையாட்டுகளில் எப்போதும் தோற்றுப் போவார். அது என்னை இன்னும் விலகிச் செல்ல வைத்தது.

பே: பெண்கள் விளையாட்டுகளா? அப்படியென்றால்?

சா: எங்கள் குடியிருப்புகளில் இத்தகைய விளையாட்டுகளை எப்போதாவது விளையாடுவோம். எல்லோரும் தங்கள் மனைவியை சமூகக்கூட மையத்திற்கு அழைத்து வருவார்கள். ஒரு வட்டமான பகுதியில் சில கா பெண்களும் அதே எண்ணிக்கையில் லின் பெண் களும் விடப்படுவார்கள். பார்வையற்ற கா பெண்கள் துழாவித் துழாவி நடந்து கொண்டிருக்கையில் லின் பெண் யாரும் எதிர்ப் பட்டால் அவர்களை எட்டி உதைப்பார்கள். லின் பெண்கள் அவர்கள் கால்களைப் பிடித்திழுத்து அவர்களை தரையில் விழச் செய்ய முயற்சிப்பார்கள். இதுதான் விளையாட்டு. கா புன்னசார் தோவால் ஓங்கி உதைக்க முடியாது. அதோடு, அவரது கால் நீளமாக இருந்ததால் அவரை எளிதில் இழுத்து கீழே தள்ளி விடமுடியும். அது எனக்கு தர்மசங்கடமாக இருக்கும்.

பே: அப்படியென்றால் மற்றவர்களைப் போலவே அவரையும் திருப்பி அனுப்பிவிட்டீர்களா?

சா: இல்லையில்லை. நாளாக ஆக அவரை நன்றாகப் புரிந்து கொண்டேன். அவரை அருகே இழுத்துக்கொண்டபோதெல்லாம் என்னைப் பற்றிக்கொண்டு பாசத்துடன் தன் உடலைத் தேய்த்துக் கொள்வார். அவர் செய்த ஒவ்வொன்றிலும் புத்திசாலித்தனமும் புரிதலும் இருந்தது. கா சிரிநோம் போல அவர் ஒருபோதும் கால் களைச் சடுதியில் அகட்டிக்கொள்ள மாட்டார். வேண்டுமென்றே தன் தொடைகளை நெருக்கிக்கொண்டு பின் மெதுவாக வெட்கத் துடன் அவற்றை அகட்டிக்கொள்வார். சில சமயங்களில் தானாகவே நடனமாடுவார். அந்தப் பாதி உடல் நடனமிடுவதைப் பார்க்கவே அவ்வளவு நன்றாக இருக்கும்! கால்களின் வேகமான நளினமான அசைவு என்னைக் கிறங்கடிக்கும். வழக்கமாக அவர் நடனத்தை நிறுத்தியதும் அவரை மென்மையாகத் தூக்கி படுக்கை மீது வைப்பேன். அவர் கால்களைப் பிடித்துவிடுவேன். அவர் அதை விரும்புவார். என் கையை தன் கெண்டைக்கால்களுக்கிடையே பிடித்துக்கொண்டு தன்னை உரசுவார். அவருக்கு ஒரு விநோதமான பழக்கம் இருந்தது. தன் கட்டைவிரலால் என் உடலை அழுத்துவார், தூக்கிவிட்டு பின் மீண்டும் அழுத்துவார். தூக்கி வேறொரு இடத்தில் வைத்து அழுத்துவார். நிலத்தின் மென்மையைச் சோதிப்பது போலிருக்கும். ஒரு முறை தன் இடதுகால் கட்டைவிரலால் என் முதுகுத் தண்டுவடத்தின் அடியை அழுத்தினார். உடனே ஒரு விநோத உணர்ச்சி என் உடல் முழுவதும் பரவியது. கண்களை மூடிக் கொண்டு எவ்வளவு நேரம் என்று தெரியாமல் அசையாமல் படுத்தி ருந்தேன். வேறு சமயங்களில் அவர் தனது கட்டைவிரலை என்னு டையது மேல் வைத்து மாறிமாறி அழுத்துவார். ஏதோ தந்தி அனுப்புவது போல. ஏதோ எனக்குச் சொல்லிவிடவேண்டும் என்று

துடிப்பதுபோல பெரும் ஆசையோடு அழுத்துவார். நானும் என் கட்டைவிரல்களால் அவருடையதை அழுத்துவேன். இது பேரார் வத்துடன் வளர்ந்துகொண்டே போனது. ஆனால் அவர் என்ன சொல்ல முயல்கிறார் என்பது ஒருபோதும் தெளிவாகவில்லை. பின்னர் நம்பிக்கையிழந்து தன் கால்களை அகட்டி என்னை இன்னும் அருகே இழுத்துக்கொள்வார். ஆனால் நான் என்னை மெல்ல விடுவித்துக்கொண்டு பேசாமல் அருகே படுத்திருப்பேன். சோர்ந்துபோய் இருவரும் அசையாமல் ஒருவரோடொருவர் பிணைந்தபடி படுத்திருப்போம். இப்படியே கா புன்னசார்தோவுடன் நான் பல ஆண்டுகள் வாழ்ந்தேன். பின்னர் அவர் இன்னும் மெலிந்துவருவதைக் கவனித்தேன். முதலில் அவரது கால்கள் காய்ந்த குச்சிகள் போலாயின. பின் வீங்க ஆரம்பித்தன. ஒரு மருத்துவரை வரவழைத்தேன். அவர் பல ஊசிகள் போட்டுவிட்டு, வந்திருப்பது தீர்க்க முடியாத வியாதி என்றும் அவர் அதிக நாள் வாழமாட்டார் என்றும் சொன்னார். கா புன்னசார்தோவின் கால்கள் தொடர்ந்து வீங்கிக்கொண்டிருந்தன. பாதங்கள் வெடித்து ஏதோ நீர்மம் கசியத் தொடங்கியது. எனக்கு அவை அழுவது போல் கண்ணீர் வடிப்பது போல் தோன்றியது. நான் அவரது பாதங்களை வருடி அவற்றில் என் முகத்தைத் தேய்த்துக்கொண்டேன். எனது கண்ணீர் அவரது பாதங்களிலிருந்து வழிந்த நீருடன் ஒன்றுகலந்தது. அவர் தன் பாதங் களை விலக்கிக்கொள்ள முயன்றார். ஆனால் அவை மிகவும் கனத்துப்போயிருந்தன. சில நாட்களில் அவர் இறந்து போனார்.

பே: (சிறு இடைவெளிவிட்டு) ஆனால் லோர்ஜானியப் பெண் களால் எப்படி வாழ முடிந்தது?

சா: குறிப்பிட்ட இடைவெளியில் அவர்களுக்கு உயிர்காக்கும் நீர்மங்கள் ஊசி மூலம் செலுத்தப்பட்டு வந்தது. மருத்துவ வாகனம் இதற்காகவே வீடு வீடாக வரும்.

பே: கா புன்னசார்தோ இறந்தது உங்களை அதிகம் பாதித்திருக்க வேண்டுமே?

சா: அவர் இறந்தபிறகு சில வருடங்கள் நான் தனியாக இருந் தேன். பின் ஒரு நாள் லின் மௌலஃபாவை அழைத்து வந்தேன். அவர் அமைதியான அன்பான மனைவி. ஆனால் அவருடன் ஒரு மேம்போக்கான உறவே இருந்தது. நான் லோர்ஜானை விட்டு வரும் வரை அவர் என்னுடன் இருந்தார்.

பே: லோர்ஜான் போன்ற ஒரு நாட்டில் ஓரினச் சேர்க்கை பரவலாகத்தானே இருந்தது?

சா: இல்லவே இல்லை. பொதுவாக ஓரினச்சேர்க்கை பெரும் பாவமாகவே கருதப்பட்டது. அதில் ஈடுபடுபவர்களுக்கு ஆயுள் தண்டனை வழங்கப்பட்டது.

பே: உங்களோடு லோர்ஜானுக்கு ஒருவர் வந்ததாகச் சொன்னீர்களே அவர் என்ன ஆனார்?

சா: வைக்கோவுக்கு ஏற்பட்ட முடிவு விநோதமானது. ஆனால் அது நடந்தது லோர்ஜானில் இல்லை. அமுராஹாவில். அமுராஹா வைப் பற்றி உங்களுக்குச் சொன்னேனா?

பே: இல்லை, எதுவும் சொல்லவில்லை.

சா: லோர்ஜானிலிருந்து சிறிது தொலைவில் இருந்த தீவுதான் அமுராஹா. அங்கிருந்த நிலைமை லோர்ஜானில் இருந்ததற்கு தலை கீழானது. அதாவது, அங்கு ஆண்கள் பாதி உடலுடனும் பெண்கள் சாதாரணமாகவும் இருப்பார்கள். பழங்கதைப்படி பல நூற்றாண்டு களுக்கு முன்னர் ஜெம் என்ற இளவரசனும் அவனது தங்கையான ஜெம்னா என்ற இளவரசியும் கிழக்காசியாவில் எங்கிருந்தோ அங்கு வந்தார்கள். அவர்கள் அவர்களுடைய மாமனால் துரத்தியடிக்கப் பட்டவர்கள். ஒரு கப்பலில் உணவும் தண்ணீரும் வைத்து நாடு கடத்தப்பட்டவர்கள். ஜெம்னா தன் ஏழு கணவர்களுடன் லோர் ஜானிலும் ஜெம் தனது ஏழு மனைவிகளுடன் அமுராஹாவிலும் வந்திறங்கினார்கள். இரண்டு தீவுகளிலும் இருப்பவர்கள் அவர் களுடைய சந்ததியினர்தான். அமுராஹாவின் பெண்கள் சாதாரண உடல் கொண்டிருந்தார்கள். அப்படியானால் ஏன் லோர்ஜானிய ஆண்கள் அமுராஹாவின் பெண்களை மணந்துகொள்ளவில்லை என்று நீங்கள் கேட்கலாம். அதற்குப் பதில், காலங்காலமாகவே அவர்களிடையே உறவு விலக்கப்பட்டிருந்தது. ஒரு லோர்ஜானிய ஆண் அமுராஹாவின் பெண்ணைத் தொட்டாலே இருவரும் உடனடியாக அழிந்துவிடுவார்கள் என்று அவர்கள் நம்பினார்கள் என்பதே. ஆகையால், அவர்களுக்கிடையே உறவு என்பதற்கு வாய்ப்பே இல்லை.

பே: வைக்கோவிற்கு என்ன ஆனது?

சா: ஆமாம், வைக்கோவைப் பற்றிச் சொல்லிக்கொண்டி ருந்தேன். வைக்கோவும் ஒரு லோர்ஜானியப் பெண்ணை மணந்தார். ஆனால் அவர் மகிழ்ச்சியாக இல்லை. அமுராஹாவைப் பற்றி அறிந்ததும் அவர் என்னிடம் வந்து, "சாக்கோ, நாமிருவரும் அமுராஹாவிற்குப் போய்விடலாம். பாதிப் பெண்கள் இருக்கும் நாட்டில் யாரால் வாழமுடியும்? நாம் அமுராஹாவிற்குப் போவதில் எந்தச் சிக்கலும் இல்லை. இவர்களுடைய மூடநம்பிக்கை நமக்குப் பொருந்தாது. நாம் அவர்கள் இனம் இல்லை. சாதாரண உடலுடன் ஒரு ஆணையே பார்த்திராத பெண்கள் வாழும் நாட்டில் நம் நிலைமை எப்படியிருக்கும் என்று யோசித்துப்பாருங்கள்! எல்லா சிறப்புகளும் கொண்ட ஒரு முழுமையான ஆணுடல்! நிச்சயமாக

அவர்கள் நம் காலடியில் விழுவார்கள். அங்கு நாம் ராஜாக்கள் போல வாழலாம்" என்றார். வைக்கோவிற்கு இருந்த ஆர்வம் எனக்கு ஏற்படவில்லை. மீண்டும் கடலில் சென்று என் வாழ்வை ஆபத்துக் குள்ளாக்க எனக்கு விருப்பமில்லை. லோர்ஜானில் பெரிய பிரச்சனையும் எனக்கில்லை. வைக்கோவிடம் எனக்கு விருப்பமில்லை என்று சொல்லிவிட்டேன். அவர் தான் மட்டும் போவதாகச் சொன்னார். நாங்கள் இருவருமே கண்காணிப்பில்தான் இருந்தோம். என்றாலும் ஓரிரவில் வைக்கோ ஒரு படகைத் திருடிக்கொண்டு அமுராஹாவுக்குச் சென்றார். அதன்பின் ஒரு வருடத்திற்கு அவரைப் பற்றிய எந்தத் தகவலும் இல்லை. பின்னர் ஒருநாள் என்ன நடந்தது என்பது தெரியவந்தது. வைக்கோ அமுராஹாவின் கரையை அடைந்ததும் கரையோர கிராமத்துப் பெண்கள் அவரைச் சுற்றிக்கொண்டார்கள். எல்லாருமாகச் சேர்ந்து வைக்கோவின் கை, கால், தலை என்று ஒவ்வொன்றையும் ஒவ்வொரு பக்கமாகப் பிடித்திழுக்க ஆரம்பித்தார்கள். அவர்கள் இழுத்த இழுப்பில் கிட்டத்தட்ட கைகால்கள் கழன்றே போய்விட்டன.

வெறிபிடித்த கழுதைப்புலிக் கூட்டத்தின் நடுவே மாட்டிக் கொண்டதுபோல் அவர்கள் நடுவே அவர் கதறினார். அந்த இடத்திற்கு அமுராஹாவின் பெண் போலீஸ் வருவதற்குள்ளேயே வைக்கோ இறந்துபோயிருந்தார்.

பே: நீங்கள் அவருடன் போகாதது நல்லதாகப் போயிற்று, இல்லையா?

சா: இருக்கலாம்.

பே: அமுராஹாவின் ஆண்களின் நிலைமையும் லோர்ஜானியப் பெண்களின் நிலைமை போன்றதுதானா?

சா: இருந்திருக்கலாம். அமுராஹாவைப் பற்றி எனக்கு அதிகம் தெரியாது.

பே: ஆக, நீங்கள் லோர்ஜானில் கிட்டத்தட்ட மகிழ்ச்சியாகத் தான் இருந்தீர்கள், இல்லையா? சாதாரணமான பெண்கள் இருக்கும் உலகத்திற்குத் திரும்பவேண்டும் என்று உங்களுக்குத் தோன்றவே இல்லையா?

சா: அப்படி குறிப்பாக எதுவும் தோன்றவில்லை. அதற்காக மட்டும் கடலில் என் வாழ்க்கையைப் பணயம் வைப்பது தேவையில்லை என்று தோன்றியது. எந்தத் திசையில் செல்ல வேண்டும் என்று நான் எப்படி அறிவேன்? நல்லது நடக்கும் என்று நம்பி கடலில் இறங்குவதென்பது தற்கொலைக்குச் சமம்.

பே: ஆனால் கடைசியில் நீங்கள் திரும்ப வந்துவிட்டீர்கள். அது எப்படி நடந்தது?

விலாஸ் சாரங் ● 139

சா: கடைசியில் என்னில் ஒரு மாற்றம் ஏற்பட்டது. ஒன்று, எனக்கு வயதாகிக்கொண்டிருந்தது. வாழ்வில் ஒருமுறைகூட முழுமை யான ஒரு பெண்ணை அணைத்துக்கொள்ளாமலேயே இறந்துவிடப் போகிறோமோ என்று தோன்றியது. ஆனால் அது மட்டுமல்ல. சொந்த ஊரைப்பற்றிய ஏக்கமும் உண்டாகியிருந்தது. என் வாழ்வின் முக்கியமான காலகட்டத்தை லோர்ஜானிலேயே கழித்திருந்தேன். இப்போது, முதுமை நெருங்கிக்கொண்டிருக்கையில், சொந்த நாட்டுக்குத் திரும்பவேண்டும் என்ற வேட்கை பிடித்துக் கொண்டது. 'வீட்டு'க்குத் திரும்பவேண்டும் என்ற இந்த ஏக்கம் நாளுக்கு நாள் வலுத்துக்கொண்டே வந்தது. ஓரிரவில் எனது வீட்டு மொட்டை மாடியில் தனியாகப் படுத்துக்கொண்டிருந்தேன். தெளிந்த வானில் நட்சத்திரங்கள் மின்னிக்கொண்டிருந்தன. கடலிலிருந்து சில்லென்ற காற்று வீசியது. திடீரென்று, 'நான் திரும்பிப் போகவேண்டும்!' என்று எனக்கு நானே சொல்லிக்கொண்டேன். அரசாங்கம் இப்போ தெல்லாம் என்னைத் தீவிரமாகக் கண்காணிப்பதில்லை. இத்தனை வருடங்கள் கழித்து நான் தப்பிச் செல்ல முயற்சி செய்வேன் என்று அவர்கள் எண்ணவில்லை. அதைச் சாதகமாகக் கொண்டு முடிந்த அளவு உணவும் தண்ணீரும் சேர்த்துக்கொண்டு ஒரு மோட்டார் படகை எடுத்துக்கொண்டு லோர்ஜானுக்கு விடை கொடுத்தேன். பலநாட்கள் கடலிலேயே அலைந்துகொண்டிருந்தேன். கடைசியில் ஒரு டாங்கர் கப்பல் உதவியுடன் இங்கே திரும்பி வந்துவிட்டேன்.

பே: இவ்வளவு நாட்கள் கழித்து திரும்ப வந்தது உங்களுக்கு பெரும் பரவசத்தைத் தந்திருக்கும் இல்லையா?

சா: நிச்சயமாக. எனக்குத் தெரிந்த இடங்களுக்குப் போனேன். சிலரைச் சந்தித்தேன். எல்லாம் பெரிய அளவில் மாறியிருந்தன.

பே: இங்கு சாதாரண உடல்கொண்ட பெண்களைப் பார்த்த போது எப்படி உணர்ந்தீர்கள்?

சா: முதலில் கொஞ்ச நாட்களுக்கு எல்லா பெண்களையும், அழகோ அழகில்லையோ எல்லோரையும், உற்றுப் பார்ப்பேன். பிறகு ஒரு பாலியல் தொழிலாளியிடம் போனேன். அவரை உடைகளை கழற்றச் சொல்லிவிட்டு அமர்ந்துகொண்டு பார்த்துக்கொண்டே இருந்தேன். பின்பு அருகில் சென்று மென்மையாக அவரை உடல் முழுவதும் தடவிக்கொடுத்தேன். என்னை விநோதமாகப் பார்த்தார். என் வயதுக்காரன் இப்படி குழந்தைபோல் நடந்து கொண்டது அவருக்கு வித்தியாசமாகத் தோன்றியிருக்கும். எப்படியுமே நான் ஒரு குழந்தை தான். நான் லோர்ஜானை அடைந்த போது எனக்கு இருபது வயது கூட ஆகியிருக்கவில்லை. அதுவரை எந்தப் பெண் ணையும் அனுபவித்ததுமில்லை. மீதமிருந்த வருடங்களெல்லாம்

லோர்ஜானிலேயே கழிந்தது. இப்போதுதான், நடுவயது தாண்டும் போதுதான் நான் முழுமையான ஒரு பெண்ணைத் தொடுகிறேன்.

இங்கு வந்துசேர்ந்து சிறிது காலம் கழித்து நான் லக்ஷ்மியை திருமணம் செய்துகொண்டேன். லக்ஷ்மி ஒரு சுதந்திரமான விதவை. அவர் தன் கடைசிக்காலத்தில் தனக்கு ஒரு துணை வேண்டுமென நினைத்தார். நடுவயதிலும் தன் உடலைக் கட்டுக்கோப்பாக, கவர்ச்சியாக வைத்திருந்தார். அவரது கணவர் இறந்துபோகும்போது நிறைய சொத்துக்களை விட்டுச்சென்றிருந்தார். ஆக நாங்கள் இருவருமே வேலைசெய்து சம்பாதிக்க வேண்டிய அவசியம் இருக்கவில்லை. நாள் முழுக்க வீட்டிலேயே கிடந்து படுக்கையில் ஒருவரையொருவர் கொஞ்சிக்கொண்டும் கிண்டல் செய்து கொண்டும் இருந்தோம். தோன்றியபோது இருவரும் வெளியே செல்வோம். வயதாகி இருந்தாலும் நாங்கள் புதுமணத் தம்பதிகள் போலவே இருந்தோம். லக்ஷ்மியின் முன்னாள் கணவர் தனக்குள் ஒடுங்கியவராக பாலியல் விருப்பம் இல்லாதவராக இருந்தார். என்னுடன் இருக்கையில் லக்ஷ்மி மலர்ந்தார். தான் உண்மையில் இப்போதுதான் முதல்முறையாகத் திருமணம் செய்துகொண்டி ருப்பதாக அவர் சொன்னார். ஆனால் கொஞ்சம் கொஞ்சமாக எனக்கு அதிருப்தி ஏற்படலாயிற்று. லக்ஷ்மி மேல் வெறுப்பெல்லாம் இல்லை. முழுமையான உடல் கொண்ட பெண் என்ற எண்ணமே எனக்குப் பிடிக்கவில்லை என்பதுதான் உண்மை. லோர்ஜானிலிருந்து திரும்பியவுடன் சாதாரண பெண்களைப் பார்த்தாலே நான் கிளர்ந்தெழுவேன். ஆனால் இப்போது சில மாதங்களுக்குள்ளாகவே அவர்கள் மீதான என் ஆர்வம் இல்லாமலானது. அது ஒன்றும் புதுமையான ஒன்றில்லையோ என்னவோ! சில சமயங்களில் நாம் ஓரிடத்திற்கு போயே ஆக வேண்டும் என்று துடிப்போம். ஆனால் அங்கு சென்றவுடன் எதற்காக இங்கே வந்தோம் என்று எண்ணு வோம். அத்தகைய அனுபவம் ஒன்றும் புதுமையானதில்லைதானே?

பே: இல்லை என்றுதான் சொல்ல வேண்டும்.

சா: லக்ஷ்மியைப் பற்றிய என் பார்வையே மாறிப்போனது. எந்தப் பெண்ணையும் பார்ப்பதையே நான் வெறுத்தேன். என் நடத் தையில் ஏற்பட்ட இந்த மாற்றம் லக்ஷ்மியைப் பெரிதும் பாதித்தது. 'நான் உங்களுக்கு சலித்துப்போய்விட்டேனா? உங்களுக்கு வேறு யார் மீதாவது ஆசை வந்துவிட்டதா?' என்று கேட்க ஆரம்பித்தார். நான் இல்லை என்று பதில் சொன்னேன்.

பே: இதைக் கொஞ்சம் விவரமாகப் பேசலாமா, திரு சாக்கோ? இந்த மாற்றம் உங்களில் ஏன் ஏற்பட்டது என்பதை அறிந்துகொள்ள ஆவலாக இருக்கிறேன். ஒருவேளை, பாதி உடல் கொண்ட பெண்

களின் நிலத்தில் வருடக்கணக்காக வாழ்ந்துவிட்டதால் உங்களால் முழு உடல் கொண்ட பெண்களை ஏற்றுக்கொள்ள முடியாமல் போய்விட்டதோ?

சா: *(சிறிது யோசித்துவிட்டு)* இல்லை. அது பழக்கத்தால் வந்தது என்றோ ஒரு விஷயத்திற்குப் பழகிவிடுவது என்பதால் என்றோ எனக்குத் தோன்றவில்லை. அதற்கெல்லாம் மேலாக ஏதோ ஒன்று உள்ளது.

பே: ஒருவேளை, பெண்கள் எப்போதுமே முழுமையற்றவர்களாக, மாற்று குறைந்தவர்களாகவே இருக்கவேண்டும் என்று நீங்கள் நம்பினீர்களோ? உடல் ரீதியாக ஆண்களைப் போலவே பெண்களும் இருப்பதை நீங்கள் விரும்பவில்லையோ?

சா: *(கொஞ்சம் யோசித்துவிட்டு)* இல்லை. அப்படியெல்லாம் நான் நினைக்கவில்லை.

பே: அப்படியென்றால் அந்த மாற்றத்திற்கு என்ன காரணம்?

சா: முதலில் நான் அதைப்பற்றி அதிகமாக யோசிக்கவில்லை என்பதை ஒப்புக்கொள்ள வேண்டும். ஆனால் முழுமையாக உள்ள அல்லது முழுமையாக உள்ளது போல் தோன்றும் ஒன்று கொடுக்காத ஏதோ ஒன்றைப் பாதியாக அல்லது அரைகுறையாக உள்ள ஒன்று கொடுக்கிறதோ என்று தோன்றுகிறது.

பே: இதைக் கொஞ்சம் விளக்கமாகச் சொல்லமுடியுமா?

சா: *(கையை உயர்த்தி விரிக்கிறார்)*

பே: சரி போகட்டும் விடுங்கள். உங்கள் கதையைத் தொடருங்கள்.

சா: நாளுக்குநாள் என் வருத்தம் கூடிக்கொண்டே போனது என்றுமட்டும் தெரிந்தது. உம்மென்று, ஒரு நாற்காலியில் சுருண்டு கொண்டு என் நேரத்தைப் போக்கினேன். ஒருநாள் எழுந்து வெளியே சென்றேன். பட்டறைகள் இருக்கும் தெருவிற்குச் சென்று ஒரு கோடரியை வாங்கினேன். அதை என் படுக்கைக்கு அடியில் ஒளித்து வைத்தேன். அன்றிரவு லக்ஷ்மி தூங்கியபிறகு கோடரியை வெளியே எடுத்து இரவு விளக்கின் மங்கிய ஒளியில் அவரது தொப்புளைக் குறிபார்த்தேன். நாலைந்து வெட்டில் அவரைச் சரியாக இரண்டு பகுதிகளாக அறுத்தேன்.

பே: *(வாயைத் திறக்கிறார், ஆனால் ஏதும் பேசவில்லை; சாக்கோ மௌனமாக இருக்கிறார்.)* பிறகு?

சா: பிறகென்ன? வழக்கமான விஷயங்கள்தான். போலீஸ் வந்துவிட்டது. அப்புறம் மற்றவை...

பே: நீங்கள் குற்றத்தை ஒப்புக்கொண்டீர்கள் இல்லையா?

சா: நான் வேறென்ன செய்திருக்க முடியும்? எப்படியும் என்னைத் தூக்கில் போடுவார்கள் என்று நினைத்தேன். ஆனால் ஒருநாள் என்னுடைய வக்கீல் என்னை வந்து பார்த்துவிட்டு, மனநல மருத்துவர் எனக்கு மனநிலை பாதிக்கப்பட்டிருப்பதாக சான்றளித் திருப்பதால் மரண தண்டனை நிறுத்திவைக்கப்பட்டிருப்பதாகச் சொன்னார். மனநல மருத்துவர் நான் பைத்தியம் என்று சொல்லும் வரை நான் இங்கே இருப்பேன். எனக்கு நல்லதுதானே என்று நினைத்துக்கொண்டேன். அந்தக் கிறுக்கன் என்னைப் பைத்தியம் என்று சொல்வதால் நான் தூக்குக்கயிற்றில் இருந்து தப்பித்துக் கொள்கிறேன் என்றால் அதில் எனக்கென்ன பிரச்சனை?

பே: (தன் கைக்கடிகாரத்தைப் பார்த்துக்கொண்டு) உங்களிடம் கேட்பதற்கு எனக்கு இன்னும் நிறைய விஷயங்கள் இருக்கின்றன. ஆனால் நேரமில்லை இப்போது. கடைசியாக ஒரு கேள்வி: எங்கள் வாசகர்களிடம் சொல்வதற்கு உங்களிடம் ஏதாவது உள்ளதா? பொதுவாக...

சா: (எண்ணத்தில் மூழ்கியிருக்கிறார்)

பே: (கதவருகே நின்றிருக்கும் கண்காணிப்பாளரைப் பார்க் கிறார்) மன்னிக்கணும் திரு சாக்கோ. நேரமாகிவிட்டது. நான் கிளம்ப வேண்டும். வாழ்த்துகள்!

சா: (பேசாமல் இருக்கிறார்)

(பேட்டி எடுத்தவரின் குறிப்பு: பேட்டி எடுத்த பிறகு ஃப்ராய்ட் எழுதிய ஒரு புத்தகத்தை அவசர அவசர மாகப் புரட்டினேன். இந்த வாக்கியம் என் கண்ணில் பட்டது, வாசகர்கள் விரும்பினால் இதைச் சிந்தித்துப் பார்க்கலாம்: 'நான் சொல்வது விநோதமாக இருக்க லாம். காம உணர்ச்சி என்பதன் இயல்பே முழுமையான திருப்தி அடைதலுக்கு எதிரானது என்ற சாத்தியத் தையும் நாம் கணக்கிலெடுத்துக் கொள்ளவேண்டும் என்றே நான் நம்புகிறேன்.')

○

பாரெலும் பொம்பிலும்: ஒரு காதல் கதை

‘என்னை நீங்கள் அலி என்று கூப்பிடலாம். இப்ராஹிம் அல்லது இஸ்மாயில் என்று கூட’ உப்புக்காற்றில் காய்ந்துபோன உதடுகளில் புன்னகையுடன் சொன்னார். ‘நான் நிறைய பெயர்களை வைத்துக்கொண்டிருக்கிறேன். அரேபிய வளைகுடாவுக்குப் போகும் ஒவ்வொரு கடல்பயணத்திலும் ஒரு புதுப் பெயரை வைத்துக் கொள்வேன். மனதில் தோன்றியபடி “என் பெயர் இஸ்மாயில்” என்று அவர்களிடம் சொல்வேன். பிறகு அந்தப்பயணம் முடிவது வரை நான் இஸ்மாயில். என்னுடைய உண்மையான பெயரை தெரிந்துகொள்வதிலெல்லாம் யாருக்கும் அக்கறை இருக்காது.’

‘உங்களது ஆவணங்களை எல்லாம் சரி பார்க்கமாட்டார்களா?’ என்று கேட்டேன்.

‘ஆவணங்கள்!’ அவர் உதட்டில் இருந்த வெடிப்புகள் இன்னும் பெரிதாயின. ‘யாரும் கனவில்கூட ஆவணங்களைப் பற்றிக் கவலைப் பட்டதில்லை. பல நூற்றாண்டுகளாக எங்களுடைய கப்பல்கள் அரேபிய வளைகுடாவில் போய்க்கொண்டிருக்கின்றன. முறையான ஆவணங்கள் என்பது உருவாக்கப்படுவதற்கு முன்பிருந்தே. எப்படியும் நாங்கள் எழுத்தறிவில்லாதவர்கள். தர்யா சாரங்கும் கப்பல் தலைவரும் அப்படியே. ஆவணங்களால் யாருக்கும் எந்தப் பயனும் இல்லை.’

‘நான் பல ஆண்டுகளுக்கு முன்பு பஸ்ராவில் இருந்திருக்கிறேன். அப்போது ஒரு கட்டட நிறுவனத்தில் வேலை செய்துகொண்டி ருந்தேன்’ என்றேன் நான். ஷத்அல்அராப் துறையில் இந்தியக் கப்பல்கள் நங்கூரம் பாய்ச்சியிருப்பதைப் பார்த்திருக்கிறேன்..’

‘ஆம். பஸ்ராதான் எனக்குப் பிடித்த துறைமுகம். நான் பஸ்ராவுக்குப் போன பயணத்தில்தான் பொம்பில் என்னுடன் வந்தான்.’

‘அப்போதுதான் பாரெல் வந்தது, இல்லையா?’

‘அப்போதேதான். மறக்கமுடியாத பயணம் அது. இப்போது அதை நினைக்கும்போதும் என் இதயம் ஒரு மாதிரி படபடக்கிறது.’

அந்தக் கிழ மாலுமியிடமிருந்து உப்புக்காற்றில் உலரவைக்கப் பட்ட இழைகள் கிடைக்கப்போகிறது என்பது தெளிவானது. ‘பொம்பில், பாரெலைப் பற்றிச் சொல்லுங்கள் அலி, இப்ராஹிம் அல்லது இஸ்மாயில் அவர்களே.’

அவர் பார்வை எங்கோ தொலைவில் நிலைத்தது. கடந்த காலத்தின் ஆழத்தில் தூண்டிலைப்போடுவது போல் தோன்றியது.

‘கடைசி நிமிடத்தில்தான் பொம்பில் எங்களுடன் சேர்ந்து கொண்டான். தன்னையும் சேர்த்துக்கொள்ளும்படி சாரங்கை கெஞ்சினான். தான் பட்டினியாக இருப்பதாகச் சொன்னான். ஒரு பொம்பிலைப் போலவே மெலிந்துதான் இருந்தான்.’

‘பொம்பில் என்பது...?’

‘பொம்பில் என்றால் தெரியாதா? கொங்கண் கடற்கரைதான் உங்கள் சொந்த ஊர் என்று நினைத்தேன்.’

‘என் வாழ்க்கையில் பெரும்பகுதி கோலாப்பூர் நகரில்தான் இருந்தேன். நான் பிராமணன். கறியும் மீனும் சாப்பிடுவதில்லை.’

‘ஆஹா... சுத்த சைவம் என்கிறார்களே, அதுவா? எனக்கு ஒன்று புரியவில்லை. அது என்ன ‘சுத்த’ சைவம்? ‘அசுத்த’ சைவம் வேறு இருக்கிறதா?’ கிழ மாலுமியின் தாடியின் நடுவில் நக்கலான சிரிப்பு தெரிந்தது. அவர் பதில் எதுவும் எதிர்பார்க்கவில்லை. ‘ம்ம்... சரி, பொம்பில் ஒல்லியான நீளமான மீன். முதுகெலும்பே இல்லாதது போலிருக்கும். பொதுவாக அதைக் காயவைத்துச் சாப்பிடுவோம். நீண்ட பயணங்களுக்குச் சேர்த்துவைத்துக்கொள்வோம். கடற் கரையில் வரிசைவரிசையாக பொம்பில் மீன் காயவைத்திருப்பதை நீங்கள் பார்க்கலாம்.’

‘ஆமாம். இங்கே மீனவர் குடிசைகள் பக்கமாக வெயிலில் மீன்கள் காய்வதைப் பார்த்திருக்கிறேன்.’

‘பொம்பில் மீன் போல ஒல்லியாக இருந்ததால் எங்கள் பொம் பிலுக்கு அந்தப் பெயர் வந்தது. யாரோ அவனை அப்படி ஒருமுறை கூப்பிடப்போக அந்தப் பெயரே நிலைத்துவிட்டது.’

‘பாரெலைப் பற்றிச் சொல்லுங்கள்.’

‘அது ஒரு திமிங்கில சுறா. குஜராத் கரையிலிருந்து கடலுக்குள் சென்றால் திமிங்கில சுறாவைப் பார்க்கலாம். சில மீனவர்கள் அதை மட்டும் பிடிப்பதுண்டு. நிறைய இறைச்சியும் எண்ணெய்யும் கிடைக்கும். திமிங்கில சுறா வேட்டை நல்ல லாபகரமானது.’

‘நீங்கள் ஒரு திமிங்கில சுறாவைப் பார்த்தீர்கள் இல்லையா?’

‘ஆமாம்’

‘அதை ஏன் பாரெல் என்று சொல்கிறீர்கள்?’

‘பாரெல் என்பது சுட்டுப் பெயரில்லை. அது பொதுப்பெயர். உள்ளூர் மீனவர்கள் இந்தத் திமிங்கில சுறாவைப் பொதுவாக பாரெல் என்று சொல்வார்கள். அதைப் பிடிக்கும் முறைதான் காரணம். இந்த மீனை ஈட்டியால் எறிந்து பிடிப்பார்கள். அந்த ஈட்டியில் ஒரு காலி பாரெல் கட்டப்பட்டிருக்கும். மீன் ஆழங்களுக்குப் போய்விடும் போது மீனவர்கள் தண்ணீரின் மேலே மிதக்கின்ற பாரெலை வைத்து மீன் இருக்கும் இடத்திற்குப் போய் அதைப் பிடித்துவிடுவார்கள்.

‘இதை நான் அமெரிக்கத் திரைப்படங்களில் பார்த்திருக்கிறேன்.’

‘இதைப் பார்க்க அமெரிக்கத் திரைப்படங்கள் தேவையில்லை. பொம்பில் காதல்வயப்பட்ட பாரெல் ஒரு உயிரினம்தான்.’

மாலுமி நெய்துகொண்டிருந்த இழையின் ஓட்டத்தைத் தடை செய்யக்கூடாது என்பதற்காக நான் பேசாமலிருந்தேன்.

‘நானிருந்த கப்பலில் வளைகுடா துறைமுகங்களில் இறக்குவதற் கான நறுமணப் பொருட்கள் ஏற்றப்பட்டிருந்தன. சரக்கை இறக்கி விட்டு, பஸ்ராவிலிருந்தும் பக்கத்திலிருந்த துறைமுகங்களிலிருந்தும் புதிய பேரீச்சை சரக்கை ஏற்றிக்கொண்டு இந்தியா திரும்புவதாக இருந்தோம். பயணம் தொடங்கி மூன்று நாட்களுக்குப் பிறகு பாரெலைப் பார்த்தோம். நான் சொன்னதுபோல, பாரெல்களை கடலின் இந்தப் பகுதியில் பார்ப்பது அதிசயம் இல்லை.

‘சில மாலுமிகள் ஏற்கெனவே பாரெல் வேட்டையாடியவர்கள். அவர்கள் அதைப் பேராசையோடு பார்த்துக்கொண்டிருந்தார்கள். “ரொம்ப பெரிசு” என்றார் ஒருவர். “இவ்வளவு பெரிசா பார்க்கிறது அபூர்வம்தான். அதை ஈட்டி வெச்சு பிடிச்சா நல்லா இருக்கும். நிறைய இறைச்சி கிடைக்கும். வாளி வாளியா எண்ணெய் கிடைக்கும்.” ஆனால் நாங்கள் போய்க்கொண்டிருந்தது வளைகுடா துறைமுகங் களை நோக்கி. பாரெல் வேட்டைக்கெல்லாம் எங்களுக்கு நேர மில்லை. அதனால் இந்த உயிரை பிழைத்துப்போகட்டும் என்று விட்டு விடவேண்டியதுதான்.

‘சிறிது நேரத்தில் பாரெல் மறைந்துவிடும் என்று நினைத்தோம். விநோதமாக, அது எங்கள் கப்பலைத் தொடர்ந்து வந்தது. பாதித்

தண்ணீரில் மூழ்கியிருந்தபோதும் எங்கள் கண்களுக்கு மேல் வரை அதன் உடல் இருந்தது. அதன் பெரிய முட்டைக்கண்கள் எங்களைத் தொடர அளவான வேகத்தில் ஒரே சீராக எங்களுடைய கப்பலைத் தொடர்ந்து நீந்தி வந்தது.

'திமிங்கில சுறாக்கள் ஆபத்தானவை அல்ல. அவை முரடான வையும் இல்லை. மனிதர்கள்தான் ஈட்டியும் கோடரியும் கொண்டு அதை வெறிபிடித்த இரையாக்கிவிடுகிறோம்.

நாங்கள் இந்த பாரெலைப் பிடிக்கப்போவதில்லை என்பதால் அதற்கும் அபாயம் இல்லை, எங்களுக்கும் அதனால் ஆபத்தில்லை. கப்பலுக்குத் துணையாக வந்துகொண்டிருந்தது அது. தற்காலிகமாக முழுவதும் மூழ்குவதும் மீண்டும் வெற்றிக்களிப்போடு மேலே வருவதுமாக அது எங்களைத் தொடர்ந்தது. அதன் பெரிய கண்கள் எங்களைத் தொடர்ந்தபடியே வந்தன.'

'ஒருவேளை பரந்த கடல்பரப்பில் அது தனிமையாக உணர்ந் திருக்குமோ?' என்று நான் கேட்டேன். 'எனக்குத் தெரியவில்லை. அதுபோன்ற எண்ணங்கள் மனிதர்களாகிய நமக்குத்தான் தோன்றும். அதெல்லாம் திமிங்கில சுறாக்களுக்கு ஏன், எந்த மீனுக்குமே புரியாது.'

நான் பேசாமலிருந்தேன்.

'பாரெல் எங்களுக்குத் துணையாக வந்துகொண்டிருந்தது. அதன் இருப்பு ஒருவிதத்தில் எங்களுக்குப் பழகிப்போனது. எப்ப டியோ அதன் இருப்பு ஆறுதலாகவும் இருந்தது.

'பாரெல் பொம்பிலை மிகவும் கவர்ந்துவிட்டிருந்தது. மணிக் கணக்கில் அதைப் பார்த்துக்கொண்டே இருந்தான். பொம்பில் தளச் சிறுவன் என்பதால் அவனுக்கு தளத்திலேயே வேலை இருந்தது. ஆனால், அடிக்கடி அவன் கப்பலின் பின்முனைக்குச் சென்று பாரெலைப் பார்த்துக்கொண்டிருப்பான். அவர்கள் இருவரும் கண் களால் பேசிக்கொள்வார்கள்.

'ஓரிரு நாட்கள் இப்படி கழிந்தபிறகு, தான் பாரெலோடு சேர்ந்து நீந்தப்போவதாக அறிவித்தான் பொம்பில். சிறுவர்களுக்கே உண்டான வெகுளித்தனத்தையும் அவனுடைய ஆர்வத்தையும் பார்த்த சாரங் அதற்கு அனுமதி கொடுத்தார். ஜாக்கிரதையாக போய் விட்டு உடனே கப்பலுக்குத் திரும்பிவிடவேண்டும்' என்று சொன் னார்.

'பொம்பில் கடலுக்குள் குதித்தான். நம்பமுடியாத அளவுக்கு நீண்ட நேரம் நீருக்குள் மூழ்கி இருந்துவிட்டு மீண்டும் மேலே வருவான். இப்படியே பாரெலைச் சுற்றி விளையாடிக்கொண்டிருந்த அவன் மிகவும் மகிழ்ச்சியுடன் இருந்தான். பாரெல் பாசத்தோடு,

அதைக் கிட்டத்தட்ட காதல் என்றே சொல்லலாம், சிறுவனைப் பார்த்தபடி அமைதியாக நீந்தி வந்தது.

'கப்பல் கடலில் மெதுவாகவே முன்னேறிக்கொண்டிருந்தது. அந்த நாட்களில் எஞ்சின் இயந்திரம் இருக்கவில்லை. பாய் மரத்தையே பயன்படுத்தினோம். அப்போது காற்றின் உதவி இருக்க வில்லை. உண்மையில் காற்றே இருக்கவில்லை. கடல் கண்ணாடி போலிருந்தது. பொம்பிலுக்கும் அவன் காதலித்த மீனுக்கும் அது வசதியாக இருந்தது என்று நினைக்கிறேன்.

'ஆமாம், இதற்குள் அவர்கள் கண்மூடித்தனமான காதலில் வீழ்ந் திருந்தார்கள். பொம்பில் நீண்ட நேரம் நீருக்குள் மூழ்கியிருப்பான். பாரெலும் மூழ்கியிருக்கும். எவ்வளவு நேரம் முடியுமோ அவ்வளவு நேரம் நீரின் பரப்பிற்கு அடியிலேயே அவர்கள் இருந்தார்கள்.

'பொம்பில் கப்பலில் வேலைக்குச் சேர்ந்ததிலிருந்தே கூச்சத் துடன் மற்றவர்களிடமிருந்து ஒதுங்கியே இருப்பான். பெரும்பாலும் தனியாகவே இருப்பான். அவனோடு கொஞ்சம் நட்பாகப் பழகியது நான் மட்டும்தான். சில சமயம் வந்து என்னுடன் பேசிக்கொண்டி ருப்பான். என்னோடு வேறு யாருமில்லை என்றால் மட்டும்தான். நானும் தளத்தில் தனியாகவே என் பொழுதைக் கழிப்பேன் என்பது காரணமாக இருக்கலாம்.

'குறைந்த அலைவெண் ஒலி அலைகள் மூலம் திமிங்கில சுறாக் களுடன் பேசக்கூடிய விநோத ஆற்றல் தனக்கிருப்பதாக என்னிடம் சொன்னான் பொம்பில். அவர்கள் இருவரும் நீருக்கடியில் இருக்கையில் நீரடிச் செய்தித்தொடர்புக் குறியீடுகள் மூலம் பேசிக் கொண்டார்கள். அந்தப் பேச்சு, நம்முடைய தரத்திற்கு அது பேச்சே இல்லை, விநோதமானது. ஆனால் அவர்கள் தங்களுடையதேயான உலகில் ஆன்மாவும் ஆன்மாவும் உரையாடிக் கொள்ள மகிழ்ந் திருந்தார்கள் என்று எனக்குத் தோன்றியது. ஒருவேளை இருவரும் மோகம் நிரம்பிய காதல் பாடல்கள் பாடிக்கொண்டார்களோ என்னவோ? ஒருமுறை நீருக்கடியில் சாகசம் புரிந்துவிட்டு ஒரு ராக்கெட்டைப்போல தண்ணீரிலிருந்து மேலே பாய்ந்தவன் ஒரு கணம் செங்குத்தாக உறைந்து நின்றான். பாதி உடல் தளத்திற்கு மேலே இருக்க அவன் முகத்தில் உண்டான புன்னகை இருக்கிறதே! தலைமுடியிலிருந்து, உடலிலிருந்து, இளந்தாடியிலிருந்து, மீசையி லிருந்து நீர் சொட்ட... என்ன ஒரு புன்னகை தெரியுமா அது! வெகு ளித்தனம் நிறைந்த பேரின்பப் புன்னகை! இவ்வுலகிற்கு அப்பாற் பட்ட சின்னஞ்சிறு தெய்வத்தின் புன்னகையாகத் தோன்றியது எனக்கு. அந்தப் புன்னகையை என்னால் மறக்கவே முடியாது.'

மாலுமி அப்படியே நினைவுகளில் அமிழ்ந்து மௌனமானார்.

'அண்ணே, இந்த பாரெல் திமிங்கில சுறா பெண்ணா இல்லை ஆணா?' என்று கேட்டேன் நான்.

தன் நினைவுலகத்திலிருந்து விழித்துக்கொண்ட கிழ மாலுமி பெரிதாகப் புன்னகைத்தார். 'ஓ! நான் அதைத் தெரிந்துகொள்ள வேண்டுமென்றே நினைக்கவில்லை. பொம்பிலுக்கு அதனால் எந்த வித்தியாசமும் நிச்சயம் இருந்திருக்காது. பாரெலுக்கும் பொம் பிலுக்கும் இடையே இருந்த காதல் பாலினத்திற்கு அப்பாற்பட்டது என்றே நான் நினைக்கிறேன். ஏதோ ஒருவகையான காமம் அதில் இருந்திருக்கலாம். சில சமயங்களில், பொம்பில் தண்ணீருக்கு மேலே வரும்போது அவனுடை அரைக்கால் சட்டை உள்ளே அவனுடைய குறி விரைத்திருப்பதை நான் பார்த்திருக்கிறேன். எனக்குத் தெரிய வில்லை. எந்த விதமான உறவாக இருந்திருந்தாலும் அது ஆண், பெண், மீன், மனிதன் போன்ற எண்ணங்களுக்கெல்லாம் அப்பாற் பட்டது. அவர்களுக்கிடையில் இருந்த பிணைப்பு ஒருவகையில் உலகி யலுக்குப் பொருந்தாதது.

'எங்களது கப்பல் மெதுவாக முன்னேறிக்கொண்டிருந்தது. ஆனால், இறுதியில், பாரெல் தாண்டி பயணிக்க முடியாத ஒரு கட்டத்தை அது அடைந்தது. இந்தியப் பெருங்கடலில் திமிங்கில சுறாக்கள் தாண்டிச்செல்லாத கண்ணுக்குத் தெரியாத ஒரு எல்லைக் கோடு இருக்கிறது.

'பொம்பில் பாரெலைப் பிரிய வேண்டிய நிலை ஏற்பட்டது. திமிங்கில சுறாவின் மாபெரும் இருப்பு சுத்தமாக இல்லாமல் ஆனது. எங்களது கப்பலுக்குப் பின்னால் எங்களுக்கு ஒரு ஆறுதல் போல் வந்துகொண்டிருந்த பாரெலின் இருப்பை நாங்கள் இழந்தோம். பொம்பிலை தேற்றவே முடியவில்லை. அன்றிரவு தூக்கத்தில் எனக்கு விந்தையான, தொந்தரவு செய்யும் கனவுகள் வந்தன. சீக்கிரமே விழித்துக்கொண்டேன். என் படுக்கையருகில் ஒரு கசங்கிய துண்டுத் தாள் கிடந்தது. அதில் "நண்பர் அலிக்கு, நான் பாரெலோடு செல் கிறேன். நீங்கள் திரும்பி வரும்போது உங்களை எல்லாம் சந்திக்கிறேன்... பொம்பில்" என்று எழுதியிருந்தது. நாங்கள் கடலில் தேடினோம், அந்தப் பகுதி வரை கப்பலை திருப்பிச் சென்று பார்த் தோம். பொம்பில் கிடைக்கவில்லை. நான்தான் மிகவும் நொந்து போனேன். மற்றவர்களெல்லாம் அதிகம் பேசாத அந்தப் பையனை விரைவில் மறந்துபோனார்கள்.

'நாங்கள் நறுமணப் பொருட்களை பஸ்ராவில் இறக்கினோம். பஸ்ரா துறைமுகத்தில் சில நாட்கள் இருந்தோம். பிறகு அவ்வரு டத்திய பேரீச்சைகளை ஏற்றிக்கொண்டு திரும்ப பயணித்தோம்.

‘பொம்பில் காணாமல் போன கட்டத்தை நாங்கள் அடைந்த போது பொம்பிலும் பாரெலும் எதிர்ப்படுவார்கள் என்று நான் மனதார நம்பினேன். கப்பலைச் சுற்றி கவனித்துக்கொண்டே இருந் தேன். எந்தப் பயனும் இல்லை. பொம்பிலும் பாரெலும் கண்ணில் படவே இல்லை. பாரெலின் மாபெரும் இருப்பாவது தொடுவானில் தெரிகிறதா என்று ஏக்கத்தோடு பார்த்திருந்தேன். அப்படி தெரிந்தால், டால்ஃபின் ஒரு சிறுவனைத் தூக்கி வருவது போல பாரெலும் எங்கள் சிறுவனைக் காப்பாற்றி ஏதோ ஒரு கரைக்கு கொண்டு சென்றிருக்கும் என்று நம்பினேன். ஆனால் அப்படி எதுவும் நடக்க வில்லை.

‘குஜராத் கடற்கரையில் உள்ள வெராவல் துறைமுகத்தை நாங்கள் வந்தடைந்தோம். அங்கிருந்துதான் எங்கள் பயணம் தொடங் கியிருந்தது. மாலுமிகளெல்லாம் உற்றார் உறவினரைப் பார்க்கப்போகி றோம் என்றும் பயணத்திற்கான கூலி கிடைக்கப் போகிறது என்றும் உற்சாகமாக இருந்தனர். எங்கள் பயணம் எந்த விபத்தும் இல்லாமல் முடிந்த ஒரு வெற்றிப் பயணம். சில மாலுமிகள் பேரீச்சை சரக்கை இறக்குவதில் மும்முரமாக இருந்தனர். பிறர் தங்களது உடைமைகளை எடுத்துக்கொண்டிருந்தனர். அதில் நான் மட்டுமே குடும்பம் என்ற ஒன்று இல்லாதவன். நான் யாருக்காகவும் எந்த நினைவுப்பரிசும் வாங்கியிருக்கவில்லை. பொம்பிலை கடற்கரையில் பார்ப்போம் என்ற நம்பிக்கை எனக்கு இன்னும் இருந்தது. வெகுளியான விரிந்த புன்ன கையுடன், பெருங்காதலின் ஆழத்தைத் தன்னில் மறைத்து வைத்தி ருக்கும் புன்னகையுடன் என்னை அழைத்தபடி துறைமுகக் கூட்டத்தி லிருந்து தன் ஒல்லியான உடலுடன் வெளிப்படுவான் என்று எதிர் பார்த்தேன்.

‘ஆனால் நான் பார்த்தது அதற்கு நேர்மாறான காட்சி. ஒரு பெருங்கூட்டம் கூடியிருந்தது. கூடியிருந்தவர்களின் தலைக்கு மேலாக ஒரு கடல்வாழ் உயிரினத்தின் பெரிய உடல் தெரிந்தது. அது ஒரு திமிங்கில சுறா என்பதை என்னால் அடையாளம் காண முடிந்தது. அந்த இடத்தருகே சென்றேன். இரைச்சலான கூட்டத்தைப் பிளந்து உள்ளே சென்றேன். அந்த மாபெரும் மிருகத்தின் முன்பாக, வேறேதோ உலகைச் சேர்ந்த உயிரினம் முன்பாக பல துரும்புகளுடன் நானும் ஒரு சிறு துரும்பாக நின்றிருந்தேன்.

‘அந்தத் திமிங்கில சுறா வேட்டையாடி பிடிக்கப்படவில்லை என்றும் தானாகவே கரையொதுங்கியது என்றும் சுற்றி இருந்தவர்கள் சொன்னார்கள். ஏன் தானாக ஒதுங்கியது என்பது தெரியவில்லை. என் முன் தோன்றிய அந்தப் பேருருவத்தை நிமிர்ந்து பார்த்ததும் அது பொம்பிலின் காதலன் பாரெல்தான் என்று எனக்குத் தோன்

றியது. எல்லா திமிங்கில சுறாக்களும் ஒரேமாதிரிதானே இருக்கும் என்று நீங்கள் கேட்கலாம். ஆனால் பல நாட்களாக பார்த்த பரிச்சயத்தால் அது மட்டும் எனக்கு தனியாகத் தெரிந்தது.

'ஒருவேளை உடல்நிலை சரியில்லாமல் ஏதாவது வலி காரணமாகக் கரை ஒதுங்கியிருக்கலாம். நிச்சயமாகத் தெரியவில்லை. கும்பலில் முன்னால் இருந்த மீனவர்கள் கடவுளாக அவர்களுக்கு அளித்த பெரும் பரிசை என்ன செய்யலாம் என்று பார்த்துக் கொண்டிருந்தார்கள். கோடரிகளையும் பெரிய கத்திகளையும் எடுத்து தங்கள் முன் இருந்த மலையை அறுக்க ஆரம்பித்தார்கள். மாபெரும் மீனொன்றை வெட்டுவது என்பது எளிய செயல் அல்ல. அதற்கு மிகுந்த பொறுமையும் விடாமுயற்சியும் வேண்டும். அவர்கள் அறுத்துக்கொண்டே இருந்தார்கள்.

'அந்த மீன் அப்போதும் உயிருடன்தான் இருந்தது. மக்கள் அதை அறுத்துக்கொண்டும் வெட்டிக்கொண்டும் இருக்கையில அது தன் விரியத் திறந்த கண்களால் தொலைவை நோக்கிக்கொண்டிருந்தது. தாங்கொண்ணாத வலியில் மிக மெதுவாக அது இறப்பதைப் பார்த்தபோது எனக்கு சிலுவையில் அதேபோல் இறந்த அவதூதரான யேசுதான் நினைவுக்கு வந்தார். அது ஒரு கொடுமை, பெருங் கொடுமை. மெல்ல மெல்ல இறப்பதென்பது தாங்க முடியாத கொடுமை. ஆனால் நான் என் முகத்தைத் திருப்பிக்கொள்ளவில்லை.'

'அந்தக் கடல்வாழ் பேருடலின் விரிந்த பெரும் கண்களைப் பார்த்தபோது அதில் கருணை தெரிந்தது. பொம்பில் அதைச் சுற்றி குதித்தாடியபோது அந்த உயிரின் கண்களில் தெரிந்த அதே கருணை. அதன் சிறிய மூளையில் மெலிந்த மனித உருவின் புகைமூட்டமான வடிவம் இன்னும் தேங்கியிருப்பது போலிருந்தது. மெல்ல மெல்ல மீனவர்கள் அந்த உயிரின் உடலைக் கையாண்டதில் முன்னேற்றம் ஏற்பட்டது. ஏதோ ஒரு புள்ளியில், சிலுவையில் நீண்ட நேரம் துன்புற்றுக்கிடந்த யேசு மரித்ததுபோல், அந்த மீனும் இறந்து போனது.'

'மீனவர்கள் அந்த மாபெரும் தசைமலையை அறுத்துக்கொண்டிருந்தார்கள். கூச்சலிட்டபடியும் நன்றி சொல்லிக்கொண்டும் பெரும் இறைச்சித் துண்டுகள் உறவினருக்கும் நண்பர்களுக்கும் இடையில் பகிர்ந்துகொள்ளப்பட்டன. அவை எல்லாம் பெரும்பாலும் உள்ளுறுப்புகள்; நல்ல துண்டங்கள் சந்தைக்கென கோணிகளில் சேர்க்கப்பட்டன. பெரும் கூச்சலும் குழப்பமுமாக இருந்தது அந்த இடம்; பெண்களும் குழந்தைகளும் போட்ட கூச்சல் கடற்காற்றில் அள்ளிச் செல்லப்பட்டது. கனத்த இதயத்தோடு நடந்தவற்றைப் பார்த்துக் கொண்டிருந்தேன். இப்படி, பாரெலின் முடிவு துன்பகரமான ஒன்றாக இருந்தது.

'கொழுப்பை உருக்குவதற்கென யாரோ அதற்குள் நெருப்பு மூட்டியிருந்தார்கள். நெருப்பின் மீது பெரிய வட்டுருளை வைக்கப் பட்டது; கொழுப்புத் துண்டங்கள் அதில் போடப்பட்டன. அடியில் மீன் எண்ணெய் திரளத் தொடங்கியது. நுரையுடன் கொதிக்க, அந்த இடத்திலிருந்து நெடியுடன் புகை எழுந்தது. கனத்த கறுப்பு மேகம் போல் சூழ்ந்தது. உங்களைப் போன்ற நகரவாசிகளால் அந்த மணத்தைத் தாங்கவே முடியாது. எனக்கு அந்தக் காட்சிகளும் மணங் களும் பழகியவைதான்.

'அந்தப் பணி தொடங்கிதான் இருந்தது. வயிற்றுப் பகுதிகளை இறைச்சிக்காரர்கள் வெட்ட ஆரம்பித்தார்கள். அந்த உடலில் செய்யப்படவேண்டியது இன்னும் இருந்தது.

'ஒரு இறைச்சிக்காரர் கிளர்ச்சியோடு கூவினார். அவர் குனிந்து அந்தப் பேருடலின் உள்பகுதியிலிருந்து எதையோ எடுத்தார். அதை எல்லோரும் பார்க்கும்படி தூக்கிப் பிடித்தார். அது ஆண்கள் அணியும் தாமிரக் கைவளை. அது பொம்பில் அணிந்திருந்தது என்பது எனக்குத் தெரிந்தது. அவன் தன் இடதுகையில் ஒரு தாமிரக் கைவளை அணிந்திருப்பான்.

'பொம்பிலின் மிச்சம் வேறெதுவும் திமிங்கில சுறாவின் வயிற்றில் இருக்கவில்லை. துணிக்கிழிசலோ, உடற்பகுதி மிச்சங்களோ... நான் பதற்றத்துடன் அந்தக் கைவளையை என்னிடம் காட்டும்படி இறைச் சிக்காரரைக் கேட்டேன். அதை வாங்கி என் கையில் வைத்துப் பார்த் தேன். அதன் ஒரு பக்கத்தில் பொறிக்கப்பட்டிருந்த விநோதமான குறியீடுகளைப் பார்த்ததும் அது பொம்பிலுடைய கைவளைதான் என்பது எனக்கு நிச்சயமாகத் தெரிந்தது.

'அதைக் கையில் பிடித்துக்கொண்டிருந்தவன் அப்படியே மயங்கி விழுந்தேன். அந்தக் கோரமான காட்சியும், கெட்ட வாச னையும், புகையும்தான் என்னை மயக்கமடையச் செய்திருக்க வேண்டும் என்று அங்கிருந்தவர்கள் எண்ணினார்கள். அவர்கள் என்னைத் தூக்கிச் சென்று சிறிது தூரத்தில் மணலில் கிடத்தி னார்கள்.

'சிறிது நேரத்தில் எனக்கு நினைவு திரும்பியது. எழுந்து திரும்பிப் பார்க்காமல் அந்த இடத்தைவிட்டு அகன்றேன். பாரெலும் பொம் பிலும் அதோடு முடிந்துபோனார்கள்.

'தம்பி, நான் கதையைச் சொல்லிவிட்டேன். நான் போய் வருகிறேன். எப்போதாவது நாம் மீண்டும் சந்திப்போம். இன்ஷா அல்லா!' தன் மெலிந்த கையை என் தோள்மீது போட்டபடி சொன் னார் அலி. அல்லது இப்ராஹிம், அல்லது இஸ்மாயில். மருதாணி

பூசப்பட்ட அவரது செந்தாடி, மீசையில்லாத வெறும் தாடி காற்றில் அசைந்தது. தனது வெளுத்துப்போன கண்களால் என்னை ஒரு கணம் உறைந்து போகச் செய்தவர் திரும்பி நடந்து சென்றார். மெல்ல லைகளில் நனைந்திருந்த ஈர மணலில் அவரது கால்தடங்களை விட்டுச்சென்றார்.

நான் வீட்டிற்கு வந்து என் நூலகத்தில் தேடி எடுத்த சில புத்தகங்களைப் புரட்டிக்கொண்டிருந்தேன். சுறாக்களைப் பற்றிய சுவாரசியமான தகவல்களைச் சேர்த்தேன். சுறாக்களால் ஒலி அலைகளை இனங்காண முடியும். அவற்றால் மின்புலங்களையும் காந்தப்புலங்களையும் உணர முடியும். திமிங்கிலங்களைப் பொறுத்த வரை, அவற்றால் நூற்றுக்கணக்கான கிலோமீட்டர்கள் பரவக்கூடிய குறைந்த அதிர்வெண் ஒலிகளை வெளியிட முடியும். திமிங்கில சுறாக்களைப் பற்றிய தகவல்கள் அதிகம் கிடைக்கவில்லை. அவை பாடல்கள் பாடுமா என்பது தெளிவாகத் தெரியவில்லை. சுறாக்களி லேயே பெரிய உருவம் கொண்டவை திமிங்கில சுறாதான். பொது வாக சுறாக்கள் ரத்த வேட்கை கொண்டவையல்ல. திமிங்கில சுறா நுண்ணுயிரிகளை மட்டுமே உண்பதால் மனிதனுக்கு அபாயம் விளைவிப்பதில்லை.

நான் கவனித்த மிகவும் சுவாரசியமான விஷயம் என்பது சுறாக் கள் தனிமையை விரும்புபவை என்பதுதான். மிருகமோ, மனிதனோ தனியர்கள்தான் என்னைக் கவர்கிறார்கள். சிறிது காலம் நீடிக்கும் கலவிக்காலம் முடிந்தபின் காட்டில் எதனோடும் ஒட்டாமல் தியா னத்தில் வாழ்வைத் தொடரும் புலியைப் போன்றவர்கள் மீதுதான் என் கவனம்.

பொம்பில் பாரெலுக்காக கப்பலை விட்டுச்சென்றபோது, அவர் களுக்கிடையே பல கிலோமீட்டர்கள் இடைவெளி இருந்தாலும் பொம்பில் தனது மீனினக் காதலனுடன் குறைந்த அதிர்வெண் ஒலிகள் மூலம் தொடர்புகொண்டிருக்கவேண்டும் என்று நான் யூகித் தேன். அவர்கள் மீண்டும் இணைந்தது மிக மகிழ்ச்சியான, மோகம் நிறைந்த இணைவாக, காதலர்கள் பிரிந்திருந்தபின் கூடுவது போல் இருந்திருக்கும். அதன் பிறகு என்ன நடந்திருக்கும் என்பது எனக்குத் தெரியவில்லை. எவருக்குமே தெரிந்திருக்க வாய்ப்பில்லை.

நானும் பொம்பில் பற்றிய தகவல்களைச் சேகரித்தேன். அதாவது பொம்பில் என்ற பெயரைப் பற்றி. இந்த மீனை மும்பையில் பம்பாய் வாத்து என்பார்கள். இது மும்பையைச் சுற்றி உள்ள கடலில் மட்டுமே கிடைக்கும். வேறெங்கும் இதைப் பார்க்க முடியாது. ஆறிலி ருந்து பத்து அங்குலம் வரை நீளமான, ஒல்லியான வழுக்கும் உடல் கொண்ட இந்த மீனின் இறைச்சி மிக மென்மையாக இருக்கும். சிலர்

விலாஸ் சாரங் ● 153

இதை மிகவும் சுவையானதாகக் கருதுகிறார்கள். இதை வறுத்தோ கறியாகவோ சாப்பிடுவார்கள். உள் நகரங்களிலும் கிராமங்களிலும் உள்ளவர்களுக்காக இதை உலரவைத்து சேமித்து வைப்பார்கள்; அவர்களுக்கு இது மலிவான புரதம் நிறைந்த மசாலா உணவு.

இந்த மீனைப்பற்றிய சுவாரசியமான ஒரு நாட்டார்கதையும் நான் கேள்விப்பட்டேன். பழங்காலத்தில் பரசுராமரின் எதிரிகளில் ஒன்று பொம்பில். பரசுராமர், கோடரி ஏந்திய ராமர், கொங்கணிக் கரையை உள்ளடக்கிய தக்காண இந்தியாவை வென்றெடுத்தவர். பரசுராமர் கோபத்தில் தன் பிடிவாதம் மிக்க எதிரியை கடலில் வீசி எறிந்தார். பொம்பில் கடலில் விழுந்தபோது அதன் எலும்புக ளெல்லாம் நொறுங்கிப் போயின. ஆனாலும் அது உயிர்தப்பியது. அப்பகுதியின் கடலில் மீனாக ஆனது. வெற்றிகரமாக உயிர்பிழைத் தலின் அடையாளமாக இன்று இருப்பது பொம்பில்.

பாரெலைப் பொறுத்தவரை, இந்திய அரசு தற்போது திமிங்கில சுறாக்களை வேட்டையாடுவதைத் தடை செய்திருக்கிறது என்பதை அறிந்தேன். இந்தத் தடை முன்னாலேயே அமலுக்கு வந்திருந்தால் பொம்பில் காதலித்த பாரெல் கொடுமையான விதியிலிருந்து தப்பியிருக்கக்கூடும்.

இந்திய மேற்குக் கடற்கரைக்கு அப்பால் கடலில் இப்போது எஞ்சியுள்ள பாரெல்கள் சுதந்திரமாகவும் பாதுகாப்பாகவும் வளைய வருகின்றன. அவை கடலில் தம் பாடல்களைத் தூரதூரங்களுக்கு அனுப்பிக்கொண்டிருப்பதாகக் கற்பனைசெய்துகொள்கிறேன். கடலின் ஆழங்களில் அவை மேற்கொள்ளும் தனிமைத் தவங்கள் பழங்கால இந்தியாவின் ரிஷிகள் காட்டின் ஆழங்களில் இயற்றிய தவங்களைப் போன்றவை. அவை மனிதனின் பேராசைக்குத் தப்பி தொல்லையில்லாமல் இருக்கின்றன. இளம் வயதில் சோகமான முடிவுக்கு ஆளான சிறுவன் பொம்பிலைப் பொறுத்தவரை, அவனது இனம் எதுவந்த போதும் எஞ்சுபவர் என்னும் ஆழ்படிமத்தின் குறியீடாக இருப்பதில் ஆறுதல் அடைகிறேன். பொம்பிலின் ஆன்மா இன்னும் இருக்கிறது, ஏதோ ஒரு மீனினக் காதலனின் பாட்டிற்கு ஸ்வரம் ஸ்வரமாய் பதில் கொடுத்துக் கொண்டிருக்கிறது என்றே நான் நம்புகிறேன்.

❍

III
சிறு உயிரினங்கள்

ஈக்கள்

1

நாள் முழுவதும் நான் படித்துக்கொண்டிருப்பேன். ஒரு நாற் காலியை இழுத்து கட்டிலருகே போட்டு கால்களைப் படுக்கையில் நீட்டியபடி புத்தகத்தை மடியில் வைத்துக்கொண்டு படித்துக் கொண்டே இருப்பேன். ஆனால் என் அறையில் ஈக்கள் அதிகம். என் தலைக்கு மேல் பறந்துகொண்டே இருக்கும். தலையிலும், கன்னங்களிலும், மூக்கிலும், கைகளிலும், கால்களிலும் இல்லை யென்றால் படுக்கையிலும் வந்து அமரும். என் உடம்பில் ஈயின் தொடுகையை நான் வெறுத்தேன். ஒரு ஈ கவலையில்லாமல் என் மீது வந்து உட்காரும்போது அப்படியே கொதித்தெழுவேன். கோபத்தில் கைகளை முறுக்கிக்கொள்வேன்.

2

இப்போது நான் செய்தித்தாள் ஒன்றை மடித்து பக்கத்தில் வைத்துக்கொள்கிறேன். என் மீதோ படுக்கையிலோ ஒரு ஈ வந்து உட்கார்ந்தால் மடித்த செய்தித்தாளை மெல்ல தூக்கி அதன் மீது ஒரே போடாகப் போட்டுவிடுவேன். அந்த ஈ தப்பிப்பது என்பது அபூர்வம்தான்; ஆனால் அது ஒருபோதும் செத்துவிடுவதில்லை. தொங்கிக்கொண்டிருக்கும் படுக்கைவிரிப்பில் இருக்கும் ஈயை தொளதொளவென்ற செய்தித்தாளை வைத்து அடித்துக் கொன்று விடமுடியுமா என்ன? என்றாலும் சிறிதுநேரத்திற்கு அது மயங்கி யிருக்கும். அந்தப் பொன்போன்ற நேரத்தைப் பயன்படுத்தி, துடிக்கும் உயிர்மீது இன்னும் நாலு அடி வைப்பேன்.

3

சிலசமயங்களில் தலையெழுத்து சரியில்லாத ஈயின் இறக்கை களில் ஒரு இறக்கையாவது முதல் அடியிலேயே சிதைந்து போகும். அப்போது நான் அடுத்த அடிகளைப் போட அவசரப்படவேண்டி இருக்காது. எழுந்து பறந்துவிட முயற்சிக்கும். ஆனால் அதனால் முடியாது. படுக்கைவிரிப்பு முழுக்க ஊர்ந்துகொண்டே இருக்கும்.

4

ஒரு பிடிவாதமான ஈ இன்னும் என் நினைவில் இருக்கிறது. நான் அதை அடித்ததும், அதன் ஒரு இறக்கை நசுங்கிப்போனது. படுக்கை நடுவில் அது அப்படியே சிறிது நேரம் இருந்தது. பின் மெதுவாக அதற்கு உணர்வு திரும்பியது போலிருந்தது. நான் உற்றுப் பார்த்துக்கொண்டிருக்கையிலேயே அது மெதுவாக ஊர ஆரம் பித்தது. படுக்கையின் மறுபுறத்திற்கு, அதாவது நானிருந்ததற்கு எதிர்ப் புறமாக தன்னைத் தானே இழுத்துக்கொண்டு செல்வதைப் பார்க்க வியப்பாக இருந்தது. தனது பேருருவ எதிரி இந்தப் பக்கம் இருக்கி றான் என்பதை அது எப்படி அறிந்திருக்கிறது என்பது எனக்கு பெரும் ஆச்சரியமாக இருந்தது. வியர்த்த கைகளில் செய்தித்தாளைப் பிடித்தபடி நாற்காலியில் நான் உட்கார்ந்திருக்கிறேன் என்று எப்படி அது உணர்ந்திருக்கும்? வலியில் துள்ளியபடி, நொண்டிக்கொண்டு படுக்கைவிரிப்பின் பாலைவன வெளுப்பில் அது நகர்வதைக் கவனித் தேன். அது ஓரளவு நகர்ந்தபின் அதிக தூரம் அதைச் செல்ல விட்டு விட்டோம் என்பது உறைத்தது. ஸ்ஃபிங்க்ஸ் போன்றிருந்த என் முகத்திலிருந்து விலகி வெளுக்கப்பட்ட பாலையைக் கடந்து செல்ல நினைத்தது அது. அது தவழ்ந்துகொண்டே இருந்ததைப் பார்த்தால் விரைவில் விரிப்பின் முனைக்குச் சென்று ஏதோ ஒரு மடிப்பில் நுழைந்துகொள்ளும், இல்லையென்றால் தரையில் விழுந்து எறும்புகளுக்கு இரையாகும் போலிருந்தது. அப்படி நடக்கக்கூடாது என்று மடித்த செய்தித்தாளால் அதை மெல்ல இழுத்து படுக்கை நடுவில் விட்டேன். சில நொடிகள் அங்கேயே கிடந்தது. மீண்டும், பார்வையற்றவன் செய்வதுபோல, அதே திசையில் தவழத் தொடங் கியது. எனக்கு இதற்குள் சலிப்பேற்பட்டுவிட்டதால் மடித்த செய்தித் தாளால் ஒரே ஒரு போடு போட்டு அதை ஓய்ந்துபோகச் செய்தேன்.

5

இன்னொரு ஈயையும் எனக்கு நினைவிருக்கிறது. கட்டில் சட்டத்தில் கீழே அதைப் பார்த்ததும் ஜாக்கிரதையாகக் குனிந்து மடித்த தாளை மெல்ல தூக்கியபோது ஒரு சிலந்தி கட்டில் சட்டத்தி லிருந்து விரிப்பில் குதித்தது. மிக மிக பொறுமையாக அடி மேல்

அடி வைத்து ஈயை நோக்கி அது செல்லத்தொடங்கியது. நான் தூக்கிய குறுங்கத்தியை ஈ மேல் வீசாமல் விரிப்பின் மீதிருந்த இரு கரும்புள்ளிகளை – ஒன்று இறக்கையும் இன்னொன்று பல கால் களும் கொண்டது – பார்த்தபடி அசையாமல் இருந்தேன். ஈ அசை யாமல் இருக்க சிலந்தி பெரும் நிதானத்துடன் முன்னேறிக்கொண்டி ருந்ததை வியப்போடு பார்த்துக்கொண்டிருந்தேன். ஈக்கு மிக அருகில் சென்ற சிலந்தி நின்றது. நான் மூச்சைப் பிடித்துக்கொண்டேன். ஆனால், நீண்ட நேரம் ஒன்றும் நடக்கவில்லை. என் பார்வைக்குக் கீழே, உயர்த்திப்பிடித்த செய்தித்தாளுக்கு அடியில் சிலந்தியும் ஈயும் சற்றும் அசையாமல் இருந்தன.

இப்போது சிலந்தி ஈயை மிகவும் நெருங்கியிருந்தது. ஈ அதைப் பார்த்திருக்கும் என்று தோன்றியது. பார்த்திருக்க வேண்டும். ஆனால் அது ஏன் இன்னும் பறந்துசெல்லவில்லை? ஒரு நொடியில் காற்றில் எழுந்து பறந்து மகிழ்ச்சியோடு ரீங்கரித்தபடி சென்றிருக்கலாம். தன் அபத்தமான கால்களை வைத்துக்கொண்டு எதுவும் செய்ய இயலாமல் சிலந்தி அங்கேயே குந்தியிருக்கும். ஆனாலும் அந்த முட் டாள் உயிரி அங்கேயே இருந்தது. ஒருவேளை சிலந்தி அதை மயங்கச் செய்திருக்குமோ? அந்த எண்ணம் கவர்ச்சிகரமானதாக இருந்தது. அப்படியென்றால் அது அங்கே என்னதான் செய்து கொண்டி ருக்கிறது? எதுவுமில்லை, நிச்சயமாக எதுவுமில்லை. அதன் மனம் எப்படி வேலை செய்கிறது என்பதைத் தெரிந்துகொள்ள முடியாத கையறுநிலையில் நானிருந்தேன்.

சடக்கென்று, என்ன நிகழ்கிறது என்று நான் அறிவதற்குள்ளாக, சிலந்தி ஈயின் மீது பாய்ந்து தன் அனைத்துக் கால்களாலும் அதைச் சுற்றிவளைத்துப் பற்றியிருந்தது.

6

நான் அதன் திறனை மெச்சிக்கொண்டிருந்தபோது, சிலந்தி மெதுவாகச் சட்டத்தை நோக்கிப் பின்னடையத் தொடங்கியது. தன் அளவே இருந்த இரையைப் பிடித்துக்கொண்டிருந்ததாலோ என்னவோ அது நகர்ந்தது ஏடாகூடமாக இருந்தது. நான் அவச ரமாக செய்தித்தாளால் அதைப் பின்னால் இழுத்தேன். அதனால் எந்தப் பலனுமில்லை. அது ஈயை விடுவதாக இல்லை. அது மீண்டும் நகரத் தொடங்கியதும் அதைப் படுக்கையில் என்பக்கமாகத் திருப்பி னேன். பின் அதைத் தள்ளிவிட்டேன். தன் அத்தனை கால்களாலும் ஈயைப் பற்றிக்கொண்டு தரையில் விழுந்தது சிலந்தி. 'வாழும் வேட்கைகொண்ட உயிரி' என்று வெறுப்போடு முணுமுணுத்துக் கொண்டே செருப்பணிந்திருந்த என் காலால் இரண்டையும் ஒரு மிதி மிதித்தேன். பிசுபிசுப்பான இரு பந்துகள் மட்டுமே தரையில்

எஞ்சின. ஒன்று மற்றொன்றைவிட சற்று கருமை அதிகமாக இருந்தது. முயங்கும் இணைபோல ஒன்றோடு ஒன்று கலந்திருந்தன இரண்டும்.

7

என்னால் மிக மோசமாகத் தாக்கப்பட்ட இன்னொரு ஈயும் இருந்தது. அது நினைவில்லாமல் என் தலையணை மீது கிடந்தது. அது இறந்தே போயிருக்கக்கூடும். ஆனால் ஈக்களுடனான எனது நீண்ட அனுபவம் காரணமாக, அது இன்னும் இறந்திருக்கவில்லை என்பது எனக்குத் தெரிந்தது. ஈக்கள் மிகவும் விடாப்பிடியான உயிரிகள். நான் முதல் அடியிலேயே கொன்றுவிட்டதாக எண்ணி விட்டுவிட்ட சில ஈக்கள் திடீரென்று உயிர்பெற்று என் கண் முன்னாலேயே பறந்து சென்றிருக்கின்றன. புலியையும் சிறுத்தை யையும் வேட்டையாடுபவர்கள் எதற்கும் இருக்கட்டும் என்று கூடுதலாக ஒரு முறை சுடுவது போல, நான் அப்போதே இந்த ஈக்கும் இன்னொரு அடி கொடுத்திருக்க வேண்டும். ஏனோ, அதன் சிதைந்து போன உடலை மீண்டும் செய்தித்தாளால் அடிக்க வேண்டும் என்று எனக்குத் தோன்றவில்லை. வாசிப்பதைத் தொடர்ந்தேன். (அப்போது ஸ்பினோசாவை படித்துக்கொண்டிருந்தேன் என்பது எனக்குத் துல்லியமாக நினைவிருக்கிறது). சற்று கழித்து, அது பறந்துசெல்ல முயல்கிறதா என்று நிமிர்ந்து பார்த்தபோது அதன் அருகில் இன்னொரு ஈ வந்து அமர்ந்திருந்தது.

8

இதோ ஒரு சுவாரசியமான சூழல். ஒரு ஈ தன் இனத்தைச் சேர்ந்த மற்றொரு உயிரி துன்புறுகையில் என்ன செய்கிறது என்பதைப் பார்க்க எனக்கு ஒரு வாய்ப்பு. புதிய விருந்தாளியை விரட்டிவிடக்கூடாது என்பதற்காக நான் சற்றும் அசையாமல் பார்த்துக்கொண்டிருந்தேன். இரண்டாவது ஈ முதல் ஈக்கு மிக அருகில் வந்தது. அதன் எதிரே நின்றுகொண்டு முகத்துக்கு முகம் பார்த்துக்கொண்டு சில விநாடிகள் இருந்தது. பின்னர் அதன் உடலை ஆராய்வதுபோல ஒரு சுற்று சுற்றி வந்தது. பிறகு அடிபட்ட ஈ மேல் ஏறிக்கொண்டது. அடிபட்ட ஈ இதன் எடைதாளாமல் நெளிந்தது. இவற்றை எல்லாம் நான் மிகவும் கூர்ந்து நோக்கிக் கொண்டிருந்தேன். அவ்வளவு தீவிரமாக கவனித்தும் என்ன நடக்கிறது என்பது எனக்குப் புரியவில்லை. முகத்துக்கு முகம் பார்த்துக்கொண்டு அவை என்ன செய்தன? அடிபட்ட ஈக்கு முதலில் நினைவிருந்ததா? கண்ணோடு கண் பார்த்துக்கொண்ட தோடு சரியா? இல்லையென்றால் எதுவும் பேசிக்கொண்டனவா?

விலாஸ் சாரங் ● 159

'அவன்... அந்த அரக்கன்... என்னை கொல்லப்போகிறான்... ஏதாவது செய்... உன் பெயரென்னவோ தெரியவில்லை... தயவுசெய்து... விரைவாக', 'கவலைப்படாதே அன்பே, ஒரு நிமிடத்தில் உன்னைச் சரியாக்குகிறேன்' இப்படியெல்லாம் ஏதாவது! ஆனால் அந்த எண்ணம் வேடிக்கையாக இருந்தது. அப்படியென்றால் என்னதான் நடந்திருக்கும்? அவற்றின் உணர்ச்சிகளும் நோக்கங்களும் புரியாத தால் அச்சிறு மூளைகளின் முன்பாக நான் என்னைச் செயலற்ற வனாக உணர்ந்தேன். அவமானமாக இருந்தது. அடிபட்ட ஈயின் மேலிருந்த ஈ முயங்குகிறதா அல்லது உறவுகொள்ள முயல்கிறதா என்று யோசித்துக்கொண்டே பார்த்தேன். என்ன ஒரு எண்ணம்! ஆனால் அப்படியும் இருக்கலாம்தானே? நல்லொழுக்கம் தீயொ ழுக்கம் பற்றி எல்லாம் இந்த உயிரிகளுக்கு என்ன தெரிந்திருக்கும்? தெரிந்திருக்க வாய்ப்பிருக்கிறது. நிச்சயமாகத் தெரிந்திருக்கலாம். அவை ஒன்றன்மீது ஒன்றாகக் கிடப்பதைப் பார்த்து எதையோ கற்பனைதான் செய்யமுடியுமே தவிர எதையும் நிச்சயமாக அறிய முடியாது. என்முன் இருந்த விநோத உயிரினங்களின் ஊகம் உண் மையாக இருக்கலாம். இரண்டாவது ஈ தன் தோழியின் சிதைந்த சிறகுகளை தன்னால் சரிசெய்ய முடியுமா என்றுகூட முயற்சித் திருக்கலாம்.

9

பிறகு அந்த ஈ தோழியின் உடலைவிட்டுக் கீழிறங்கியது. சுற்றி வந்து மறுபுறம் நின்றது. பின்னர் தன் வாயை மற்றொன்றின் உடலருகே வைத்து அப்படியே சிறிதுநேரம் இருந்தது. மீண்டும் சுற்றி வந்து மறுபுறம் சென்று வாயை உடலருகே வைத்தபடி இருந்தது. இது அடுத்த சிக்கல். அது தன் அடிபட்ட துணைக்கு அளிக்கும் புதிரான சிகிச்சை என்ன என்பதை என்னால் ஊகிக்கவும் முடியவில்லை.

10

தன் விநோத சடங்குகளை முடித்ததும் துணைக்கு தான் செய்யக்கூடியது அவ்வளவுதான் என்று அது நினைத்தது போலி ருந்தது. அது தத்தியபடி சிறிது தூரம் சென்று அடிபட்ட ஈ குண மடைந்து வருகிறதா என்று பார்த்ததுபோல் தோன்றியது. ஆனால் பாதிக்கப்பட்ட ஈயால் அசைய முடியவில்லை. நன்றாகவே அடித்து விட்டிருந்தேன் போல.

11

அந்த நிலையில், இரண்டாவதாக வந்த ஈ தன் கடமையை ஆற்றிவிட்ட நிறைவோடோ அல்லது தன் முயற்சி பலிக்காத வருத் தத்தோடோ அல்லது முயக்கத்திற்குப் பின் வரும் இனிய மயக்கத்

தோடோ அங்கிருந்து இப்போது பறந்துவிடப்போகிறது என்று எனக்குத் தோன்றியது. அதை என்னால் இப்போது கொல்லமுடியும், ஏன் முன்னமேயே அதை எளிதில் கொன்றிருக்க முடியும் என்றும் தோன்றியது. உலகில் எவருக்கும் அதில் சந்தேகம் இருக்க முடியாது. உண்மையில் அதை நான் கொன்றிருக்க வேண்டியதே முறையாக இருந்திருக்கும் என்றும், அதைத் தப்பிக்க விடுவதில் எந்தப் பொருளும் இல்லை என்றும் நான் நினைத்தேன். நான் எதைப் பார்க்க வேண்டும் என்று நினைத்தேனோ அதைப் பார்த்துவிட்டேன்; பார்த்து புதிரொன்றில் மாட்டிக்கொண்டேன். வசதியாக என் முன் வந்த இதை ஏன் நான் தப்பிக்க விடவேண்டும்?

12

இருந்தும் நான் அதை அடிக்கவில்லை. உயிரோடிருந்த ஒரு பூச்சியையும், கிட்டத்தட்ட இறந்துவிட்டிருந்த பூச்சி ஒன்றையும் வெறுமனே பார்த்துக்கொண்டிருந்தேன்.

பிறகு, திடீரென்று உயிருடன் இருந்த ஈ காற்றில் எழுந்து பறந்து சென்றது.

13

இப்படியாக நான் அந்த ஈயை பறந்து செல்லவிட்டேன். ஏனென்று எனக்குத் தெரியவில்லை.

14

நான் நிறையவே ஈக்களைக் கொன்றிருப்பதால் இந்த ஒன்றைப் பிழைக்க விட்டதில் எனக்கு பெரிய வருத்தமில்லை. அதுமட்டுமில்லை, ஈக்களைக் கொல்வது ஒன்றும் எனது பிரதான நோக்கமில்லை. எனது வாசிப்பை வசதியாக்கிக் கொள்வதற்காகத்தான் ஈக்களைக் கொல்வதில் இறங்கினேன். ஆனால் ஈக்களைக் கொல்வதே என் வாசிப்புக்கு இடைஞ்சலாகத்தான் இருந்தது. என்றாலும் ஈக்கள் உங்களைச் சுற்றி ரீங்கரித்துக் கொண்டிருக்கையில் வாசிக்க முயற்சி செய்வதைவிட இது மேலானதுதான்.

15

நாள் முழுவதும் என்னிடமுள்ள புத்தகங்களை வாசித்துவிட்டு, அவ்வப்போது ஓரிரு ஈக்களைக் கொன்றுவிட்டு மாலையில் என் நாற்காலியை விட்டு எழுந்திருப்பேன். படுக்கையிலும் தரையிலும் உள்ள எல்லா ஈக்களையும் சேகரித்து ஜன்னல் வழியாக வெளியே எறிவேன். பின்னர் கடற்கரையில் ஒரு சிறு நடை சென்று வருவேன். இரவு உணவுக்குப் பிறகு நேராக படுக்கைக்குச் சென்று ஆழ்ந்த உறக்கம். நான் இப்போதெல்லாம் அதிகம் சுய இன்பத்தில் ஈடுபடுவதில்லை.

○

கடிகாரத்தில் சிலந்தி

நான் விழித்துக்கொண்டு இருட்டில் கண்களைத் திறந்தேன். மூடிய கண்களின் இருட்டு திறந்த கண்களின் இருட்டிலிருந்து எப்படி வேறுபடுகிறது? இந்தக் கேள்வியை ஆராய எனக்குப் பொழுதிருக்க வில்லை. எவ்வளவு சீக்கிரம் முடியுமோ என் கனவை எழுதி வைத்துக்கொள்ள வேண்டும்.

படுக்கையில் எழுந்தமர்ந்தேன். விளக்கின் சுவிட்சைத் தேடினேன். வெளிச்சத்திற்கு என் கண்கள் பழகும்வரையில் படுக்கையிலேயே அமர்ந்திருந்தேன். கால்களருகே இருந்த செருப்புகளைப் பார்த்தேன். ஒன்று என் பக்கமாக நீட்டிக்கொண்டிருந்தது. மற்றது எனக்கு எதிர்ப்புறமாகத் திரும்பியிருந்தது. எப்படி? எப்போதும் படுப்பதற்கு முன்பு எனது செருப்புகளைப் படுக்கைக்கு எதிர்ப்புற மாக நீட்டியபடிதான் விடுவேன். அப்படியிருக்கையில் இப்போது ஒன்று மட்டும் எப்படி என்னை நோக்கி நீட்டிக்கொண்டிருக்கிறது? படுக்கச் செல்லும்போது இப்படிச் செய்யும்படி எல்லாம் நான் தூங்கி வழியவில்லை. இந்தப் புதிரை விடுவிக்கவும் எனக்கு நேரமில்லை. எழுந்து மேஜைக்குச் சென்றேன். எனது கனவுப் புத்தகத்தை எடுத்தேன். 200 பக்க நோட்டுப் புத்தகம் அது. இரண்டில் மூன்று பங்கு ஏற்கனவே நிரம்பியிருந்தது. இன்னும் சில நாட்களில் இன்னொரு நோட்டுப் புத்தகம் தேவைப்படும்.

பேனாவின் மூடியைத் திறக்கையில், கடிகாரத்திற்குச் சாவி கொடுக்க வேண்டும் என்பது நினைவுக்கு வந்தது. பேனாவை மூடிவிட்டு திறந்திருந்த நோட்டுப் புத்தகத்தில் வைத்தேன். எழுந்து அலமாரியில் இருந்த கடிகாரத்தை நோக்கிச் சென்றேன். எழுந்த வுடன் கடிகாரத்திற்குச் சாவி கொடுக்க வேண்டும் என்பதைக் கட்டாய விதியாக வைத்திருந்தேன். அதற்கு சில விநாடிகளே பிடிக்கும். அதற்குள் நான் கனவை மறந்துவிடப்போவதில்லை.

கடிகாரத்தை இடதுகையில் பிடித்தபடி சாவிகொடுக்கப் போகும்போது கடிகாரப்பரப்பில் முன்பில்லாத கரும்புள்ளி ஒன்றைக் கவனித்தேன். கடிகாரத்தைக் கண்கள் அருகில் வைத்துப் பார்த்தேன்.

ஒரு சிலந்தி. மிகச்சிறிய சிலந்தி. கண்ணாடிக்கடியில், கடிகாரத்தின் உள்ளே இருந்தது அது.

கடிகாரத்தில் சிலந்தி! அங்கு கூடு கட்டப்போகிறதா அது? முட்டாள். கடிகாரம் நின்று போனால் ஒரு வேளை அதனால் கட்ட முடியும்.

சிலந்தி இருந்த இடத்தில் என் வலதுகையால் இரண்டுமுறை கண்ணாடியைத் தட்டினேன். குடுகுடுவென ஓடியது. அது போய் நின்ற இடத்தில் மீண்டும் தட்டினேன். மீண்டும் ஓடியது. கண்ணாடியில் மீண்டும் தட்டினேன்.

எப்படியோ உள்ளே போய்விட்டது, இப்போது வெளியில் வரத் தெரியாமல் தவிக்கிறது என்பது எனக்கு உறைத்தது.

சிரிப்பு வந்தது. கடிகாரத்தைக் குலுக்கினேன். சிலந்தி இருந்த இடத்தில் மீண்டும் கண்ணாடி மீது தட்டினேன். அது ஓடியது. அது நின்றவுடன் அந்த இடத்தில் தட்டினேன். மீண்டும்... மீண்டும்.

சிலந்தி ஓரிடத்திலிருந்து இன்னோரிடத்திற்கு ஓடிக்கொண்டிருந்தது. சில நொடிகள் தட்டுவதை நிறுத்தினேன். சிலந்தியைக் கவனித்தேன்.

பிறகு இரண்டு கைகளாலும் கடிகாரத்தை வெறியோடு குலுக்கினேன்.

நான் குலுக்குவதை நிறுத்தியதும் சிலந்தி வட்ட விளிம்பில் ஒரு ஓரமாக ஒண்டிக்கொண்டது. பின் மெதுவாக நிமிட முள்ளை நோக்கி நகரத்தொடங்கியது.

நான் அதைக் கவனித்துக்கொண்டே இருந்தேன்.

பிறகு நான் முட்களைத் திருப்பும் குமிழைப் பிடித்து வேகமாக திருக ஆரம்பித்தேன். இதை எதிர்பார்க்காத சிலந்தி அடிவாங்கி ஓரமாக விழுந்தது. நான் குமிழை மீண்டும் திருகினேன்.

இது ஒரு நாலைந்துமுறை நடந்தது. பிறகுதான் சிலந்தி விளிம்பிலிருந்து நகர்ந்து கடிகாரத்தின் மையத்திற்கே செல்ல முனைவது எனக்கு உறைத்தது. விரைவிலேயே அது ஏன் என்று எனக்குப் புரிந்தது. நிமிட முள் ஒரு முனையிலிருந்து இன்னொரு முனைவரை சமனாக இருக்கவில்லை. விளிம்பருகே அது உள்பக்கமாக வளைந்திருந்தது. மையத்தருகே கடிகார முகப்புத் தளத்திலிருந்து நல்ல உயரத்தில் இருந்தது. ஆகவே, மையத்தருகே இருக்கையில் சிலந்தி முள்ளுக்கும் வெண்மையான தளத்துக்கும் இடையில் பாதுகாப்பாக இருந்தது.

விலாஸ் சாரங் ● 163

'புத்திசாலி வேசிமகன்' என எனக்குள் சொல்லிக்கொண்டேன்.

சில நொடிகள் சிலந்தியையும் கடிகார முட்களையும் பார்த்துக் கொண்டிருந்தேன். பிறகு குமிழை மீண்டும் திருகினேன். இம்முறை மணி முள்ளில் என் கவனத்தைக் குவித்தேன். மணி முள் மெது வாகத்தான் நகர்ந்தது. ஆனால் அது நிமிட முள்ளுக்குக் கீழே இருந்த தால் கடிகாரத்தின் தளத்திற்கு அருகாக இருந்தது. மணி முள்ளால் தாக்கப்பட்டால் சிலந்தியால் தப்ப முடியாது. முள்ளைத் திருப்பிக் கொண்டே இருக்க சிலந்தி நகர்ந்தபடியே இருந்தது. மணி முள்ளுக்கு எட்டாமல் அது நகர்ந்துவிட்டால் நான் அதை நிமிட முள்ளால் தாக்குவேன். அது மையம் நோக்கி ஓடினால் நான் மணி முள்ளால் அதைத் துரத்துவேன்.

இப்படியே சிறிது நேரம் நடந்துகொண்டிருந்தது. பின்னர் கடிகார எண்களுக்கும் விளிம்பிற்கும் இடையிலிருந்த மிகக்குறுக லான வெளியில் சிலந்தி உட்கார்ந்துகொண்டது. நிமிட முள் எண் களைத் தாண்டி நீண்டிருக்காததால் இந்த இடம் உண்மையிலேயே சிலந்திக்குப் பாதுகாப்பாக இருந்தது. அது அங்கேயே தங்கிவிடும் என்றால் என்னால் அதற்கு எந்த ஆபத்தும் இல்லை.

ஆனால் நான் அதைவிடப் புத்திசாலி. சிலந்திக்கு வெகு அருகே கடந்துசெல்லும் நிமிட முள்ளை முடிந்த அளவு வேகமாகச் சுழற்றி னேன். முள் அதன் மீது படவில்லை என்றாலும் முள்ளின் கூரிய முனை கத்திபோல அதற்கு மிக சமீபமாக கடந்துசென்றதால் அது பயந்துபோய் மடத்தனமாக மையம் நோக்கி ஓடியது. நான் உடனே அதை மணி முள்ளால் தாக்கினேன். இது இரண்டு மூன்று முறை நிகழ்ந்தது.

இதற்குள் சிலந்தி பலமுறை அடிவாங்கியிருந்தது. அதனால் இப்போது வேகமாக நகரமுடியவில்லை. கலங்கிப் போய், பட்டிக்குள் காளை போல தள்ளாடியது. மிகுந்த சிரமத்துடன் தவழ மட்டுமே அதனால் முடிந்தது.

என் கடிகாரத்தில் மையத்திற்கு சற்று மேலாக ஒரு சிறிய வட்டத்திற்குள் இருந்தது அலார முள். இந்த முள் கடிகாரத்தின் தளத்தைக் கிட்டத்தட்ட உரசியபடியேதான் சுற்றி வரும். மணி முள் கடிகாரத்தின் மேல்பகுதியில் நகரும்போது அலாரமுள்ளின் வட்டத்தை வெட்டிச் செல்லும்.

மணி முள்ளால் தாக்கி சிலந்தியைக் கடிகாரத்தின் மேல் பகுதிக்குப் போக வைத்தேன். பிறகு, திறமையாக அலார முள்ளைத் திருகி அதை மணி முள் அடியில் போகச்செய்தேன். மணி முள் ளுக்கும் அலார முள்ளுக்கும் இடையிலான வெளி மிகமிகக் குறுகி யது. இரண்டிற்கும் இடையில் சிலந்தியின் உடல் நசுங்கியது.

சிலகணங்கள் கடிகாரத்தை என் உள்ளங்கையில் ஏந்தியபடி நின்றிருந்தேன். பிறகு அதை மேஜை மேல் வைத்தேன். மணி முள் ளும் அலார முள்ளும் சேர்ந்து உருவாகியிருந்த சிலுவைக்குறியில் அந்தச் சிலந்தி தொங்கிக் கிடந்ததைப் பார்த்தேன்.

திடீரென ஒரு அதிர்ச்சி என்னைத் தாக்கியது.

கடிகாரத்திற்கு சாவி கொடுக்க மறந்துபோயிருந்தேன்.

அதுமட்டுமல்ல, முட்களை வேறு திருப்பிவிட்டேன்!

கொஞ்சமும் யோசிக்காமல் முட்களை திருகு திருகென்று திருப்பிவிட்டிருந்தேன். அப்படிச் செய்வதற்கு முன் நேரம் என்ன என்றுகூட பார்த்துக்கொள்ளவில்லை!

நான் படுக்கப்போனபோது மூன்றரை மணி இருக்கும். இப்போது மணி என்ன என்று யாருக்குத் தெரியும்? எவ்வளவு மணிநேரம் வேண்டுமானாலும் நான் தூங்கியிருக்கலாம். இரண்டு மணிநேரம். மூன்று மணி நேரம். ஆறு மணி நேரம். எட்டு மணி நேரம். அல்லது வெறும் அரைமணி நேரம்.

இப்போது மணி முள் பன்னிரண்டுக்கும் ஒன்றுக்கும் இடையில் இருந்தது. நிமிட முள் ஆறுக்கு அருகே. அப்படியென்றால் மணி பன்னிரண்டரை. ஆனால் அதற்கு எதுவும் பொருள் இருக்கிறதா? அது சரியான நேரமாக இருக்கவேண்டிய அவசியமில்லை. இப்போது சரியான நேரம் கடிகாரம் காட்டும் நேரத்திற்கு சம்பந்த மில்லாததாக இருக்கலாம். ஒரு கடிகாரம் உங்களுக்குத் தேவையான நேரத்தைக் காட்டும். அதனாலேயே அது காட்டுவது சரியான நேர மாகிவிடாது.

அப்போது மணி பன்னிரண்டரை இல்லை. மூளைகெட்டவன் போல் கடிகார முட்களைத் திருகி வைத்திருந்ததால் நேரம் என்ன என்றும் எனக்குத் தெரியாது.

“இப்போது மணி என்ன?” என்ற கேள்விக்கு என்னால் இனி ஒருபோதும் பதில் சொல்லமுடியாது. வருடக்கணக்காக நான் என் கடிகாரத்தைப் பாதுகாத்து வந்தேன். அது நின்றுவிடக்கூடாது என்பத தற்காகப் படுக்கையைவிட்டு எழுந்தவுடன் அதற்கு சாவி கொடுப்ப தைப் பழக்கமாக வைத்துக்கொண்டிருந்தேன். அது ஒரு நல்ல கடி காரம். துல்லியமானது. அதை நம்பி இருக்கலாம். இப்போது அதெல் லாம் பழங்கதை.

மேஜைமீது குறுக்காகக் கைகளை வைத்து தாடையை அதில் தாங்கியபடி உட்கார்ந்திருந்தேன்.

சட்டென்று தலையைத் தூக்கி கடிகாரத்தைப் பார்த்தேன். அற்புதமான எண்ணம் ஒன்று தோன்றியது.

அப்போது மணி பன்னிரண்டரைதான் என்று நம்பினால் என்ன? மெய்யாகவே பன்னிரண்டரை?

அதற்குத் தேவை ஒரு கணத்தில் எடுக்கும் முடிவுதான். ஆமாம், பன்னிரண்டரைதான் என்று எனக்கு நானே சொல்லிக்கொள்வேன். இன்னும் இரண்டுமணிநேரம் போனால் இரண்டரை. மூன்று மணி கழித்து மூன்றரை. நாலரை மணிநேரம் ஆனபிறகு ஐந்து மணி. விவாதத்திற்கு இடமே இல்லை. சந்தேகமே வேண்டாம். நம்பிக்கைச் செயல்பாடு.

அந்த எண்ணமே எனக்கு உயிரளித்தது.

ஆனால் அது சற்று நேரத்திற்குத்தான். மனதிற்குள் அது சரி வராது, என்னால் அதை ஏற்றுக்கொள்ள முடியாது என்பது தெரிந்தது. 'ம்ம்... இப்போது மணி மூணே முக்கால்' என்று சொல்ல லாம். ஆனால் அது பாழாய் போகிற பொய், மணி மூணே முக்கால் இல்லை என்று என் ஆழ் மனம் அறிந்தே இருக்கும்.

'இப்போது மணி என்ன?' என்ற கேள்விக்கு என்னால் இனி ஒருபோதும் பதில் சொல்லமுடியாது என்பதை ஒப்புக்கொண்டே யாக வேண்டி வந்தது. ஆக, ஒருவனால் எளிய கேள்விகளுக்குக் கூட பதில் சொல்ல முடியாத நிலை ஒருநாள் ஏற்பட்டுவிடுகிறது.

மேஜையைவிட்டு எழுந்தேன்.

தலைமுடியைக் கோதியபடி படுக்கை இருந்த மூலைக்குச் சென்றேன். அங்கிருந்து கடிகாரத்தைப் பார்த்தேன். அங்கிருந்து புத்தக அலமாரி இருக்கும் மூலைக்குச் சென்றேன். அங்கு நின்று, கடிகாரத்தை, அது ஏதோ எப்போதுவேண்டுமானாலும் வெடிக்கக் கூடிய டைம் பாம் என்பது போல, பார்த்தேன்.

பிறகு விளக்கின் ஸ்விட்சை நோக்கிச் சென்றேன். விளக்கைப் போட்டுத் திரும்பி கடிகாரத்தைப் பார்த்தேன். ஸ்விட்சைத் தட்டி னேன். அறை இருண்டது. இருட்டில், நான் பார்த்துக்கொண்டே இருந்த இடத்தில், கடிகாரம் இருந்தது.

மெதுவாக, அடி மேல் அடி வைத்து கடிகாரத்தை நோக்கிச் செல்லத் தொடங்கினேன். கடிகாரத்திலிருந்து நான்கு அடி தள்ளி இருக்கையில் ஈனமான டிக் டிக் ஒலி கேட்டது. இன்னொரு அடி வைத்தேன். டிக் டிக் ஒலி இன்னும் நன்றாகக் கேட்டது. இன்னொரு அடி. மேலும் ஒன்று. குனிந்து கடிகாரத்தின் மேல் காதை வைத்து அதன் டிக் டிக் ஒலியைக் கேட்டேன்.

இந்த எண்ணிக்கை வெறும் ஏமாற்றுவேலை என்று யாரால் உணர்ந்திருக்க முடியும்? நாசமாகப் போகிற கடிகாரம் சரியான நேரம் காட்டுவதைப் போல் டிக் டிக் என்று ஒலித்துக்கொண்டிருந்தது.

நான் அவசரமாகச் சென்று விளக்கைப் போட்டுவிட்டு கடி காரத்தைப் பார்த்தேன். அது அதிர்ந்து போகும் என்று எதிர்பார்த் தேனோ?

அது கவலையேபடாமல் ஓடிக்கொண்டிருந்தது.

அப்போதுதான் என்னுடைய கனவுப் புத்தகம் மேஜைமேல் கிடப்பதையும், கண்ட கனவை நான் மறந்துவிட்டதையும் உணர்ந் தேன்.

அதைக் கவனித்தேனே ஒழிய குறிப்பாக எந்த உணர்ச்சியும் எனக்குத் தோன்றவில்லை. அமைதியாக மேஜைக்குச் சென்று நோட்டுப் புத்தகத்தை மூடி மேஜை இழுப்பறையில் வைத்தேன்.

பிறகு படுக்கையில் விழுந்து சிறிதுநேரம் அப்படியே கிடந்தேன்.

பிறகு எழுந்து சோம்பல் முறித்தேன். நான் செய்யவேண்டிய பிற விஷயங்களும் இருக்கின்றன என எனக்கே சொல்லிக் கொண் டேன். முதலில் கொஞ்சம் யோகப் பயிற்சி செய்தேன். பிறகு கதவைத் திறந்து வழியில் சிறிது நேரம் நின்றேன்.

நடைவழியில் இருந்து வந்த வெளிச்சமும் என் அறை வெளிச் சமும் சேருமிடத்தில் நான் நின்றுகொண்டிருந்தேன். நடைவழியில் இருந்த ஒளி நீலமாகவும் என் அறையிலிருந்தது நல்ல வெள்ளை யாகவும் இருந்தது.

என் அறைக்கு வெளியே இடதும் வலதும் நடைவழி நீண்டி ருக்கும். இரு திசைகளிலும் ஆங்காங்கே வளைந்து செல்லும். அதனால் இரண்டு பக்கமும் அதிக தூரம் பார்க்க முடியாது. நடை வழியில் விளக்குகள் உண்டு. ஆனால் வலதுபுறம் மூன்றாவது வளை வுக்கு அப்புறம் விளக்குகள் இருக்காது. அதற்குக் காரணம் தெரிய வில்லை. இடதுபுறம் எனக்குத் தெரிந்து முழுவதும் விளக்குகள் இருக்கும். இடதுபுறப் பாதையில் அவ்வப்போது நான் ஜாகிங் செல்வதுண்டு.

இன்று ஐந்தாவது வளைவு வரை சென்று திரும்பிவிட்டேன். அறைக்கு வந்தபோது மூச்சிரைத்துக்கொண்டிருந்தது. முகத்திலிருந்த வியர்வையைத் துடைத்தேன். அண்மையில் ஆக்ஸிஜனைக் குறைத் திருப்பார்களோ?

எனது நாற்காலியில் சிறிதுநேரம் ஆசுவாசப்படுத்திக் கொண் டேன். பசி எடுத்தது. எழுந்து இடதுபுறமிருந்த உணவறைக்குச் சென் றேன். சில நாட்களுக்கு முன்புதான் புதிதாக கேன்கள் வந்திருந்தன. ஒன்றிரண்டை எடுத்துவந்தேன்.

சாப்பிடும்போது ஒரு கேன் மீது இருந்த படத்தைக் கவனித் தேன். சூரிய உதயம். அல்லது அஸ்தமனம். சிறிது நேரம் உலகின்

விலாஸ் சாரங் ● 167

மீது மானுடரின் வாழ்வு பற்றி சிந்தித்துக்கொண்டிருந்தேன். பகல், இரவு, வெயில், மழை இவற்றைப்பற்றி எல்லாம் யோசித்தேன்.

சாப்பிட்டு முடித்து என் அறைக்குத் திரும்பினேன்.

மேஜையிலிருந்த கடிகாரத்தை எடுத்து அலமாரியில் திரும்ப வைத்தேன். ஒரு கணம் யோசித்துவிட்டு கடிகாரத்தைத் திருப்பிப் பார்த்தேன். அதைப் பார்த்து எந்தப் பயனும் இல்லை என்று எனக்கு நானே சொல்லிக்கொண்டேன்.

ஒரு புத்தகத்தை எடுத்துக்கொண்டு மீண்டும் நாற்காலியில் அமர்ந்தேன். ஆனால் எனக்கு பின்புறத்தைக் காட்டிக்கொண்டிருந்த கடிகாரத்தைப் பார்த்ததும் அழுகையே வந்துவிடும் போலிருந்தது. எழுந்து சென்று மீண்டும் திருப்பி வைத்தேன்.

வாசிப்பில் என் கவனம் குவியவில்லை. மீண்டும் எழுந்து சென்று புத்தகத்தை அலமாரியில் வைத்தேன். அடுத்து என்ன செய்வதென்று எனக்குத் தெரியவில்லை.

ஏனோ தெரியவில்லை, மூன்றாவது வளைவுக்குப் பின் விளக் கில்லாத வலது நடைவழியில் ஒரு நடை சென்று வரவேண்டு மென்று தோன்றியது.

மூன்றாவது வளைவு வரை நடந்து சென்றேன். வளைவைக் கடந்து சென்று மங்கிய ஒளியில் நின்றபடி முன்னால் இருந்த இருண்ட குகைவழியைப் பார்த்தேன். இந்த இடத்தைத் தாண்டி நான் சென்றதே கிடையாது. ஆனால் இம்முறை தொடர்ந்து நடந்தேன். எனக்குப் பின்புறம் சிறு வெளிச்சம்கூட இருக்கவில்லை. அந்த நடைவழி சிமெண்டின் இருமையால் ஆனதுபோல் இருந்தது.

நின்று, காரணமே இல்லாமல், இருட்டில் என் கைகளை ஆட்டினேன். அவை என் கண்களுக்கே தெரியவில்லை. என் கைகள் என்பதால் எனக்குத் தெரிந்தன.

சில நிமிடங்கள் நின்றுகொண்டே இருந்தேன். அப்போது எதிர் பாராத ஒன்று நிகழ்ந்தது. கனவு நினைவுக்கு வந்தது. அதைத் திரும் பவும் காண்பதுபோல் தெள்ளத் தெளிவாக நினைவில் எழுந்தது.

கனவு இதுதான்: என் அறைக்கு இடதுபுறமிருந்த நடைவழியில் ஜாகிங் சென்றுகொண்டிருக்கிறேன். திடீரென விளக்குகள் எல்லாம் அணைந்து அடர்த்தியான இருள் பரவுகிறது. வழியில் அப்படியே உறைந்து நிற்கிறேன். அறையைவிட்டுப் போகிறேனா அல்லது அறைக்குப் போகிறேனா என்பதே மறக்குமளவு பயந்து போயிருக் கிறேன். அதனால் தொடர்ந்து அதே திசையில் ஓடுவதா திரும்பி ஓடுவதா என்றே எனக்குத் தெரியவில்லை.

இங்கு நான் விழித்துக்கொண்டேன்.

திரும்பி நடந்தேன். சில நிமிடங்களில் மூன்றாவது வளைவருகே இருந்த விளக்கு வெளிச்சம் தென்பட்டது. மீண்டும் விளக் கொளிக்குள் வந்தேன். என் அறை நோக்கி விறுவிறுப்பாக நடந்தேன். இழுப்பறையைத் திறந்து நோட்டுப்புத்தகத்தை எடுத்து கனவை எழுதி முடித்தேன்.

மிகவும் அசதியாக இருந்தது. விளக்கை அணைத்துவிட்டுத் தூங்கிப்போனேன்.

விழித்துக்கொண்டபோது தலை கனமாக இருந்தது. அதிக நேரம் நான் தூங்கியிருக்கவில்லை போலும்.

பழக்கம் காரணமாக கடிகாரத்தை எடுக்கப் போனேன். என் கை அந்தரத்தில் உறைந்து நின்றது.

கடிகாரத்திலிருந்து டிக் டிக் ஓசையே வரவில்லை.

அது நின்றுவிட்டிருந்தது.

நான் இருந்த பரபரப்பில் கடிகாரத்திற்கு சாவி கொடுக்கவே மறந்திருந்தேன்.

கடிகாரத்தைக் கையிலெடுத்து காதருகே கொண்டு சென்றேன். பிறகு முன்னால் பிடித்துப் பார்த்தேன்.

ஏழேகாலுக்கு அது நின்றுபோயிருந்தது.

இறந்தவனைப் பார்த்து அவன் எத்தனை மணிக்கு இறந்திருப் பான் என்று உங்களால் சொல்லமுடியாது; ஆனால் நின்றுபோன கடிகாரத்தைப் பார்த்து அது எத்தனை மணிக்கு நின்றுபோனது என்று சொல்லிவிடலாம்.

கடிகாரத்தை மேஜை மீது வைத்துவிட்டு படுக்கை விளிம்பில் அமர்ந்தேன்.

கடிகாரம் நின்றுபோய்விட்டது குறித்து இப்போது எனக்கு எந்த உணர்ச்சியும் ஏற்படவில்லை. அதன் முட்களைத் திருகியது குறித்தும்.

எழுந்து மேஜைக்குச் சென்று கடிகாரத்தை எடுத்தேன். அலாரம் நான்கு மணிக்கு வைக்கப்பட்டிருந்தது. நிமிட முள்ளையும் மணி முள்ளையும் திருக ஆரம்பித்தேன். இறந்துபோன மனித உடலை இழுத்துச் செல்வதுபோல் தோன்றியது.

மணி முள் நாலுக்கு வந்தது. சட்டென அலாரம் அடிக்கத் தொடங்கியது. சாவு மணியின் வெறிகொண்ட அலறல்.

அல்லது 'எழுக! எழுக!' எனும் இடைவிடாத ஆரவாரம்.

◯

முயல்

டைம்ஸ் ஆஃப் இந்தியா ஆசிரியருக்கு,
ஐயா,

குழந்தைகளும் பெரியவர்களும் உயிரியல் பூங்காவிலுள்ள விலங்குகளை எவ்வளவு கொடுமைப்படுத்துகிறார்கள் என்பதை வனத்துறை அதிகாரிகள் அறிந்துள்ளார்களா? நாடு முழுவதும் உயிரியல் பூங்காக்களில் நிலைமை இதேதான் என்பதை நான் கவனித்திருக்கிறேன். இது தனிப்பட்ட இந்தியப் பண்பு என்றே எனக்குத் தோன்றுகிறது. ஒரே நாளில் இதைச் சரிசெய்துவிட முடியாது என்பது வருத்தத்திற்குரியது. விலங்குகள் மீது மெய்யான ஆர்வமும் கருணையும் காட்டவேண்டும் என்பதைப் பெற்றோரும் பள்ளிகளும் குழந்தைகளுக்குக் கற்றுத்தர வேண்டும். ஆனால் அது வரை பூங்கா அதிகாரிகள் தீவிர கண்காணிப்பை அமல்படுத்த வேண்டும்.

(செல்வி) சுஷ்னா குமார்
மும்பை, செப்டம்பர் 23

1

என் தந்தைக்கு அந்த முயலைப் பிடிக்கவே இல்லை. அது தத்தித் தத்தி அவரது சாய்வுநாற்காலிக்கு அருகில் வரும்போதெல் லாம் கையிலிருந்த பனையோலை விசிறியால் தரையில் தட்டி அதைப் பயமுறுத்தி விரட்டுவார்; அது ஓடியதும் சாய்ந்துகொண்டு

நிம்மதியாக விசிறிக்கொள்வார். (கோடையில், வேர்க்குருவால் அவதிப்படும் போது விசிறிக்காம்பால் முதுகைச் சொறிந்து கொள் வார்.) அந்த நாற்காலியில் அவர் சாய்ந்திருக்கும்போது நீலமும் பச்சையுமாக கோடுகள் போட்ட கித்தான் ஆழமாகக் குழியும். அப்போது அவரைப் பார்த்தால் கடல் தளத்தில் ஓய்வெடுக்கும் கப்பல் போல தோன்றும்.

முயலை முதலில் நான் வீட்டிற்குக் கொண்டுவந்தபோது எல்லோருக்குமே எரிச்சல். பனி போல் வெள்ளையாக, சிவப்பு மணிக்கண்களோடு இருந்த அதன் காதுகளின் உட்புறம் இளஞ்சிவப் பாக இருக்கும். எங்கள் வீட்டிற்கு சிறிதும் பொருந்தாத அளவு அது வெள்ளை வெளேர் என்றிருந்தது. சில சமயங்களில் அது அமைதி யாகத் தரையில் உட்கார்ந்திருக்கும். ஜன்னல் வழியாக வரும் மாலை நேர சூரிய ஒளி அதன் முழு உடலையும் ஒளிரச் செய்யும்.

அதை எப்போதும் வீட்டிற்குள்ளேயே இருக்கும்படி பார்த்துக் கொள்ள வேண்டியிருந்தது. அதனால் வாசற் கதவு மூடியே இருக்கும். தெருப்பூனைகள் வந்துவிடக்கூடாது என்பதற்காக இரவு களில் நான் ஜன்னல்களையும் மூடிவிடுவேன். நாள் முழுக்க வீட்டிற்குள் ஒரு அறையிலிருந்து இன்னொன்றிற்கு என சுற்றிச் சுற்றி வரும். நான் கொடுக்கும் காலிஃபிளவர் இலைகளைக் கொறிக்கும். சில சமயம் ஒரு அறை மூலையில் தன்னை மறந்து ஏதோ சமாதியில் இருப்பது போல் உட்கார்ந்திருக்கும். எப்போதும் ஒன்றுக்கிருப்பதற்கு என் அறையில் ஒரு குறிப்பிட்ட மூலைக்குத்தான் செல்லும். இரவு களில் என் கட்டிலுக்குக் கீழே உறங்கும். ஒரு சத்தமும் அதனிட மிருந்து வராது. அதேபோல் அது அறை விட்டு அறை தத்திப் போகும்போதும் சத்தமே எழாது. ஆனால் அதற்கு ஒரு விநோதமான பழக்கம் இருந்தது. ஒரு அறையில் நீங்கள் (வெளியில் செல்ல வேண்டிய அவசியமும் இல்லாமல், உட்கார்ந்தே அலுத்துப் போன தால்) நின்றுகொண்டிருந்தால் முயல் தத்தியபடி வந்து உங்களைச் சுற்றி வட்டமடிக்கத் தொடங்கும். முதலில் உங்களுக்கு அது வேடிக் கையாக இருக்கும், ஏன் அப்படிச் செய்கிறது என்று புரியாது. ஆனால் சற்று நேரத்தில், அது பலமுறை சத்தமில்லாமல் சுற்றி வந்த பிறகு, ஏதோ ஒரு அசௌகரியம் தோன்றும். ஒரு இறகு சூறாவளியில் சுழற்றி அடிக்கப்பட்டது போலவும் அந்தச் சுழலின் தனித்துவிடப் பட்ட மையம் நீங்கள்தான் என்றும் உணர்வீர்கள். அதன் மடத்தன மான நடவடிக்கை உங்களை எரிச்சல்படுத்தும். என்ன நடக்கிறது என்று புரியாமல் உங்களுக்குக் கோபம் தலைக்கேறும். அதன் காதில் லேசாக உதைத்தீர்கள் என்றால், திடுக்கிட்டது போல அது அப்படியே உறைந்து நிற்கும். பிறகு மீண்டும் உங்களை வட்டமடிக்கத் துவங்கும். உங்களுக்குச் சிரிப்பதா அழுவதா என்று தெரியாமல்

போகும். உங்களைச் சுற்றி பின்னப்பட்ட வட்டத்தை உடைத்து நீங்கள் வெளியே குதிக்க வேண்டும். உங்களைத் தொலைத்துவிட்டதாக நினைத்து முயல் அதிர்ந்துபோய் சத்தமிடாமல் அங்கிருந்து தத்திச் செல்லும். அது கொஞ்சம் ஏமாந்து போனதுபோலிருக்கும்.

சில சமயங்களில் முயல் சிறிய அசைவுகூட இல்லாமல் உட்கார்ந்திருக்கும். அப்படி இருக்கும்போது கண்கள் திறந்தும் இருக்கும்; சில சமயம் மூடியும் இருக்கும். சிறு சத்தம் கேட்டதும் அதன் நீளமான காதுகளில் ஒன்று மடிந்து பின் நேராகும். சத்தமில்லாமல் உட்கார்ந்திருக்கையில் காதுகள் மட்டும் இயந்திரத்தனமாக இப்படி அசைந்துகொண்டே இருக்கும். சந்தேகமான சத்தம் வந்தால் உடனே அது உஷாராகிவிடும். கார் போகும்போது வருவது போன்ற பெரிய சத்தம் எதுவும் அதைப் பாதிக்காது என்பதுதான் ஆச்சரியம். ஒருமுறை என் தந்தை பூஜையில் பயன்படுத்தும் சிறு மணியை எடுத்து அதன் காதருகில் ஆட்டினேன். அதைக் கேட்டு நடுங்கிப்போனது முயல். அங்கிருந்து ஓடிவிட முயற்சி செய்தது. ஆனால் தரையில் இருந்த வழுவழுப்பான டைல்ஸில் அதன் நகங்கள் வழுக்கியதால் இருந்த இடத்திலேயே கால்களைப் பித்துப் பிடித்ததுபோல் அசைத்துக்கொண்டிருந்தது. நான் பெரிதாகச் சிரித்தேன். சிறு மணிச்சத்தம் அதை ஏன் அவ்வளவு பயமுறுத்தியது என்பதை என்னால் இன்றுவரை புரிந்துகொள்ள முடியவில்லை.

சில நாட்களில் முயல் கண்டதையும் தின்னத் தொடங்கியது. சில சமயம் ஒரு செருப்பையோ செய்தித்தாளையோ சவைத்துக்கொண்டிருக்கும். அப்பா தன் செருப்பை மேல் தட்டிலும் 'டைம்ஸ் ஆஃப் இந்தியா'வைப் பாதுகாப்பான இடத்திலும் வைக்க ஆரம்பித்தார். பிறகு முயலின் முடி உதிரத் தொடங்கியது. அதன் முடியைப் பற்றினால் ஒரு கொத்து முடி உங்கள் கையோடு வந்துவிடும். பார்ப்பதற்கு குட்டிப் பிசாசு போல் ஆகிவிட்டது. இதற்குள் வீட்டிலிருந்தவர்களுக்கு அதன் மேல் அக்கறை இல்லாமல் ஆகிவிட்டிருந்தது. ஒரு நாள் அதை எடுத்துச்சென்று மும்பையின் உயிரியல் பூங்காவான விக்டோரியா கார்டன்ஸில் கொடுத்துவிட்டேன்.

2

செய்தித்தாளை விசிறி எறிந்துவிட்டு நாற்காலியிலிருந்து எழுந்து ஜன்னலுக்கு வெளியே பார்த்தபடி கொட்டாவி விட்டேன். மாலை சூரிய ஒளியில் பளிச்சிட்ட தூசுபடிந்த மரங்களைப் பார்த்தேன்.

நாள் முழுவதும் செய்தித்தாளைப் படித்துக்கொண்டிருந்தேன்; கண்கள் களைத்துப்போய் உடலெல்லாம் வலித்தது. உண்மையில் எனக்கு செய்தித்தாள் படிப்பதே பிடிக்காது. ஆனால் நாம் எல்லோ

ருமே அவ்வப்போது படித்துத்தொலைக்க வேண்டியிருக்கிறது. தினசரியை அன்றன்று படித்துவிடுவது என்னால் ஆகாத காரியம். அதனால் ஒரு மாத செய்தித்தாளை என் முன்னால் குவித்து வைத்துக்கொண்டு செய்தி, விளம்பரம் என்று ஒன்று விடாமல் படித்து முடிப்பேன். இப்படிச் செய்வது எனக்கு மிகவும் பிடித் திருந்தது. செய்தித்தாள்கள் மட்டும் இல்லையென்றால் நாம் எங்கிருப் போம்? ஆனால் மனிதர்கள் திறமையானவர்கள். செய்தித்தாள் பிரசுரிப்பார்கள், திரைப்படம் எடுப்பார்கள், மேடையில் பேசு வார்கள், அதைக் கேட்பார்கள், கலை நிகழ்ச்சிகள் நடத்துவார்கள், இல்லையென்றால் அரசுகளைக் கவிழ்ப்பார்கள். இவற்றாலெல்லாம் தான் இவ்வுலகில் மிகச் சிலபேருக்கு மட்டுமே பைத்தியம் பிடிக்கிறது. சிறுவனாக இருக்கையில் எனக்கு பைத்தியம் பிடித்துவிடுமோ என்று பயந்துகொண்டே இருப்பேன். (பிறவியிலேயே நான் மலடோ என்பது என்னுடைய மற்றொரு சிறுவயது பயம், அது வேறு கதை.) இப்போது பைத்தியம் பிடித்துவிடுமோ என்ற எண்ணமே பைத்தியக் காரத்தனமாகத் தோன்றுகிறது.

செய்தித்தாளில் என்னைக் கவரும் எதையும் கத்தரித்து வைத்துக்கொள்ளும் பழக்கம் எனக்கு ஏற்பட்டிருந்தது. இப்படி வெட்டி வைத்தவற்றை பெரும் குவியல்களாக வைத்திருக்கிறேன். பழைய பேப்பரை எடைக்கு வாங்கிக்கொள்பவன் இப்படி வெட்டி யெடுத்த பேப்பருக்கு மிகவும் குறைந்த விலை தருகிறான் என்பதால் என் அம்மாவுக்கு எரிச்சல்.

கை முட்டிகளை ஜன்னல் கம்பியில் தாங்கி வைத்தபடி நின்று கொண்டிருந்தேன். மெல்லிய காற்று வீசியது. நவம்பர் மாதக் கடைசி என்பதால் பனிக்காலத்தின் சில்லிப்பிற்காக இன்னும் அதிக நாட்கள் காத்திருக்கத் தேவையில்லை. மும்பையின் மிக இனிமையான நாட்கள் அவை. பளிச்சென்ற நீலமாக வானம் மாறும். அறிமுக மில்லாத எண்ணங்கள் போல் வலசைப் பறவைகள் கடலில் வந்தி றங்கும். மற்ற நாட்களில் சாம்பல் போலும் பழுப்பாகவும் இருக்கும் கடல் இந்தப் பருவத்தில் பச்சையும் நீலமுமாக இருக்கும். கம்பிகளில் வைத்த முட்டிகளோடு வெளியே காற்றில் சோம்பலாக ஆடிக் கொண்டிருந்த பனைகளைப் பார்த்துக்கொண்டிருந்தேன்.

எனக்குப் பின்னால் ஏதோ சத்தம் கேட்டது. ஆனால் நான் திரும்பிப் பார்க்கவில்லை. புகார் சொல்வதுபோல் அப்பா இருமி னார். அறை முழுக்க நான் இறைத்திருந்த செய்தித்தாள்களை அவர் பொறுக்கிக்கொண்டிருந்தது கேட்டது. பக்கங்களை ஒழுங்காக அடுக்கி ஓரங்கள் சீராக இருக்கும்படி மேஜை மீது மெல்ல தட்டி, இரண்டாக மடித்து மேஜைக்குக் கீழே இருந்த தட்டில் அடுக்கி வைத்தார். அப்படி செய்தித்தாளை மேஜையில் தட்டுவது என்னை

அச்சுறுத்தியது. ஜன்னல் கம்பிகளை இறுகப் பற்றிக்கொண்டேன். அப்பா மீண்டும் ஒருமுறை இருமிவிட்டு மெதுவாக உள்ளறைக்குச் சென்றார். சிறிது நேரத்தில் என் விரல்கள் தளர்ந்தன. ஆனால் அன்று படித்ததெல்லாம் வீண் என்று தோன்றியது.

3

நியூயார்க், அக்டோபர் 15: இந்தியப் பிரதமர் திருமதி இந்திரா காந்திக்கு இங்கு நேற்றிரவு வழங்கப்பட்ட மாபெரும் வரவேற்பு நிகழ்ச்சியில் இஸ்ரேல் மற்றும் ஐக்கிய அரபு நாடுகளின் வெளியுறவுத் துறை அமைச்சர்கள் உள்ளிட்ட பலநாட்டு அரசுப் பிரதிநிதிகள் கலந்துகொண்டனர்.

ஒரே நிகழ்ச்சியில் அரேபிய மற்றும் இஸ்ரேல் நாட்டுப் பிரதி நிதிகள் கலந்து கொண்டது திருமதி காந்தியின் அரசியல்சமூக சாதனை என்று பார்வையாளர்கள் கருதினர். பொதுவாக இங்கே இஸ்ரேலியருக்கு அழைப்பு விடுக்கப்பட்ட நிகழ்ச்சிகளில் கலந்து கொள்ள அரேபியப் பிரதிநிதிகள் ஒப்புக்கொள்வதில்லை.

சிட்னி, நவம்பர் 4: ஆஸ்திரேலிய நாட்டுப் புதர் எலிகள் உணவு தேடி தெற்காக இடம்பெயரும் வழியில் கிடைக்கும் கோழிகள், தரைவிரிப்பு, சோப்பு என எல்லாவற்றையும் விழுங்கிச் செல்கின்றன.

பாம்பே, அக்டோபர் 3: புதனன்று நகரில் மகாத்மா காந்தியின் பிறந்தநாள் விழாவையொட்டி நடைபெற்ற பல்வேறு 'ஒற்றுமை' கூட்டங்களில் பங்கேற்ற பலரும் பழைய தேசிய ஒருமைப்பாடு மற்றும் தேசிய கூட்டொருமை உறுதிமொழியையே எடுத்துக்கொள்ள வேண்டியிருந்தது.

உறுதிமொழியின் வாசகம் புது தில்லியிலிருந்து மிகவும் தாமதமாகக் கிடைக்கப்பெற்றதால் குறித்த நேரத்திற்குள் சுற்றனுப்பப் படவில்லை. எனவே, ஓரிரு கூட்டங்கள் தவிர பிறவற்றில் திருத்தப் பட்ட உறுதிமொழி எடுத்துக்கொள்ளப்பட முடியவில்லை. என் றாலும், அக்டோபர் 9 முடிய எந்த நாளில் வேண்டுமானாலும் உறுதி மொழி எடுத்துக்கொள்ளப்படலாம்.

ஒரு அடி நீளமும் உடல் முழுக்க நீளமான முடியும் கொண்ட இந்த எலிகள் உணவிற்காகக் கதவுகளையும் டின்களையும் கடித்துத் துளைக்கின்றன. கான்கிரீட்டை மட்டும் அவற்றால் எதுவும் செய்ய முடியவில்லை.

லண்டன், அக்டோபர் 13: வாஷிங்டன், சர்வதேச நாணய நிதி யத்தில் நடைபெற்ற தங்க விற்பனைக் கொள்கை பற்றிய பேச்சு

வார்த்தையின் முடிவுகளுக்காக நேற்று வணிகர்கள் ஆவலாகக் காத்திருந்ததால் உலக தங்கச் சந்தையில் தங்கத்தின் விலை ஏறுவதும் இறங்குவதுமாக இருந்தது.

சில வணிகர்கள் பன்னாட்டு விற்பனை ஒப்பந்தம் நிச்சயம் ஏற்படும் என்று நம்பியதால், லண்டனில் காலையில் ஒரு அவுன்ஸ் 39.00 டாலர்கள் என்று நிர்ணயிக்கப்பட்ட விலை பிற்பகலில் 39.17 டாலர்களாக இருந்தது.

-AFP

> லட்சக்கணக்கான எலிகள் வட புலத்தின் குவீன்ஸ் லாந்து எல்லையருகே உள்ள பார்க்லி டேபிள் லேண் டை 'பெரும் சாம்பல் போர்வை' போல் மூடியிருக் கின்றன.

சைகான், செப்டம்பர் 24: பீட்டில்ஸ் இன்னும் யோகாவிற்கு 'தயாராகவில்லை' என்று மகரிஷி மகேஷ் யோகி கூறினார். அவர் நேற்று இரவு நியூயார்க்கிலிருந்து இங்கு வந்து சேர்ந்தார்.

ஆழ்நிலை தியானத்தின் பயன்களை அனுபவிக்க இசைக் குழுவினர் தயாராக இல்லை என்பதற்கான காரணத்தை அவர் சொல்லவில்லை என்றாலும், 'நான் எப்போதுமே நம்பிக்கையாளன். நாளை அவர்கள் என்னிடம் திரும்பி வருவார்கள் என்றால், மகிழ்ச்சியோடு அவர்களை ஏற்றுக்கொள்வேன்' என்று கூறினார்.

> 'பூனைகளால் அவற்றை ஒன்றும் செய்யமுடியவில்லை. நாய்களே அவற்றைப் பார்த்து ஓடிவிடுகின்றன' என்றார் ஏவான் டௌன்ஸ் ஸ்டேஷனில் உள்ள ஒரு பணி யாளர். 'இப்போது அவை ஆடுமாடுகளைத் தேடிப் போகின்றன. அவற்றின் குளம்புகளைக் கடித்துத் தின்று அவற்றை நொண்டியாக்குவதற்கு.'

மாஸ்கோ, அக்டோபர் 1: சீன மக்கள் குடியரசு நிறுவப்பட்டு பத்தொன்பதாவது ஆண்டுநிறைவை ஒட்டி சோவியத் அரசு சீன அரசுக்கு வாழ்த்துச் செய்தி அனுப்பியுள்ளது. இதில் மரபுக்கு மாறாக, கட்சியைப் பற்றி எந்தக் குறிப்பும் இல்லை. நேற்று அனுப்பப்பட்ட செய்தியில் சீன மக்களும் சோவியத் மக்களும் மட்டுமே குறிப்பிடப்பட்டுள்ளனர்.

> எலிகள் வீட்டுத்தோட்டங்களை நாசப்படுத்துவதோடு மரப்பட்டைகளை உரித்துவிடுகின்றன. இரவில் மேய்ச் சல்காரர்களை அவர்களது கூடாரத்திற்குள் போய் தாக்கியிருக்கின்றன.

வாடிகன் நகரம், அக்டோபர் 28: கத்தோலிக்கர்களுக்கும் இறைமறுப்பாளர்களுக்கும் இடையேயான விரிவான பேச்சுவார்த்

தைக்கு வாடிகன் இன்று அழைப்பு விடுத்துள்ளது. ஆனால், இத்த கைய உரையாடலை அரசியல் நோக்கத்திற்காகத் திரிக்க முயலும், கம்யூனிஸ்டுகளுக்கு இதில் இடமில்லை என்று கூறப்பட்டுள்ளது.

மூன்று வருடங்களுக்கு முன்பு ஆறாம் போப் ஜான் பால் அவர் களால் நிறுவப்பட்ட நம்பிக்கையற்றவர்களுக்கான செயலகம் வெளி யிட்டுள்ள 32 பக்க ஆவணத்தில் இந்த உரையாடல் குறித்த வாடிக னின் கருத்துக்கள் பதிவுசெய்யப்பட்டுள்ளன.

தத்துவம், மதம், அரசியல், அறவியல், சமூகவியல், பொருளியல், கலைகள் மற்றும் பண்பாடு போன்ற மானுட பகுத்தறிவால் தொட் டறியக்கூடிய அனைத்துப் பொருள் குறித்தும் உரையாடல் நடைபெற வேண்டும் என அது கேட்டுக்கொள்கிறது.

- Reuters

> ஏவான் டவுன்ஸ் ஸ்டேஷனில் வசிக்கும் ஆங்கிலேய ரான பள்ளி ஆசிரியை செல்வி ஜே இன்க்ஸ்டர் கூறுகையில் 'மிக அருவருப்பாக இருக்கிறது. இதுபோல் ஒன்றை நான் கற்பனைகூடச் செய்ததில்லை. எலிகள் எதையும் விட்டுவைப்பதில்லை. ஒரு இரவு ஒரு ஜோடி செருப்புகள், மூன்று ஜோடி ஷூக்கள், ஒரு ஜோடி உள்ளாடை எல்லாவற்றையும் காய்வதற்காக வெளியில் போட்டிருந்தேன். மறுநாள் காலையில் ஒரே ஒரு செருப்பு மட்டும் மிஞ்சியது' என்றார்.

கோபன்ஹேகன், அக்டோபர் 8: பலதாரமணம், சகோதர சகோதரியிடையிலான திருமணம், ஓரினச் சேர்க்கை மணம் ஆகிய வற்றை அங்கீகரிக்கும் சட்ட முன்வரைவு டானிஷ் பாராளு மன்றத்தின் முன்பு வைக்கப்படவிருக்கிறது.

பொதுவாக அங்கீகரிக்கப்பட்ட முறையிலான திருமணத்தை ஒழிப்பதற்கான சட்டவரைவு தீவிர இடதுசாரிக் கட்சியான சோஷி யலிஸ மக்கள் கட்சியால் முன்வைக்கப்பட இருக்கிறது.

அரசியல் வல்லுநர்கள் இது சட்டமாவதற்கு வாய்ப்பே இல்லை என்கின்றனர்.

> வேறேதும் உண்பதற்கு இல்லாதபோது எலிகள் ஒன்றை யொன்று தின்றுவிடும். வடபுலத்தில் சில பகுதிகளில் இது ஏற்கெனவே நடக்கத்தொடங்கிவிட்டது.
>
> A.ANS

❍

வரலாற்றின் முடிவு

1

'ப்ரபாதே கரதர்சனம்' காலையில் எழுந்ததும் உள்ளங் கைகளைப் படிக்க வேண்டும் என்பது நன்கறியப்பட்ட மந்திரம். இன்றைய இளைஞர்கள் இதை அறிந்திருக்க வாய்ப்பில்லை என்பதை ஒப்புக்கொள்ளத்தான் வேண்டும். உள்ளங்கையில் எதைப் படிக்க முடியும் என்று அவர்கள் கேட்கலாம். அத்தகைய கேள்விகளுக்கு பதில் சொல்லத் தேவையில்லை. கைகளில் வலுவில்லாதவர்கள் உள்ளங்கைகளில் எதைப் பார்த்துவிடப்போகிறார்கள்?

எப்போதும்போல ஐந்து மணிக்கெல்லாம் விழித்துக் கொண்டேன். வலது உள்ளங்கையைப் பார்வையிட்டேன். ஆயுள் ரேகை வலுவாகவே இருக்கிறது என்று சொல்லிக்கொண்டேன். இறைவன் வாழ்க!

படுக்கையை விட்டு எழுந்து சுவற்றில் இருந்த நாட்காட்டியை நோக்கிச் சென்றேன். தெருமுனையில் உள்ள சலவைக் கடையில் ஒவ்வொரு வருடமும் கிறிஸ்துமஸுக்கு முன்னால் காலண்டர் கொடுப்பார்கள். பொதுவாக என் துணிகளை நான் வீட்டிலேயே துவைத்துக்கொள்வேன். ஆனால், ஒவ்வொரு வருடமும் கிறிஸ்துமஸ் சமயத்தில் என்னிடமிருந்த இரண்டு கம்பளிக் கோட்டுகளை சலவைக்கடையில் கொடுப்பேன். அவற்றை வாங்கிக் கொள்ளும் போது மறக்காமல் காலண்டரைக் கேட்டு வாங்குவேன். இது ஒவ்வொரு நாளையும் ஒரு தனி தாளில் காட்டுவதால் இந்த வகை காலண்டர் எனக்கு மிகவும் பிடித்தமானது. ஒவ்வொரு நாளும் ஒரு தேதியை நீங்கள் கிழித்தெறிவீர்கள். இப்போது இவ்வகை காலண்டர்கள் பிரபலமில்லை. ஆனால் இப்போது பொதுவாகக் கிடைக்கும்

காலண்டர்களைவிட நான் இதையே விரும்புகிறேன். தினமும் ஒரு தேதியைக் கிழித்தெறிவது என்பது கடந்து செல்லும் காலத்தை உங்களுக்கு நீங்களே நினைவுபடுத்திக்கொள்வது போன்றது. உங்களுக்கு அருளப்பட்ட ஒவ்வொரு நாளுக்கும் ஒரு ரசீதை நீங்கள் இறைவனுக்கு கொடுப்பது போல. மாதக் கடைசியிலோ, இரண்டு அல்லது மூன்று மாதங்களுக்கு ஒரு முறையோ என்றில்லாமல் தினமும் இப்படி ரசீது கொடுத்துவிடுவதே நல்லது என்று நினைக் கிறேன். ஜனவரியில் இருக்கும் தாள்கற்றை கொஞ்சம் கொஞ்சமாக கரைந்துகொண்டே வருவதைப் பார்க்கலாம். ஒரு நாள், புற்றுநோய் போன்ற முடிச்சை சிறிது சிறிதாக வெட்டிக்கொண்டே இருக்கையில் அது விடாப்பிடியாக ஒவ்வொரு வருடமும் மீண்டும் மீண்டும் உருவாகிக்கொண்டே இருப்பதுபோல் தோன்றியது. எனக்கு இப்போ தெல்லாம் இப்படிப்பட்ட விநோதமான எண்ணங்கள் அடிக்கடி வருகின்றன.

காலண்டர் அருகே சென்று தேதியைக் கிழித்தேன். கிழித்த தாளைக் கையில் சுருட்டியபடி புதிய தேதியைப் பார்த்தேன்.

ஜூன் 11. இன்றோடு எனக்கு எழுபதாகிறது என்று சொல்லிக் கொண்டேன்.

கையிலிருந்த பேப்பர் பந்தை எறிவதற்கு கதவருகே சென்றவன் அதை மறந்து எதையோ எண்ணிக்கொண்டு வழியில் நின்று கொண்டிருந்தேன். நான் சிறுவனாக இருக்கையில் எனது பிறந்த நாளன்று விடுமுறையாக இருக்கும் என்பது நினைவுக்கு வந்தது. அன்றுதான் ஐந்தாம் ஜார்ஜ் மன்னருக்கும் பிறந்தநாள் என்பதால் அன்றைய தினம் விடுமுறை. இன்று அவர் அரியணையில் இல்லை. அவரது வாரிசுகள் இந்நாட்டைவிட்டுச் சென்றுவிட்டார்கள். என் பிறந்த நாளன்று விடுமுறை என்ற குழந்தைத்தனமான குதூகலம் எல்லாம் இனி எனக்கிருக்க முடியாது. இன்னொன்றும் எனக்கு தோன்றியது. பைபிளின்படி ஒருவனது ஆயுள் எழுபது வருடங்கள். நம் இந்து மதத்திலோ அது நூறு ஆண்டுகள். இறை அருளால் நான் எழுபதை எட்டிவிட்டேன். இனி நான் நூறு வரை இருப்பேன் என்றால் இன்னொரு முப்பது வருடங்களை எப்படிக் கழிக்கப் போகிறேன்?

இப்போது கையிலிருந்த பேப்பர் உருளையை நான் நசுக்கிக் கொண்டிருப்பது உறைத்தது. அதை வெளியில் எறிந்துவிட்டு, கதவுச் சட்டத்தை இரு கைகளாலும் பற்றிக்கொண்டேன். ஒன்றுக்கொன்று தொடர்பில்லாத எண்ணங்கள் எழுந்தன. இந்தக் கதவுச் சட்டத் திற்கும் எனது எழுபது வயதுக்கும் என்ன தொடர்பிருக்க முடியும்? எழுபது வருடங்களுக்கு முன் பிறந்து இப்போது உயிருடன் இல்லாதவர்களோடு என் உறவு என்ன? நான் எழுபது ஆண்டுகள் வாழ்ந்தேன் என்பதற்குச் சில காகிதத் துண்டுகளைத் தாண்டி என்ன

சான்று இருக்கிறது? பிறந்தநாளுக்காக புதிய ஜோடி செருப்புகள் வாங்கிக் கொள்ளட்டுமா? அல்லது ஒரு ஜோடி கவர்ச்சியான கோட்கைப் பொத்தான்கள்?

இந்தக் கேள்விகளுக்கெல்லாம் பதில் கிடைக்க நிறைய நேரம் ஆகும் என்று முடிவு செய்து வாசலிலிருந்து அகன்று என் தினசரி வேலைகளைப் பார்க்கத் தொடங்கினேன். ஒன்று மட்டும் முடிவு செய்திருந்தேன்: இன்றைய நாளையும் மற்ற நாள்களைப் போலவே கழிக்க வேண்டும். ஒரே ஒரு மாற்றம், வழக்கத்தைவிட சிந்தனைக்கு இன்று அதிக நேரம் ஒதுக்க வேண்டும்.

கழிவறை பேசினில் அமர்ந்து என்னில் தோன்றிய கேள்விகளைப் பற்றியே யோசித்துக்கொண்டிருந்தேன். வெளிக்கிருந்த பின், குந்தியிருந்தபடி செய்வது சிரமம்தான் என்றாலும், மலத்தை ஆராய்வது என் வழக்கம். இதனால் என்ன பயன் என்றும் யோசிக்கலாம். பாறைகளையும் கற்களையும் இறக்கிவைத்து விட்டோம் என்றோ தங்கத்தையும் வைரத்தையும் வெளித்தள்ளி விட்டோம் என்றோ நினைக்கிறோமா? நிறத்திலும் பதத்திலும் சிறு மாற்றங்களைத் தவிர வேறு எதையும் கண்டறியமுடியாது. சில சமயம் சிறு புழுக்கள் இருக்கும். மூலக்கட்டி உடைந்திருந்தால் சிறிய பளிச்சென்ற சிவப்பு நாடாக்கள் இருக்கும். அதனால் பலனில்லையென்றாலும் என் பழக்கத்தை நான் விடவில்லை. இம்முறை என் எண்ணம் முழுக்க கேள்விகள் நிரம்பியிருந்ததால் நான் குனிந்து பார்க்க நினைப்பதற்குள் மலம் சாக்கடையில் போயிருந்தது. இது ஒன்றும் பெரிய விஷயமில்லைதான். இருந்தாலும் லேசான ஏமாற்றம்.

காலை நடை செல்லக் கிளம்புவதற்கு முன் ஒரு கொய்யாத் துண்டைக் கிளியின் கூண்டிற்குள் வைத்தேன். நான் கிளம்புவதைப் பார்த்த கிளி, வழக்கம்போல 'வரலாறு நம் பக்கம்' என்று கத்தியது. இந்த ஒரு வாக்கியம் மட்டுமே கிளிக்குப் பேசத்தெரியும். நான் வெளியே போகும்போது, திரும்பி வரும்போது, புதியவர்கள் யாராவது வரும்போது அல்லது போகும்போது இந்தச் செய்தியை சத்தமாகச் சொல்லும். இந்த நம்பிக்கைச் சொற்கள் என் காதில் ஒலிக்க நான் வெளியே இறங்கினேன்.

காலைத் தென்றல் பூரிக்கச் செய்தது. இரவுகள் அநியாயத்திற்கு சூடாக இருந்தன. வானில் சில மேகங்கள் தென்பட்டன. மழைக் காலம் வந்துவிட்டதென்றே சொல்லவேண்டும். இன்னொரு மழைக் காலத்தைப் பார்க்கப்போகிறேன் என்று சொல்லிக்கொண்டேன். சில வருடங்களாகவே பருவ மழையை என் ஜன்னலின் கிடைமட்ட இரும்புக் கம்பிகள் வழியாகவே பார்த்துக்கொண்டிருக்கிறேன்.

வழக்கம்போல மகாத்மா காந்தி தோட்டத்திற்குச் சென்றேன். ஒரு பெஞ்சில் உட்கார்ந்துகொண்டேன்.

சூரியன் எழுந்துகொண்டிருந்தது. சிறு பறவைகள் கத்திக்கொண்டிருந்தன.

எழுந்து வீட்டிற்குத் திரும்பினேன்.

வீட்டருகே வரும்போது தார், கருங்கல் ஜல்லி, ரோடு எஞ்சின், இன்ன பிறவற்றோடு சாலைப்பணியாளர்கள் வந்திருந்ததைக் கவனித்தேன். சாலை நடுவே 'சாலை மூடப்பட்டது, வேலை நடக்கிறது' என்று எழுதி வைத்திருந்தார்கள்.

மழை தொடங்குவதற்கு முன் சாலைகளைப் பழுதுபார்ப்பதென நகராட்சி முடிவு செய்துவிட்டது போலும். அப்போதுதான் சாலையில் வாகனப்போக்குவரத்து சீராக இருக்கும். வாகன ஓட்டிகள் நகராட்சியைப் பழிக்க மாட்டார்கள், நடந்துசெல்பவர்கள் வாகன ஓட்டிகளைத் தங்கள் மேல் சேற்றை வாரி இறைத்துவிட்டுப் போவதற்குப் பழிக்க மாட்டார்கள், பாடை சுமப்பவர்கள் இறந்தவர்களைப் பழிக்க மாட்டார்கள். நான் என் வீட்டிற்குள் நுழைந்தேன்.

2

ஒன்பதரை மணிக்கு கதவு தட்டப்பட்டது. யாரையும் நான் எதிர்பார்க்காததால் கொஞ்சம் ஆச்சரியமாக இருந்தது. (நான் எப்போதும் யாரையும் எதிர்பார்ப்பதில்லை என்பதுதான் உண்மை.) கதவைத் திறந்தேன். வந்தது ஐம்பது வயது மதிக்கத்தக்க ஒரு ஆண். தெரிந்த முகமாக இருந்தது... நினைவுக்கு வந்துவிட்டது: அது சதானந்த் கர்கரே. பெரும் ஆச்சரியம்தான். இருபது வருடங்களுக்கும் மேலாக நான் சதானந்தைப் பார்த்திருக்கவில்லை. ஒல்லியான இளைஞனாக இருந்தவன் இப்போது நல்ல பருமனாக இருந்தான்.

அப்போது நான் ஐம்பதை நெருங்கிக்கொண்டிருந்தேன். வரலாற்றை முக்கிய பாடமாக எடுத்து என்னிடம் படித்த அபூர்வமான மாணவர்களில் சதானந்த் ஒருவன். நான் கற்பித்த சிறுநகரக் கல்லூரியில் இளங்கலைப் பட்டத்திற்கென சிறப்புப் பாடம் எடுத்தவர்களே குறைவு. வரலாற்றை முதன்மைப் பாடமாக எடுத்தவர்கள் அதிலும் குறைவு. சதானந்த் புத்திசாலி. நாங்கள் இருவரும் மணிக்கணக்கில் பேசிக்கொண்டிருந்திருக்கிறோம். பல சமயங்களில் அவன் எனது ஆராய்ச்சிகளில் உதவியிருக்கிறான். அவனும் என்னைப் போலவே பிரம்மசாரியாக இருந்து ஆராய்ச்சியில் ஈடுபடப்போவதாக அடிக்கடி சொல்வான். அது மிகவும் கடினமான வாழ்க்கை என்று அவனை நான் எச்சரித்திருக்கிறேன். அவன் பட்டம் பெற்று இன்னொரு நகரத்தில் பள்ளி ஆசிரியனாக வேலை பார்க்கச் சென்றான். பிரிய வேண்டி வந்ததில் இருவருக்குமே வருத்தம்தான். சில மாதங்கள் கழித்து அவனிடமிருந்து திருமண அழைப்பு வந்தது. பின்னர் ஒரு கடிதமும். நான் பதில் எழுதவில்லை. ஓரிரு வருடங்கள்

கழித்து சதானந்த்தின் மனைவி முதல் பிரசவத்தில் இறந்துவிட்டதாக யாரோ என்னிடம் சொன்னார்கள். பிறகு அவனைப்பற்றிய எந்தத் தகவலும் இல்லை. இப்போது தன் பைகளைப் பிடித்தபடி என் முன்னே நிற்கிறான்.

சதானந்த் தன் பைகளைக் கீழே வைத்துவிட்டு நெற்றி வியர்வை யைத் துடைத்துக்கொண்டன். நான் காட்டிய நாற்காலியில் உட் கார்ந்துகொண்டான். 'வரலாறு நம் பக்கம்' என்று கத்தியது கிளி. சதானந்த் நடுங்கிப்போனான்.

சதானந்த் என்னைப் பார்த்தான். நான் அவனைக் கவனித்தேன். இருபது வருடங்களுக்கு முன் அவன் முகம் சிறுவனுடையது போல மென்மையானதாக இருக்கும். இப்போது, ஐம்பது வயதில், முகம் வாடிப் போயிருந்தது. ஆனாலும் அதில் இளமையின் துளி மிச்ச மிருந்ததுபோல் எனக்குத் தோன்றியது. அவன் 'இத்தனை வருஷமும் ஸ்கூல்ல பாடம் நடத்திட்டிருந்தேன். என்னை யாரும் கட்டிப் போடல, ஆனாலும் நான் செய்யணும்னு நினைச்ச ஆராய்ச்சியை என்னால செய்ய முடியல. உங்கள பாக்கணும்னு தோணும். எழுதவாவது செய்யணும்னு நினைப்பேன். ஆனா செய்யல. குருக்ஷேத்ரம் பற்றி உங்களோட ஆய்வைப் படிக்க காத்திட்டிருந்தேன். அது வந்தபோது திரும்பத் திரும்ப அதை படிச்சேன். நானும் இப்போ ஒரு சின்ன ஆராய்ச்சிய தொடங்கியிருக்கேன். நீங்க எனக்கு வழிகாட்டணும். முடிவா, கிளம்பி வந்துட்டேன். இன்னிக்கி உங்க ளோட எழுபதாவது பிறந்த நாள்னு எனக்கு தெரியும். பல வருஷம் கழிச்சு உங்கள பார்க்குறதுக்கு இது ஒரு நல்ல தருணம்னு தோணிச்சு. வாழ்த்துகள்!' என்றான்.

சதானந்த் ஒரு இனிப்புப் பெட்டியைத் திறந்து என் முன் நீட்டினான். உணவு நேரங்களுக்கிடையில் நான் எதுவும் சாப்பிடுவ தில்லை என்பது விதி. அதிலும் இனிப்புகளை நிச்சயம் தவிர்ப்பேன். பித்தம் போன்ற வியாதிகள் வராமல் தடுக்கும் கசப்பும், துவர்ப்பு மான உணவுகளையே விரும்புவேன். ஆனால் இப்போது, நான் பல வருடங்கள் கழித்துப் பார்க்கும் சதானந்த் பாசத்தோடு தரும் பரிசை மறுக்க, எனக்கு மனமில்லை. அவனைப் புண்படுத்தி விடக்கூடாது என்பதற்காகப் பெட்டியிலிருந்து சிறு லட்டு ஒன்றை எடுத்துக் கொண்டேன்.

'குருக்ஷேத்ரப் போர் குறிச்சு நீங்க எழுதின புத்தகம் ரொம்ப அருமையா இருந்தது. வரலாற்றை எழுதற அணுகுமுறைகள் எல்லாமே பழசாயிட்டபோது உங்களுடையது ஒரு புது அணுகு முறையா இருக்கு. புது உத்திகளையெல்லாம் உருவாக்கியிருக்கீங்க' என்றான் சதானந்த்.

குருக்ஷேத்ரப் போர் பற்றிய என் நூலின் கதை இதுதான்: அந்தப் போரைப் பற்றி எழுத ஆரம்பித்தபோது பல நூற்றாண்டுகள் கழித்து

அதே நிலத்தில் முகலாயரும் பேஷ்வாக்களும் போரிட்டது என் எண்ணத்தை உறுத்திக்கொண்டே இருந்தது. குருக்ஷேத்ரப் போருடன் அரபு நாடுகளும் இஸ்ரேலும் நடத்திய போர், இந்தியாவும் பாகிஸ்தானும் மோதிய போர், வியட்நாம் போர் என்று பல விவரங்கள் என் மனதில் குழம்பியடித்தன. இப்படி வெவ்வேறு போர்களின் ஒரு கலவையாக என் புத்தகம் உருவெடுத்தது. எனது சேமிப்பின் ஒரு பகுதியைப் பயன்படுத்தி புத்தகத்தைப் பூனாவில் பதிப்பிக்கச் செய்தேன். வரலாற்று ஆய்வாளர்கள் எனது ஆய்வு முறையின் முக்கியத்துவத்தைக் கவனிக்க மாட்டார்கள் என்பது எனக்குத் தெரியும். நான் எதிர்பார்த்தபடியே மிகச்சில மதிப்புரைகளே வந்தன. வந்தவையும் தீவிரமான தாக்குதல்களே.

'வெவ்வேறு போர்களைத் தொகுத்து சொல்ற உங்களோட உத்தி என்னை ரொம்ப கவர்ந்தது' என்றான் சதானந்த். 'வரலாற்றெழுத்திலயே புத்தம் புதுசான பரந்த பார்வையை அது காட்டுது.'

'உண்மையில நீ சொல்ற மாதிரி உத்தி எதையும் நான் கண்டுபிடிக்கல. அது அப்படி அமைஞ்சது, அவ்வளவுதான். அதுக்கான பாராட்டை நான் முழுசா எடுத்துக்க முடியாது' என்று விளக்கினேன்.

'அது நீங்க அவையடக்கமா சொல்றது சார்' என்றான் சதானந்த். 'ஆனா நீங்க செஞ்சிருக்கற புரட்சியை வரலாற்று ஆய்வாளர்கள்னு சொல்லிக்கிறவங்க ஒப்புக்கொள்ளாததுதான் எனக்கு அநியாயமா தோணுது. அதைத்தான் என்னால பொறுத்துக்க முடியல.'

நான் எதுவும் சொல்லவில்லை.

சதானந்த் தொடர்ந்தான் 'உங்களுடைய கருத்தோட ஒப்பிட்டா என்னுடைய கருத்தெல்லாம் சுமாராத்தான் இருக்கும். இருந்தாலும் சொல்றேன். ஆவணங்களையும் புராதன கல்வெட்டுகளையும் மட்டும் ஆராய்ச்சி செஞ்சு வரலாற்றை எழுதற மரபான முறைகள் எல்லாம் போதவே போதாதுனு நான் நம்புறேன். அப்படி செய்யிறதுனால மட்டும் வரலாற்று ஆளுமைகளோட உண்மையான இயல்பை நாம தெரிஞ்சுக்க முடியுமா அப்படிங்கிறதுதான் என்னுடைய கேள்வி. அவங்களோட வாழ்க்கையில சில விஷயங்கள் ஆவணங்களிலயோ கல்வெட்டுகளிலயோ பதிவு செய்யப்படாமலே போயிருக்கலாம். சொல்லப்படாமல் போன, இருட்டடிக்கப்பட்ட இந்த விஷயங்கள்ல நம்முடைய கவனத்தை செலுத்தணும்னு நான் நினைக்கிறேன். இது என்னுடைய நிச்சயமான தீர்மானம். இப்போ நான் சந்திரகுப்த பேரரசரோட வாழ்க்கை குறிப்பை எழுதறதுல இறங்கியிருக்கேன். முதன்மைத் தரவுகள்னு சொல்லப்படறதை நான் முழுமையா ஒதுக்கித் தள்ளிட்டேன். வெறும் வெற்றுத் தாளை மட்டும் என் முன்னால வெச்சிகிட்டு நான் எழுதறேன்.'

‘உன்னுடைய ஆராய்ச்சி வெற்றிபெற என்னுடைய மனப்பூர்வ மான வாழ்த்துகள். உன்னை மாதிரி இளைஞர்கள் இப்படிப்பட்ட துணிச்சலோட செயல்பட்டா வரலாற்றுத் துறையிலயே ஒரு மறுமலர்ச்சி ஏற்படும். சந்திரகுப்தர் பற்றி உன்னுடைய ஆய்வு முடிஞ்சு அதைப் பார்க்க நான் உயிரோடு இருக்கணும்னு ஆசைப் படுறேன்.’

‘தயவுசெஞ்சு அப்படியெல்லாம் சொல்லாதீங்க’ என்று அவசர மாகச் சொன்னான் சதானந்த். ‘நீங்க இன்னும் நிறைய வருஷம் இருப் பீங்க. உங்க ஆசீர்வாதத்தோட என்னுடைய திட்டத்தை முடிச்சு ஆராய்ச்சிக் கட்டுரையை உங்களுக்குச் சமர்ப்பணம் செய்வேன்.’

நான் உணர்ச்சிவசப்பட்டேன் என்பதை ஒப்புக்கொள்ள வேண் டும். எனது எழுபதாண்டு கால வாழ்க்கை முழுவதுமாக வீணாகி விடவில்லை என்று தோன்றியது.

சதானந்த் நாற்காலியைவிட்டு எழுந்து கிளிக்கூண்டை நோக்கிச் சென்றான். கிளி அவனை ஒற்றைக் கண்ணால் அருவருப்பாகப் பார்த்தபடி ‘வரலாறு நம் பக்கம்’ என்று அலறியது. சதானந்த் திரும்பி கதவருகே இருந்த ஜன்னலுக்குச் சென்றான். வெளியே ரோடு என்ஜினின் உறுமலும் வேலையாட்களின் குரல்களும் கேட்டன. நான் சதானந்த்தைப் பார்த்துக்கொண்டிருந்தேன்.

பின்னர் சதானந்த் தனது பைகளைப் பிரித்தான். பெரிய பெட்டி ஒன்றை எடுத்து என் மேஜை மீது வைத்தான். ‘பாருங்க, டேப் ரிக்கார்டர்’ என்றான். எனக்கு கொஞ்சம் ஆச்சரியமாக இருந்தது. ஒரு சாதாரண பள்ளி ஆசிரியரால் டேப் ரிக்கார்டர் வாங்க முடியுமா? நான் யோசித்தது சதானந்திற்குப் புரிந்துவிட்டது போல, ‘என்னோட சேமிப்பில பெரிய பங்க இதில போட்டிருக்கேன்’ என்றான். ‘என்னுடைய இன்னொரு திட்டமும் இப்போ நடை முறைக்கு வந்திட்டிருக்கு. வரலாற்று முக்கியத்துவம் உள்ள இடங் களில் இருக்கிற நிசப்தத்தைப் பதிவு செய்யிறதுதான் அது. வரலாற்றுத் தலங்களில் மக்கள் படங்கள் மட்டுமே எடுத்துக்கிறாங்க. படங்களிலேருந்து நாம எவ்வளவு கத்துக்கிட முடியும்? காதால கேக்கற உண்மையும் முக்கியம்தானே? அதனால வரலாற்றுத் தலங் களுக்குப் போய் அங்கே இருக்கிற மௌனத்தைப் பதிவு செய்யற துன்னு முடிவு செஞ்சிருக்கேன். நிசப்தத்தைத் துளைச்சபடி பின்னணி சத்தங்கள் இருக்கத்தான் செய்யும். அப்படித்தான், டெல்லியில ரெட் ஃபோர்ட்ல செஞ்ச பதிவுல டூரிஸ்ட் கைடோட விளக்கம் விழுந்திருக்கு. நல்ல வேளையா அவன் என்ன சொல் றான்னு புரியல. தாஜ் மஹால் முன்னால செஞ்சதுல ஒரு சின்னப் பையன் தண்ணியில கல்லெறியற சத்தம் பதிவாச்சு. மும்பை பக்கத்துல எலெஃபெண்டா தீவுல இருக்கற குகைகள்ல ஒரு தனி குரங்குடைய கிறீச் சத்தம் பதிவாச்சு. நீங்க என்னதான் சத்தங்கள

தவிர்க்கப் பாத்தாலும் எங்கிருந்தோ நுழைஞ்சிடும். ஆனா கவனமா கேட்டா சத்தங்களுக்குப் பின்னால் நிசப்தம் உங்களுக்குக் கேட்கும். என்னால நிறைய பயணம் செய்யமுடியல. ஸ்கூல் வாத்தியார் சம்பளத்துல ஒருத்தனால் எப்படி முடியும்? இங்க வந்திருக்கறதுனால நகரத்துக்கு வெளியே இருக்கற முகலாய சமாதியில ரெக்கார்ட் பண்ணப்போறேன்.'

பிறகு சதானந்த் தன் ஒலிநாடாக்களை எனக்காக ஓடவிட்டான். புராதனமான இடங்களின் நிசப்தம் என்னைக் கட்டிப்போட்டது.

மதிய உணவின்போது நாங்கள் ஒன்றாக இருந்த நாட்களை நினைவுகூர்ந்தான். தன் திருமணம் பற்றி எதுவும் பேசாமல் தவிர்த் தான் என்பதை நான் கவனித்தேன். அன்று காலை நான் சாப்பிட்ட லட்டு என் பசியைக் கெடுத்திருந்தது. என் வயிறு இனிப்புகளை அவ்வளவு எளிதாகச் செரிக்காது. சதானந்த்தைத் தனியாக விடக் கூடாது என்பதற்காக கொஞ்சமாகச் சாப்பிட்டேன்.

மதிய உணவுக்குப் பின் சதானந்த் தன் டேப் ரிக்கார்டரை எடுத்துக்கொண்டு வெளியே சென்றான். நான் ஒரு குட்டித்தூக்கம் போடலாம் என்று படுத்தேன். ஆனால் தூக்கம் வரவில்லை. மதியத்தின் நிசப்தத்தில் வெளியே ரோடு என்ஜினின் உறுமலைக் கேட்டுக்கொண்டிருந்தேன்.

சிறிது நேரத்திற்குப் பிறகு வெளிக்கிருக்க வேண்டும்போல் தோன்றியது. இது மிக அபூர்வம். என் பழக்கவழக்கங்கள் எப்போதுமே ஒழுங்கானவை. அதிகாலை தவிர வேறெப்போதும் நான் மலம் கழிப்பதில்லை. இப்போதைய நிலைமைக்கு நான் காலையில் சாப் பிட்ட லட்டுதான் காரணம் என்ற முடிவுக்கு வந்தேன். என் உடல் தனக்கு ஒவ்வாத ஒன்றை உடனடியாக வெளித்தள்ள முயன்றது. அதைச் சாப்பிட்டதுதான் தவறு என்று தோன்றியது. என்றாலும் பெரிதாக ஒன்றும் ஆகிவிடவில்லை. திருப்திகரமான வெளியேற்றத் திற்குப் பின் எல்லாம் சரியாகிவிடும்.

கழிவறைக்குப் போனேன். நுழைந்ததும் விட்டத்தின் அருகே சுவற்றில் ஒரு பல்லியைப் பார்த்தேன். அது அசையாமல் இருந்தது.

கழிவறைச் சுவற்றில் பல்லியைப் பார்ப்பது இது முதல் முறையல்ல. கழிவறைக்கு மேலே சிறிய பரண் ஒன்று இருக்கும். பின்னாலிருந்த வெண்டிலேட்டர் பரண்வரை நீண்டிருக்கும். பரணி லிருந்த பல்லிகள் அவ்வப்போது பூச்சிகளைத் தேடி கழிவறையில் விழும். இது இரவுகளில்தான் அதிகம்.

பல்லிகள் என்றாலே எனக்கு பயம் அதிகம். அவற்றைக் கொல் வது எளிதல்ல. துடைப்பத்தால் அடிப்பதில் எல்லாம் பயனில்லை. வெறும் வால் மட்டும் ஏடாகூடமாகத் துடித்தபடி உங்கள் முன் மிஞ்சும்.

கழிவறையில் கண்ணில் படும் பல்லிதான் என்னை மிகவும் கடுப்பேற்றுவது. அவற்றை ஒழிக்க ஒரு வழி கண்டுபிடித்திருந்தேன். தூக்கிப் பிடித்த துடைப்பத்தோடு பல்லிக்கு எவ்வளவு அருகில் செல்ல முடியுமோ செல்வேன். சட்டென ஓடிவிடத் தயாராக இருக்கும் பல்லி என்னைத் தன் மணிக்கண்களால் பார்க்கும். குறி பார்த்து ஒரே போடு. சொத்தென்று தரையில் விழும். சிலகணங்கள் அசையாமல் இருக்கும். இறந்திருக்காது. சட்டென்று அதை பேசினுக்குள் தள்ளிவிட்டு சங்கிலியை இழுத்துவிடுவேன். அது வெளியில் வர வாய்ப்பில்லாமல் சாக்கடையில் ஓடி மறைந்துவிடும். இந்த அணுகுமுறைக்கு இரண்டு விஷயத்தில் திறமை வேண்டும். முதலில், பல்லி தரையில் விழுந்தவுடன் துல்லியமாக அதை பேசினுக்குள் தள்ள வேண்டும். தவறிவிட்டீர்கள் என்றால் அது உணர்வு வந்து உங்களுக்கு இன்னொரு வாய்ப்புத் தராமல் ஓடியே போய்விடும். இரண்டாவதாக, சங்கிலியைச் சட்டென்று இழுக்க வேண்டும். இல்லையென்றால், தண்ணீர் அதைக் கீழே இழுத்துச் செல்வதற்குள் அது ஏறி வெளியே வந்துவிடும். எல்லாம் ஒழுங்காக நடந்தால், பல்லிகளை ஒழிக்க இது மிகச்சிறந்த வழி.

இப்போதும் கையில் துடைப்பத்துடன் பல்லியை நோக்கி முன்னேறினேன். அடித்ததும் பல்லி கீழே விழுந்தது. அவசரமாக அதை பேசின் நோக்கித் தள்ளினேன். குறி தவறி பேசினுக்கு அந்தப் பக்கம் சென்று விழுந்தது பல்லி. இன்னொரு அடி போடுவதற்குள் அது சுவரில் வெண்டிலேட்டரை அடைந்து பரணுக்குள் சென்று மறந்தது.

துடைப்பத்தை அதன் இடத்தில் வைப்பதற்குச் சென்றேன். பல்லியைக் கொன்றிருந்தால் வெளிக்கிருக்க நிம்மதியாக உட்கார்ந்தி ருப்பேன். இப்போதும் உட்கார்ந்து கொள்வதில் எந்தச் சிக்கலும் இல்லை. அவ்வளவு சீக்கிரமாக பல்லி திரும்பவும் வரப்போவ தில்லை. குந்திக்கொண்டேன். ஆனால் பலனில்லை. இப்படி நடந் ததே இல்லை. எரிச்சலாக வந்தது. பல வருடங்களுக்கு முன் மூலம் வந்து அவஸ்தைப்பட்டேன். ஆனால் மலச்சிக்கல் என்ற கொடு மைக்கு ஆளானதே கிடையாது. பிரச்சனைக்குக் காரணம் நான் சாப்பிட்ட லட்டுவா, அல்லது பல்லி வேட்டையில் கிடைத்த தோல் வியா என்று புரியாமல் தவித்தேன். கழிவறையை விட்டு வெளியே வந்து குறுக்கும்நெடுக்குமாக நடந்தேன்.

கதவு தட்டப்பட்டது. சதானந்த் உள்ளே வந்து டேப் ரிக்கார் டரை மேஜை மீது வைத்துவிட்டு 'ஒரு வழியா தூய நிசப்தத்தைப் பதிவு பண்ணிட்டேன்' என்று அறிவித்தான். டேப்பை ஓடவிட் டான். சில்வண்டின் ரீங்காரம் மங்கலாகக் கேட்டது. 'ஓ, சில்வண்டு சத்தம் இருந்ததையே நான் கவனிக்கல' என்றான் அவன். அது மதியத்திலும் ஒலி எழுப்பும் என்றால் ஆங்கிலத்தில் அதை ஏன் 'நைட் பக்' என்கிறார்கள் என்று யோசித்தேன்.

சதானந்த் திரும்பி வந்தது கொஞ்சம் ஆறுதலாக இருந்தது. பல வருடங்களாக நான் தனியாகத்தான் வாழ்கிறேன்; யாரும் எனக்குத் தேவைப்படவில்லை. தேவை என்றால், ஒருவருக்கு வேலைக்காரன் தேவை என்பது போன்ற அர்த்தத்தில் இல்லை. நான் சொல்லும் தேவை என்பது, ஒருவன் எதைச் செய்தாவது எந்தத் தேவையிலிருந்து விலகி இருக்க வேண்டுமோ அதை. இந்தத் தேவை யால் பீடிக்கப்பட்டவர்களையும் அவர்கள் என்ன ஆனார்கள் என்ப தையும் நான் பார்த்திருக்கிறேன். அப்படி ஒன்றில் சிக்கிக் கொள்ள நான் ஒருபோதும் என்னை அனுமதித்ததில்லை. இத்தனை வயது கடந்து நான் அதனால் பாதிக்கப்பட்டால் அது ஒரு முரணாகவே இருக்கும். இந்தத் தேவை கணப்பொழுதிற்குத்தான் என்று சொல்லி என்னை நானே தேற்றிக்கொண்டேன். எழுபது வயதான என்னைக் கணநேர விருப்பங்கள் அடித்துச்செல்ல முடியாது. எப்படியும் சதானந்த் அதிக நாட்கள் தங்கப்போவதில்லை என்பதை எண்ணிப் பார்த்தேன். அவன் போனபிறகு நான் என்னுடைய நிம்மதியான வாழ்வைத் தொடரப்போகிறேன். ஒரு தேவையை உணர்ந்து அதை நிறைவேற்றிக்கொள்வதில் தவறில்லை. ஆனால் அவ்வப்போது நீங்கள் யாரோ ஒருவரோடு பிணைக்கப்படுகிறீர்கள், அதைத் தொடர்ந்து ஒரு தேவை ஏற்படுகிறது. ஒருவன் இத்தகைய மறைமுக ஆபத்துகளில் சிக்கிக்கொள்ளாமல் எச்சரிக்கையாக இருக்க வேண்டும். ஆனால் அப்படி ஒன்று எனக்கு இப்போது நிகழ்வதற் கான வாய்ப்பு மிகக்குறைவுதான்.

ஆனால், அந்தத் தருணத்தில் சதானந்தின் அண்மை என்னை மகிழச் செய்தது என்பதை என்னால் மறைக்க முடியாது. அதுமட்டு மல்லாமல், பழையனவற்றை நினைத்து நான் கிளர்ச்சியடைந் திருந்தேன். அத்தகைய மனநிலையில் என்னால் இயல்பாக இருக்க முடியவில்லை. அதனால் பெண்டி விளையாடலாமே என்று சதா னந்திடம் சொன்னேன். நாங்கள் இருவரும் இந்த விளையாட்டை ரசித்து ஆடுவோம். எந்த வகையான பெயர்களை வைத்து வேண்டு மானாலும் இதை ஆடலாம் என்றாலும் நாங்கள் இடங்களின் பெயர் களை வைத்து விளையாடுவோம். நான் அகமதாபாத் என்றால் சதானந்த் கடைசி சீரை எடுத்துக்கொண்டு தௌலதாபாத் என்பது போல் ஒரு பேரைச் சொல்ல வேண்டும். நான் தகர் என்றால் சதானந்த் ரியோ த ஜனிரோ என்று சொல்லி என்னை வியக்க வைப் பான். இப்படியாக, ஒன்றுக்கொன்று தொடர்பில்லாமல் எங்கோ இருக்கும் பல இடங்கள் ஒன்றாகக் கோக்கப்படும். ஒரு பெயரின் முதலெழுத்தும் மற்றொன்றின் இறுதி எழுத்தும் ஒன்றாக இருக்கும். இது போல பெயர்கள் ஒரு வலையாகப் பின்னப்படும். இரண்டு மனங்களின் கூட்டால் நெய்யப்படும் வலை அது. இரண்டும் இணை வதுபோல; சதுரங்கம் போல் ஒன்றையொன்று முட்டிக்கொள்வ தல்ல.

மெதுவாக ஆட்டம் சூடு பிடித்தது. முதலில் என்னால் சட் டென்று பொருத்தமான இடப் பெயர்களை சொல்லமுடியவில்லை. ஆனால் விரைவிலேயே சரமாரியாக அவற்றை எடுத்துவிட ஆரம் பித்தேன். ஒரு நிலையில் சதானந்த் தன் மூளையை நீண்ட நேரம் கசக்க வேண்டி வந்தது.

சதானந்த் யோசித்துக்கொண்டிருக்கையில், நான் கழிவறைக்கு இன்னொரு பயணம் மேற்கொள்ள வேண்டி வந்தது. பொறுமையாக யோசிக்கும்படி அவனிடம் சொல்லிவிட்டு, இம்முறை வெற்றி நிச்ச யம் என்று எனக்கு நானே உறுதியளித்துக்கொண்டு கழிவறைக்குச் சென்றேன். வாழ்வில் தன்னம்பிக்கையே மிக முக்கியமானது.

இந்த தந்திரம் பலித்தது. காலையில் போல் அசட்டையாக இருக்காமல் சட்டென்று குனிந்து பேசினை பார்த்தேன். மலத்தின் பதமும் நிறமும் எப்போதும் போல் இல்லை. நெகிழ்வாகவும் வெளிர் மஞ்சளாகவும் இருந்தது. ஆனால் வயிறு தன்னைச் சுத்தப்படுத்திக் கொண்டுவிட்டது என்பதில் எனக்கு நிம்மதி. நான் திரும்பி வந்த போது, சதானந்த் இடப் பெயரை கண்டு பிடித்திருந்தான். அதை வெற்றிகரமாக அறிவித்தான்.

விரைவில் விளையாட்டு எங்களுக்கு அலுத்துப்போனது. பெயர் களின் வலை பெரிதாக ஆக, அதில் எதுவும் சிக்குமா என்ற சந்தேகம் ஏற்பட்டுவிடுகிறது. மேலும், நான் அகமதாபாத் என்று சொல்ல இன்னொருவர் தௌலதாபாத் என்று சொன்னாலோ அல்லது நேர் மாறாக நடந்தாலோ அதில் என்ன வேறுபாடு இருக்கிறது?

சிறிது நேரத்தில் என் வயிறு மெல்ல கடமுடவென ஓசையிட ஆரம்பித்தது. நாங்கள் விளையாட்டை முடித்துக்கொண்டோம். சில நிமிடங்கள் கீழே நடந்துகொண்டிருந்த சாலை சீரமைப்பு வேலையைப் பார்த்துக்கொண்டிருந்தோம். ஜல்லியும் தாரும் கலக்கப் பட்டது, வேலையாட்கள் கூவிக்கொண்டிருந்தனர், பூதம் ஒன்று நெஞ்சில் அறைந்துகொள்வது போல ரோடு என்ஜின் முழங்கியது. நாம் நடமாடும் சாலைகள் இப்படித்தான் போடப்படுகின்றன.

நான் மறுபடியும் கழிவறைக்குச் செல்ல வேண்டிய கட்டாயம் ஏற்பட்டது. பல்லி மீண்டும் சுவரில் தோன்றியிருந்தது. இம்முறை வெற்றிகரமாக அதை பேசினில் தள்ளி சாக்கடையில் போக வைத்து விட்டேன். எனது செயல் என்னை ஊக்கமடையச் செய்தது.

மலம் முன்போலவே இருந்தது.

எனக்கு வயிறு சரியில்லையா என்று கேட்டான் சதானந்த். தன்னிடம் மாத்திரைகள் இருப்பதாகச் சொன்னான். நான் உறுதி யாக மறுத்துவிட்டேன். முடிந்தவரை நான் மருந்துகளைத் தவிர்த்து விடுவேன். எனது அசௌகரியம் வெளியில் தெரியாமல் இருக்கும் படி பாவனை செய்தாலும் சதானந்த்துக்கு அது தெரிந்து விட்டது போல. என்னை மகிழ்விக்க ஏதாவது செய்வதென்று முடிவு

செய்தான். கிளிக்கூண்டை கீழே இறக்கி, கிளியை பேச வைக்கும்படி சொல்லிவிட்டு ரிக்கார்டரை இயக்கினான். 'வரலாறு நம் பக்கம்' என்று அலறியது கிளி. பிறகு கிளிக்கூண்டை கண்ணாடிக்கு எதிரே வைத்துவிட்டு டேப்பை ஓடவிட்டான். 'வரலாறு நம் பக்கம்' என்று அறிவித்தது ரிக்கார்டர். தன்னுடைய எதிரொளிப்பைக் கண்ணாடியில் பார்த்த கிளி குரலை ரிக்கார்டரிலிருந்து கேட்டு மிரண்டு போனது. தனக்கு முன்னால் இன்னொரு கிளி இருப்பதாக அது நினைத்தது. கீச் கீச்சென்று கத்தியபடி, சிறகுகளை அடித்துக் கொண்டு கம்பிகளில் வெறியோடு மோதிக்கொண்டது.

கிளியின் தவிப்பைப் பார்த்து சதானந்த் சிரித்தான். மீண்டும் டேப்பை ஓடவிட்டதும் கிளி மீண்டும் கம்பியில் மோதிக்கொண்டது. சதானந்த் ஊளையிட்டுச் சிரித்தான். நான் பார்த்துக்கொண்டிருந்தேன். சதானந்த்தின் கொண்டாட்டத்தைப் பார்த்த என் முகத்திலும் புன்னகை இருந்திருக்கலாம். ஆனால் உண்மையில் எனக்கு கவலையாக இருந்தது. ஒன்று, எனது வயிற்றில் அதிகரித்துக் கொண்டே இருந்த வலி என்னை அலைபாயச் செய்தது. இரண்டாவதாக, கிளியோடு அப்படி வேடிக்கையாக விளையாடுவது சரியில்லை என்று தோன்றியது. கூண்டில் இருந்த கிளியையும், கண்ணாடியில் தெரிந்த கூட்டில் எதிரொளித்த கிளியையும் பார்த்து, 'வரலாறு யார் பக்கம்' என்று கேட்டுக்கொண்டேன்.

கிளியின் போராட்டம் என்னை அமைதியிழக்கச் செய்தது. இதுநாள் வரை எனது கிளி நிம்மதியாக வாழ்ந்தது. ஒருமுறை காட்டுக்கிளிகள் அலறியபடி வீட்டிற்கு மேலாகப் பறந்துசென்றபோது எனது கிளி அந்தச் சத்தத்தைக் கேட்டு நெடு நேரம் அசையாமல் விறைப்பாக அமர்ந்திருந்தது. மற்றபடி அது மிகவும் கலகலப்பான துணை. இப்போது கண்ணாடியில் ஒரு கிளியைப் பார்த்துவிட்டு அவதிப்படுகிறது. என் முகம் வலியில் சுளிக்க, கூண்டிலிருந்த கிளியையும், கண்ணாடியில் அதன் எதிரொளிப்பையும், சதானந்த்தையும் மாறி மாறிப் பார்த்தேன். வெளியே ரோடு என்ஜின் உறுமியபடி ஜல்லியை தூசாக்கிக்கொண்டிருந்தது.

கூண்டில் மோதிக்கொண்டே இருந்ததால் கிளியின் இறகுகள் அலங்கோலமாகி அதன் கண்கள் நீர்த்துப் போய்விட்டன. சிறிது நேரத்தில் அது ஓய்ந்துபோனது. அதன் அசைவுகள் குறைந்து அதன் அலறல் கீச்சொலியானது. ஆனாலும் அது விடாமல் வலிப்பு வந்ததுபோல் போராடிக்கொண்டே இருந்தது. அதனால் நகரவே முடியாமலானது. பின் திடீரென்று 'வரலாறு நம் பக்கம்' என்று அலறிவிட்டு வெறிகொண்டதுபோல் கால்கள் துடிக்க கூண்டின் தளத்தில் விழுந்தது. அதன் பிறகு எந்த அசைவும் சத்தமும் இல்லை. சில கணங்கள் சதானந்த்திற்கு என்ன நிகழ்ந்தது என்பதே உறைக்க

வில்லை. சிரித்து சிரித்து கண்களில் வழிந்த நீரைத் துடைத்தவன் தொடர்ந்து சிரித்துக்கொண்டே இருந்தான். பிறகு கிளியின் நிலை மையைக் கவனித்தான். அப்படியே உறைந்து நின்று கூண்டையே பார்த்துக்கொண்டிருந்தான். எழுந்து நின்று கூண்டையும் கண்ணாடி யையும் மாறி மாறிப் பார்த்தான்.

கூண்டை நோக்கி நடந்த சதானந்த் சில நொடிகள் அதன் முன் நின்றான். கூண்டின் கதவைத் திறந்து, கிளி எந்தக் கணமும் பறந்து சென்றுவிடும் என்பதுபோல கூர்ந்து பார்த்தான்.

ஜாக்கிரதையாக கையை கூண்டுக்குள் நுழைத்து, சுட்டுவிரலால் கிளியைத் தட்டினான். கிளி உருண்டு அதன் கால்கள் காற்றில் மிதந்தன. சதானந்த் இன்னும் கையை உள்ளே விட்டு உடலைப் பற்றினான். வெளியில் எடுத்து கையை விரித்து இறந்துபோன கிளியைப் பார்த்தான். பின்னர், அவனை ஏதோ கொட்டிவிட்டதைப் போல, கிளியின் உடலைக் கூண்டுக்குள் எறிந்துவிட்டு அவசர அவசரமாகக் கதவை அடைத்தான். திரும்பி என்னைப் பார்த்தான். அவன் கண்களில் பயமும் வருத்தமும் தெரிந்தது.

என் வயிற்றில் ஏற்பட்ட குத்தும்வலியில் நான் ஆடிப்போயி ருந்தேன். போதாக்குறைக்கு சதானந்தின் மடத்தனமான வேடிக்கை யால் என் கிளியும் இறந்துபோய்விட்டது. வருடக் கணக்கில் எனக்குத் துணையாக இருந்த கிளி போய்விட்டது, சதானந்த் இன்னும் ஓரிருநாட்களில் போய்விடுவான்.

என் கிளி இல்லாமல் வாழ்வது மிகவும் கஷ்டமோ?

ஒரு கிளியை வளர்க்காமலே இருந்திருந்தால் நன்றாக இருந் திருக்கும்.

கிளியை வளர்க்காமல் இருந்திருந்தால், சதானந்த் வராமல் இருந்திருந்தால்... என் தலை சுழன்றது. சட்டென்று சதானந்த் மீது ஆத்திரம் ஏற்பட்டது. அவன் என் கிளியைக் கொன்றுவிட்டான். என்னை இனிப்பு சாப்பிட வைத்து அவதிக்கு உள்ளாக்கி இருக்கி றான். லட்டுவில் ஏதாவது வைத்திருப்பானோ? ஏதோ ஒரு வகை விஷம்? என் பிறந்த நாளன்று வாழ்த்த வேண்டும் என்பதற்காக மட்டுமா இவ்வளவு தூரம் வந்திருக்கிறான்? இல்லை, என்னை அனுப்பி வைப்பதற்கு திட்டம் போட்டிருக்கிறான். என் புத்தகம் மீது, என் அறிவார்ந்த அர்ப்பணிப்பான வாழ்க்கை மீது அவனுக்கு பொறாமை. பசப்புகளால் என்னை ஏமாற்றிவிட்டான்.

வலியால் சுளித்திருந்த என் முகம் மேலும் கோணலாகியது. எனக்கே ஆச்சரியமாயிருந்த முரட்டுக் குரலில், கண்ணாடி முன் உட்காரும்படி சதானந்த்திற்கு ஆணையிட்டேன். அவன் நான் சொன்னபடி செய்தான். நான் அவனுடைய ரிக்கார்டரை ஓடவிட்டு ‘பேசு’ என்றேன்.

விலாஸ் சாரங் ● 189

சதானந்த் பேசினான்: 'தனித்திருப்பவன் தன் ஷூவை உள்வெளியாக அணிகிறான். மற்றவன் நாம் எதிர்பார்க்காதபடி இறுதியில் என்றோ ஒருநாள் கையில் துப்பாக்கியுடன் வருகிறான். யாருடைய காலடிகள் பின்னோக்கிச் சென்று பதிகின்றன?

நான் டேப்பை பின்சுழற்றினேன். 'கண்ணாடியில் பார்' என்று சதானந்த்திடம் சொல்லிவிட்டு டேப்பை ஓடவிட்டேன். சதானந்த் தன் எதிரொளிப்பைப் பார்த்தபடி தன்னுடைய சொற்களைக் கேட்டான். நான் டேப்பை பின்சுழற்றி மீண்டும் அவன் பேசியதை ஓடவிட்டேன். பிறகு மீண்டும் ஒருமுறை.

நான் சதானந்த்தைப் பார்த்துக்கொண்டிருந்தேன். அவன் கிளியைப் போல போராடவில்லை. அகலத்திறந்த கண்களோடு அசையாமல் கண்ணாடியைப் பார்த்துக்கொண்டிருந்தான். அவன் நெற்றியில் வியர்வை முத்துக்கள் அரும்பின. சில நிமிடங்களில், அவன் உடல் முழுவதும் வியர்த்துக்கொட்டத் துவங்கியது. பின்னர், மிக மெதுவாக எழுந்து, தூக்கத்தில் நடப்பவனைப்போல பின்னோக்கி அடி எடுத்துவைத்து நடந்தான். பின்னால் உள்ள சுவரில் மோதிக்கொள்ளப் போகிறான் என்று நினைத்தேன். ஆனால், சுவருக்கு வெகு அருகே சென்றதும் அவன் கால் தளர்ந்து தரையில் விழுந்தான். சில கணங்கள் எதையோ பற்றிக்கொள்ள முயல்பவன் போல அவன் விரல்கள் துடித்தன. பிறகு அசையாமல் கிடந்தான். நான் உட்கார்ந்துகொண்டு சதானந்த்தின் உடலைப் பார்த்துக் கொண்டிருந்தேன். சற்று கழித்து எழுந்து அவசரமாகக் கழிவறை நோக்கி ஓடினேன். திரும்பி வரும்போது மிகவும் தளர்ந்து போயிருந்தேன். வயிறு கடமுடவென்று இருந்தது. தலை சுற்றியது.

சதானந்த்தின் உடலருகே சென்று குனிந்து அவன் நெற்றியைத் தொட்டுப் பார்த்தேன். சலவைக்கல் போல சில்லிட்டிருந்தது. அவன் கையைத் தூக்கி நாடிபிடித்துப் பார்த்தேன். ஒன்றுமே இல்லை. கையைவிட்டதும் தரையில் விழுந்தது. ஒருகணம் அவன் உடலருகே நின்றுவிட்டுத் திரும்பி ஜன்னலருகே சென்றேன். மாலை இருண்டு கொண்டிருந்தது. வேலையாட்கள் வீட்டுக்குப் போயிருந்தார்கள். தூங்கும் பூதம் போல, ரோடு என்ஜின் சாலையோரமாக யானைக் கருமையுடன் நிழலாகக் கிடந்தது.

3

என் சாய்வு நாற்காலியில் அமிழ்ந்து சதானந்த்தின் உடலைப் பார்த்துக்கொண்டிருந்தேன். என் வயிற்றுவலி குறைவதுபோல் தெரியவில்லை. எழுந்து சென்று ஆயுர்வேத அறிஞர் ஜம்பேகர் சாஸ்திரி பல வருடங்களுக்கு முன் தந்திருந்த பொடி இருந்த பாட்

டிலை எடுத்தேன். ஒரு தேக்கரண்டி பொடியை வாயில் போட்டுக் கொண்டு தண்ணீர் விட்டு விழுங்கி படுக்கையில் படுத்துக் கொண்டேன். பின்னர் மீண்டும் கழிவறைக்குப் போக வேண்டி வந்தது; படுக்கையிலிருந்து எழுந்து தடுமாறி சரியான நேரத்தில் பேசினை அடைந்தேன். சில நொடிகள் தாமதித்திருந்தால் என் வேட்டி அசிங்கமாகி இருக்கும். மலம் நீர்த்துப் போயிருந்தது. இன்னும் போக வேண்டியிருக்குமோ என்று உட்கார்ந்துகொண்டே இருந்தேன். என் வயிறு முழுவதுமாக சுத்தமாக வேண்டும். மீண்டும் மீண்டும் கழிவறைக்குச் செல்ல நான் தயாராக இல்லை.

பேசினில் அமர்ந்திருந்தபோது, ஏனென்றே தெரியாமல் நான் முன்னர் அடித்துத் துரத்திய பல்லியையே எண்ணிக்கொண்டிருக்கிறேன் என்பது, உறைத்தது. பேசினில் அடித்துச் செல்லப்படும் பல்லி எப்படிச் சாகும் என்று கற்பனை செய்தேன். உண்மையிலேயே இறந்துவிடுமா என்று கேட்டுக்கொண்டேன். என் மனதில் அடித்த சுழற்காற்றில் கேள்விகள் விடையின்றி சுழன்றன. அப்போது விநோதமான ஒரு உணர்ச்சி ஏற்பட்டது. பலவிதமான எண்ணங்களும், உளஎழுச்சிகளும், புலனுணர்வுகளும் சுழற்றி அடித்ததில் எனக்கேற்பட்ட உணர்ச்சி என்ன வகையானது என்பதே எனக்குப் புரியவில்லை. ஆனால் அந்த உணர்ச்சி அதிகமாகிக்கொண்டே போனது. பிறகுதான் அது கழிவறை பேசினிலிருந்து மேலேறி என் குதத்திற்குள் நுழைந்துகொண்டிருந்த பல்லி என்பது எனக்கு உறைத்தது. இந்த உணர்ச்சியைக் கட்டுப்படுத்த நானும் என்னாலானதைச் செய்து பார்த்தேன். அப்படி ஒன்று நடக்கும் என்று எண்ணவே முடியாது என்று சொல்லி எனக்கு நானே நம்பிக்கையளித்துக்கொண்டேன். என் முயற்சிகள் பலிக்கவில்லை. என் குதத்தைக் குடைந்து பல்லி மேலே மேலே என நெளிந்து செல்லும் உணர்வு வலுத்தபடியே சென்றது.

மயக்கத்தோடு கழிவறையைவிட்டு வெளியே வந்தவன் படுக்கையில் போய் விழுந்தேன். உத்தரத்தைப் பார்த்தேன். பின்னர் எழுந்து சிரமத்துடன் நடந்து சதானந்த்தின் உடலருகே சென்றேன். குனிந்து அதைத் தூக்க முயன்றேன். முடியவில்லை. எப்படியோ ஒரு வழியாகச் சுவரருகே இருந்த படுக்கை வரை இழுத்துச் சென்றேன். நானிருந்த நிலையில் அதைச் செய்திருக்கக் கூடாது. ஆனால் தெரிந்தே என்னை வருத்திக்கொண்டு அதைச் செய்தேன். இதைச் செய்ததாலோ என்னவோ மீண்டும் எனக்கு வெளிக்கிருக்க வேண்டும் போலிருந்தது. போய் பேசினில் உட்காருமளவு எல்லாம் எனக்குத் தெம்பில்லை. ஆனாலும் இது கடைசி முறை என சொல்லிக் கொண்டு கழிவறைக்குச் சென்றேன்.

எதுவும் வரவில்லை. எந்தப் பயனுமில்லாமல் உட்கார்ந்து கொண்டே இருந்தேன். பிறகு, நான் ஓரளவு எதிர்பார்த்தது போலவே முன்னர் ஏற்பட்ட உணர்ச்சி மீண்டும் எழுந்தது. இந்தக் கழிவறையில் நான் எண்ணற்ற பல்லிகளைக் கொன்றிருக்கிறேன். கிளர்ச்சி தரும் இச்சிறு நிகழ்வுகளுக்கு நான் அடிமையாகிவிட்டிருந்தேன் என்றே சொல்லலாம். இப்போது அந்தப் பல்லிகள் எல்லாம் பேசினிலிருந்து ஏறி வந்து என்னுள் நுழைகின்றன. என் மொத்த உடம்பும் குலுங்கியது.

சிறிது நேரம் போனது. அதற்கு மேல் குந்தி இருக்க முடியாமல் போனது. எழுந்து கொள்வதும் அதே அளவு சிரமமாகவே இருந்தது. என்றாலும் சுவரில் சாய்ந்தபடி எப்படியோ எழுந்துவிட்டேன். ஆடிக் கொண்டே படுக்கையறைக்கு வந்து படுக்கையில் துவண்டு விழுந் தேன். பல்லிகள் ஒன்றன்பின் ஒன்றாக என் குதத்தில் நுழையும் உணர்ச்சி இன்னும் தீவிரமானது. ஊர்வனவற்றின் படையெடுப்பைத் தடுக்கவே முடியவில்லை. படுக்கையில் கால்களால் உதைத்துக் கொண்டே இருந்தேன்.

நான் சதானந்த்திற்கு செய்தது தவறு என்று தோன்றியது. அவன் உயிருடன் இருந்திருந்தால் இப்போது எனக்கு உதவியிருப் பான். அவன் நல்லவன். எனக்கு உதவி செய்து என்னைக் கவனித்துக் கொண்டிருப்பான். அவனைப்பற்றி என்னவெல்லாம் எண்ணிவிட்டேன்! என்னை மகிழ்விக்க வேண்டும் என்றுதான் அவன் கிளியுடன் விளையாடினான். எனக்கு வாழ்த்துச் சொல்வதற் காக அவ்வளவு தொலைவு வந்தவனின் நோக்கத்தையே நான் சந்தேகப்பட்டேன். இப்பொழுது எஞ்சியிருப்பது என் பக்கத்தில் இருக்கும் சில்லிட்ட உடல் மட்டுமே. கைநீட்டி சதானந்த்தின் முகத் தைத் தொட்டேன். மெல்ல அவன் முகத்தையும் மார்பையும் வருடி னேன். அவன் மார்பின் மீது என் கையை வைத்துக் கொண்டேன். என் கால்களிடையே ஜந்துக்கள் நுழைவதை என்னால் தாங்கிக் கொள்ளவே முடியவில்லை. என் இரு தொடைகளையும் சேர்த்து அழுத்திக்கொண்டேன். என் எண்ணத்தில் ஊர்வன எல்லாம் டைனோசர்போல பேருருவம் எடுத்து மூடப்படாத நொந்துபோன பாதை வழியாக வெறிகொண்டு நுழைந்து கொண்டிருந்தன.

பின்னிரவில் மழை பெய்யும் ஓசை கேட்டது என்று நினைக் கிறேன். பின்னர் தூசு படிந்த நிலத்தில் முதல் மழை பெய்ததும் எழும் மணம் வந்தது. தூக்கம் வந்து என்னை மூடியபோது பொருட்கள் எல்லாம் தங்களது பகலொளி வடிவை அடையத் தொடங்கியிருந்தன.

❍

ஒரு இந்திய வல்லூறின் வாக்குமூலம்

1

எனது ஒரு சிறகு செயலற்றுப் போய் நான்கு நாட்களாகின்றன. முழுவதுமாக உடைந்துவிடவில்லை என்பதால் முழுக்க பயனற்றுப் போய்விடவில்லை. அதிகம் வலித்தாலும் என்னால் அதை அசைக்க முடிந்தது. கொஞ்சம் பறக்க முடிந்தது. ஆனால் வலி... வலி...

எனது இந்த நிலைமைக்குக் காரணம் உங்களைப் போன்ற அறிவுகெட்ட மனிதர்கள்தான். நான்கு நாட்களுக்கு முன் புறநகரில் உள்ள வெட்டவெளியில் இறந்துபோன பசு ஒன்றை நானும் இன்னும் சில வல்லூறுகளும் தின்றுகொண்டிருந்தோம். நல்ல துண்டுக்காகப் போட்டி போட்டுக்கொண்டு முடிந்ததைப் பறித்துத் தின்றுகொண்டிருந்தோம். அந்த விருந்தில் எங்களை மறந்து இருந்ததில், அவ்வழி சென்ற ஒரு இளைஞன் கல்லைப் பொறுக்கி எங்கள் பக்கமாக எறிந்ததை நாங்கள் கவனிக்கவில்லை. அந்தக் கல் வந்து சரியாக எனது இடது சிறகு உடலுடன் இணையும் இடத்தில் விழுந்தது. எதிர்பாராமல் விழுந்த அந்தக் கொடூரமான அடியால் ஏற்பட்ட வலியில் என் அலகில் கொத்தியிருந்த பெரிய குடல் துண்டை கீழே போட்டுவிட்டு பறந்து செல்ல முயன்றேன். பறக்க முயற்சி செய்ததால் வலி இன்னும் மோசமானது. எனவே முயற்சியை கைவிட்டுத் தத்திச் செல்லத் தொடங்கினேன். என்னுடன் தின்று கொண்டிருந்த பிறரும் பயந்துபோய் மேலே பறந்தனர். கல்லெறிந்த இளைஞன் தன்போக்கில் போய்க்கொண்டிருந்ததைப் பார்த்துவிட்டு மற்றவர்கள் மீண்டும் தின்னத் தொடங்கினார்கள். நான் மட்டும் தனியாக நின்று, போய்க்கொண்டிருந்த மனிதனைப் பார்த்துக்

கொண்டிருந்தேன். அந்தக் கல்லைப் பொறுக்கி எறிய வேண்டு மென்று அவனைச் செலுத்தியது எது? இறந்து போன பசுவின் மீது அவனுக்கு எந்த அக்கறையும் இருந்திருக்க முடியாது. மனிதர்களாகிய உங்களில் சிலர் பசுவைத் தின்பீர்கள் என்பது எனக்குத் தெரியும். இயற்கை மரணம் அடைந்த பசுக்களைக்கூட சாப்பிடுவீர்கள். ஆனால் நான் உண்டுகொண்டிருந்த உடல் ஏற்கெனவே அழுகத் தொடங்கியிருந்தது. எந்த மனிதப் பிறவியும் எவ்வளவு பசியிருந் தாலும் அதைத் தொடக்கூடச் செய்யாது. அப்படியிருக்க பசித்த வல்லூறுக் கூட்டம் கைவிடப்பட்ட சடலத்தை நல்லவிதமாக பயன் படுத்திக் கொள்வதில் என்ன தவறு? எனது ஒரு சிறகை பயனற்றுப் போகச்செய்யும்படி அந்தக் கல்லை எறிவதற்கு அவனுக்கு எந்த உருப் படியான காரணமும் கிடையாது. மனிதர்கள் செய்வதெல்லாம் இதுபோன்றுதான் இருக்கிறது. இப்படியெல்லாம் செய்துவிட்டு பிரபஞ்சத்தைப் புரிந்துகொள்ளவே முடியவில்லை என்று புகார் வேறு.

எனது உடைந்த சிறகை இழுத்தபடி ஒரு மரத்தை நோக்கி தத்திக் கொண்டே சென்றேன். அந்த மரம் வெட்ட வெளியில் உயர்ந்து நின்றிருந்தது. எப்படியோ பறந்து மேலெழுந்து ஒரு கிளையில் உட்கார்ந்துகொண்டேன். இது எனக்கு மிகவும் பிடித்த மரம். அதன் உச்சாணிக் கிளையில் உட்கார்ந்துகொண்டு சுற்றியிருந்த வெட்ட வெளியைப் பறவைப் பார்வையால் நோட்டம் விட்டுக் கொண்டு இருப்பது எனக்கு மிகவும் பிடிக்கும். இப்போது, ஒரு சிறகு முட மாகிப் போனதால், இருப்பதிலேயே தாழ்ந்த கிளையில் அமர முடிந்த தற்கே திருப்திப்பட்டுக்கொள்ள வேண்டியதுதான்.

நாள் முழுவதும் அந்தக் கிளையிலேயே அமர்ந்திருந்தேன். என் கூட்டாளிகள் சாப்பிட்டு முடித்து பறந்துவிட்டார்கள். துரதிருஷ்ட வசமாக ஊனமுற்றவனின் அருகில் இருக்க யார்தான் விரும்பு வார்கள்? உலகம் அப்படித்தான். தவிர்க்கமுடியாத தனிமைதான் இப்போது எனக்கு விதிக்கப்பட்டது. நான் அதை ஏற்றுக்கொண்டு என் சிறகு ஆறுவதற்காகப் பொறுமையாகக் காத்திருந்தேன். அதே இடத்தில் முழுதாக இரண்டு நாட்களைக் கழித்தேன். ஆனால் சிறகில் எந்த முன்னேற்றமும் இல்லை. நான் இளையவனாய் இருந் திருந்தால் அது எப்போதோ ஆறியிருக்கும். வயதாகிவிட்டது. என் எலும்புகளும் கைகால்களும் அவற்றின் பழைய ஆற்றலை இழந்து விட்டன. கிழ வல்லூறு எதற்கு சிறகுவிரிக்க வேண்டும் என்று நீங்கள் கேட்கலாம். 'இனி ஒன்றுமில்லை' என புலம்பும் வகைய றாவைச் சேர்ந்த பறவை அல்ல நான். நான் வாழ விரும்பினேன். மனித வாழ்வெனும் அபத்தம் நிறைந்த சிக்கலை மேற்பார்வையிட்ட படி வானத்தில் வட்டமிட்டுக்கொண்டு எனக்குத் தேவையான உணவை நான் தேடியாக வேண்டும்.

சிறகு ஆறாது என்று தெளிவான பிறகு அடுத்து என்ன செய்வது என்று யோசித்தேன். நகரத்தில் இருந்த பறவைகள் மருத்துவமனை நினைவுக்கு வந்தது. வல்லூறுகளாகிய நாங்கள் இந்த மருத்துவமனை பற்றிக் கேள்விப்பட்டதோடு சரி. சமண மதத்தைச் சேர்ந்த ஒரு மருத்துவரால் இந்த மருத்துவமனை நடத்தப்படுகிறது என்பது எனக்குத் தெரியும். நம் நாட்டில் பெரும்பாலானவர்கள் இந்துக்கள் என்பதும் மனிதாபிமானத்தை உயர்த்திப்பிடிப்பவர்கள் என்பதும் நானறிந்த விஷயம். அவர்களைவிட இன்னும் அதிக முனைப்போடு மனிதாபிமானத்தையும் அகிம்சையையும் கடைப் பிடிப்பவர்கள் சமணர்கள் என்று நான் அறிவேன். இத்தகைய உயர்ந்த எண்ணங்களின் அடிப்படையில்தான் அந்த சமண மருத் துவர் பறவைகளுக்காக மட்டும் ஒரு மருத்துவமனையை நிறுவி யிருக்க வேண்டும் என்பதில் எந்தச் சந்தேகமும் இல்லை. போற்றப் படவேண்டிய எண்ணம்.

வல்லூறுகளாகிய எங்களைப் பொறுத்தவரை அதில் ஒரு பெரும் குறை உள்ளது: அந்த மருத்துவமனை தாவரஉண்ணிப் பறவைகளுக்கு மட்டும்தான். காகங்கள், கழுகுகள், வல்லூறுகள் போன்ற புலால் உண்ணிகளுக்குக் கண்டிப்பாக அனுமதி கிடையாது. புறா, குருவி போன்ற அழகிய சிறு பறவைகள் நன்றாகக் கவனித்துக் கொள்ளப்படும். ஒரு ஆர்வத்தில் மருத்துவமனைக்கு மேலாக வட்டமடித்து, ஜன்னல்கள் வழியாக உள்ளே என்ன நடக்கிறது என்பதை நான் அடிக்கடி கவனித்திருக்கிறேன். நோயாளிகள் சிறு புறாக்கூண்டுகளில் வைக்கப்பட்டிருப்பார்கள். சிறகுகள் முறிந்த, கால்கள் அடிபட்ட, வேறு வியாதிகள் பாதித்த நோயாளிகள். அவற் றிற்கு உரிய சிகிச்சை, உணவு, நீர் எல்லாம் கொடுத்து குணமானபின் மருத்துவமனையின் ஜன்னல் வழியாகவோ மொட்டைமாடியி லிருந்தோ விடுவிப்பார்கள். மருத்துவமனையிலிருந்து மகிழ்ச்சியோடு பறந்துசெல்லும் புறாக்களையும் குருவிகளையும் நான் அவ்வப்போது பார்த்திருக்கிறேன். இந்தச் சலுகையெல்லாம் வல்லூறுகளுக்குக் கிடையாது என்பதற்காக நான் வருத்தப்பட்டதில்லை; என் வாழ்க்கை முழுக்க நான் வலுவோடும் நோயில்லாமலும் இருந்ததால் அந்த மருத்துவமனையின் சேவை எனக்கு ஒருபோதும் தேவைப் படாது என்றே நினைத்திருந்தேன்.

ஆனால் இப்போது நிலைமை வேறு மாதிரி. இப்போது நான் ஊனமுற்றவன். சமண மருத்துவரின் மருத்துவமனையே என் நினைவில் ஓடிக்கொண்டிருந்தது. அங்கு நான் அனுமதிக்கப்பட வழியே இல்லையா? என் நிலைமையைப் பார்த்து நல்லமனிதரான அந்த மருத்துவரின் இதயம் உருகிவிடாதா? நேரமாக ஆக சிறகில் வலி ஏறிக்கொண்டே போனது. எனக்கு நிச்சயம் மருத்துவமனையில்

சிகிச்சை கிடைக்கும் என்ற நம்பிக்கை ஏற்பட்டது. தர்க்கபூர்வமான சமூகப் பிரிவினை என்பது அசைக்கமுடியாதது என்பதில் சந்தேகமே இல்லை. ஆனால் உயிர்வாழத் துடிக்கும் ஒரு உயிரினத்தின் தேவையின் முன் அது செல்லுபடியாகாது.

நானிருந்த மரத்திலிருந்து வெகு தொலைவில் இருந்தது மருத்துவமனை. வீடுகள் நிரம்பிய தெருக்களைக் கடந்து செல்ல வேண்டியிருக்கும். என்னால் அதிக தூரத்திற்கு பறக்க முடியாது என்பதால், இரவில் முயற்சி செய்யலாம் என்று முடிவுசெய்தேன். நகரம் உறங்கிவிட்டது என்பதை நிச்சயப்படுத்திக்கொண்டு மரத்திலிருந்து கீழிறங்கினேன். அங்கங்கே ஒளிந்து இருந்துவிட்டு, கொஞ்சம் தத்தி, கொஞ்சம் பறந்து ஒருவழியாக மருத்துவமனையை அடைந்தேன். சிரமப்பட்டு பறந்து எழுந்து சுவரைத் தாண்டி உள்புறம் இறங்கி இருட்டில் ஒரு புதரடியில் ஒளிந்துகொண்டேன்.

2

சூரியன் எழுந்து சிறிது நேரம் கழித்து பறவை மருத்துவர் வந்தார். அவரது அன்றாடச் சுற்றுகளை முடித்துக்கொள்ளட்டும் என்று காத்திருந்தேன். கிட்டத்தட்ட அவர் முடித்துவிட்டார் என்பதைப் பார்த்ததும் என் வலுவையெல்லாம் திரட்டி பறந்தெழுந்து ஒரு ஜன்னலில் அமர்ந்துகொண்டேன். ஜன்னல்களில் கம்பி ஏதும் இருக்கவில்லை. என்றாலும் பறந்து உள்ளே செல்லும் அளவு எனக்கு தைரியம் இல்லை. அதில் எனக்கு எந்தப் பயனும் இல்லை என்று தோன்றியது. ஒவ்வொரு நோயாளியாகச் சோதித்துக்கொண்டே வந்த மருத்துவர் நான் உட்கார்ந்திருந்த ஜன்னலின் கீழே வந்து நின்றார். குனிந்து நோயாளிகளைப் பார்த்துக்கொண்டிருந்ததால் அவர் என்னைக் கவனிக்கவில்லை. எனவே, மிகவும் ஜாக்கிரதையாக, முடிந்தவரை மெலிதான நட்பார்ந்த குரலெழுப்பினேன். மருத்துவர் திடுக்கிட்டு நிமிர்ந்து பார்த்தார். அவர் முகத்தில் கோபமும், வியப்பும், அருவருப்பும் தெரிந்தது.

‘சூ…சூ’ என்று கத்தியபடி என் பக்கமாக கைவீசினார் மருத்துவர்.

பணிவான குரலில் ‘நான் சொல்வதைக் கொஞ்சம் கேளுங்கள் மருத்துவரே…’ என்றேன் நான்.

‘சூ…சூ… போ!’ என மீண்டும் கத்தினார் மருத்துவர்.

‘தயவுசெய்து நான் சொல்வதைக் கேளுங்கள், மருத்துவரே…’

வலதுபுறம் திரும்பிய மருத்துவர் ‘ஏய், யாரங்கே? யாராவது ஒரு கம்பு எடுத்துவாங்களேன்’ என்றார். ஆனால் அவருடைய உதவியாளர்கள் இருவருக்குமே அவர் சொன்னது கேட்கவில்லை.

நான் என் நிலைமையை விரைவாகச் சொல்லிவிடுவது நல்லது என்று உணர்ந்து, அவசர அவசரமாக 'தயவுசெய்து கேளுங்கள் மருத்துவரே... நான் உணவு தேடி உங்கள் மருத்துவமனைக்கு வரவில்லை. உங்களுடைய புறாக்களையும் குருவிகளையும் நான் எதுவும் செய்யமாட்டேன். நான் ஒரு நோயாளியாக... ஆமாம் நோயாளியாக வந்திருக்கிறேன்' என்றேன்.

மருத்துவர் இன்னும் என்னைக் கோபத்துடன் முறைத்துக் கொண்டிருந்தார்.

'பாருங்கள்... என் சிறகைப் பாருங்கள்!' உடல் முழுவதும் பரவிய வலியைப் பொருட்படுத்தாது அடிபட்ட என் சிறகை விரித்தேன். 'பாருங்கள். அடிபட்டிருக்கிறது. எலும்பு உடைந்திருக்கும் என்று நினைக்கிறேன்.' அனிச்சையாக மருத்துவர் என் சிறகைப் பார்த்த தையும், அவர் கண்களில் தெரிந்த கோபம் லேசாகக் குறைந்ததையும் கவனித்தேன். கொஞ்சம் ஊக்கம் பெற்று, நம்பிக்கையான குரலில், 'வலி தாங்க முடியவில்லை, மருத்துவரே. நிரந்தரமாக சிறகு ஊனமாகிவிட்டால் நான் எப்படி வாழ்வேன்? எனக்கு சிகிச்சை தருவீர்களா? கருணை காட்டுங்கள்' என்றேன்.

'முடியவே முடியாது' என்று கையை வீசியபடி கத்தினார் மருத்துவர். 'உன்னைப் போன்ற பறவைகளை நாங்கள் அனுமதிப்ப தில்லை. போய் விடு, போய் விடு!'

'தயவுசெய்து அப்படிச் சொல்லாதீர்கள்' என மீண்டும் கெஞ்சி னேன். 'நீங்கள் பறவைகளிடம் பெரும் கருணையுடன் இருக்கிறீர்கள். அவற்றிற்கு அரிய சேவை செய்கிறீர்கள். நானும் ஒரு பறவைதானே? அப்படியிருக்க என்னை மாற்றான் குழந்தையாக ஏன் நினைக் கிறீர்கள்'

'நீ... நீ இறைச்சி தின்பாய்... எலியோ, நாயோ, ஆடு மாடோ, எதுவானாலும் தின்பாய். உவ்வே!'

'ஆம். நான் தின்பேன். அதை என்னால் மறுக்க முடியாது. ஆனால், என் உணவு வேறு வகையானது எனபதற்காக என்னை விரட்டுவீர்களா? நான் எதைத் தின்பேன் என்பதை வைத்து என்னை கல்மனதுடன் நடத்துவீர்களா?'

'போய்விடு! நான் இதற்கு மேல் கேட்க விரும்பவில்லை! உன் ஞானத்தை உன்னோடு வைத்துக்கொள்!' கோபம் அதிகமான மருத்துவர் அலறினார்.

என் குரலில் இருந்த இணக்கம் மாறாமல் தொடர்ந்து வாதாடினேன். 'கொஞ்சம் யோசித்துப்பாருங்கள். ஒருவன் என்ன தின்கிறான் என்பது ஒரு பொருட்டே கிடையாது. புறாக்களும் குருவி களும் தானியங்களைத் தின்கின்றன, நாங்கள் இறைச்சி தின்கிறோம்

விலாஸ் சாரங் ● 197

எல்லாம் வெறும் மாயைதான். மாயை என்ற இந்த உலகத்தில் எல்லாமே ஒன்றுதான்.'

மருத்துவர் கடுப்பாக 'ஓ! இப்போது நீ எனக்கு தத்துவம் சொல்லித்தருகிறாயா!' என்றார். 'புத்திசாலிதான்! போதும், நிறைய கேட்டுவிட்டேன். போய்விடு, மரியாதையாகப் போய்விடு!'

கடைசி முயற்சியாக நான் கெஞ்சினேன், 'சரி. உங்களுக்குப் பிடிக்கவில்லை என்றால் என்னை உள்நோயாளியாக அனுமதிக்க வேண்டாம். புற நோயாளியாக சிகிச்சை கொடுக்கக் கூடாதா? அதைச் செய்தீர்கள் என்றால், என் வாழ்நாள் முழுக்க உங்கள் கருணையை நான் மறக்க மாட்டேன்.'

மூக்கை உயர்த்திய மருத்துவர் 'உன்னைப் போல ஒரு அருவருப்பான ஜந்து...' என்றார். 'ஒரு பத்தடி கம்பால் கூட உன்னை நான் தொடமாட்டேன். அசுத்தமான, மாசுபட்ட உன்னுடைய நிழலே எங்களை எல்லாம் மாசுபடுத்திவிடும். போய்விடு, எவ்வளவு பிடிவாதம் உனக்கு!'

அப்போது மருத்துவரின் உதவியாளன் அங்கே வந்தான். 'போய் ஒரு கம்பு எடுத்துவா' என்று ஆணையிட்டார் மருத்துவர். மருத்துவ சிகிச்சைக்குப் பதிலாக, இன்னும் சில உடைந்த எலும்புகள்தான் எனக்கு எஞ்சும் என்று தெரிந்ததும் அங்கிருந்து புறமுதுகிட்டு ஓடுவதே நல்லது என்று முடிவெடுத்தேன். ஜன்னலிலிருந்து பறந்திறங்கி சுவரை அடைந்தேன். அதைத் தாண்டி எப்படியோ மக்களை எல்லாம் ஏமாற்றிவிட்டு நகரை விட்டு வெளியே வந்தேன்.

3

இப்போது நான் என் மரக்கிளையில் உட்கார்ந்திருக்கிறேன். மனம் முழுவதும் சோகம் நிரம்பியிருக்கிறது. இது என்னைக் குறித்த சோகம் மட்டுமல்ல. மனிதர்களாகிய உங்களுக்காகவும்தான். உங்களை எண்ணி முன்னெப்போதையும்விட அதிகமாகப் பரிதாபப்படுகிறேன். எத்தனையோ விஷயங்கள் உங்களுக்குள் வேற்றுமையை ஏற்படுத்தியிருக்கின்றன. உணவு போன்ற எளிய விஷயம் கூடவா பிரிவினையை ஏற்படுத்த வேண்டும்? இந்த விஷயத்தில் நம் நாட்டைப் போல உலகில் வேறெந்த நாடும் இருக்காது என்று நான் நிச்சயமாக நம்புகிறேன். பிற நாடுகளில் ஏறத்தாழ எல்லோரும் இறைச்சி உண்கிறார்கள்; நம் நாட்டில் மட்டும்தான் இறைச்சி தின்பவர், இறைச்சி தின்னாதவர் என்ற பிரிவினை இருக்கிறது. இது பெரிய துரதிருஷ்டம்தான். ஒரு நாட்டில் உணவு மக்களிடையே பிரிவினையை ஏற்படுத்தும் என்றால் அந்த நாட்டிற்கு எதிர்காலம் என்று ஒன்று இருக்கிறதா, சொல்லுங்கள்? அப்படிப்பட்ட ஒரு தேசம் செழிக்குமா என்ன?

எனக்குப் பிடித்த மரத்தின் தாழ்வான கிளையில் அமர்ந்தபடி இத்தகைய கேள்விகளை அசைபோட்டுக்கொண்டிருக்கிறேன். நேரமாக ஆக என் சோர்வு கூடிக்கொண்டே போகிறது. சிறகில் வலி உடல் முழுக்கப் பரவுகிறது. இவ்வுலகில் இனி அதிக நாட்கள் இருப்பேன் என்று தோன்றவில்லை. எனது அடுத்த ஜென்மம் என்னவாக இருக்கும்? நான் கடவுளை வேண்டுவது ஒன்றுதான், இதே நாட்டில் ஒரு மனிதனாகப் பிறந்துவிடக்கூடாது.

இப்பொழுது மாலையாகிவிட்டது. மேற்கில் தொடுவானம் செம்மஞ்சளும் ஊதாவுமாக மின்னுகிறது. வானம் விரைவாக இருட்டி வருகிறது. தொன்மையான இந்திய மாலைகளில் ஒன்று. நிலவின் அறிகுறியே எங்கும் இல்லை. ஒருவேளை மெதுவாக உதிக்கும் போல. அல்லது அமாவாசை இரவோ? இந்த மங்கலான வேளையில் வெட்டவெளியின் இருட்டிவரும் வெறுமையை நோக்கிக்கொண்டிருக்கையில், பழக்கப்படாத அமைதியுணர்வொன்று எனக்குள் நிறைகிறது. இந்த இருண்ட இரவில்தான் என் ஆன்மா விடுதலைபெற்று சிறகுவிரித்து வானில் எழப்போகிறதோ?

○

IV
'குலாக்'கின் நிழல்

குலாக் – விளாடிமிர் லெனின் சோவியத் ரஷ்யாவில் உருவாக்கிய கட்டாய உழைப்பு முகாம்.

திரும்புதல்

1

மனதையும் கைகால்களையும் எப்படியெல்லாம் தளர்த்திக் கொள்ளலாம் என்று பரிசோதித்தபடி படுக்கையில் புரண்டு கொண்டிருந்தான். தலையணையைத் தள்ளிவிட்டு தலையைப் படுக்கையில் மட்டமாக வைத்தபடி தூங்க முயன்றான். அது உதவாதபோது போர்வையை முகத்தின்மீது இழுத்துவிட்டுக் கொண்டான். மூச்சுமுட்ட ஆரம்பித்ததும் மீண்டும் போர்வையைக் கீழே இழுத்தான். தெருவிளக்கு சுவரில் வீழ்த்திய மஞ்சள் ஒளியால் ஆன செவ்வகத்தைப் பார்த்துக்கொண்டிருந்தான். விட்டில்கள் விளக்கைச் சுற்றிப் பறந்துகொண்டிருந்திருக்கும் போல. விளக் கொளியில் மங்கலான நிழல்கள் சுற்றிச்சுற்றி வந்தன. அந்த வெளிச்சத்தால்தான் தனக்குத் தூக்கம் வரவில்லையோ என்று திரைச்சீலையை இழுத்துவிட்டு அறையை இன்னும் இருட்டாக்கிக் கொண்டான். நீண்ட நேரம் கழித்துப் படுக்கையை விட்டு எழுந்து அலமாரியில் ஒரு கிளாசுக்காகத் துழாவினான். அறையில் இருந்த வாஷ்பேசின் குழாயில் தண்ணீர் பிடித்து குடித்தான். சற்று நேரம் கழித்து எழுந்து கழிவறைக்குச் சென்று வந்தான். பின் நீண்ட நேரம் கழித்து மீண்டும் ஒருமுறை எழுந்து விளக்கைப் போட்டுவிட்டு படிக்க உட்கார்ந்தான். ஒரு மணிநேரம் கழித்து படுக்கைக்குத் திரும்பி ஒருவழியாகத் தூங்கிவிடலாம் என்று நினைத்தான். அவன் விழித்துக் கொள்வது வரை இப்படியே நடந்துகொண்டிருந்தது.

ஒரு கணம், இதெல்லாம் எவ்வளவு நிஜம் போல் இருக்கிறது! என்று எண்ணினான் சுதீர். உண்மையிலேயே தூக்கமின்மையால்

தான் அவதிப்படுவது போல் தோன்றியது. கனவு எவ்வளவு நேரம் நீடித்திருக்கும்? இரவுமுழுக்க கனவு கண்டுகொண்டிருந்ததாகத் தோன்றியது. ஆனால், கனவு எவ்வளவு நீளமானதாக இருந்தாலும் சில கணங்களே நீடித்திருக்கும் என்பது உறைத்தது. விழித்துக் கொள்வதற்கு சற்று முன்னர் கனவு வந்திருக்க வேண்டும். கடிகாரம் எட்டு மணி காட்டியது. வழக்கத்தைவிட அதிக நேரம் தூங்கி யிருக்கிறான்.

குளியலறைக்குச் சென்றவன் கண்களில் லேசான எரிச்சலை உணர்ந்தான். இரவுமுழுதும் தூங்காமல் இருந்ததைப் போல கொஞ்சம் சோர்வும் இருந்தது. கனவில் அனுபவித்த தூக்கமின்மை இப்படி மெய்யாக உணரக்கூடிய விளைவுகளை ஏற்படுத்தும் என்பது வியப்பாக இருந்தது. தனக்கு இதுவரை தூக்கமின்மை பிரச்சனை வந்ததே இல்லை. அப்படியிருக்க, உடனடியாக சந்தேகம் வந்திருக்க வேண்டும் என்பது சுதீருக்கு உறைத்தது. மாத்திரை எடுத்துக் கொள்ளாமல் தூங்கவே முடியாது என்ற நிலையில் இருக்கும் கரேன் அவனிடம் ஒருமுறை சொன்னாள், 'உனக்கு எப்படி தூக்கம் ஒரு பிரச்சனையாவே இல்ல? கவலைப்படுறதுக்கு விஷயம் இருக்கு. இருந்தாலும் தூக்கம் எப்படி பாதிக்காம இருக்கு?' அப்போது சுதீர் சிரித்துக்கொண்டே, 'எனக்குள்ள அமைதியை கண்டடைகிற கீழை நாட்டுத் திறன் அது. ஆழ்நிலை தியானம், கிருஷ்ணா கான்ஷி யஸ்னஸ் அப்படி இப்படின்னு ஏதேதோ மூலமாக எல்லாம் நீங்க (அமெரிக்கர்கள்) அடைய நினைக்கிறதெல்லாம் எனக்கு இயல்பாவே வருது' என்றான். கனவை அவன் உடனடியாகப் புரிந்து கொண்டி ருக்க வேண்டும். ஆனால், கனவு காண்பவன் தூங்கிக் கொண்டி ருக்கையிலேயே தன் கனவைக் கேள்விக்குள்ளாக்க முடியுமா என்று யோசித்தான் சுதீர்.

குளியலறையில் எல்லாவற்றையும் முடித்துக்கொண்டு வந்த பிறகும் கனவு அவன் மனதில் ஓடிக்கொண்டே இருந்தது. அதில் ஏதோ அசாதாரணமான ஒன்று இருந்தது. ஆனால் அது என்னவென்று அவனால் குறிப்பிட்டுச் சொல்ல முடியவில்லை. பின்னர் அவனுக்குத் தெரிந்தது: அந்தக் கனவு அவனைப் பத்து வருடங்களுக்கு முன் மும்பையில் அவன் வாழ்ந்த வாழ்க்கைக்கு கொண்டு சென்றது. தூக்கம் வராமல் புரண்டுகொண்டிருந்த அறை, எம்.ஏ. படித்துக்கொண்டிருந்தபோது அவன் எடுத்திருந்த விடுதி அறை. கனவில் வந்த அறை போலவே அந்த அறையிலும் ஒரு மூலையில் வாஷ்பேசின் இருக்கும். கனவில் வந்ததுபோலவே தெருவிளக்கின் வெளிச்சம் ஒரு செவ்வகத் திட்டாகச் சுவரில் படியும். அவன் கனவில் கண்டது நிச்சயம் அந்த அறைதான். அவன் அமெரிக்கா வந்தபிறகு வாஷ்பேசின் இருந்த அறையில் எங்கே

தூங்கியிருக்கிறான்? ஆனால் மும்பையில் இருந்த அந்த மோசமான அறை இத்தனை வருடங்கள் கழித்து கனவில் வந்தது என்பது ஒரு ஆச்சரியம்தான். அந்தக் காலத்தில் அவனது வாழ்வின் பெரும்பகுதி போலவே அந்த அறையும் எங்கோ மறைந்திருக்கும் என்றே அவன் நினைத்திருந்தான். ஆனாலும் அது இப்போது மனதின் கவனிக்கப் படாத மூலையிலிருந்து சின்னஞ்சிறு விவரங்களோடு உயிர்பெற்று மேலெழும்பியது. இவ்வளவு வருடங்கள் கழித்து இறுதியாக அவன் இந்தியாவுக்குத் திரும்புகிறான் என்பதாலா? அவனது மனம் இறந்த காலத்தோடு தனக்குள்ள பிணைப்பை மீட்டெடுக்கப் போராடு கிறதோ?

முந்தைய நாள்தான் திருப்திகரமாக பொருட்களை எல்லாம் அடுக்கி வைத்திருந்தான் என்றாலும், பயணப்பைகளை மீண்டும் ஒருமுறை சரிபார்த்தான். இன்னும் கவனிக்க வேண்டியது எதுவும் இருக்கிறதா என்று மனதிற்குள் ஒவ்வொன்றாய் ஓட்டிப் பார்த்தான். கடைசி நிமிடத்தில் எல்லாவற்றையும் அவசர அவசரமாக, ஏனோ தானோவென்று செய்வது அவனுக்குப் பிடிக்காது. ஒன்பதரை மணிக்கு தொலைதூர அழைப்பில் பஃபலோவில் இருந்த கரேனை அழைத்து இருபது நிமிடங்களுக்கு மேலாகப் பேசினான். கரேன் 'இந்தியா சலிச்சுப் போச்சுனா திரும்பி வந்துடு' என்றாள். ஃபோனை வைத்ததும் கரேனின் குரலைக் கேட்பது வாழ்வில் அதுதான் கடைசிமுறையாக இருக்குமோ என்று தோன்றியது.

கால்களை முன்னால் நீட்டியபடி, அவனுக்குப் பிடித்தமான நாற்காலியில் ஒரு மணி நேரம் உட்கார்ந்திருந்தான். பின்னர் அபிஜித்திடம் இருந்து அழைப்பு வந்தது: 'பதினொன்னரைக்கு கிளம்பறோம். சரிதானே? நியூயார்க் போக ரெண்டரை மணி நேரம் ஆகும். எப்படியும் கொஞ்சம் முன்னாலேயே கிளம்புறது நல்லது.'

'நான் ரெடி. உனக்காக காத்திட்டிருப்பேன்' என்றான் சுதீர்.

விடைகொடுக்க அபிஜித்தோடு பாட்ரிஷியாவும் வந்திருந்தாள். அவள் மெல்ல அவன் கன்னத்தில் முத்தமிட்டபோது சுதீர் கொஞ்சம் வெட்கத்தில் சிவந்தான். எட்டு வருடங்கள் இந்த நாட்டில் வாழ்ந்தபோதும் இன்னும் அவன் அதற்குப் பழகவில்லை: அவன் ஆழ்மனதில் இந்து ஆசாரங்கள் இன்னும் உயிரோடிருந்தன.

வழியில் பாட்ரிஷியாவை இறக்கி விட்டுவிட்டு இருவரும் நியூயார்க் செல்லும் சாலையில் இறங்கினார்கள். வீட்டுச் சாவி, தொலைபேசிக் கட்டணம், இன்னும் சில சில்லறை விஷயங்களை அபிஜித்திற்கு நினைவூட்டினான் சுதீர். 'கவலைப்படாத, நான் எல்லாம் பாத்துக்கிறேன்' என்றான் அபிஜித்.

மெக்டொனால்ட்ஸில் வண்டியை நிறுத்தி இருவரும் ஹாம் பர்கர் சாப்பிட்டனர். சுதீர் நக்கலாக 'அமெரிக்கர்களின் அற்புதமான

உணவு கடைசி முறையாக' என்றான். அபிஜித் சிரித்தான். பெரிய பலகையில் 700 கோடி விற்பனை என்று பிரம்மாண்டமாக எழுதப்பட்டிருந்ததைப் பார்த்தான் சுதீர்.

நான் இந்தியாவுக்குத் திரும்பிவிடுவேன். அவர்கள் தங்களது மில்லியன்களையும் பில்லியன்களையும் விற்றுக்கொண்டே இருப்பார்கள் என்று எண்ணிக்கொண்டான் சுதீர்.

அபிஜித் எதுவும் பேசாமல் வண்டியோட்டிக்கொண்டிருந்தான். சுதீரும் எதுவும் பேசவில்லை. சரியான தூக்கமில்லாத உணர்வோடு அவனது இமைகள் கனத்தன. காரின் ஓட்டம் அவனை இன்னும் கண்ணயரச் செய்தது. 'நீ போய் சேர்ந்ததும் எனக்கு எழுது. நல்லா இருக்கேன்னு மட்டும் சொல்லு. நாட்டு நிலைமை பத்தியெல்லாம் எதுவும் எழுதவேணாம். தபாலே வராம போயிடும்' என்றான் அபிஜித்.

'ஓ, நீயும் கடுப்பாயிட்டயா?' என்றான் சுதீர். 'அவங்க அவ்வளவு ஒண்ணும் கண்டிப்பா இல்ல.'

அபிஜித் தோள்களைக் குலுக்கினான்.

'அப்படியின்னா, உனக்கு திரும்பி வர எண்ணமில்லை' என்றான் சுதீர். 'கண்டிப்பா வரமாட்டேன். உனக்கு பிரச்சனை எதுவும் இல்ல. நான் 'சுதந்திர இந்தியா'வுக்காக தீவிரமா உழைக்கிறவன். ஆட்சி மாற்றம் எதுவும் ஏற்பட்டால்தான்... இல்லைன்னா நான் திரும்ப வாய்ப்பே இல்லை.'

இதே ரீதியில் அவர்கள் முன்னரே பல முறை பேசியிருக்கிறார்கள்.

சுதீரின் விமானம் கென்னடி விமானநிலையத்திலிருந்து நாலரை மணிக்குப் புறப்பட்டது. அவன் முதல்முறையாக போயிங் 747இல் பயணம் செய்கிறான். எட்டு வருடங்களுக்கு முன் அவன் மும்பையிலிருந்து நியூயார்க் சென்றபோது 747 அதிக பயன்பாட்டில் இருக்கவில்லை. சுதீரின் இருக்கை நடுவில் ஏதோ ஒரு வரிசையில் இருந்தது. ஒவ்வொரு வரிசையிலும் நிறைய இருக்கைகள் இருந்ததால் இரு புறமும் ஜன்னல்கள் எங்கோ தொலைவில் இருப்பதாகத் தோன்றியது. சுதீருக்கு விமானமே பிடிக்காது; முடிந்த அளவு ஜனங்களை பட்டியில் அடைப்பதுபோல் அடைப்பதற்காக மட்டுமே அது உருவாக்கப்பட்டிருப்பதாகத் தோன்றும். இப்போது அது ஒரு பொருட்டாக இல்லை. அவனுக்கு வேண்டியதெல்லாம் தூக்கம் மட்டுமே. பக்கத்திலிருந்தவரிடம் விமானப் பணிப்பெண் வந்தால் தன்னை தொந்திரவு செய்யவேண்டாம் என்று சொல்லிவிடும்படி கூறிவிட்டு, சுதீர் கண்களை மூடிக்கொண்டான். விமானம் லண்டனை நெருங்கும்போதுதான் விழித்துக்கொண்டான். கண்களைத் தேய்த்த

படி எழுந்து கழிவறைக்குச் சென்றுவந்தான். விமானம் தரையிறங்கு கையில் ஆயிரக்கணக்கான விளக்குகளின் ஒளிவெள்ளத்தில் லண்டன் நகரின் அற்புதமான காட்சி கிடைத்தது. அதிர்ஷ்டவசமாக வசதியான இணைப்பு விமானம் கிடைத்திருந்ததால் அதிகநேரம் விமானநிலையத்தில் காத்திருக்க வேண்டியிருக்கவில்லை. அடுத்த விமானத்தில் அவனுக்கு ஜன்னலோர இருக்கை கிடைத்தது. லண்டன் நேரப்படி காலை நான்கு மணி தாண்டியிருந்தது. முந்தைய பயணத்தில் நன்றாகத் தூங்கியிருந்ததால் அவன் விழித்துக் கொண்டிருந்தான். வெளியே இன்னும் இருள் விலகவில்லை. எண்ணத்தில் மூழ்கியிருந்தவன் வெறுமனே பார்த்துக் கொண்டிருந்தான்.

2

அமெரிக்காவில் நீண்ட நெடிய எட்டு வருடங்கள். ஒரு வழியாக சுதீர் தாயகம் திரும்புகிறான். அமெரிக்காவுக்குப் போன போது அவ்வளவு நாள் அங்கிருப்போம் என்று அவன் எதிர்பார்க்கவில்லை. அவன் அங்கு போய் ஒரு வருடத்திற்குள் இந்தியாவில் ஒரு ராணுவப்புரட்சி ஏற்பட்டிருந்தது. செய்தி கேட்டு பலரைப் போல் அவனும் அதிர்ந்துபோனான். அப்பொழுதுதான் வந்திருந்த அபிஜித்திடம், 'இது எப்படி நடந்தது? இந்தியாவில இப்படி ஒண்ணு நடக்கும்னு நான் நினைச்சுப் பார்த்ததுகூட கிடையாது. இந்தியர்கள் ராணுவ ஆட்சியை எல்லாம் ஏத்துக்கவே மாட்டாங்கன்னு நினைச்சிருந்தேன்' என்றான் சுதீர்.

'எதுவுமே நடக்கிற வரை எல்லாருமே அப்படித்தான் நினைப்பாங்க. உண்மையிலேயே புரட்சி வெடிச்சுருச்சுன்னா, சர்வாதிகாரத்தை தன்னால் ஏத்துக்க முடியாதுன்னு சொன்னவங்க எல்லாம் பேசாம வாய மூடிட்டு எதுவுமே நடக்காதது மாதிரி அவங்க அவங்க வேலைய பாக்க போயிடுவாங்க. இந்தியா எந்த விதத்துல வித்தியாசமான நாடு? இங்க இருக்கிற வெளிநாட்டு மாணவர்கள எடுத்துக் கிட்டா, ஆப்பிரிக்கா, லத்தீன் அமெரிக்கா, மத்திய கிழக்கு நாடுங்க, தென்கிழக்காசிய நாடுங்க இப்படி எல்லா நாட்டுலயும் ஏதோ ஒரு வகையான சர்வாதிகாரம்தான் இருக்கு. இந்தியாவிலும் அது என்னைக்கோ ஒருநாள் வந்துதான் ஆகணும்' என்றான் அபிஜித்.

முதலில், ராணுவம் ஆட்சியைக் கைப்பற்றியதற்கு வலுவான எதிர்ப்பு எதுவும் அமெரிக்காவில் வாழ்கிற இந்தியர்களிடமிருந்து எழவில்லை. ஆனால் தாய்நாட்டில் அடக்குமுறை பற்றிய செய்திகள் வர ஆரம்பித்ததும் எதிர்ப்புக் குரல்கள் எழுந்தன. அமெரிக்காவில் வேலை கிடைத்தவர்களும், குடிபெயர்வு அந்தஸ்து பெற்றவர்களும் பெரிதாகக் கவலைப்படவில்லை. ஆனால் மாணவர்கள் போராளி

நிலையெடுத்தார்கள். பல பல்கலைக்கழகங்களில் இருந்த இந்திய மாணவர்கள் சங்கங்களும் நடப்பவற்றிற்கு எதிர்ப்பு தெரிவித்தன. அமெரிக்கா வாழ் இந்திய மாணவர்களின் தேசிய சங்க அலுவலர்கள் சிலரே வெளிப்படையாக எதிர்ப்பு தெரிவித்தனர். பின்னர் இந்திய தூதரகம் அழுத்தம் கொடுத்து அவர்களை வெளியேற்ற வைத்தது. அந்த நிறுவனம் தொல்லை தராமலிருக்கும்படி பார்த்துக்கொண்டது. எதிர்ப்பு தெரிவித்த மாணவர்கள் 'சுதந்திர இந்தியா' என்ற அமைப்பை உருவாக்கினார்கள். தாயகத்தில் செய்யப்படும் அடக்கு முறையை அச்சடித்து விநியோகம் செய்தார்கள். அரசியலில் பெரிய ஆர்வம் இல்லாத சுதீர், கணநேர உளஎழுச்சியில் அந்த இயக்கத்தில் சேர்ந்தான். ஆனால் ஒரு வருடத்திற்குள் அதிலிருந்து விலகிக் கொண்டான்.

இந்திய மாணவர்கள் எல்லோரும் எப்போது வேண்டுமானாலும் தாயகம் திரும்பவேண்டியிருக்கும் என்ற நிலை ஏற்பட்டது. தொடக்கத்தில் ஏற்படும் வெறியில் புதிய ஆட்சியை பலரும் வெளிப்படையாக எதிர்த்தனர். அதிகம் போனால் ஒரு வருடத்தில் அது கவிழ்ந்துவிடும் என்றும் பிறகு தாங்கள் வெற்றிகரமாக நாடு திரும்பலாம் என்றும் நம்பினர். அவர்கள் எதிர்பார்த்ததற்கு மாறாக புதிய அரசின் பிடி இறுகியது. இப்போது எப்படித் திரும்பிச் செல்வது? புதிய சூழலில் வாழ்வது அவ்வளவு எளிதல்ல, பிழைப்பே பாதிக்கப்படும் என்று தெரிந்ததால், எதிர்ப்பு தெரிவிக்காதவர்கள்கூட திரும்ப விரும்பவில்லை. தீவிரமாக எதிர்த்தவர்களுக்கு மோசமான எதிர் காலம் காத்திருந்தது. அப்படிப்பட்ட சில மாணவர்கள் இந்தியா விற்குத் திரும்பியபின் அவர்களிடமிருந்து எந்தத் தகவலும் இல்லை. அவர்கள் சிறையில் அடைக்கப்பட்டு துன்புறுத்தப்பட்டார்கள் என்று வதந்திகள் உலவின. அரசியலில் இருந்து ஒதுங்கியிருந்த மாணவர்கள்கூட இப்படிப்பட்ட செய்திகளைக் கேட்டு பயந்துபோனார்கள். பெரும்பாலான மாணவர்கள் எதிர்ப்பு தெரிவிப்பவர்களாக இருந்ததால், திரும்பும் எந்த மாணவர்களையுமே இந்திய அரசாங்கம் நம்பத் தயாராக இல்லை. இதனால் எல்லோருக்குமே திரும்புதல் என்பது சிக்கலானது.

ஆனால் அமெரிக்காவிலேயே தங்கிவிடுவதிலும் சிக்கல் இருந்தது. மாணவர்களுக்கான விசா பெற்றவர்கள் படிப்பு முடிந்ததும் அங்கிருந்து வெளியேறிவிட வேண்டும் என்றே எதிர்பார்க்கப் பட்டது. வேலை கிடைப்பதும் எளிதாக இல்லை. அமெரிக்காவில் வேலைவாய்ப்பு மோசமான நிலையை அடைந்திருந்தது. அரசாங் கமும் வெளிநாட்டு மாணவர்களுக்கு குடியுரிமை வழங்குவதையே கிட்டத்தட்ட நிறுத்திவிட்டிருந்தது. சுதீர் தனது முனைவர் பட்டத் திற்கான படிப்பை நாலரை ஆண்டுகளில் முடித்துவிட்டு பல

இடங்களில் வேலைக்கு விண்ணப்பித்தான். எதுவும் கிடைக்க வில்லை. அவனது துறையான கணிதத்தில் முனைவர்கள் வெள்ள மாகப் பெருகியிருந்தனர். தனது ஆய்வேட்டைச் சமர்ப்பிக்காமலேயே சுதீர் விண்ணப்பங்களை அனுப்பிக்கொண்டிருந்தான். பல்கலையி லிருந்து வெளியேற வேண்டிய நாளைத் தள்ளிப்போட்டுக்கொண்டே இருந்தான்.

நிதி நிலைமை மோசமாக ஆக பல்கலைக்கழகமும் உதவித் தொகையைக் குறைத்துக்கொண்டே போனது. நான்கு வருடங்கள் அவனுக்கு உதவித்தொகை கொடுக்கப்பட்டிருந்தது என்பதால் அதற்கு மேல் தர முடியாது என்று அவனது துறை அறிவித்து விட்டது. அவன் பகுதி நேர வேலை தேடவேண்டி வந்தது. சில நாட்கள் ஒரு உணவகத்தில் வேலை செய்தான். பின்னர் பல்கலைக் கழக நூலகத்தில் ஒரு வேலை கிடைத்தது. அந்த நூலகம் ஒரு மாபெரும் தீப்பெட்டி போல; மிகப்பரந்த பதினோரு தளங்களில் புத்தகங்கள் திணித்துவைக்கப்பட்டிருக்கும். ஒரு ஜன்னல் கூட கிடையாது. கட்டடத்திற்கு உள்ளே நுழைந்துவிட்டீர்கள் என்றால் வெளியே மழைபெய்கிறதா பனிபெய்கிறதா, வெளி உலகம் அழிக்கப் பட்டுவிட்டதா எதுவும் உங்களுக்குத் தெரியாது. படிப்பு மேஜை களிலிருந்து புத்தகங்களைச் சேகரித்து தள்ளு வண்டிகளில் வைத்து எடுத்துச்சென்று அலமாரிகளில் அடுக்க வேண்டியதுதான் சுதீரின் வேலை. சலிப்பூட்டும் வேலைதான் என்றாலும் சோம்பித் திரிய நல்ல வாய்ப்பு இருந்தது. அலமாரிகளுக்கு நடுவே ஒளிந்துகொண்டு புத்தகங்களைப் பார்த்துக்கொண்டிருக்கலாம். மேற்பார்வையாளர் யாராவது வருவதைப் பார்த்தால் சுறுசுறுப்பாக இருப்பதுபோல் நடித்துக்கொள்ளலாம். சுதீர் அதற்கு முன் அறிந்திராத, வரலாறு, புவியியல் என பலதுறை புத்தகங்களைப் பற்றித் தெரிந்துகொண் டான். படங்கள் நிறைந்த புவியியல் நூல்கள் புரட்டிப்பார்க்க மிக நன்றாக இருக்கும். பெருங்குழப்பத்துடனான முடிவில்லாத போராட்டமே தன் வேலை என்று நினைத்தான் சுதீர். இந்த மூடிய பிரபஞ்சத்தில் எல்லாம் அதனதன் இடத்தில் இருக்க வேண்டும் என்று நீங்கள் போராடிக்கொண்டிருக்கையில், மக்கள் வந்து புத்தகங் களை எடுத்து ஒழுங்கின்மையை உருவாக்கிவிட்டுப் போவார்கள். போராட்டம் தொடரும். சில சமயங்களில் அவன் கனவு காண்பான்: எல்லா புத்தகங்களும் தங்களுடைய இடத்தில் ஓய்வெடுத்துக் கொண்டிருக்கும், அவனது பிரபஞ்சத்தில் தூய ஒழுங்கு நிலை நாட்டப்பட்டிருக்கும், சுதீர் நிம்மதியாக அலமாரிகளிடையே வலம் வருவான். அவன் முகத்தில் புத்தருடையது போன்ற புன்னகை ஒளிரும். ஆனால் அப்படிப்பட்ட ஒரு நிர்வாண நிலையை அவன் ஒருபோதும் அடையப்போவதில்லை.

மாதங்கள் ஓடின, பிறகு வருடங்கள். பல்கலையில் ஒட்டிக் கொண்டு காலத்தை ஓட்டிக்கொண்டிருந்தான். தன் வாழ்வின் சிறந்த காலகட்டத்தை அற்பமான வேலையில் வீணடிப்பதை அவ்வப்போது நினைக்கையில் அவனில் கசப்பு நிறையும். இந்தியாவுக்குத் திரும் பினால் அவனுக்கு நல்ல ஆசிரியர் வேலை கிடைக்கக்கூடும். எவ்வளவு நாட்கள்தான் இப்படியே ஓட்டுவது? ஒரு அமெரிக்கப் பெண்ணை மணந்துகொண்டால் குடியுரிமை பெற்று அங்கேயே வாழ்க்கையை அமைத்துக்கொள்ளலாம். அபிஜித் உள்பட பல இந்தியர்களும் அதைத்தான் செய்திருந்தார்கள். 'நீ ஏன் கரேனை கல்யாணம் செஞ்சுக்கக் கூடாது? இப்படி நிச்சயமில்லாத ஒரு வாழ்க்கையை எத்தனை நாளைக்கு ஓட்டப்போற?' என்று சுதீரிடம் கேட்பான் அபிஜித்.

சுதீர் பல்கலையில் சேர்ந்து ஏழு வருடங்கள் ஆகிவிட்டிருந்தது. முனைவர் பட்டத்திற்கான அதிகபட்ச காலம் அதுதான். ஒரு வருடத்திற்கான நீட்சி கிடைத்தது. ஆனால் அப்படியே அதிக நாட்கள் ஓடாது. அவன் பட்டத்தைப் பெற்றுக்கொண்டு வெளியேற வேண்டியதுதான். எல்லாம் ஒரு உச்சத்தை எட்டியிருந்தன. இயற் பியலில் முனைவர் பட்டம் பெற்று சட்டவிரோதமாக அங்கேயே டாக்ஸி ஓட்டிக்கொண்டிருந்த ஒரு பங்களாதேஷ் மாணவனை சுதீர் அறிவான். அவனும் அப்படி ஆக வேண்டியதுதானா? சட்ட விரோதமாகத் தங்கினால் கைது செய்யப்படலாம். இந்திய நடுத்தர வர்க்கத்தில் வளர்ந்த சுதீரால் அதை எல்லாம் எதிர்கொள்ள முடியாது.

அப்போதுதான் தாயகத்தில் தலைமை மாற்றம் பற்றிய செய்தி வந்தது. ஆட்சிக்கு வந்த புதிய தலைவர்கள் தாராளமயக் கொள் கையை அறிவித்திருந்தார்கள். விசாரணை இல்லாமல் யாரையும் சிறையில் அடைக்கக் கூடாது என்றார்கள். வெளிநாடுகளில் வாழும் மாணவர்கள் எந்த அச்சமும் இன்றி நாடு திரும்ப வேண்டுமென்று ஜனாதிபதியே கோரிக்கை விடுத்தார். அவர்களது திறமை நாட்டிற்குத் தேவை என்றும் அவர்களது கல்விச் சாதனைகள் உரிய முறையில் கௌரவிக்கப்படும் என்றும் அவர்களது அரசியல் பின்னணி கண்டுகொள்ளப்படாது என்றும் சொல்லப்பட்டது. திரும்பி வந்தபின் அரசியலில் ஈடுபடமாட்டோம் என்று உறுதி மொழி அளிப்பவர்களின் பழைய நடவடிக்கைகள் மன்னிக்கப்படும்.

இந்த அறிவிப்புகளை எல்லாம் எவ்வளவு தூரம் நம்பலாம் என்பது பற்றி மக்கள் விவாதித்தனர். ராணுவ ஆட்சியும் தனக்கு ஒரு நல்ல பிம்பம் வேண்டும் என உணர்ந்திருக்கிறது என்று வாதாடிய சிலர் அவற்றை நம்பினர். அபிஜித் போன்றவர்கள் 'எல்லாம் வெறும் கண் துடைப்பு. ஒரு வார்த்தையைக்கூட நம்பாதே' என்றனர்.

சுதீர் என்ன நடக்கிறது என்று பொறுத்திருந்து பார்த்தான். அமெரிக்காவின் பிற நகரங்களிலிருந்து திரும்பிச் சென்ற சிலரைப் பற்றிக் கேள்விப்பட்டான். அவர்களுக்கு பிரச்சனை ஏற்பட்டதா என்பது பற்றி மாறுபட்ட தகவல்கள் வந்தன; சிலர் அவர்களிடமிருந்து தகவலே இல்லை என்றனர். சுதீர் தாயகத்தில் சில நண்பர்களுக்கு எழுதினான். ஆனால் அவர்களது பதில்கள் எதையும் தெளிவாக்கவில்லை. திரும்பும் எண்ணமே இல்லாத அபிஜித்திடம் பேசினான். 'சுதந்திர இந்தியா' இயக்கத்தில் தீவிர பங்கெடுத்திருந்ததால் தான் திரும்பினால் நிச்சயம் தண்டிக்கப்படுவோம் என்று எண்ணினான் அபிஜித். சுதீரின் நிலைமை வேறு. அவன் 'சுதந்திர இந்தியா'வின் உறுப்பினராக சிறிது காலமே இருந்தான். அதன்பிறகு அந்த இயக்கத்தோடு அவனுக்கு எந்தத் தொடர்பும் இருக்கவில்லை. அபிஜித் நெருங்கிய நண்பன் என்பதால் அறிவிப்புகளை நகல் எடுப்பது போன்ற சில வேலைகளில் உதவியிருக்கிறான் என்பது மட்டுமே உண்மை.

குழம்பியிருந்த நிலையில் சுதீர் தாய்நாட்டில் இருந்த சில பல்கலைக்கழகங்களுக்கு விண்ணப்பித்திருந்தான். மும்பையிலிருந்து ஒரு வேலை வாய்ப்பு வந்தது. திரும்பிவிட வேண்டும் என்ற வேட்கை வலுவானது. தான் தேவையில்லாமல் சந்தேகப்படுவதாகவும், இப்போது செல்லவில்லை என்றால் ஒரு நல்ல வாய்ப்பைக் கோழைத்தனத்தால் தவறவிட்டதற்கு தன்னைத்தானே நொந்துகொள்ள வேண்டியிருக்கும் என்றும் ஊக்கப்படுத்திக்கொண்டான். சில நாட்கள் அவன் குழப்பத்தில் இருந்தான்; பிறகு தான் வருவதாக மும்பைக்கு எழுதினான். பயண ஏற்பாடுகளைத் தொடங்கினான்.

3

ரோமில் ஒரு நிறுத்தத்திற்குப் பிறகு மும்பைக்குக் கிளம்பியது விமானம். வெளியில் பார்க்க ஒன்றுமில்லாததால் சில பத்திரிகைகளைப் புரட்டிக்கொண்டிருந்தான் சுதீர். மேகப்பொதிகளின் கரைக்கு மேலாக விமானம் பறந்துகொண்டிருந்தது. ஆனால் மத்திய கிழக்குக்கு மேலாக பறக்கையில் பரந்த மணல்வெளியில் பற்றி எரியும் வாயுவின் தீச்சுடர் தெரிந்தது. எட்டு வருடங்களுக்கு முன்பு ஓரிரவில் எதிர்ப்புறமாக பயணித்தபோது சுடர்களைப் பார்த்திருக்கிறான். அப்போது அவை என்ன என்று அவனுக்குத் தெரியாது. வீடுகள் பற்றி எரிகின்றதோ என்று நினைத்தான். அச்சுடர்கள் எண்ணெய்யோடு சம்பந்தப்பட்டது என்று அவனுக்குத் தெரியாது. அக்காலத்தில் மத்திய கிழக்கு பற்றியும் அங்குள்ள எண்ணெய் வளம் பற்றியும் மக்களுக்கு அதிகம் தெரியாது. இடைப்பட்ட வருடங்களில்

இது அன்றாடப் பேசுபொருளாகிவிட்டது. காலம்தான் எப்படி மாறுகிறது என்று எண்ணினான் சுதீர்.

அது இந்தியாவில் மழைக்காலம். விமானம் மும்பையை நெருங்கியபோது வானிலை மாறியது. விமானம் மழை மேகங் களுக்குள் நுழைந்து குலுக்கலோடு பறந்தது. அப்போது கடல் அவர்களுக்குப் பின்னால் இருந்தது. விமானம் மேகங்களிலிருந்து வெளித்தோன்றியபோது நிலத்தை அங்கங்கே பார்க்க முடிந்தது. மும்பைக்கு அருகிருந்த மலைகள் மரகதப் பச்சையாக இருந்தன. வயல்களில் எல்லாம் வெள்ளம் சூழ்ந்திருந்தது. பல நாட்களாகவே மழை பெய்துகொண்டிருக்க வேண்டும் என்பது தெரிந்தது.

விமானம் நிலையத்தை நெருங்கி இறங்கத் தொடங்கியது. விமான நிலையம் அருகே அலங்கோலமான குடிசைகளின் நீண்ட வரிசை தெரிந்தது. எட்டு வருடங்கள் கழித்து சுதீர் சேரிகளைப் பார்க் கிறான். புதிய ஆட்சியில் அவை குறைந்த மாதிரி தெரியவில்லை. பெருகியிருப்பது போல்தான் இருந்தது. விமானம் மேலே வட்ட மடித்துக் கொண்டிருந்தபோது சுதீர் உற்றுப்பார்த்துக் கொண்டி ருந்தான். திடீரென ஒரு வித்தியாசமான ஆசை தோன்றியது. மும்பைக் கரையோரமாக மட்டும் கிடைக்கும் பாம்பே வாத்து சாப்பிடவேண்டும் என்ற ஆசை. இந்தப் பருவத்தில் பாம்பே வாத்து கிடைக்குமா என்று யோசித்தான்; எட்டு வருடங்கள் ஆகிவிட்டதால் அவனுக்கு நினைவில்லை. சக்கரங்கள் தடதடக்க விமானம் சாண்டா குரூஸ் விமானநிலையத்தில் தரையிறங்கியது.

சுதீர் விமானத்தைவிட்டு வெளியே வந்ததும் ஈரமான உப்புக் காற்று அவன் மூக்கை நிரப்பியது. மும்பையின் மிதவெப்பமும் ஈரப் பதமும் நிரம்பிய வானிலைக்குப் பழக சிறிதுகாலம் ஆகும் என்று தோன்றியது. விமான நிலையக் கட்டடம் விரிவுபடுத்தப்பட்டி ருந்ததைச் சுதீர் கவனித்தான். ஒரு பக்கம் இன்னும் கட்டட வேலை நடந்துகொண்டிருந்தது. விமான நிலையத்தின் உள்ளே நடப்பவை எல்லாம் முன்பை விட நன்றாக நடப்பதுபோல் தெரிந்தது. அன்றி ருந்த குழப்பமும் ஒழுங்கின்மையும் தடயமே இல்லாமல் ஆகியி ருந்தன. நீண்ட காலம் வெளிநாட்டில் குடியிருந்துவிட்டு நிரந்தர மாகத் திரும்பி வருவதால் சுங்கச் சோதனையில் சிக்கல் எதுவும் இருக்காது என்று நம்பினான் சுதீர். சுங்கச் சோதனைக்கு முன்பாக 'பாதுகாப்பு சோதனை' என்ற தடுப்பைப் பார்த்தான். பாதுகாப்பு ஆய்வாளர் அவனது பைகளை மனம்போன போக்கில் சோதனை செய்தார். பத்திரிகைகளை எடுத்து பெயர்களைப் பார்த்தார்: சயின்ட்டிபிக் அமெரிக்கன், சைக்காலஜி டுடே. அவற்றை எல்லாம் கீழே போட்டார். பிறகு ஒலி நாடாக்களை எடுத்தார். 'இதுல என்ன இருக்கு?' என்றார்.

‘மியூசிக்’ என்றான் சுதீர். ‘அதிகம் ராக் மியூசிக். பாப் டைலன் போல.’ அவை வாங்கப்பட்டவை அல்ல. சுதீர் தானே ஒலிப்பதிவு செய்திருந்தவை.

‘இத நாங்க சோதிக்கணும்’ என்றார் ஆய்வாளர். ‘மூணு நாலு நாள் கழிச்சு வாங்க. தபால்ல அனுப்பணும்னா உங்க அட்ரஸ்ஸ கொடுத்துட்டுப் போங்க.’ உடனே நாடாக்களுக்கு ஒரு ரசீதை எழுதிக் கொடுத்தார். பின்னர் சுதீருடைய கடவுச்சீட்டை இன்னும் கூர்ந்து பார்த்தார். அமெரிக்காவில் மாணவன். எவ்வளவு நாளாக? எட்டு வருடங்கள். எட்டு வருடங்கள்? ஆமாம்.

‘தயவு செஞ்சு அங்க போய் உக்காருங்க’ என்று இடதுபுறமிருந்த அறையைக் கைகாட்டினார் ஆய்வாளர். ‘இப்போதைக்கு உங்க பாஸ் போர்ட்ட நான் வெச்சுக்கிறேன்.’

சுதீர் தன் பைகளை எடுத்துக்கொண்டு அந்த அறைக்குள் சென் றான். ஒரு மூலையிலிருந்து மறு மூலை வரை நீண்டிருந்த பெஞ்சில் உட்கார்ந்துகொண்டான். எதிர்ப்புறமும் அதே போன்ற பெஞ்சு இருந்தது. அறை நடுவே நல்ல நீள அகலம் கொண்ட மேஜை போடப்பட்டிருந்தது. அந்த அறையில் தனியாக அமர்ந்திருந்த சுதீர் எதிர்ப்புறச் சுவரில் மாட்டியிருந்த ஜனாதிபதியின் படத்தைப் பார்த்துக்கொண்டிருந்தான்.

அரை மணி நேரம் ஆனது. யாரும் வரவில்லை. எரிச்சலோடு தன் கைக்கடிகாரத்தை அடிக்கடி பார்த்துக்கொண்டிருந்தான். மேலும் பதினைந்து நிமிடங்கள் ஆனது. எழுந்து வெளியே சென்று என்ன நடக்கிறது என்று கேட்க நினைத்தான். ஆனால் வேண்டாம் என்று முடிவெடுத்தான். வியர்வையைத் துடைத்துக்கொண்டு பெஞ்சின் கைப்பிடியில் சாய்ந்துகொண்டான். மழைக்கால வானி லையில் ஓய்வாக அமர்ந்திருந்தபோதும் அவனுக்கு வியர்த்துக் கொட் டியது. ஒரு மணி நேரம் போல ஆனபிறகு ஒரு போலீஸ்காரர் உள்ளே வந்தார். ‘போகலாம், வாங்க’ என்றார்.

சுதீர் ஒரு அதிகாரியின் அறைக்குள் அழைத்துச் செல்லப் பட்டான். அவனது பாஸ்போர்ட் மேஜைமீது ஒரு பெரிய பதி வேட்டின் அருகே இருந்தது. அதிகாரியின் நாற்காலிக்குப் பின்னால் அதே போன்ற பதிவேடுகள் வரிசையாக அடுக்கிவைக்கப்பட்டி ருந்தன. அந்த வரிசையில் ஒரு காலியிடம் இருந்தது. ஆய்வாளர் கேட்ட அதே கேள்விகளை இன்னும் விரிவாகக் கேட்டார் அதிகாரி. பின்னர் தனக்கு முன்னிருந்த பதிவேட்டில் மூழ்கினார். அதிகாரியின் வழுக்கைத் தலையைப் பார்த்துக்கொண்டிருந்த சுதீர், திடீரென்று ‘நான் எவ்வளவு சீக்கிரம் முடியுமோ யூனிவர்சிடியில சேரணும்; ஏற்கனவே தாமதாமாயிருச்சு. ரெண்டு வாரத்துக்கு முன்னயே டெர்ம் தொடங்கிருச்சு’ என்றான். சொல்லிமுடித்தவுடன் தவறான

விஷயத்தைச் சொல்லிவிட்டோமோ என்று சந்தேகம் வந்தது. அதை ஏன் அவன் சொன்னான்? அவனை நிறுத்திவைத்துக் கொள்வதாக அந்த அதிகாரி எதுவுமே சொல்லவில்லையே?

பதிவேட்டிலிருந்து கண்களைத் தூக்கி, பெரிதாகச் சிரித்தார் அதிகாரி. 'அதப் பத்தி கவலைப்படாதீங்க' என்றார். 'யூனிவர்சிடியே ரெண்டு வாரமா பூட்டித்தான் கிடக்கு. சீக்கிரத்துல திறக்கிற மாதிரி இல்ல.'

அதிகாரி கொஞ்ச நேரம் பதிவேட்டைப் புரட்டிக்கொண்டிருந்தார். பின்னர் யாரையோ அழைத்தார். ஒரு போலீஸ்காரர் வந்து சல்யூட் அடித்தார். அவரிடம் 'இவர என்கொயரி பிளாக்குக்கு கூட்டிட்டு போ' என்றபடி சுதீரிடம் அவனுடைய பாஸ்போர்ட்டை கொடுத்தார்.

விசாரணைப் பகுதி அருகில்தான் இருந்தது. விமான நிலையத்திற்கு அருகே புதிதாகக் கட்டப்பட்ட ஐந்து நட்சத்திர விடுதி பற்றி சுதீர் கேள்விப்பட்டிருந்தான். அந்த ஹோட்டல் அருகேதான் இருந்தது 'என்கொயரி ப்ளாக்'. அவர்கள் சென்ற வேனிலிருந்து, ஹோட்டலின் ஜன்னல்கள் மாலையொளியில் பளபளத்துக் கொண்டிருந்தது தெரிந்தது.

விசாரணைப் பகுதியில் இருந்த அதிகாரி சுதீரின் பாஸ் போர்ட்டை வாங்கிக்கொண்டு ஒரு போலீஸ்காரரை அழைத்து ஏதோ சொன்னார். சுதீரிடம் திரும்பி, 'இவர் உங்கள மேல் மாடிக்கு கூட்டிட்டுப் போவார்' என்றார். சுதீர் ஒரு கணம் தயங்கிவிட்டு, 'என்னோட பையெல்லாம் எடுத்துட்டுப் போகலாமா?' என்றான். 'தாராளமா' என்றார் அதிகாரி. 'இது ஒண்ணும் ஜெயில் இல்ல. ஒரு ஹோட்டல் மாதிரி நினைச்சுக்கங்க.'

முதல் தளத்தில் இருந்த ஒரு அறையைத் திறந்துவிட்ட போலீஸ் காரர், குளியலறை எங்கிருக்கிறது என்று காண்பித்தார். அவர் சென்றதும் சுதீர் கதவை அடைத்துவிட்டு படுக்கை விளிம்பில் அமர்ந்துகொண்டான். பிறகு தன் ஷூக்களைக் கழற்றிவிட்டுப் படுத்தான். பயணக்களைப்பு மொத்தமாக அவனை அழுத்தியது. அறை இருண்டபடியே வந்தது.

சுதீர் படுக்கையைவிட்டு எழுந்து விளக்கைப் போட்டான். ஜன்னலருகே சென்று பெரிய கிடைமட்டக் கம்பிகள் வழியாக வெளியே பார்த்தான். மதில் சுவருக்கு வெளியே திறந்த சாக்கடை ஓடிக்கொண்டிருந்தது. அதற்கும் அப்பால் இருந்த சேரிக் குடிசைகளில் பெண்கள் இரவு உணவைச் சமைத்துக்கொண்டிருந்தார்கள். சிறிய அடுப்புகள் எரிந்துகொண்டிருந்தன. புகைப்படலம் எழுந்தபடியே இருந்தது. குடிசைகளுக்கு வெளியே குழந்தைகள் கூச்சலிட்ட

படி ஓடிக்கொண்டிருந்தனர். சிறிது தள்ளி, ஐந்து நட்சத்திர ஹோட்டலில் விளக்குகள் எரியத் தொடங்கின. ஹோட்டலின் மேல் தளத்தில் இருந்த சுழலும் உணவகம் இன்னும் திறக்கவில்லை போலும். அந்த இடம் இருட்டாகவே இருந்தது.

படுக்கைக்குத் திரும்பிய சுதீர் ஒரு பத்திரிகையை எடுத்து படிக்க முயற்சி செய்தான். ஒரு முறை எழுந்து அறையின் கோடியில் இருந்த கழிவறைக்குப் போய்வந்தான். திரும்பி வரும்போது நடைவழியின் மறுமுனையில் போலீஸ்காரர் உட்கார்ந்திருப்பதைப் பார்த்தான். அவர் தலைக்கு மேலாக ஒரு விளக்கு எரிந்துகொண்டிருந்தது. அதனால் அவர் முகம் இருட்டாகவே இருந்தது. ஆனால் அவரது சிகரெட்டிலிருந்து எழுந்த புகை ஒளிர்வது போலிருந்தது.

சுதீரின் கைக்கடிகாரம் இன்னும் லண்டன் நேரத்தையே காட்டியது. விமான நிலையத்தில் நேரத்தை மாற்றி வைத்துக்கொள்ள மறந்துபோயிருந்தான். நேர வித்தியாசத்தைக் கணக்கிட்டு முள்ளைத் திருகினான். எட்டரை மணிக்கு கதவு தட்டப்பட்டது. ஒருவன் வந்து உணவுத் தட்டு ஒன்றை வைத்துவிட்டு ஒன்றும் சொல்லாமல் வெளியேறினான். சுதீர் தட்டைப் பார்த்தான்: இரண்டு சப்பாத்திகள், ஒரு கிண்ணம் சோறு, பருப்பு ஒரு கிண்ணம், ஏதோ காய்கறிப் பொரியல். அவனுடைய முதல் இந்திய உணவு.

4

பத்து மணி சுமாருக்கு சுதீர் இரவு உடை மாற்றிக்கொண்டு விளக்கை அணைத்தான். சீக்கிரமாகப் படுக்கச் செல்வது நல்லது தான். நீண்ட பயணம் மிகவும் ஓய்ந்துபோகச் செய்திருந்தது. மறுநாள் காலை புத்துணர்ச்சியோடு இருந்தால் உதவியாக இருக்கும். ஒரு மணி நேரம் ஆகியிருக்கும். வழக்கத்திற்கு மாறாக மிகவும் தாகமாக இருந்தது. வாஷ்பேசினுக்குச் சென்று ஒரு கிளாஸ் தண்ணீர் பிடித்து குடித்தான். பிறகு ஜன்னலருகே இருட்டில் நின்றான். சேரிக் குடிசைகள் அமைதியாக இருந்தன. ஹோட்டல் மேலே சுழலும் உணவகம் விளக்கொளியில் பளிச்சிட்டது. அது சுழல்வதுபோல் தெரியவில்லை. ஆனால் சிறிது கழித்து அது லேசாகத் திரும்பி யிருப்பது சுதீருக்குத் தெரிந்தது. ஹோட்டல் அறை ஒன்றில் விளக்கு அணைந்து மறு கணமே மீண்டும் எரிந்தது. அது கண்சிமிட்டியது போலிருந்தது. சுதீருக்கு அவன் நூலகத்தில் லேட் ஷிஃப்டில் வேலை செய்தது நினைவுக்கு வந்தது. நள்ளிரவில் நூலகம் மூடப்படும். மூடுவதற்கு சில நிமிடங்கள் முன்பாக உள்ளே இருப்பவர்களுக்கு சைகை கொடுப்பதற்காக மூன்று முறை விளக்குகள் சிமிட்டுவது போல் எரிந்து அணையும். அடுத்தடுத்து மூன்று முறை, சில

நொடிகளுக்குத்தான், எல்லாம் மொத்த இருளில் முழுகும். சுதீருக்கு அது கடைசி வரை பழகவே இல்லை. ஒவ்வொரு முறையும் அதிர்ந்து போவான்.

படுக்கைக்குத் திரும்பியவன் ஒளிரும் கைக்கடிகாரத்தைப் பார்த்தான்: மணி பன்னிரண்டரை. நேர வித்தியாசத்தால் அவனுக்கு தூக்கம் வரவில்லை. கைகால்கள் ஓய்விற்காக ஏங்கின. ஆனால் அவன் உடல் ஓய்வெடுப்பது எப்படி என்று மறந்துவிட்டது போலிருந்தது. வெகு நேரம் கழித்து அவன் மீண்டும் எழுந்து விளக்கைப் போட்டுவிட்டு வாஷ்பேசினுக்குச் சென்றான். குளிர்ந்த நீரை முகத்தில் அறைந்துகொண்டான். காயட்டும் என்று படுக்கை விளிம்பில் உட்கார்ந்தான். அவன் கைக்கடிகாரத்தின்படி நேரம் இரண்டேகால். வெளியே தூறிக்கொண்டிருந்தது. சேரியில் ஒரு குழந்தை வீறிட்டது.

கட்டில் நுனியில் அமர்ந்திருந்த சுதீருக்கு அந்த அறையில் ஏதோ ஒரு விநோதம் இருப்பதாகத் தோன்றியது. என்னவென்று அவனால் அடையாளம் காண முடியவில்லை. பிறகு சட்டென்று உறைத்தது: வாஷ்பேசினுடன் கூடிய அறை, கனவில் கண்டதுபோலவே. அவன் இப்போது இருந்த அறை கனவில் வந்ததுபோல அச்சு அசலாக இல்லையென்றாலும் இப்போதும் தூக்கம் இல்லாமல் தவித்துக் கொண்டிருந்தான். அவனுக்கு பெரிதாக சிரிக்கத் தோன்றியது. இப்போது எல்லாம் தெளிவானது: கனவை மீண்டும் கனவுகண்டு கொண்டிருந்தான். சில சிறு மாற்றங்களோடு, எல்லாம் மீண்டும் நிகழ்ந்தது. அதுபோல ஒரே கனவு மீண்டும் மீண்டும் வருவது இயற்கைதான் என்பது அவனுக்குத் தெரியும். அவனுடைய அப்பா வருடக்கணக்கில் திரும்பத் திரும்ப வந்த ஒரு கனவால் பேதலித்துப் போயிருந்தார். அந்தக் கனவில், வெள்ளம் சூழ்ந்த கோயில் ஒன்றின் மேல் அவர் உட்கார்ந்திருக்க அவருடைய கால் வரை தண்ணீர் ஏறிக்கொண்டே வரும்.

கடைசியில் அவன் எப்போது தூங்கிப் போனான்? நியூயார்க்கிலிருந்து லண்டன் வரை விமானப் பயணத்தில். அவன் இன்னும் உறங்கிக்கொண்டிருக்கிறான். அதன் பிறகு நடந்ததாகத் தோன்றிய எல்லாமே கனவில்தான் நிகழ்ந்திருக்கின்றன. அவனது நிலைமையில் இயல்பாக வரக்கூடிய கவலைக் கனவுதான். சட்டென்று அவனுக்கு பெரும் நிம்மதியுணர்வு ஏற்பட்டது. எல்லாமே இப்போது கவர்ச்சிகரமாக இருந்தது. இப்போது அவன் கனவு முடிவதற்காகக் காத்திருக்க வேண்டியதுதான். அது முடியும், முடிந்தபின் அவன் எழுந்து கழிவறைக்குச் சென்று வருவான், விமானம் தரையிறங்குவதற்காகக் காத்திருப்பான். சுதீர் படுக்கையிலிருந்து எழுந்து விளக்கைப் போட்டுவிட்டு கதவைத் திறந்தான். ஒல்லியான, கண்ணாடி அணிந்த, நடுத்தர

வயது மனிதன் நிமிர்ந்து பார்த்து பெரிதாகப் புன்னகைத்தான். 'ஓ, எழுந்துட்டீங்களா?' என்றான். 'நீங்க நல்லா தூங்கிட்டிருப்பீங்கன்னு நினைச்சேன். மாஸ்டர் சாவியை எடுத்துட்டு வந்தேன். நானே திறந்து வந்து உங்கள எழுப்ப வேண்டியிருக்கும்னு நினைச்சேன்.'

சுதீர் தன் கைக்கடிகாரத்தைப் பார்த்தான்: நாலாக ஐந்து நிமிடங்கள். இம்மாதிரி சமயங்களில் இரண்டு தடிமனான ஆட்கள் சீருடை அணிந்து இறுகிய முகங்களோடு வருவதுதானே வழக்கம் என்று நினைத்துக்கொண்டான். அவனுக்கு முன்னால் நின்று கொண்டிருந்தவன் மலிவான வெள்ளை சட்டையும் பழைய டிரவுசரும் அணிந்து ஏதோ அலுவலக குமாஸ்தா போலிருந்தான்.

'வாங்க. உங்ககிட்ட சில கேள்விகள் கேக்க வேண்டியிருக்கு' என்றான் வந்தவன். 'இந்த மாதிரி வேலையெல்லாம் இந்த நேரத்துல செய்யிறதுதான் நல்லது தெரியுமா? சீக்கிரமா முடியும். டிரெஸ் மாத்திட்டு வாங்க. நான் வெயிட் பண்றேன்.'

கண்ணாடி அணிந்த அந்த ஆளுக்குப் பின்னால் நடந்து போகும்போது, கனவு அளவுக்கதிகமாக சிக்கலாகிக்கொண்டே போகிறது என்று எரிச்சலோடு நினைத்துக்கொண்டான் சுதீர். இரவின் நிசப்தத்தில் அவர்கள் கனவில் நடப்பதுபோல இயந்திரத் தனமாக நடந்தார்கள். ஒரு அறையிலிருந்து மெல்லிய முனகல் கேட்டது. 'யாருக்கோ உடம்பு சரியில்ல போல' என்று யதார்த்த மாகச் சொன்னான் சுதீர். அவன் சொன்னது கண்ணாடி அணிந் தவன் காதில் விழுந்ததுபோலவே தெரியவில்லை.

பெரிதாகக் குரலெழுப்பினால் விழித்துக்கொண்டு கனவின் பிடியிலிருந்து விடுபட்டுவிடலாமோ என்று நினைத்தான் சுதீர். எழுந்து லண்டன் எவ்வளவு தூரத்தில் இருக்கிறது என்று பார்க்க லாம். முன்னால் ஆயிரக்கணக்கான விளக்குகள் பிரகாசமாக ஜொலிக்க, விமானம் அவற்றை நோக்கிச் சென்று வான்வெளியில் ஏதோ ஒரு விநோதமான காலக்ஸிக்குள் செல்வது போல் இறங்கும்.

◯

கல்லூரியின் தப்பியோடல்கள்

1

கல்லூரி போனதிலிருந்து ஜட்டுவிற்கு ஒரே வருத்தம். அம்மாவின் கண்களில் படாமல், மரங்களில் இருந்த பழங்களையும் பறவைகளையும் குறிபார்த்து கல்லெறிந்தபடி திரிந்துகொண்டிருந்தான். அவன் வயதுப் பையன்கள் எல்லாம் பெற்றோருக்கு உதவியாக வீட்டு வேலைகளைச் செய்துகொண்டிருந்தனர். ஜட்டுவின் அம்மா எல்ஹா வேலை செய்யச்சொல்லி அவனைத் திட்டுவாள். அவளால் ஜட்டுவை மேய்க்கவே முடியவில்லை. நான்கு வருடங்களுக்கு முன்பாக அவனது அப்பா இறந்துபோய்விட்டதால் அவன் சரியாக வளர்க்கப்படவில்லை என்று ஊரார் பேசிக் கொண்டனர்.

ஜட்டு அடிக்கடி கிராம எல்லைக்குச் சென்று அங்கிருந்த ஒரு பாறை மேல் ஏறிக்கொண்டு கிராமத்திற்குப் பின்புறத்தைக் காட்டியபடி உட்கார்ந்து தொலைவில் பார்த்துக்கொண்டிருப்பான். அவனுக்கு முன்னால் நிலம் மேடிறங்கிச் செல்லும். அங்கிருந்து சிறிது தள்ளி ஒரு சிறிய மலை புதர்மண்டிக் கிடக்கும். கிராமத்தைவிட்டு வெளியே போவதென்றால் இப்படித்தான் போக வேண்டும். என்றாலும் அங்கே பாதை எதுவும் உருவாகியிருக்கவில்லை. பாதை எப்படி உருவாகும்? மக்கள் வாடிக்கையாக வந்துபோய்க்கொண்டிருந்தால்தானே? ஒருவர் அந்தக் கிராமத்தை விட்டுப் போவதென்பது மிக அபூர்வம். ஒருவர் கிராமத்திற்கு வருவது என்பது நிச்சயமாகவே கிடையாது. வருடந்தோறும் ஒரு முறை ஒரு வியாபாரி கழுதைகளில் பொதிகளோடு வருவார். உப்பு, சர்க்கரை, துணி போன்றவற்றைத் தானியத்திற்குப் பண்டமாற்றாக விற்பார். அக்கம்பக்கத்திலிருந்த

கிராமத்திலிருந்து வரும் ஓரிருவரைத் தவிர அந்த ஊருக்கு வருபவர் அவர் ஒருவர்தான். கிராமத்தைவிட்டு ஒருவர் போவதற்கென இருந்த வழியைத்தான் ஜட்டு பார்த்துக்கொண்டிருந்தான். அந்த மலைக்கு மிகத் தொலைவில்தான் மிகப் பெரிய உலகம் இருந்தது. எத்தனை மைல் தொலைவில், எத்தனை நாட்கள் பயணம் செய்யவேண்டும் என்பதெல்லாம் ஜட்டுவிற்குத் தெரியாது.

எதிர்ப்புறத்தில் அடர்ந்த காடுகள் நிரம்பிய உயர்ந்த மலைத் தொடர்ச்சி இருந்தது. அந்தத் திசையில் எவரும் போவதே கிடையாது. அணுகமுடியாத இந்த மொத்தப் பகுதியையும் வெளி உலகத்தில் ஆதிபிரதேஷ் – தொடக்க நிலம் – என்று சொல்வார்கள்.

கல்லூரி திரும்ப வருவாரா என்று ஜட்டு அடிக்கடி யோசிப்பான். அவர் போவதற்கு முன் எப்போதும் ஜட்டு அவருடனேயே இருப்பான். கிராமத்தில் எவருக்கும் தெரியாததெல்லாம் கல்லூரிக்கு தெரியும். பல காட்டுப் பறவைகளின் முட்டைகளை அவருக்குத் தெரியும். பல வேர்களையும் கிழங்குகளையும் எதற்கெல்லாம் பயன் படுத்தலாம் என்பது தெரியும். கல்லூரி பேய்க்கதைகள் சொல்லும் போது ஜட்டு மதிமயங்கிக் கேட்டுக்கொண்டிருப்பான்.

கல்லூரி திரும்ப வரவே மாட்டார் என்றுதான் ஊரில் எல்லோரும் பேசிக்கொண்டார்கள். கிராமத்திலிருந்து வெளியே போய்விட்டால் வெளிஉலகை அடைவதே பெரும் பாடு. அப்படியே அங்கு போய்விட்டால் திரும்பி வருவதற்கு வாய்ப்பு மிகக்குறைவு. ஆனால் ஒருநாள் தண்ணீர் பிடிப்பதற்காக ஓடைக்கு போய்க் கொண்டிருக்கும்போது அவனுக்குச் செய்தி கிடைத்தது: கல்லூரி திரும்ப வந்துவிட்டார். மண்பானையை அப்படியே பாதை யோரத்தில் வைத்துவிட்டு கல்லூரியின் குடிசை நோக்கி ஓடினான்.

கல்லூரி ஜட்டுவைப் பார்த்து புன்னகைத்தார். அவருக்கு ஜட்டுவைப் பிடிக்கும். கல்லூரி எப்போதுமே ஒல்லியாகத்தான் இருப்பார். இப்போது இன்னும் மெலிந்து போயிருந்தார். இன்னும் கருத்துப்போய் சுருங்கியது போலிருந்தார். அவரது கண்கள் பளிச்சென்றிருந்தன. அசைவுகள் எப்போதும்போல் சுறுசுறுப்பாக இருந்தன. ஜட்டு அவரிடம் கேள்வி மழையாகப் பொழிந்தான்: யாரும் இழுக்காமலேயே நகரும் வண்டிகளை அவர் பார்த்தாரா? பல வண்டிகளைக் கோத்து இழுக்கக்கூடிய நம்பமுடியாத வலிமை கொண்ட புகைவிடும் கருத்த ராட்சஸனை? சற்றுநேரம் கழித்துத் தான் கல்லூரி தனது கேள்விகளுக்கு ஆர்வத்தோடு பதில் சொல்ல வில்லை என்பதை ஜட்டு கவனித்தான். அவரது பயணத்தைப் பற்றி பேசுவதைத் தவிர்ப்பதுபோல் தெரிந்தது. எப்போதுமே கல்லூரி கொஞ்சம் புதிரானவர்தான். இப்போது இன்னும் மோசம்.

கிராமத்தார் ஒவ்வொருவராக வந்து உட்கார்ந்து பேச ஆரம்பித்தார்கள். கல்லூரி வெளி உலகிலிருந்து நவீனமான பொருட்கள் எதுவும் கொண்டுவரவில்லை என்பதால் பலருக்கும் ஏமாற்றம். கல்லூரி யதார்த்தமான ஆளில்லை என்பது அவர்களுக்குத் தெரியும். சற்று நேரம் கழித்து ஜட்டுவைக் கூப்பிடுவதற்காக, அவன் வழியில் விட்டு வந்திருந்த பானையோடு, எல்ஹா வந்தாள். ஜட்டு முறைத்துக் கொண்டே எழுந்தான். அவன் போகும்போது, கல்லூரி அவனிடம் கிசுகிசுப்பாக, ‘நாளைக்கு காலையில வா. உனக்கு காட்ட ஒண்ணு வெச்சிருக்கேன்’ என்றார்.

ஜட்டுவுக்கு அன்றிரவு தூக்கமே வரவில்லை. மறுநாள் காலையில் கல்லூரி எதைக் காட்டப்போகிறார் என்பதையே நினைத்துக் கொண்டிருந்தான். விடிந்ததும் விடியாததுமாக கல்லூரியின் குடிசைக்கு ஓடினான்.

கல்லூரி தன் கந்தலான மூட்டையைப் பிரித்தார்; பெட்டி போலிருந்த ஒன்றை ஜட்டுவின் முன்பாகப் பிடித்துக் காட்டிய அவரது பற்கள் மின்னின. ஜட்டு அந்தப் பெட்டியை ஜாக்கிரதையாகக் கையில் எடுத்து வைத்துக்கொண்டு ஆராய்ந்தான். அது ஜட்டுவின் கைவிரல்களுக்குள் அடங்கும்படி சிறியதாக இருந்தது. தோலால் மூடப்பட்டிருந்ததுபோல் தோன்றியது. ஜட்டு அதில் கையோட்டிப் பார்த்து அது தோல் இல்லை என்ற முடிவுக்கு வந்தான். பெட்டியில் பாதி திறந்திருந்தது. தட்டினால் வெற்றிடம் போல் சத்தம் வந்தது. பார்க்க உலோகம் போல இருந்தாலும் உண்மையில் உலோகம் இல்லை என்று தோன்றியது. அல்லது அவனறியாத ஏதோ ஒரு வகை உலோகம். பெட்டியில் ஒரு பக்கம் இருந்த கண்ணாடிப் பட்டையைத் தட்டியபோதும் கண்ணாடி போல் சத்தம் வரவில்லை. அந்தப் பெட்டியில் எல்லாமே விநோதமாக இருந்தது. அந்த வகை தோல், உலோகம், கண்ணாடி எதையுமே ஜட்டு முன்னர் பார்த்ததில்லை. கண்ணாடிப் பட்டைக்குப் பின்புறம் ஏதோ எழுதியிருந்தது. பெட்டியின் ஒரு பக்கம் இரண்டு குமிழ்கள் இருந்தன. அவை அந்தப் பெட்டியைத் திறப்பதற்காக இருக்கும் என்று நினைத்தான். திறக்க முயற்சி செய்தான். முடியவில்லை. கல்லூரியிடம் கேட்டான்.

ஜட்டுவிடமிருந்து பெட்டியை வாங்கிய கல்லூரி, ‘இதை திறக்க முடியாது’ என்றார். அவர் ஒரு குமிழைத் திருகியதும் கண்ணாடிப் பட்டைக்குப் பின்னாலிருந்த செங்குத்தான வெள்ளை குச்சி இடதுபுறமாக நகர்வது ஜட்டுவின் கூர்மையான கண்களுக்குத் தெரிந்தது. அப்போது தொண்டையைச் சரிசெய்துகொள்வதுபோல சத்தம் எழுப்பியது அந்தப் பெட்டி. பின் சட்டென்று மனிதக் குரலில் பேசத் தொடங்கியது. கல்லூரி குமிழிலிருந்து கையை எடுத்து வெள்ளைக் குச்சி நகர்வது நின்றபிறகும் குரல் தொடர்ந்து பேசிக்கொண்டிருந்தது. ஜட்டு ஆச்சரியத்தோடு கேட்டுக்கொண்டிருந்தான்.

முதலில் பெட்டி ஏதோ அயல்நாட்டு மொழியில் பேசுவதாகத் தோன்றியது. சில கணங்கள் கழித்து ஒன்றிரண்டு வார்த்தைகளை அவனால் கண்டுபிடிக்க முடிந்தது. இன்னும் சற்று கழித்து நிறைய வார்த்தைகள் புரிந்தன. பெட்டி ஜட்டுவின் மொழியில் பேசியது. அவனுக்குப் பழக்கமில்லாத தினுசில் இருந்த பேச்சில் அவனால் சரியாகப் புரிந்துகொள்ள முடியாத பல வார்த்தைகள் இருந்தன. தங்களுக்குப் புரியாத ஒன்றைக் கேட்பதில் இருவரும் மூழ்கிப் போனார்கள்.

சற்று நேரம் கழித்து பெட்டி பெண் குரலில் பேச ஆரம்பித்து ஜட்டுவை மீண்டும் வியப்பில் ஆழ்த்தியது. ஒரு நொடியில் எப்படி அதனால் குரலை மாற்றிக்கொள்ள முடிந்தது என்பது அவனுக்குத் தெரியவில்லை. குரல் மிக இனிமையாக இருந்தது. கிராமத்தில் எந்தப் பெண்ணுக்கும் அப்படி ஒரு குரல் கிடையாது என்று தோன்றியது. பெட்டி சிறிது நேரம் பெண்குரலில் பேசிவிட்டுப் பாடத்தொடங் கியது. முன்பக்கம் குனிந்து ஜட்டு கூர்ந்து கேட்டான். பெட்டி பாடுவ தோடு இசைக்கருவி ஒலிகளையும் எழுப்பியது. கிராமத் திருவிழாக் களில் பாடப்படும் பாடல்களைப் போலில்லாமல் அது பாடுவது மிகவும் நன்றாக இருந்தது. இசையும் அற்புதமாக இருந்தது: மேளச் சத்தம் மட்டும் ஜட்டுவிற்குத் தெரிந்தது. பிற இசைக்கருவிகள் அவன் அறியாதவை.

அன்றிலிருந்து ஜட்டு கல்லூரியின் குடிசையிலேயே பொழுதைக் கழித்தான். பெட்டியைப் பற்றிய செய்தி பரவி கிராமத்திலிருந்த ஒவ்வொருவரும் கல்லூரியின் குடிசைக்கு வந்துபோனார்கள். சில ஆண்கள் ஒவ்வொரு நாளும் மாலையில் அதைக் கேட்பதற்கென வந்தார்கள். ஜட்டுவைப் போலவே அவர்களுக்கும் முதலில் அதிகம் புரியவில்லை. ஆனால் போகப்போக நன்றாகப் புரிய ஆரம்பித்தது.

அந்தப்பெட்டிக்கு இரண்டு வாய்கள் இருப்பதை ஜட்டு கவனித்தான். கண்ணாடிக்குப் பின்புறம் இருந்த வெள்ளை குச்சி இடதுபுறம் ஒரு புள்ளியில் இருந்தபோது ஒன்று பேசியது. குச்சி வலதுபுறம் ஒரு புள்ளியில் இருக்கும்போது இன்னொன்று பேசியது. இந்த விஷயம் பற்றி கல்லூரி சிலரோடு விவாதித்தார். அதிலிருந்து பெட்டி தானாகவே பேசவில்லை என்பதும் எங்கோ தொலைவில் பேசப்படுவது மாயமாக பெட்டிமூலம் கேட்கிறது என்பதும் ஜட்டு வுக்குப் புரிந்தது. குரல்கள் ஒரே இடத்திலிருந்து வருகிறதா, இரண்டு வெவ்வேறு இடங்களிலிருந்து வருகிறதா என்பது அவர்களுக்குத் தெரிந்திருக்கவில்லை. இரண்டு குரல்களுமே அவர்களுடைய மொழியைத்தான் பேசின. ஆனால் இடதுபுறம் குச்சி இருந்தபோது கேட்ட பேச்சுதான் அதிகமும் அவர்களுடையது போலிருந்ததாக அவர்களுக்குத் தோன்றியது. அதுமட்டுமில்லாமல், அந்தப் பக்கத்தி

லிருந்து வந்த குரல்கள் சத்தமாகவும் தெளிவாகவும் இருந்தன. வலதுபுறத்திலிருந்து வந்தவை தெளிவில்லாமல் இருந்தன. இதனால் இடதுபக்கத்திலிருந்து வந்த குரல்களையே அவர்கள் கேட்க விரும்பினார்கள்.

ஒருநாள், வெளி உலகில் அதிகநாட்கள் வாழ்ந்துவிட்டு வந்திருந்த முதியவர் எட்டண்ணா அதைக் கேட்பதற்காக வந்தார். அந்தக் குரல்கள் வெவ்வேறு நகரங்களிலிருந்து வருபவை என்பதை அவர் விளக்கினார். வலதுபுறக் குரல் அவர்களுடைய நாட்டின் தலை நகரான ஹஸ்திபுரிலிருந்து வருகின்றது என்றும், இடதுபக்கக் குரல் ஷூஃபரிஸ்தானின் தலைநகரான ஹகிமாபாதிலிருந்து வருகின்றது என்றும் சொன்னார். உடனே ஒருவருக்கு சந்தேகம் வந்தது: தெளிவாகவும் சத்தமாகவும் வருகின்ற குரல், அவர்களுடைய மொழியைப் போலவே இருக்கின்ற குரல் எப்படி வேறு நாட்டின் தலைநகரிலிருந்து வரமுடியும்? அவர்களுடைய நாட்டின் தலைநகரிலிருந்து வரும் குரல்தானே தெளிவாகவும், அவர்களுடைய பேச்சைப் போலவும் இருக்க வேண்டும்? அவர்களுடைய கிராமம் அவர்களுடைய தந்தைநாடான கௌரதேஷின் எல்லையில் இருப்பதையும்; ஷூஃபரிஸ்தானின் எல்லை அவர்கள் கிராமத்தின் பின்புறம் இருந்த மலைகளை ஒட்டித் தொடங்குகிறது என்பதையும் அவர் விளக்கினார். ஷூஃபரிஸ்தான் சின்ன நாடு என்பதால் அதன் தலைநகர் அவர்களுடைய கிராமத்திற்கு அருகில் இருக்கிறது. அதனால்தான் ஷூஃபரிஸ்தானிய மொழி அவர்களுடையதைப் போலவே இருக்கிறது; ஹகிமாபாதிலிருந்து வந்த குரல் தெளிவாகக் கேட்கிறது.

இந்த விளக்கத்தைக் கேள்விக்குள்ளாக்கும் அளவுக்கு கிராமத்தார் யாருக்கும் போதிய அறிவு கிடையாது. அதில் பலருக்கு அவர்களுடைய தலைநகர் எது என்றே தெரியாது. கோம்வா என்ற இளைஞன் கேட்டான்: 'வேற வேற நாட்டு மக்கள் வேற வேற பாஷை பேசுவாங்கன்னு நினைச்சேன். அதுதான் சரியாயிருக்கும். நாம பேசற பாஷையத்தான் ஷூஃபரிஸ்தான்ல பேசுவாங்கன்னா, எதுக்கு ரெண்டு நாடு இருக்கணும்? நாம ஒரே நாட்ட சேர்ந்தவங்களாத் தானே இருக்கணும்?' எட்டண்ணா சிரித்துவிட்டுச் சொன்னார்: 'நீ சொல்றதும் சரிதான். ஆனா வெளி உலகத்துல அதெல்லாம் அவ்வளவு எளிமையான விஷயமில்ல. நாகரிகம் அடைஞ்சவங்க மனசையெல்லாம் நம்மளப் போல அறியாமையில இருக்கிற கிராமத்துக்காரங்களால புரிஞ்சுக்க முடியாது.' கொஞ்சம் இடைவெளிவிட்டு, 'அதைவிட ஆச்சரியமான விஷயம் இருக்கு. கௌர தேஷுக்கும் ஷூஃபரிஸ்தானுக்கும் ஒரே பாஷைதான். அது உனக்குத் தெரியும். நம்ம நாட்டில அதை கௌராபாஷைன்னு சொல்றோம். ஆனா ஷூஃபரிஸ்தான்ல அதை ருஃபிடின்னு சொல்வாங்க. இதை

உன்னால நம்பமுடியுதா?' என்று கேட்டார். சுற்றியிருந்தவர்களெல் லாம் சிரித்தார்கள். நாகரிகம் என்பதுதான் எப்படியெல்லாம் இருக்கிறது என்று அவர்களுக்கு வியப்பு.

2

நாட்கள் ஓடின. பேசும் பெட்டிக்கு மக்கள் பழகிப்போனார்கள். பெட்டியில் பாட்டு எப்போது வரும் என்று தெரிந்துகொண்ட ஜட்டு, சரியான நேரத்திற்கு வந்துவிடுவான். மற்றவர்களுக்கும் வெறும் பேச்சைக் கேட்பதில் ஆர்வமிருக்கவில்லை. அவர்களும் பாட்டுக் காகக் காத்திருந்தார்கள். வயதானவர்கள் சிலர் மட்டும் சில நேரம் மிகவும் சிரத்தையோடு பேச்சைக் கேட்டுக்கொண்டிருப்பார்கள்.

ஒருநாள் கல்லூரி பேசும் பெட்டியின் ரகசியங்களில் ஒன்றை ஜட்டுவுக்குக் காட்டினார். பெட்டியின் பின்புறம் இருந்த சட்டத்தின் ஒரு பகுதியை நீக்கினார். சிவப்பு நிறத்தில் இரண்டு உருளைகள் வெளியே விழுந்தன. ஜட்டு ஒன்றை எடுத்துப் பார்த்தான். சிறிதாக இருந்தாலும் கனமாக இருந்தது. பிறகு, உருளைகளை எடுத்து விட்டால் பெட்டியால் பேச முடியாது என்பதைக் கல்லூரி அவனுக்குக் காட்டினார். எவ்வளவுதான் வெள்ளை குச்சியைத் திருப்பினாலும் ஒரு சத்தமும் வரவில்லை. உருளைகளைத் திரும்பப் போட்டதும் பெட்டிக்கு மீண்டும் உயிர் வந்தது. ஜட்டுவுக்கு வியப்பு தாளவில்லை. 'பெட்டியோட மாய சக்தி இந்த உருளையிலதான் இருக்கு' என்றார் கல்லூரி. தன்னுடைய விரைகளைச் சுட்டிக் காட்டியபடி அவர் சொன்னார்: 'மனுஷனோட ஆண்மை இதில இருக்கிற மாதிரி. உருளைய எடுத்துட்டா பெட்டிய மலடாக்குற மாதிரிதான். ஓடை ஓரமா இருக்கிற வட்டமான கல்லை எடுத்து வண்ணம் பூசி கடவுளாக்குறோம்; அதே மாதிரி சில மந்திரவாதிங்க இந்த உருளையில சக்திய பாய்ச்சியிருக்காங்க. நம்ம கிராமத்துல ஒருத்தராலயும் இதுபோல ஒரு பேசுற பெட்டிய செய்ய முடியாது. இத செஞ்சவன் பெரிய மந்திரவாதியாத்தான் இருக்கணும்.' கல்லூரி அந்தப் பெட்டியைப் பார்த்தார். அவருக்கே கொஞ்சம் மந்திர தந்திர மெல்லாம் தெரியும். சிலரைக் குணப்படுத்தியிருக்கிறார். அவரைப் பார்த்த ஜட்டு, அந்த மாயப் பெட்டியின் விநோதமான மந்திர சக்தி களை தான் எப்படி அடைவது என்று கல்லூரி யோசிக்கிறார் என்று நினைத்தான்.

வெள்ளை குச்சி இடதுபுறம் இருக்கையில்தான் ஒலி நன்றாக இருந்தது என்றாலும், ஜட்டுவுக்கு வலதுபுறம் வருவதைக் கேட்கத் தான் பிடித்திருந்தது. இடதுபுறம் பேச்சுதான் அதிகமாக இருந்தது. பாட்டு குறைவாக இருந்தது. வலதுபுறமிருந்து பாட்டுகளும் இசையும்

தொடர்ச்சியாக வந்துகொண்டே இருந்தன. பிறகு கல்லூரியின் ஆர்வம் வேறெதிலோ சென்றுவிட்டதை ஜட்டு உணர்ந்தான். இடது புறம் தெளிவான குரல்கள் கேட்கக்கூடிய இடத்திற்குப் பக்கத்தில் ஒரு புள்ளியிலிருந்து விநோதமான ஒலிகள் கேட்டன. புதுவிதமாக இருந்த அந்த ஒலிகள் யாரோ விசிலடிப்பதுபோலவும் புரியாமல் உளறிக்கொண்டிருப்பது போலவும் இருந்தன. ஜட்டுவுக்கு முதலில் அது ஆர்வமூட்டுவதாக இருந்தது. ஆனால் விரைவிலேயே சலித்துப் போனது. நேர்மாறாக கல்லூரி அதில் கிறங்கிப்போனதுபோல் தெரிந்தது. பாடல்களையும் பேச்சையும் ஒதுக்கிவிட்டு, அமானுஷ்ய மான அந்த ஒலிகளில் கட்டுண்டு அவற்றைக் கேட்டபடி தனியே உட்கார்ந்திருந்தார்.

அந்த ஒலிகள் எங்கிருந்து வருகின்றன என்பது கல்லூரிக்கு புதிராக இருந்தது. அவை மனிதக்குரல்கள் அல்ல என்ற முடிவுக்கு வந்தார். சந்நதம் வந்த சாமியாடி எழுப்பும் ஓசைகள் அவர் நினைவுக்கு வந்தன. கிராமத்திற்குப் பின்புறம் இரு மலைகளுக்கு நடுவே இருந்த இடுகாடும் நினைவுக்கு வந்தது. அங்கே, மந்திரச் சடங்குகளுக்காக சிறிதும் பெரிதுமான கற்களை வைத்திருந்த மேடு களுக்கு நடுவே இருளடர்ந்த பல இரவுகளில் அலைந்திருக்கிறார். அங்கு சுற்றித்திரிந்த ஆவிகளின் அமானுஷ்யமான உளறல்களையும் ஊதல் ஒலிகளையும் அவர் கேட்டிருக்கிறார். பேசும் பெட்டியிலிருந்து வந்த ஓசைகளைக் கேட்ட கல்லூரிக்கு அவை அதே மூலத்திலிருந்து தான் வருகின்றன என்பது நிச்சயமாகத் தெரிந்தது: மந்திர சக்தி வாய்ந்த அந்தப் பெட்டிக்கு ஆவிகளின் உலகோடு தொடர்பு இருந்தது. அந்தக் குரல்கள் ஏதோ வேற்றுகிரக வாசிகளின், பாதாள உலகங்களின் செய்திகள் போலிருந்தன. பிரபஞ்ச வெளியோடு ஒரு தொடர்பை ஏற்படுத்திக்கொள்ளாமல் விடுவதில்லை என்று தீர்மானம் எடுத்த வானியலாளர் போலிருந்தார் கல்லூரி.

ஒவ்வொரு நாளும் இந்த ஓசைகளை கேட்டுக்கொண்டு மணிக் கணக்காக உட்கார்ந்திருந்தார் கல்லூரி. மனிதக் குரல்கள் போல் அவற்றில் ஒரு ஒழுங்கு இல்லை என்பதை அவர் கவனித்தார். சில சமயங்களில் அவை இரைச்சலாகவும், கட்டளையிடுவதாகவும், பிற சமயங்களில் தொடர்ச்சியில்லாமல், மிக மெல்லியதாகவும் இருந் தன. சில சமயம் ஒன்றுமே கேட்காமல் நின்றுவிடும். கல்லூரிக்கு அதில் ஆச்சரியம் ஏதுமில்லை. எப்படியும் அவை ஆவிகளின் குரல் கள்தானே! அவை விரும்பிய போதுதான் பேசும். அவற்றிற்கு மனிதர் களைப் போல குறிப்பிட்ட நேரத்தில் பேசவேண்டுமென்ற கட்டாயம் எதுவுமில்லையே! ஒவ்வொரு மாலையும் குறிப்பிட்ட நேரத்தோடு இரண்டு பக்கங்களில் கேட்ட மனிதக் குரல்களும் நின்றுவிடுவ தையும், அமானுஷ்ய ஓசைகள் இரவிலும் தொடர்வதோடு அவை

அப்போது இன்னும் பலமாகக் கேட்பதையும் கல்லூரி கவனித்தார். அது இயற்கைதான், ஆவிகளின் நேரமே இரவுதான்: மனிதர்கள் படுக்கச் சென்றதும் அவை பெட்டியை ஆக்கிரமித்துக்கொள்கின்றன. அவற்றின் குரல்களைக் கேட்டு, பல ஒலிகள் திரும்பத் திரும்ப வருவதைக் கவனித்து, அவற்றுக்கு என ஒரு மொழி இருக்கிறது என்று நம்பத் துவங்கினார் கல்லூரி. பல ஒலிகளை வரிசைப்படுத்தி அவற்றின் அமைப்புமுறையைக் கண்டு கொண்டால் தன்னால் ஆவிகளின் மொழியைப் புரிந்துகொள்ள முடியும் என்று நினைத்தார். அது மட்டும் அவரால் முடிந்தால் அவருக்கு பெரும் புதையலே கிடைத்தது போலத்தான். அந்த எண்ணமே அவரைப் பரபரப்படைய வைத்தது. இப்போது முழுக் கவனத்தோடு அந்தக் குரல்களைக் கேட்டார். அவை கேட்காத போது அவர் நிலை பரிதாபகரமானது.

மழைக்காலம் தொடங்கியபோது வானில் மேகங்கள் சூழ்ந்தன. மின்னல் வெட்டியபோது பெட்டியில் ஆவியின் குரல்கள் உச்சத்திற்குச் சென்று அலறின. மேலுலகில் வாழும் மூதாதையரின் ஆவிகள் மேகங்களில் இறங்கி தங்கள் உற்சாகத்தை முழக்குவதாக கல்லூரிக்குத் தோன்றியது. கூர்ந்து கவனித்தார். மொழியைப் புரிந்துகொள்ளப்போகிற நிலைக்கு வந்துவிட்டதாகத் தோன்றுமளவுக்கு நீண்ட நேரம் அந்தக் குரல்களை அவர் கேட்டிருந்தார். அதன் வளைவு நெளிவுகள், ஏற்ற இறக்கங்கள் எல்லாம் அவருக்கு இப்போது அத்துபடி. திடீரென ஒரு நாள் எல்லாம் தனக்கு அர்த்தமாகும் என்ற நம்பிக்கை அவருக்கு வளர்ந்துகொண்டே இருந்தது. இப்போது ஆவிகள் மேகம் மூடிய வானில், அவருடைய அறியாமையால் அவரால் புரிந்துகொள்ளமுடியாத எதையோ அவரிடம் சொல்லிவிட முயற்சி செய்வதுபோல அலறிக்கொண்டிருந்தன. என்ன செய்வதென்று தெரியாமல் கேட்டுக்கொண்டிருந்தார்; கண்ணீர் சுரந்தது. பெட்டியைக் கையில் வைத்துக்கொண்டு குடிசை வாசல் வழியாக மழைமேகங்களைப் பார்த்துக்கொண்டிருந்தார். பெரிதாக இடி இடித்து முதல் மழை பொழியத் தொடங்கியது. கன மழையில் அவரால் குரல்களைத் தெளிவாகக் கேட்கமுடியவில்லை. கல்லூரி குமிழைத் திருகி குரல்களை அணைத்து, பெட்டியை வைத்துவிட்டு வெளியே சென்றார். தனது குடிசைக்கு வெளியே உள்ளங்கைகளை மழையில் விரித்தபடி நின்றுகொண்டார்.

மழைக்காலம் முழுவதும் ஆவியின் குரல்கள் வலுவாக இருந்தன. இடதும் வலதும் இருந்த மனிதக் குரல்களோ ஈனமாக ஒலித்தன. அவற்றைவிட ஆவிக் குரல்கள் மேம்பட்டவையாகத் தெரிந்தன. பாடல்கள் சரியாகக் கேட்காமல் ஆனபோது பெட்டியின் மேல் ஜட்டுவின் ஆர்வம் குறைந்தது. கல்லூரி இப்போது மணிக்கணக்காக அமானுஷ்ய ஓசைகளைக் கேட்பதிலேயே மூழ்கியிருந்தார். அவருக்கு

வேறு எதுவுமே ஒரு பொருட்டாகத் தெரியவில்லை. தன் கனவுலகி லேயே மூழ்கிப்போனார். சாப்பிடுவதைக் கிட்டத்தட்ட நிறுத்தியே விட்டதால் ஒடுங்கிப் போய் சோர்வாகக் காணப்பட்டார். வெகு அபூர்வமாகவே பிறரிடம் பேசினார். ஜட்டுவிடம்கூட. ஜட்டு அவரது குடிசைக்கு வருவது குறைந்துகொண்டே போனது.

மழை நின்றபிறகு குளிரத் தொடங்கியது. வழக்கம்போல வருடத்தில் இந்தப் பருவத்தின்போது வரும் தாடிவைத்த முதிய வியாபாரி தன் கழுதைகளோடு ஒரு மாலையில் வந்து சேர்ந்தார். ஒவ்வொரு வருடமும் உப்பு, சர்க்கரை போன்றவற்றோடு பொதுவாக வண்ண மணிகளையும் எடுத்து வருவார். அந்த மணிகளுக்கு பெண்களிடையே பெரிய கிராக்கி உண்டு. இம்முறை அவர் அவற்றை எடுத்து வரவில்லை. 'ஷுஃபரிஸ்தான்ல இருக்கற தசாரியாவுல இருந்துதான் எடுத்து வருவேன். இந்த வெயில்காலம் வரை எந்த பிரச்சனையும் இல்லாம எல்லையைத் தாண்டி போக முடிஞ்சது. ஜனங்க அவங்க இஷ்டம் போல போய் வந்துட்டு இருப்பாங்க. ஆனா இப்போ எல்லை முழுக்க சிப்பாய்ங்கள போட்டிருக்காங்க. அவங்க யாரையும் எல்லை தாண்டி ஷுஃபரிஸ்தானுக்கு போக விடுறதில்ல. மலையிலகூட அவங்களுடைய கண்காணிப்பு இருக்கிறத நான் பார்த்திருக்கேன்' என்று சொன்னார்.

வியாபாரி கல்லூரியிடம் இருந்த பேசும் பெட்டி பற்றி கேள்விப் பட்டு அதைப் பார்க்க வந்தார். மழை முடிந்த பிறகு ஆவியின் குரல்கள் மிகவும் பலவீனமாக ஒலித்தன. வியாபாரி வந்தபோது கல்லூரி குரல்கள் வருகிறதா என்று பார்க்க குமிழைத் திருகிக் கொண்டிருந்தார். ஆனால், வெள்ளை குச்சி இடதுபுறம் இருக்கும் போது வரும் குரல்களையே கேட்க முடிந்தது.

பெட்டியைப் பார்த்துவிட்டு 'இதை ரேடியோன்னு சொல்லு வாங்க' என்றார் வியாபாரி. 'நீங்க ஹகிமாபாத்தை கேட்டிட்டி ருக்காப்ல தோணுது. இப்போ நம்ம நாட்டு ஜனங்க அதை கேக்கிற தில்லை, தெரியுமா? அரசாங்கம் அதை விரும்பறதில்லை; அதை தடை செஞ்சே உத்தரவு போட்டிருக்கறதா சொன்னாங்க. ஆனா எங்கயோ ஒரு மூலையில இருக்கற உங்க கிராமத்துல நீங்க கவலைப் படத் தேவையில்ல.'

வியாபாரி போனபிறகு, சிலநாட்கள் கழித்து ஜட்டு வந்தபோது கல்லூரி கவலையோடிருந்தார். குமிழை எப்படித் திருகினாலும் குரல்கள் தெளிவாக வரவில்லை என்பதை கல்லூரி அவனுக்குக் காட்டினார். பெட்டியிலிருந்த மந்திர சக்தி குறைந்துகொண்டே வரு கிறதோ என்று தான் பயப்படுவதாகச் சொன்னார். பெட்டி இறந்து கொண்டிருந்தது.

நாளாக ஆக பெட்டி வலுவிழந்துகொண்டே வந்தது. குரல்கள் பலவீனமாகிக்கொண்டே வந்தன. தன் கண் முன்னால் பெட்டி இறந்துபோவதை வருத்தத்துடன் பார்த்துக்கொண்டிருந்தார் கல்லூரி. ஆன்மா தான் பயன்படுத்திய உடலை உதறிச் செல்வதுபோல ஆவியின் குரல்கள் விரைவிலேயே பெட்டியை விட்டுச் சென்று விடும் என்பது தெளிவாகத் தெரிந்தது. செய்வதறியாமல் சோர்ந்து போய் தன் குடிசையில் உட்கார்ந்திருந்தார்.

3

இப்போதெல்லாம் ஜட்டு கல்லூரியின் குடிசைக்குப் போகாமல் ஊரைச் சுற்றித் திரிகிறான். அடிக்கடி கிராம எல்லைக்குப் போய் அங்கிருந்த பாறையில் உட்கார்ந்துகொள்வான். ஒருநாள் தன் உயர்ந்த இருக்கையில் இருந்தபடி தூரத்தில் பார்த்துக்கொண்டிருந்த போது யாரோ சிலர் வருவது தெரிந்தது. அவனுக்கு ஆச்சரியமாக இருந்தது. வெளியாட்கள் வருவதென்பது அபூர்வமான நிகழ்ச்சி. கண்களைச் சுருக்கி குதிரையில் வரும் அந்நியர்களைப் பார்த்துக் கொண்டி ருந்தான். அவர்கள் எல்லோரும் காக்கி உடை அணிந்திருந்தார்கள். ஒவ்வொருவர் தோளிலும் நீண்ட பளபளக்கும் துப்பாக்கி இருந்தது. அவர்கள் மலையிறங்கி அவன் முன்னால் இருந்த மேட்டில் ஏறி வருவதைப் பார்த்ததும் ஜட்டு பாறையிலிருந்து குதித்து கிராமத்தை நோக்கி ஓடினான்.

ஐந்தாறு வருடங்களுக்கு ஒருமுறைதான் சிப்பாய்கள் அங்கு வருவது வழக்கம் என்பதால் இப்போது அவர்கள் வருவதைப் பார்த்த கிராமத்தாருக்கு ஆச்சரியமாக இருந்தது. ராணுவத் தலைவர் அவர்களிடம் கேட்ட கேள்வி யாருக்கும் புரியவில்லை. சிப்பாய் களில் ஒருவன் முன்னால் வந்து அதே கேள்வியை வேறுவிதமாகக் கேட்டதும், பேசும் பெட்டி வைத்திருப்பவரை இராணுவத்தினர் பார்க்கவேண்டும் என்கிறார்கள் என்பது புரிந்தது. வந்தவர்களை கல்லூரியின் குடிசைக்கு அழைத்துச் சென்றார்கள்.

சிப்பாய்கள் குதிரையிலிருந்து இறங்கினார்கள். கல்லூரி வெளியே அழைக்கப்பட்டார். பணக்காரச் சிறுவன் போல் இருந்த தலைவர் கல்லூரியின் பேசும் பெட்டியை ஆராய்ந்தார். திரும்பி சகாக்களைப் பார்த்து ‘இது சைனால செஞ்சது’ என்றார். ‘நாம சைனா ரேடியோக்கள இறக்குமதி செய்யிறது இல்ல. இதை இவரு ஷுஂபரிஸ்தான்ல வாங்கியிருக்கணும்.’ பின்னர் அவர் கல்லூரியை கேள்விகேட்க ஆரம்பித்தார்: போன வருடம் அவர் எங்கிருந்தார்? அங்கு என்ன செய்துகொண்டிருந்தார்? கல்லூரிக்கு, தான் ஆவிக்

குரல்களைக் கேட்டு பெரிய மந்திர சக்திகளைப் பெற்றுவிட்டதாக அவர்கள் சந்தேகப்படுகிறார்கள் என்று தோன்றியது. அந்தக் குரல் களை தான் கேட்டதை அவர்களிடம் மறைத்துவிட வேண்டும் என்று நினைத்தவர், 'இல்ல இல்ல, நான் ஆவிக் குரலை கேட்கல' என்றார். 'நான் இங்க மனுஷங்க குரலத்தான் கேட்டேன்' என்று கண்ணாடிக்குப் பின்புறம் இடதுபக்கம் இருந்த வெள்ளை குச்சியைக் காட்டினார். அந்த ரேடியோ ஸ்டேஷனில் அவர் என்ன கேட்டிருக் கிறார் என்று ராணுவத் தலைவர் விசாரித்தார். கல்லுரி யோசிப் பதைப் பார்த்து சிப்பாய்கள் பக்கம் திரும்பி 'ரேடியோவில என்ன கேட்டிருக்காங்கனு மத்தவங்கள விசாரிங்க!' என்றார். சிப்பாய்கள் பிரிந்து பரவி கிராமத்தாரை விசாரிக்கத் தொடங்கினார்கள். அரைமணி நேரம் கழித்து திரும்பி வந்தவர்கள் 'யாரும் ஷுஃபரிஸ் தான் பிரசாரத்தை கேட்ட மாதிரி தெரியவில்லை. விவரமில்லாத வங்களா இருக்காங்க. யாருக்கும் ரேடியோவில கேட்டது புரிஞ்ச தான்னே சந்தேகமா இருக்கு' என்றார்கள். 'அவங்க விவரமில்லாத வங்களா இருக்கலாம். ஆனா நாம் ஜாக்கிரதையா இருக்கணும். ஷுஃபரிஸ்தான் ஏஜெண்டுங்க இந்த ஏரியால ஊடுருவியிருக்காங்க' என்றார் தலைவர்.

ராணுவத் தலைவர் சிப்பாய்களிடம் கிராமத்திலுள்ள ஆண் களை எல்லாம் சுற்றிவளைத்துக்கொள்ளும்படி சொன்னார். அவர்கள் எல்லோரும் ஒரு வெட்டவெளிக்கு கொண்டு செல்லப் பட்டார்கள். ராணுவத் தலைவர் குதிரையில் ஏறிக்கொண்டு முன் னால் உட்கார்ந்திருந்தவர்களிடம் சொன்னார்:

'உருகிப்பால் பள்ளத்தாக்கில் வாழும் மக்களே, நீங்கள் எல்லோரும் கௌரதேஷின் குடிகள் என்பதை எப்போதும் நினைவில் வைத்திருங்கள். உன்னதமான நம் தேசத்திற்கு எதிராகச் சொல்லப் படும் எதையும் நீங்கள் (கல்லுரியின் ரேடியோவைத் தூக்கிக் காட்டி) இந்த ரேடியோவில் கேட்டிருந்தாலோ, எதிர்காலத்தில் வேறு யாராவது கொண்டுவரும் ரேடியோவில் கேட்டாலோ அதெல்லாம் வெறும் பொய்தான் என்பதைத் தெரிந்துகொள்ளுங்கள். ஷுஃபரிஸ் தான் இப்போது நமக்கெதிராக அபாயகரமான பிரச்சாரத்தில் இறங்கி இருக்கிறது. இந்த மலைகளுக்குள் (கிராமத்தின் பின்புறம் இருந்த மலைகளைக் காட்டி) எண்ணெய் இருப்பது கண்டுபிடிக்கப் பட்டிருக்கிறது. துரதிருஷ்டவசமாக இதுவரை ஒதுக்கிவைக்கப்பட்ட இந்த மாவட்டம் விரைவில் மேம்படுத்தப்படும். புதிய திட்டங்களால் உங்களுக்கெல்லாம் பயன் கிடைக்கும். இதற்கு முன் ஷுஃபரிஸ்தான் எந்தத் தொந்திரவும் கொடுத்ததில்லை. ஆனால் எண்ணெய் கண்டு பிடிக்கப்பட்டதும் உங்களுடைய பழங்குடி நிலங்களையெல்லாம் தன்னுடையது என்று அஞ்சாமல் உரிமை கொண்டாடுகிறது. ஹகிமாபாத் தொடர்ந்து உங்களையெல்லாம் மூளைச்சலவை செய்ய முயன்றுவருகிறது. உங்களுக்கு விடுதலை தருவதாக அவர்கள்

சொல்வதெல்லாம் முட்டாள்தனமான பேச்சு. அவர்கள் தங்களை ஜனநாயகவாதிகள் என்றும் ஏழைபங்காளர்கள் என்றும் சொல்லிக் கொள்கிறார்கள். ஆனால் உண்மையில் அவர்கள் இரக்கமில்லா கொடுங்கோலர்கள்தான். பள்ளத்தாக்கின் மக்களே, உங்களது எதிர் காலம் கௌரதேஷுடன்தான் என்பதை ஒருபோதும் மறக்காதீர்கள். கௌரதேஷ் வாழ்க!'

சிப்பாய்கள் 'கௌரதேஷ் வாழ்க!' என்று கோஷம் எழுப்பி னார்கள். கிராமத்தவர்களில் சிலரும் அவர்களோடு சேர்ந்துகொள்ள முயற்சித்தார்கள். ராணுவத் தலைவரின் பேச்சு யாருக்கும் புரிய வில்லை என்றாலும் யாரும் தங்கள் அறியாமையை வெளிக்காட்டிக் கொள்ளவில்லை. ஆண்களைச் சுற்றி வட்டமாகப் பெண்களும் குழந்தைகளும் நின்றிருந்தார்கள். அதில் ஜட்டுவும் இருந்தான். குதிரைமீது உட்கார்ந்து பேசியவரையும் பக்கத்தில் நின்றிருந்த கல்லூரியையும் மாறி மாறிப் பார்த்துக்கொண்டிருந்தான்.

பிறகு சிப்பாய்கள் கிளம்பத் தயாரானார்கள். ஒரு குதிரைமேல் ஒரு சிப்பாய்க்குப் பின்னால் கல்லூரியும் ஏற்றப்பட்டார். சிறிது தூரம் வரை கிராமத்துக் குழந்தைகள் சிப்பாய்களைத் தொடர்ந்து கூச்சலிட்டபடி ஓடினார்கள். ஜட்டுவும் அதில் ஒருவன். சிறுவர்கள் ஒவ்வொருவராகப் பின்தங்கினார்கள். ஜட்டு மட்டும் மௌனமாக அவர்களைத் தொடர்ந்து சென்றுகொண்டிருந்தான். அவன் கல்லூரியையே பார்த்துக்கொண்டிருந்தான். ஆனால் கல்லூரி அவன் பக்கமாக ஒருமுறைகூட திரும்பிப் பார்க்கவில்லை. முன்னால் வெறித்துப்பார்த்தபடி உட்கார்ந்திருந்தார்.

சிப்பாய்கள் கிராமத்தின் எல்லைக்கு வந்தார்கள். ராணுவத் தலைவர் தன் கோட் பையிலிருந்து கல்லூரியின் ரேடியோவை எடுத்து 'இத வெச்சுக்கோ' என்று ஒரு சார்ஜெண்டிடம் கொடுத்தார். ரேடியோவை வாங்கிக்கொண்ட சார்ஜெண்ட் அதை வெறுமனே திருப்பிப் பார்த்தார். குமிழைத் திருகி ரேடியோவை காதருகில் வைத்துக் கேட்டார். 'பாட்டரி சுத்தமா போயிருச்சு' என்றார். பின்னர் ரேடியோவைத் திறந்து பாட்டரிகளை வெளியே எடுத்தார். ஒரு முறை பார்த்துவிட்டு இரண்டையும் தூர எறிந்தார். ரேடி யோவை மூடி தன் கான்வாஸ் பையில் வைத்துக்கொண்டார்.

ஜட்டு நின்று குதிரைவீரர்கள் கடந்து போவதைப் பார்த்துக் கொண்டிருந்தான். அவர்கள் பாறையைத் தாண்டி மேடிறங்கி பார்வையிலிருந்து மறைந்துபோனார்கள். சற்று நேரம் கழித்து அவர்களது சிறிதாகிப்போன உருவங்கள் மலையேறிச் செல்வதைப் பார்க்க முடிந்தது. உச்சிக்குச் சென்று மறுபக்கமாக இறங்கத் தொடங்கினார்கள். மலைக்குக் கீழே அவர்களது தலை மறைந்ததும் ஜட்டு முன்னால் ஓடினான். பளிச்சென்றிருந்த இரண்டு சிவப்புநிற பேட்டரிகளைப் பொறுக்கி இறுகப்பற்றியபடி வீடு நோக்கி ஓடினான்.

❍

தீவிரவாதி

1

கோடைகாலம் முடியும்போதுதான் நான் இங்கு வந்தேன். ஓரிரு நாட்கள் தேடியபிறகு தங்குவதற்கு அறை ஒன்று கிடைத்தது. பெரிதாக இல்லையென்றாலும் எனக்கெனத் தனியாக ஒரு குளியலறை இருந்தது. எனக்கு அதுதான் முக்கியம்.

வடநாட்டிற்கே நான் போனதில்லை என்பதால் அப்போதுதான் வாழ்வில் முதல்முறையாக கடுமையான வெப்பத்தால் தாக்கப்பட்டேன். தென்னகத்தின் ஈரப்பதம் நிரம்பிய கடற்கரையோர வானிலைக்குப் பழகிய என் மூக்கு எப்போதுமே காய்ந்துபோனது போலவே இருந்தது. அறையில், சுவர்களில் கை வைத்தாலே வெப்பமாக இருந்தது. இரவில் படுக்கையும் அப்படியே. தூக்கத்திற்கான வாய்ப்பே இல்லை. விடிகாலையிலேயே எழுந்து குளித்துவிட்டு வேலைக்குக் கிளம்பிவிடுவேன். போகும் வழியில் ஒரு அலங்கோலமான உணவகத்தின் ஜன்னலைப் பார்த்துக்கொண்டே போவது பழக்கமாகிப் போனது. அந்த ஜன்னலில் ஒரு பலகையில் பெரிய அலுமினியச் சட்டியில் வேகவைத்த ஆட்டுத்தலைகள் குவித்து வைக்கப்பட்டிருக்கும். சமைக்கப்பட்டதால் தோல் இளகி பற்கள் நன்றாக வெளித்தெரியும். நீர்த்துப் போன கண்களோடு முகம் பழிப்பு காட்டுவதுபோல் இருக்கும். உணவகத்தில் வேலை செய்த சிறுவன் ஒவ்வொரு தலையாகத் தோலை உரித்து மண்டையோட்டைத் தனியாக வைப்பான். தோல், மூளை, நாக்கு, கண்கள் என்று எல்லாவற்றையும் ஒரு தட்டில் வைத்து எடுத்துக்கொண்டுச் சென்று தூங்கிவழியும் கண்களோடு காலை உணவுக்காகக் காத்திருக்கும் பரதேசி போன்ற வாடிக்கையாளரிடம் வைப்பான். (ஆட்

டின் தொண்டையிலும் மூக்கிலும் உள்ளே இருக்கக்கூடிய சளி என் நினைவுக்கு வரும்). அவற்றை நன்றாகச் சமைக்க வேண்டும் என்பதற்காக இரவு முழுவதும் வேக வைப்பார்கள் என்று பிறகு யாரோ எனக்குச் சொன்னார்கள். இரவில் தூக்கம் வராமல் சூடான படுக்கையில் புரண்டுகொண்டிருக்கும்போது வெந்துகொண்டிருக்கும் ஆட்டுத் தலைகளை நினைத்துக்கொள்வேன். காலையில் வேலைக்குச் செல்லும்போது ஜன்னலில் தெரிந்த கண்களின் பார்வையைச் சந்திப்பேன்.

நகரத்திற்கு வந்த முதல் வாரத்தில் மத்திய தபால் அலுவலகத்திற்குப் போனேன். ஒரு தபால் பெட்டியை வாடகைக்கு எடுப்பதற்காக முதல் தளத்திலிருந்த அலுவலகத்திற்குப் போக வேண்டியிருந்தது. ஆறு மாதத்திற்கு மேல் வாடகைக்கு எடுக்கும் எண்ணம் எனக்கில்லையென்றாலும், ஒரு முறை வாடகைக்கு எடுப்பதென்றால் ஒரு வருடத்திற்குத்தான் எடுக்க வேண்டும் என்று தெரிந்தது. வாடகைக் கட்டணத்தைக் கொடுத்துவிட்டு சாவியைப் பெற்றுக் கொண்டேன். எண்ணைப் பார்த்தேன்: 526. ஐந்தும் இரண்டும் ஏழு: ஏழும் ஆறும் பதின்மூன்று: மூன்றும் ஒன்றும் நான்கு. இரட்டைப் படை எண். மகிழ்ச்சியாக இருந்தது. ஒற்றைப்படை எண்கள் என்றால் எனக்கு பயம். அப்படிப்பட்ட மூடநம்பிக்கைகள் இன்னும் எனக்கிருப்பதை நினைத்துச் சிரிப்பு வந்தது.

கீழே இறங்கி வந்து தபால் பெட்டிகள் இருக்கும் பகுதியில் என்னுடைய பெட்டியைப் பார்ப்பதற்காகச் சென்றேன். மையக் கூடத்தின் வலதுபுறம் ஒரு பெரிய அறையில் பத்து வரிசைகளில் பெட்டிகள் இருந்தன. மேல் வரிசை என் தலைக்கு மிகவும் மேலே இருந்தது. அந்த வரிசையில் இருக்கும் பெட்டியை வைத்திருப்பவர்கள் குருட்டுத்தனமாக உள்ளே துழாவ வேண்டியிருக்கும். தலைக்கு மேலுள்ள காலிப் பெட்டியைத் துழாவும்போது உலோகத்தின் சில்லிப்பால் விரல்கள் கூசுவதும், நகம் கீறிவிட்டால் முதுகுத் தண்டு நடுங்குவதும் அருவருப்பாக இருக்கும் என்று தோன்றியது. கீழ் வரிசையோ முட்டி உயரத்தில் இருந்தது. அதுவும் ஏடாகூடமாகத்தான் இருக்கும். கைகளை கால்முட்டிகளில் வைத்து குனிந்து எலிப்பொந்திற்குள் எட்டிப்பார்க்க வேண்டியிருக்கும். அதிர்ஷ்ட வசமாக என்னுடைய பெட்டி தோள் உயரத்தில் இருந்தது. திறந்து நேராகப் பார்க்க வேண்டியதுதான். எதற்கென்றே தெரியாமல் பெட்டியின் உள்ளே தொட்டுப்பார்த்தேன். என் விரல்களில் கொஞ்சம் தூசு ஒட்டிக்கொண்டது. பிறகு நான் செய்வது மடத்தனம் என்பது உறைத்தது. எதற்காக என் பெட்டியை ஆராய்ந்து கொண்டிருக்கிறேன்? நிச்சயம் அதற்குள் எதையும் நான் எதிர்பார்க்கவில்லை. குடிபுகப் போகிற வீட்டைச் சுற்றிப்பார்ப்பவனைப் போல் நடந்து கொண்டிருக்கிறேன்.

விலாஸ் சாராங் ●

2

என் சொந்த ஊரைவிட்டு வெளியே இருப்பது அதுவே முதல் முறை. ஆரம்பத்தில் வழி எதுவும் புரியவில்லை. ஆனால் விரைவி லேயே எப்படிப் போய்வருவது என்பதைத் தெரிந்துகொண்டேன். நகரமே மிக எளிமையான திட்டப்படி வடிவமைக்கப்பட்டிருந்தது. நீண்ட மையச்சாலை கிழக்கிலிருந்து மேற்காகச் சென்றது. இணை யாகச் செல்லும் சிறு தெருக்களின் வலைப்பின்னல் கொண்ட மற்றொரு நீண்ட அகலமான சாலை அதை வெட்டிச் சென்றது. மக்களின் தோற்றம் தென்னக மக்களுடையதைப் போல் இல்லை. பருமனாக, முரட்டுத்தனமாகத் தெரிந்தனர். அவ்வளவு பண்பட்ட வர்களாக இல்லை என்பதையும் விரைவிலேயே தெரிந்து கொண்டேன். தெருக்களில் நடந்து செல்வது முதலில் மிகவும் எரிச்ச லூட்டுவதாக இருந்தது. மக்கள் எங்கே போகிறோம் என்பதையே கவனிக்க மாட்டார்கள். அடுத்தவர்களுக்கு வழிவிடுவது என்பதே கிடையாது. யாராவது என்மீது மோதிக்கொண்டே இருப்பார்கள். என்னுடைய சிறிய உருவம் பிரச்சனையைப் பெரிதாக்கியது.

அப்போது எனக்கு ஒரு யோசனை தோன்றியது, முஷ்டி மடக்கியபடி நடப்பது என்று தீர்மானித்தேன். பொதுவாக கோபமாக இருப்பதைக் காட்டும் சைகை அது. ஆனால் என்னைப் பொறுத்த வரை அது வெறும் பயன்பாட்டு நடவடிக்கை. முஷ்டி மடக்கி இருக்கையில் கைகள் இறுக்கமாக இருக்கும்; தொங்கிக் கிடந்து யாரும் எதிரில் வந்து மோதினால் அடிபடாது. நேர்மாறாக, மோதலால் ஏற்படும் விளைவுகள் அடுத்தவருக்குத்தான். முஷ்டி மடக்கிப்பிடித்து நடப்பது எனக்கு இப்போது பழகிவிட்டது. என்னை நோக்கி யாராவது வருவதைப் பார்த்ததும், அவன் என் மீது மோதக்கூடும் என்று தோன்றினால் என் முஷ்டி தானாக இறுகும். அவன் கடந்த பின்புதான் நான் கையைத் தளர்த்துவேன். சில சமயங் களில் சுற்றி யாரும் இல்லாதபோதுகூட முஷ்டி மடக்கியபடியே வைத்திருப்பேன்.

இது பெரிய நகரமும் இல்லை, இதற்கு எந்த நிர்வாக முக்கியத் துவமோ, வணிக முக்கியத்துவமோ கிடையாது. அருகில் ரஷ்யர்கள் கட்டிய பெரும் வெடிமருந்துத் தொழிற்சாலை இருப்பதால் இதற்குக் கொஞ்சம் முக்கியத்துவம் ஏற்பட்டது. சில துணைத் தொழிற் சாலைகள் உருவாகியிருந்ததால் நகரின் மக்கள் தொகை பெருகி விட்டிருந்தது. இங்கே கிட்டத்தட்ட ஐநூறு ரஷ்யர்கள் இருக்கலாம் என்று சொல்கிறார்கள். தொழிற்சாலைக்கு அருகில் இருந்த முகாமில் அவர்கள் தங்கியிருந்ததால் அவர்களை நகரில் அதிகம் பார்க்க முடியாது. ஆனால் அவர்களது மனைவிகள் அடிக்கடி மார்க் கெட்டுக்கு வருவார்கள். நான் ஒரு மளிகைக் கடைக்குப் போயி

ருந்தபோது என் பக்கத்தில் இரண்டு ரஷ்யப் பெண்கள் இருந்தார்கள். ஒரு பெண்ணின் கையிலிருந்த பை எதிலோ இடித்து பாட்டில் உடையும் சத்தம் கேட்டது. ஆல்கஹால் நெடி என் மூக்கைத் துளைத்தது. தர்மசங்கடத்தோடு அந்தப் பெண் பையைத் திறந்தாள். சாராயம் வெளியே சொட்டியது. அதிர்ச்சியடைந்தது போன்ற நடிப்புடன் கடைக்காரன் 'மேடம், மேடம்' என்று அலறினான். அந்தப் பெண்ணைக் கிண்டலடிக்கத் தொடங்கினான். உள்ளூர் சாராயம் வலுவானது, தெளிவானது. வோட்காவைப் போலவே இருக்கும் என்பதால் ரஷ்யர்கள் பியர், விஸ்கியைவிட இதையே விரும்புவார்கள்.

தென்னகத்தில் இருப்பது போலவே இங்கும் தெருமுனைகளில் ராணுவப் போலீஸார் காவலுக்கு இருப்பார்கள். சிலமுறை என்னிடம் அடையாளச் சீட்டைக் காட்டும்படி கேட்டிருக்கிறார்கள். நான் ஒரு பெட்டித் தொழிற்சாலையில் வேலை செய்கிறேன் என்பதைப் பார்த்ததும் எதுவும் கேட்காமல் போகவிட்டுவிடுவார்கள். வழக்கமாக வேலை பார்க்கும் உள்ளூர்க்காரர்களையும் அயல்நாட்டு வெள்ளையர்களையும் அடையாளச் சீட்டை காட்டச் சொல்வ தில்லை என்பதை நான் கவனித்திருக்கிறேன். உடையோ தோற்றமோ யாரை அயலாகக் காட்டுகிறதோ அவர்களையே அதிகம் நிறுத்தி விசாரிப்பார்கள். அதே போல் இருபதிலிருந்து முப்பத்தைந்து வயதிற்குள் இருப்பவர்களையும் அடிக்கடி விசாரிப்பார்கள். நான் அந்த வயதுவரம்பில் இருப்பதோடு தென்னாட்டுக்காரனாக தனியாகத் தெரிவேன். அடிக்கடி நான் அடையாள அட்டையைக் காண்பிக்க வேண்டியிருக்கும் என்பதை உணர்ந்தேன். ஆனால், அதில் எந்தப் பிரச்சனையும் இல்லை, என்னுடைய ஆவணங்கள் எல்லாம் முறையாகவே இருந்தன.

அஞ்சலக நுழைவாயிலில் ஒரு வழக்கமான போலீஸ்காரர் இருப்பார். அவர் கைப்பெட்டிகளையும், பைகளையும் சோதனை போடுவார். நான் கைப்பெட்டி எடுத்துச் செல்வதில்லை; ஓரிருமுறை வாங்கிய பொருட்களை எடுத்துச்சென்ற என் காகிதப் பையை அவர் சோதித்திருக்கிறார்.

3

தபால் பெட்டி வாங்கிய முதல் சில நாட்கள், தபால் எதுவும் வரும் என்று எதிர்பார்க்காதபோதும், அஞ்சலகத்துக்குப் போய் எதற்கும் இருக்கட்டும் என பெட்டியைப் பார்த்துவருவேன். ஓரிரு முறை என் பெட்டி வழியாகப் பெட்டிகளுக்குப் பின்னால் என்ன இருக்கிறது என்று எட்டிப் பார்த்திருக்கிறேன். அங்கு நீளமான மேஜைகளில் தபால்கள் குவிக்கப்பட்டிருக்கும். என்னால் ஒரு சிறு

பகுதியைத்தான் பார்க்க முடிந்தது. அந்தப் பகுதியின் நடுவில் அமர்ந் திருந்த பெண் தபால்களைப் பிரித்துக்கொண்டிருப்பாள். பெட்டி வரிசைகளைப் பார்த்தபடி சுவரை ஒட்டி உட்கார்ந்து கொண்டு சுறுசுறுப்பாக வேலை செய்துகொண்டிருப்பாள். ஒருமுறை நான் அவளைக் கூர்ந்து பார்த்துக்கொண்டிருந்தபோது என் பார்வையால் அவள் கவனம் சிதறியது போலும். நிமிர்ந்து பார்த்து புன்னகை செய்தாள். நானும் புன்னகைத்துவிட்டு பெட்டியை மூடினேன். அஞ்சலகத்தை விட்டு வெளியே வந்து நடந்துகொண்டிருந்தபோதும் அவள் புன்னகை என் மனதில் தங்கியிருந்தது. நான் அவள் முகத்தையும் உடலில் ஒரு பகுதியையும் பார்த்திருந்தாலும் அவள் என் கண்களையும் மூக்கையும் மட்டுமே பார்த்தாள், என் புன்ன கையைப் பார்க்கவில்லை என்பது எனக்கு பிறகுதான் உறைத்தது. எனக்கு கொஞ்சம் ஏமாற்றமாக இருந்தது. நான் தலையைத் தூக்கி என் உதடுகள் பெட்டி வழியாகத் தெரியும்படி புன்னகை செய்திருக்க வேண்டுமோ என்று தோன்றியது. ஆனால் மடத்தனமாக மூடிய பெட்டியைப் பார்த்து புன்னகைப்பதும் அபத்தமாக இருந்திருக்கும். ஒரு பெட்டியில் புன்னகைக்கும் உதடுகளைப் பார்க்க அவளுக்கும் வேடிக்கையாக இருந்திருக்கும். இப்படி நினைத்துக் கொண்டதும் சத்தமாகச் சிரித்துவிட்டேன். தெருவில் போகும்போது அடிக்கடி தனக்குத்தானே சிரித்துக் கொள்ளும் வகையான ஆளில்லை நான்.

முதன் முதலாக அமைப்பிலிருந்து எனக்கு அனுப்பப்பட்ட கடிதம் 'ஜோசஃப் ஜார்ஜி'டம் இருந்து வந்திருந்தது. அந்தப் பெயர் தேர்வை மிகவும் ரசித்தேன். கிறிஸ்தவர்கள் சிறுபான்மையினர் என்பதால் பொதுவாக அவர்கள் சந்தேகத்திற்கு அப்பாற்பட்ட வர்கள். எனவே, அந்தப் பெயர் பாதுகாப்பான தேர்வுதான். நான் இங்கு வந்து சேர்ந்ததும், மேலோட்டமான சொந்த விஷயங்களை நிரப்பி எழுதியனுப்பிய கடிதத்திற்கான பதில் கடிதம் அது. இப்போது நான் 'ஜோசஃப் ஜார்ஜு'க்கு அதே முறையில் பதிலெழு தினேன். முக்கியமான விவரங்களை இங்கும் அங்குமாக கலந் திருந்தேன்.

இங்கு வந்தபோது தட்டுப்பாடெல்லாம் எதுவும் இருக்காது என்று நினைத்திருந்தேன். தெற்கே அதுதான் இயல்பு நிலை. ஆனால் நான் இப்போது இருப்பது வடக்கில், தலைநகருக்குப் பக்கத்தில் இருக்கும் நகரத்தில். என்றபோதும் பனிக்காலம் தொடங்கியதும் பவுடர் பால் மார்க்கெட்டில் காணாமல் போனது, முட்டை கிடைப்பது அரிதானது... ஒருமுறை மளிகைக் கடைக்கு டிடெர் ஜெண்ட் வாங்கப் போயிருந்தேன்; நான் வழக்கமாக வாங்கும் ஒட்டக பிராண்டுக்குப் பதிலாகச் சிங்க பிராண்ட் பெட்டிகள் 'புதிய அதிக ஆற்றல் கொண்ட டிடெர்ஜெண்ட்' என்ற லேபிளோடு அடுக்கப்

பட்டிருந்ததைப் பார்த்தேன். அதில் 'புதிய' என்பது கொட்டை எழுத்துக்களில் பளிச்சென்றிருந்தது. அரசாங்கம் தன்னை ஜனநாயகக் குடியரசு என்று சொல்லிக்கொள்கிறது; ஆனால் தன்னுடைய தொழிற்சாலைகளில் உற்பத்தியாகும் பொருட்களை இதுபோன்ற முதலாளித்துவ வழக்கப்படி விளம்பரப்படுத்துகிறதே என்று நினைத்துக்கொண்டேன். புதிய பிராண்ட் விலை அதிகம் என்பது தெரிந்தது. அப்போது எனக்கு ஒன்று புரிந்தது: அவர்கள் தங்கள் ஆட்சியில் பணவீக்கம் இல்லை என்று சொல்லிக் கொள்வதால் பழைய பொருட்களின் விலையை ஏற்ற முடியாது. அதனால் பழைய பிராண்டை மார்க்கெட்டிலிருந்து அகற்றிவிட்டு புதிய, அதிக விலை கொண்டதை விற்கிறார்கள். அது 'புதிய'து 'அதிக ஆற்றல் கொண்ட'து என்பதால் அந்த பிராண்ட் விலை அதிகம் என்று மக்கள் நினைத்துக்கொள்வார்கள். டிடெர்ஜெண்டில் புதியதாக என்ன இருக்கமுடியும்?

இங்கு வந்து முதல் சில வாரங்களுக்கு மாலை வேளைகளில், மதுபானக்கடைகள் வரிசையாக இருக்கும் மையச் சாலையில் நடை சென்று வருவேன். இங்கிருப்பவர்கள் அளவுக்கதிகமாக பியர் குடிப்பவர்கள். நுழைந்த உடனேயே இரண்டு அல்லது மூன்று பாட்டில்களுக்குச் சொல்லிவிடுவார்கள். எல்லா பொருட்களையும் போலவே பியருக்கும் தட்டுப்பாடு இருந்தது. மாலையில் வெகு சீக்கிரமே பியர் தீர்ந்து போய்விடக்கூடும். அதனால் மக்கள் தங்களுக்கு வேண்டிய மொத்தத்தையும் முதலிலேயே சொல்லிவிடுவார்கள். ஒன்றிரண்டு பாட்டில்கள் குடித்துமுடித்த பிறகு மேற்கொண்டு தேவை எனும் போது தீர்ந்துவிட்டது என்றால் பெரிய ஏமாற்றமாக இருக்கும். மாலைநேரங்களில் மதுக்கடைகளில் கூட்ட நெரிசலாக இருக்கும் என்றாலும் நகரம் சீக்கிரமே அடைக்கப்பட்டு விடும். கடைகளும் உணவகங்களும் பத்து மணிக்கு மூடப்படும். மக்கள் தங்கள் பியரை அவசர அவசரமாகக் குடித்துவிட்டு, சாப்பிட்டுவிட்டுப் படுப்பார்கள்.

நான் சில சமயம் பின் மாலையில் சுற்றிக்கொண்டிருப்பேன். பெரும்பாலான இடங்கள் மூடப்பட்டிருக்கும் என்பதால் தெருக்கள் நிறைய இடங்களில் இருட்டாகவே இருக்கும். தையல் கடைகள் மட்டும் நள்ளிரவு வரை திறந்திருக்கும். கண்கூசும் விளக்கொளிக்குக் கீழாக அவர்கள் பொறுமையாக வெட்டுவதும் தைப்பதுமாக இருப்பார்கள். வடக்கே மக்களுக்கு உடைகள் மீது மோகம். எப்போதும் காடியான பளபளக்கும் சூட்டுகளைத் தைத்துக் கொள்வார்கள். அளவுகளைக் கவனமாகப் பார்த்து துணிகளில் குறியிடும் தையல்காரர்களைப் பார்த்தால் ஏதோ புரட்சிக்குத் தயாராகிறவர்கள் போல் தோன்றும்: ஒரு நாள் அவர்கள் பளிச்சென்ற விளக்குகளை எல்லாம்

ஒரே சமயத்தில் அணைத்துவிட்டு, தங்களுடைய நீண்ட பளபளக்கும் கத்தரிக்கோலைப் பற்றியபடி இருண்ட தெருக்களில் இறங்கிவிடு வார்கள்.

4

ஒருநாள் எனக்கு வந்த கடிதத்தைப் பிரிக்கும்போது உறையில் இருந்த பெயரைப் பார்த்தேன். அது என் பெயரல்ல. ஒரு கணம் புதிராக இருந்தது. பிறகு தபால் பெட்டி எண் 536 என்று இருந்ததைக் கவனித்தேன். தவறாக எனது பெட்டியில் போடப்பட்டிருக்க வேண்டும். முதலில் அலுவலகத்திற்குப் போய் அதைத் திருப்பிக் கொடுத்துவிடலாம் என்று நினைத்தேன். ஆனால் அப்போது தபால் பிரிக்கும் பெண் தபாலைப் பெட்டிகளில் பிரித்துப் போட்டுக் கொண்டிருப்பதைப் பார்த்தேன். பெட்டியில் ஒரு பக்கம் தட்டி அவளுடைய கவனத்தைப் பெற்றேன். 'இது எனக்கு வந்தது இல்லை' என்றேன். ‘தாங்க்ஸ்’ என்று சொல்லிப் புன்னகைத்தாள். அதே புன்னகை.

இரண்டு நாட்கள் கழித்து என் பெட்டியைப் பார்க்கப் போன போது அவள் தபால் பிரித்துக்கொண்டிருப்பதைப் பார்த்தேன். என் பெட்டியில் எதுவும் இருக்கவில்லை. பெட்டியில் தட்டி சத்தமாக 'ஹலோ' என்றேன். அவள் நிமிர்ந்துபார்த்து புன்னகையுடன் கையசைத்தாள். நான் செய்தது கொஞ்சம் அதிகம்தான். ஆனால் அவள் அதை அன்போடு ஏற்றுக்கொண்டதுபோலிருந்தது. விரை விலேயே அஞ்சலகம் செல்லும்போதெல்லாம் அவளைத் தேடுவது என் வழக்கமாகிப் போனது. எப்போதாவது ஹலோ சொல்வேன்; அவளில்லையென்றால் ஏமாந்து போவேன். சில சமயங்களில் ஆண்கள் அவளுடன் பேசிக்கொண்டிருப்பதைப் பார்த்திருக்கிறேன். அவளுக்கு வலதுபுறமாக ஒரு கதவு இருக்கும். அது அலுவலகத்தின் இன்னொரு பகுதிக்குச் செல்லும் வழி. அங்குதான் இந்த ஆண்கள் வேலை செய்துகொண்டிருப்பார்கள் போலும். ஒரு முறை, அவள ருகில் ஒருவன் நின்றுகொண்டிருந்தான். ஏற்கனவே அவளுடன் அவனைப் பார்த்திருக்கிறேன். தலை கொஞ்சம் வழுக்கையாகவும் புருவங்கள் புதர்போலவும் இருக்கும். ஓரிரு நிமிடங்கள் கழித்து நான் பெட்டியை மூடிவிட்டேன். தவறிப் போய் அவனுடைய கவனத்தை ஈர்த்துவிடக் கூடாது.

ஒரு முறை என் பெட்டியைத் திறந்தபோது அவள் தபால்களை அப்போதுதான் பிரிக்கத் தொடங்கியிருந்தாள் என்பதைக் கவனித் தேன். என் பெட்டி காலியாக இருந்ததால், 'எனக்கு எதுவும் இருக்கா?' என்று கேட்டேன். அவளது காலடிகள் கேட்டது, பிறகு அவளுடைய முகம் பெட்டியின் அந்தப் பக்கம் தோன்றியது.

'பார்க்கிறேன்' என்று சொல்லி கையில் இருந்த கட்டில் பார்த்துவிட்டு 'சாரி, உங்களுக்கு இன்னைக்கு ஒண்ணுமில்ல' என்றாள். சில நிமிடங்கள் அவளுடன் பேசிக்கொண்டு நின்றிருந்தேன். சில நாட்கள் கழித்து இது மீண்டும் நடந்தது. ஒருநாள் அவளுக்காக 'கிட் காட்' சாக்லேட் ஒன்றை எடுத்துச் சென்றேன். அதைத் தெருக்களில் சிறுவர்கள் விற்றுக் கொண்டிருப்பார்கள்; கடத்தல் செய்யப்பட்டது என்பதால் விலை அதிகம். என் பெட்டிக்குள் கைவிட்டு அதை அவளிடம் கொடுத்தேன். 'தாங்க்ஸ்' என்று சொல்லிக்கொண்டு அதைப் பிரித்து பெட்டிக்குள் மீண்டும் கைவிட்டு எனக்கொரு துண்டைக் கொடுத்தாள். 'எனக்கு உங்க பேர் இன்னும் தெரியாது' என்றேன். 'டோலோரெஸ்' என்றாள். அப்படியென்றால் அவள் ஒரு கிறிஸ்தவச்சி. அந்த நகரத்தில் கிறிஸ்தவ மக்கள்தொகை பெரிது. பல தலைமுறைகளாகவே அங்கிருப்பவர்கள் போல. ஒருமுறை அந்தப் பகுதியில் சுற்றியிருக்கிறேன். கூரையிட்ட பால்கனிகளோடு இருக்கும் பழைய மாதிரியான வீடுகளைப் பார்த்திருக்கிறேன்.

மிட்டாயைச் சப்பியபடி 'டோலோரெஸ்' என்றேன். 'நல்ல பேர்.' அவள் புன்னகை செய்தாள். பின்னர், 'உங்களுக்கு என் பேர தெரிஞ் சிக்க வேணாமா?' என்று கேட்டேன். 'உங்களுக்கு வர கடிதங்கள்ல அத பாத்திருக்கேனே?' என்றாள். நான் சிரித்து விட்டேன். என்ன ஒரு மடையன் நான்! வாயில் மிட்டாயைப் புரட்டியபடி மீண்டும் 'டோலோரெஸ்' என்றேன். 'ரொம்ப அழகான பேர். ஆனா கிறிஸ்தவ பேர்களுக்கு அர்த்தம் எதுவும் கிடையாது இல்ல? ஜான், மேரி போல.' 'ஆனா என்பேருக்கு ஒரு அர்த்தம் உண்டு' என்றவள், என் முகத்தில் தெரிந்த கேள்வியைப் பார்த்து விட்டு 'டோலோரெஸ்னா, சோகம்' என்றாள்.

'சோகம்!' கிட்டத்தட்ட அலறிவிட்டேன். 'அடக் கடவுளே, உங்க ளுக்கு எப்படி அப்படி ஒரு பேர வெச்சாங்க உங்க அம்மா அப்பா? நீங்கதான் எப்பவும் சிரிச்சுகிட்டு சந்தோஷமா இருக்கீங்களே?' 'அந்த மாதிரி பேரெல்லாம் எங்க மதத்துல உண்டு' என்றாள். 'உங்க பேர பத்திச் சொல்லுங்க. நீங்க வெச்சுக்கற பேர் எல்லாத்துக்கும் அர்த்தம் உண்டுன்னு எனக்கு தெரியும். வேற வேற அர்த்தம் உள்ள நிறைய பேர் உங்களுக்கு இருக்கு, இல்லையா?'

'என் பெயருக்கு சந்தோஷமா ஆடம்பரமா வாழ்றவன்னு அர்த்தம்' என்றேன். 'ஓ, எவ்வளவு நல்ல விஷயம்!' என்றாள். 'மிஸ்டர் சந்தோஷம் ஆடம்பரம்' என்று குரலில் கசப்போடு சொன்னேன். 'உண்மைய சொல்லணும்னா என்னுடைய அம்மா அப்பாவோட அப்பாவித்தனமான நம்பிக்கைதான் அது. உண்மை கிடையாது. என் வாழ்க்கை... சரி அது போதும்.' அவள் எதுவும் சொல்ல வில்லை. ஆனால் அவள் கண்களில் ஏதோ ஒரு புரிதல் தெரிந்தது.

பிறகு நான் பெரிதாகச் சிரித்து 'நம்ம ரெண்டு பேருடைய பேரும் என்னவா இருக்கணுமோ அதுக்கு நேர்மாறா இருக்கு' என்றேன்.

அதன் பிறகு அவளிடம் நான் பலமுறை பேசியிருக்கிறேன். தன் மேஜையில் வேலை மும்முரத்தில் இருந்தாள் என்றால் புன்னகைத்து கையை மட்டுமாவது அசைப்பாள். அவளைத் தினமும் தொந்தரவு செய்யக்கூடாது என்பதற்காக, ஒருநாள்விட்டு ஒருநாள்தான் அஞ்சல கத்துக்குச் சென்றேன். போகாத நாட்களில் எனக்கு இருப்பே கொள் ளாது. அலுவலகத்தில் எனக்குப் பெரிதாக வேலை எதுவும் கிடை யாது. வெளியில் அனுப்பப்படும் பொருட்களின் விவரங்களை ஒரு பெரிய பதிவேட்டில் பதியவேண்டும். மற்றபடி வெறுமனே உட்கார்ந் திருப்பேன். அலுவலகத்தில் பிறரோடு நான் அதிகம் பேசுவதில்லை.

ஒருநாள் பெட்டியில் தட்டியபோது டோலோரெஸ் தன் மேஜையிலிருந்து எழுந்து என்னிடம் வந்தாள். 'இந்தாங்க, இப்பத் தான் உங்களுக்கு ஒரு லெட்டர் வந்தது' என்றாள். அவள் கையைப் பெட்டிக்குள் நீட்டினாள்; நான் கடிதத்தை வாங்கிக்கொள்ளாமல் அவள் கையைப் பற்றினேன். வெதுவெதுப்பான மிருதுவான கையைப் பிடித்தபடி இருந்தேன். 'என்ன பண்றீங்க...' என்றவள் கையை இழுத்துக்கொள்ள முயலவில்லை. பெட்டிகளின் வரிசைக்கு இரண்டு பக்கமும் நின்றுகொண்டு கைகளை உயர்த்தி வைத்துக் கொண்டு அப்படிப் பிடித்தபடி இருந்தது கொஞ்சம் வேடிக்கையாகத் தான் இருந்தது. அப்போது கூடத்தில் யாரோ எனக்குப் பின்னால் வரும் சத்தம் கேட்டு அவள் கையை விட்டேன். எதுவும் சொல் லாமல் அங்கிருந்து கிளம்பினேன்.

5

இன்னொருமுறையும் அதேபோல் பெட்டி வழியாக அவளே ஒரு கடிதத்தை என்னிடம் கொடுத்தாள். 'ஜோசஃப் ஜார்ஜ் உங்களோட நெருங்கிய நண்பர் போல' என்றாள். ஒரு கணம் திடுக் கிட்டவன், 'ஆமாம், ஒண்ணா படிச்சோம்' என்றேன். என் நண்பன் ஒரு கிறிஸ்தவன் என்பதில் அவள் மகிழ்ச்சியடைந்ததாகத் தெரிந்தது. ஆனால் எனக்கு ஏதோ போல் இருந்தது. ஒரு பக்கம், எனக்கு யார் எழுதுகிறார்கள் என்பதைத் தெரிந்துகொள்ளும் அளவு என்மீது ஆர்வமாக இருக்கிறாள் என்பது சந்தோஷமாக இருந்தது: ஆனால் மறு பக்கம், இது என்னுடைய குறிக்கோளைப் பாதிக்குமோ என்று கவலையாக இருந்தது.

நான் தொடர்ந்து ஜோசஃப் ஜார்ஜுக்கு கடிதம் எழுதிக் கொண் டிருந்தேன். அவனுடைய நீளமான கடிதங்களுக்கு நானும் சளைக் காமல் நீண்ட சுற்றி வளைத்த பதில்களை அனுப்புவது வழக்கம். நீண்ட கடிதங்களில்தான் முக்கியமான விஷயங்களைத் திறமையாக

நுழைத்துவிடலாம்; சிறிய கடிதங்களில் அவை எளிதில் வெளிப்பட்டு விடும். வளவளவென்றிருக்கும் கடிதங்களைத் தணிக்கை செய்ப வர்கள் நிறைய நேரம் எடுத்து படிக்க மாட்டார்கள் என்று நம்புவது நியாயமே. அதிலும் பொதுவான விஷயங்களோ எழுதுபவரின் சொந்த விஷயங்களோ இருந்தால் நிச்சயம் படிக்க மாட்டார்கள் என்று எதிர்பார்க்கலாம். எனவே, ஜே.ஜி.யும் நானும் கற்பனையாக பல விஷயங்களைக் கடிதத்தில் சேர்த்துவிடுவோம். சில சமயம் ஜே.ஜி.யின் கதைகள் மிக சுவாரசியமாக இருக்கும். நானும் அவனு டைய கற்பனைத் திறனுக்கு ஈடுகொடுக்க முயற்சி செய்வேன். வேலை யிலிருந்து திரும்பி வந்ததும் என் மேஜையில் அமர்ந்து மணிக் கணக்காக கடிதங்களை எழுதிக்கொண்டிருப்பேன்.

இந்நகரத்தில் என்னுடைய குறிக்கோளை முடிப்பதில் பிரச் சனை எதுவும் இருக்காது என்று சூசகமாகத் தெரிவித்தேன். தபால் அலுவலக வாயிலில் இருந்த போலீஸ்காரர் நேர்மையாக எல்லா ரையும் சோதனை செய்வதில்லை. பலதடவை எந்தச் சோதனையும் இல்லாமலேயே ஆட்களை உள்ளே செல்லவிடுவார். டீ, பிஸ்கெட் அட்டைப்பெட்டிகளில் எதையும் உள்ளே கடத்திக் கொண்டு போய் விடலாம். நான் வரும்போது கொண்டுவந்திருந்த பழுப்புத் தாள் பொட்டலத்தை என் டிரங்க் பெட்டியின் அடியில் வைத்திருந்தேன். என்னுடைய தபால் பெட்டியில் வைப்பதற்கு ஏற்ற அளவில்தான் அது இருந்தது. காவலைக் கடந்து உள்ளே எடுத்துச் சென்று விட்டால், மற்றதெல்லாம் மிக எளிது. மாலை நேரத்தில் அதைப் பெட்டியில் வைத்துவிட்டு வந்துவிடலாம்; டோலோரெஸ் ஐந்து மணிக்குக் கிளம்புவாள். அதன்பிறகு யாரும் அங்கிருப்பதில்லை. கூடத்திலிருந்து யாரும் அந்தப் பொட்டலத்தைப் பார்க்க வாய்ப் பில்லை.

என் பணியை எந்த நேரத்திலும் முடித்துவிட நான் தயாராக இருப்பதாகத் தெரிவித்தேன். ஆனால் ஜோசஃப் ஜார்ஜ் பொறுமை யாக இருக்கும்படி அறிவுறுத்தினான். ஒரு குறிப்பிட்ட நாளைத் தேர்ந்தெடுப்பதற்கு முன் பல விஷயங்களையும் கணக்கிலெடுத்துக் கொள்ள வேண்டும் என்றான். வெவ்வேறு நகரங்களில் செய்யப்படும் நடவடிக்கைகளோடு கவனமாக ஒருங்கிணைந்து செயல்படுவது அவசியம். ஒரு நகரத்தில் அவசரப்பட்டு எதையாவது செய்து விட்டால் மொத்தத் திட்டமுமே பாழாய்ப்போகும். உண்மையில் வேலையை உடனே முடித்துவிட வேண்டும் என்பதிலேயே நான் குறியாய் இருந்தேன். டிரங்க் பெட்டியின் அடியில் இருந்த பொட்டலம் என் மனதில் கனத்துக்கொண்டிருந்தது. இன்னொரு பக்கம், ஒவ்வொரு நாள் கடந்துபோவதையும் நன்றியோடு நினைத்துக்

கொண்டேன். ஏனென்றால் பொட்டலத்தை என் தபால் பெட்டியில் வைத்துவிட்ட பிறகு டோலோரெஸ்ஸை என்னால் மீண்டும் பார்க்க முடியாதே!

டோலோரெஸ்ஸைப் பார்க்கும்போதும் அவளுடன் பேசிக் கொண்டிருக்கும்போதும், ஒருநாள் அவள் முகம் என் பார்வையி லிருந்து என்றைக்குமாக மறைந்துபோகும் என்று எனக்குள் தோன்றிக் கொண்டே இருக்கும். ஒரு முறை அவளிடம், 'இன்னைக்கு வேலை முடிஞ்ச பிறகு உங்களைப் பார்க்க முடியுமா?' என்று கேட்டேன். எப்போதும் போல் புன்னகைத்துவிட்டு, 'ஸாரி, முடியாது. நம்ம நட்பு இங்கயோட நிக்கிறதுதான் சரி' என்றாள். நான் மீண்டும் அவளிடம் கேட்டதில்லை. பெட்டிகளாலான இரும்புச் சுவருக்குப் பின்னால் தான் அவளை என்னால் பார்க்க முடியும் என்பது எனக்குத் தெரியும். அவளை நன்றாக ஒரு முறைகூட பார்த்ததேயில்லை என்று தோன்றியது. அவள் மேஜையில் இருக்கும்போது முழு உருவத்தையும் பார்க்கலாம்தான், ஆனால் தொலைவில் இருந்துதான்; பெட்டியருகே நின்று அவள் பேசும்போது அவள் முகத்தை மட்டுமே நான் பார்க்க முடியும், அதுவும் முழுமையாக இல்லை. நெற்றி தெரிந்தால் தாடை தெரியாது; தாடை தெரிந்தால் நெற்றி தெரியாது. அந்தத் தவிர்க்க முடியாத பெட்டியின் செவ்வகம் காரணமாக, ஒன்று அவளைத் தொலைவிலிருந்து முழுதாகப் பார்க்கலாம், அல்லது முகத்தை மட்டும் அருகே பார்க்கலாம்.

6

தணிக்கை அலுவலகம் அவளுக்குப் பின்னால் இருப்பதாக டோலோரெஸ் சொல்லியிருந்தாள். வருகின்ற தபால் அங்கேதான் தணிக்கை செய்யப்படும். வெளியே அனுப்பும் தபால் தணிக்கை செய்யப்படும் இடம் கட்டடத்தின் வேறொரு பகுதியில் இருந்தது. ஏரோகிராம் தபால்கள் பெரும்பாலும் பிரிக்கப்படாமலேயே அனுப்பப்படுவதையும், உறைகளில் போடப்பட்டவை எப்போதுமே பரிசோதிக்கப்பட்டன என்பதையும், அதிலும் பெரிய பொட்ட லங்கள் கண்டிப்பாகப் பரிசோதிக்கப்பட்டன என்பதையும் தெரிந்து கொண்டேன்.

வழுக்கை விழத்தொடங்கியிருந்த தலையும், புதர்போன்ற புருவங்களும் கொண்ட ஒருவனை பலமுறை டோலோரெஸ்ஸோடு பார்த்திருக்கிறேன். சமீபகாலமாக அவன் அவளுடன் வம்படித்துக் கொண்டிருப்பதை வழக்கமாக்கிக் கொண்டிருப்பான் போல தெரிந்தது. அவளருகே அவன் நின்றுகொண்டிருப்பான். சில சமயங் களில் மிக நெருக்கமாக அல்லது அவளுடைய மேஜையில், எனக்கு பின்புறத்தைக் காட்டிக்கொண்டு, சாய்ந்துகொண்டிருப்பான்.

ஒருமுறை அவர்கள் காஃபி குடித்துக்கொண்டிருப்பதைப் பார்த்தேன் (டோலோரெஸ் டீ குடிப்பதில்லை).

என்னுடைய வேலை நேரம் எட்டு முதல் இரண்டு மணி வரை; சிலநாட்கள் மதிய உணவுக்கு வீட்டுக்குப் போய்விட்டு பிறகு அஞ்சலகத்துக்குப் போவேன். இல்லையென்றால் அலுவலகத்திலிருந்து நேராகவே அங்கே போய்விடுவேன். மதிய வேளையில் பெட்டியைப் பார்த்துச் செல்ல அதிகம் பேர் வருவதில்லை. இதனால் டோலோரெஸ்ஸைப் பார்க்கவும் அவளுடன் பேசவும் எனக்கு அதிக வாய்ப்பு கிடைக்கும். பனிக்காலம் நெருங்கியபோது பிற்பகலில் வானிலை இனியதாக ஆனது. வெதுவெதுப்பான வெயிலை அனுபவித்தபடி ஒருநாள் தொழிற்சாலையிலிருந்து அஞ்சலகத்துக்கு நடந்து சென்றேன். என் பெட்டியைத் திறந்து எட்டிப் பார்த்தேன். டோலோரெஸ் கிட்டத்தட்ட எனக்கு பின்புறத்தைக் காட்டியவாறு உட்கார்ந்திருந்தாள், வழுக்கை அவள் மேஜைமேல் சாய்ந்துகொண்டிருந்தான். இருவரும் சிரித்துக்கொண்டிருந்தார்கள். நான் பார்த்துக் கொண்டிருக்கும்போதே சிரிப்பில் தலையை மேலே தூக்கியவன் டோலோரெஸ்ஸின் தோளை அழுத்தினான். அவனது கை அவள் கழுத்தில் கொஞ்ச நேரம் தங்கியது. பின்னர் மார்பு மீது இறங்கியது. டோலோரெஸ் சட்டென்று எழுந்து ஏதோ சொன்னாள். அவனும் மேஜையை விட்டு நகர்ந்து லேசாக அவள் கன்னத்தில் தட்டிவிட்டு உள்ளே போனான். தலைமுடியைச் சரிசெய்துகொண்டு டோலோரெஸ் திரும்பப் போன போது நான் என் பெட்டியை மூடினேன். வெளி யேறி வேகமாக நடந்து வீட்டிற்குச் சென்றேன். வழியில் யார் மீதோ பலமாக மோதிக் கொண்டேன். நான் மோதியதில் அவன் கீழேயே விழுந்திருப்பான்.

வீட்டிற்கு வந்து படுக்கையில் விழுந்தேன். விழித்துக்கொண்டு இரண்டு மணி நேரத்திற்கு மேலாகப் படுத்துக்கொண்டிருந்தேன். எதுவும் சாப்பிட்டிருக்கவில்லை. மாலையானது. படுக்கையை விட்டு எழுந்து ஸ்ட்ராங்காக ஒரு டீ போட்டுக் குடித்தேன். என் அறையில் இருக்கப் பிடிக்கவில்லை. பாதி முடித்த கடிதம் ஒன்று மேஜையில் கிடந்தது. அதைத் தொடரும் மனநிலை எனக்கில்லை. வெளியே போனேன்.

சினிமாவுக்குப் போகலாம் என்று நினைத்தேன். இதற்கு முன் ஆறரை மணிக்காட்சிக்கு இரண்டு முறை போயிருக்கிறேன். எப்பொழுதும் கூட்டமாகவே இருக்கும். 'புகை பிடிக்கக்கூடாது' என்ற அறிவிப்பை யாரும் மதிக்கமாட்டார்கள். புகையும் இரைச்சலும் என்னைக் கடுப்பேற்றும். ஒன்பதரை மணிக்காட்சிக்கு கூட்டம் குறைவாக இருக்கலாம் என்பதால் நன்றாக இருக்கும் என்று நினைத்தேன். அதுவரை சும்மா சுற்றலாம் என்று முடிவு செய்தேன்.

நகைக்கடைகள் இருந்த சந்து வழியாகப் போகும்போது, நின்று பளபளக்கும் ஷோகேஸ்களை வெறித்துப் பார்த்தேன். சில ரஷ்யர்களும், தமது வெளுத்த, உருண்டுதிரண்ட மனைவிகளோடு நகைகளைப் பார்த்துக்கொண்டிருந்தார்கள். ரஷ்யர்கள் எப்போதுமே நகைக்கடைகளில் திரிந்துகொண்டிருப்பார்கள்.

நான் ஒரு ஃபெலாஃபெல் சாண்ட்விச் சாப்பிட்டு, ஒரு பெப்ஸி குடித்துவிட்டு சினிமாவுக்குப் போனேன். அது பிரபலமாகாத படம் என்பதால் அரங்கு காலியாகவே இருந்தது. திரையில் பெயர்கள் ஓடத்தொடங்கியதுமே அது கொள்ளைக்காரர்கள் பற்றிய படம் என்பது தெரிந்தது. படம் தொடங்கிய சிறிது நேரத்தில் காலடியில் ஏதோ சத்தம் கேட்டது. முந்தைய காட்சிக்கு வந்தவர்கள் காலியான சிப்ஸ் பொட்டலங்களையும் உலரவைத்த தர்பூசணி விதைத் தோல்களையும் சிதறிவிட்டுப் போயிருந்தார்கள். நிறைய வரிசைகள் ஆளில்லாமல் இருந்ததால் எலிகள் வெளியே வந்து மிச்சங்களைக் கொறிக்கத் தொடங்கின. நான் காலால் தட்டியதும் ஓடிப்போனவை சில நிமிடங்களில் திரும்பவும் வந்துவிட்டன. என் இடது காலில் மிருதுவான ரோமத் தொடுகையை உணர்ந்தேன்; அதன் பின்னர் காலைத்தூக்கி முன்வரிசை இருக்கை மேல் வைத்துக்கொண்டேன். படம் மந்தமாக இருந்தது, அதை நான் பார்க்கவே இல்லை. நான் எழுந்து போயிருக்கலாம். ஆனால் ஹவுஸ் ஆஃப் கல்சரில் நடந்த சம்பவத்திற்குப் பிறகு காட்சியின் நடுவில் யாரும் எழுந்து செல்ல அனுமதிக்கப்படுவதில்லை. அவர்கள் இருளில் மறைந்து வெடி குண்டை வைத்துச் சென்றுவிடுவார்கள் என்ற பயம். காட்சி முடியும் வரை உட்கார்ந்திருக்க வேண்டிய கட்டாயத்திற்கு ஆளானேன்.

அன்றிரவு கண்ட கனவில் நான் தனியாகத் திரையரங்கில் உட்கார்ந்திருந்தேன். அஞ்சலகத்தில் வேலை செய்யும் வழுக்கைத் தலையன் சாயலில் இருந்த ஒருவன் திரையில் டோலோரெஸ்ஸைக் கற்பழித்துக்கொண்டிருந்தான். எலிகள் வந்து இருட்டில் என் கால்களைக் கடிக்கத் தொடங்கின. காலி வரிசைகள் நடுவே நான் ஓட எலிகள் என்னைத் துரத்திக்கொண்டு வந்தன. காலி இருக்கைகளில் தடுக்கிக்கொண்டு, ரத்தம் வழியும் கால்களுடன் முன்னும் பின்னுமாக ஓடிக்கொண்டிருந்தேன். என்னால் தியேட்டரை விட்டு வெளியே வரமுடியவில்லை. பலமாகத் தட்டியும் ஒரு கதவும் திறக்கவில்லை. அரங்கமே இரைச்சலான இசையால் அதிர்ந்து கொண்டிருந்தது.

7

ஒருநாள், ஒவ்வொரு கடையிலும் அலுவலகத்திலும் மாட்டப்பட்டிருந்த, நன்றாக பரிச்சயமான ஜனாதிபதியின் படம் மாற்றப்

பட்டுக்கொண்டிருப்பதைக் கவனித்தேன். ராணுவ உடையில் இறுகிய முகத்துடன், ரிப்பன்களும் மெடல்களும் அணிந்திருந்த உருவம் வெண்மையான பட்டு சூட்டும் விரிந்த புன்னகையுமாக மீண்டும் முளைத்தது. சில நாட்கள் கழித்து தபால் அலுவலகத்தில் நுழையும் போது வாயிலில் ஒட்டப்பட்டிருந்த அறிவிப்பைப் பார்த்தேன்: 'உங்கள் பாதுகாப்பிற்காக இந்தப் பகுதி இனி இரவு எட்டு மணிக்கு மூடப்படும்.' அஞ்சலகத்தில் மையக்கூடம் டெலிகிராஃப் சேவைக்காக பின்னிரவு வரை திறந்திருக்கும். தபால் பெட்டிகள் இருந்த பிரிவு நள்ளிரவோடு மூடப்படும். மூடும் நேரத்தில் செய்யப்பட்ட மாற்றம் என்னைப் பெரிதாக பாதிக்க வில்லை; மாலை ஆறிலிருந்து எட்டு மணிக்குள் என் பணியை நான் முடித்துவிட முடியும். என்றாலும் மறுநாள் நான் ஜோசஃப் ஜார்ஜுக்கு எழுதினேன்: அத்தையிடம் பொரிப்பதற்கு பன்னிரண்டு முட்டைகள் இருந்தன, கோழி நான்கை உடைத்துவிட்டது; இப்போது எட்டுதான் பாக்கி இருக்கிறது. அவை சீக்கிரம் பொரியவில்லை யென்றால் காணாமல் போய்விடும்.'

நானும் ஜோசஃப் ஜார்ஜும் எழுதிக்கொண்ட கடிதங்கள் வரவர சிக்கலாகிக்கொண்டே போயின. அப்பாவித்தனமாக இருப்ப தாகக் காட்டிக்கொள்ள அவனுடைய கடிதங்களில் சம்பந்தமில்லாத விவரங்களை, கற்பனையான ஆட்களையும், சூழல்களையும் பற்றி எல்லாம் எழுதுவான். போகப்போக அவை தனக்கென ஒரு உண்மைத்தன்மையே பெறத்தொடங்கின. ஜே.ஜி. தன் கற்பனைத் திறனில் மகிழ்ந்துபோய் கதைகளைத் தேவையில்லாமல் விரித்துக் கொண்டே போனான். இப்போது அவன் கடிதங்கள் கவர்ச்சியாக இருந்தாலும், பல சமயங்களில் உண்மையையும் புனைவையும் என்னால் பிரித்தறிய முடியாமல் போய்விடுகிறது. ஒவ்வொரு கடிதத்தையும் வெவ்வேறு விதமாக அர்த்தப்படுத்திக்கொள்ளும் முயற்சியில் நிறைய நேரத்தைச் செலவிட்டேன். என் கடிதங்களும் அதே மாதிரிதான் இருந்திருக்க வேண்டும். ஏனென்றால், நான் சொல்ல வந்த பல விஷயங்கள் ஜே.ஜி.க்கு புரிந்த மாதிரி தெரிய வில்லை. எங்கள் கடிதப்போக்குவரத்து அதன் சாரமான இணைப் பையே தொலைத்துவிட்டது போலிருந்தது. நான் ஏதோ பனி மூட்டத்தில் துழாவிக்கொண்டிருப்பதுபோல் உணர்ந்தேன். தவறான புரிதல் மொத்தத்தையும் நாசம் செய்துவிடக்கூடும் என்ற பயத்தில், என் குறிக்கோள் சீக்கிரமாக நிறைவேறிவிட்டால் நன்றாக இருக்கும் என தோன்றியது.

முன்பு போலவே டோலோரெஸ்ஸைப் பார்த்துவந்தேன். கிறிஸ மஸின்போது அவளுக்கு ஒரு பேப்பர் கத்தி பரிசளித்தேன். தமாஷாக 'என்னோட தபால சென்சார் செய்ய உபயோகப்படுத்தலாம்' என்று

விலாஸ் சாரங் ● 241

சொன்னேன். ஒருநாள் அவள், 'உங்க கண்ணுக்குக் கீழ கருவளையம் கட்டிருக்கு. என்ன கவலை உங்களுக்கு?' என்று கேட்டாள். 'இப்போல்லாம் ஆஃபிஸ்ல வேலை அதிகம்' என்றேன் நான். எனக்கு திடீரென்று, அவள் என் கண்கள், மூக்கு, வாய் இவற்றை மட்டும் தான் பார்த்திருக்கிறாள், என் வலது கையைத் தொட்டிருக்கிறாள் என்பது உறைத்தது. நான் குண்டா ஒல்லியா என்பதுகூட அவளுக்குத் தெரியாது: அவளுக்குத் தெரிந்தவரை எனக்கு ஒரு கால் இல்லா மல்கூட இருக்கலாம்.

போன மாதத்தில் நான் டோலோரெஸ்ஸுடன் அதிகம் பேச வில்லை. அவளைப் பார்த்ததோடு சரி, அவள் என்னைப் பார்க்காத போது நின்று அவளைக் கவனித்துக்கொண்டிருப்பேன். வீட்டில், கடிதம் எழுதுவதற்கென மேஜையில் உட்கார்ந்தால் அவள் முகம் தான் கண்முன்னால் ஆடியதே ஒழிய, பேப்பரில் எதுவும் எழுத வில்லை. ஒருநாள் மேஜையில் அமர்ந்து அவளைக் கற்பனையில் வரவழைத்தபோது, இன்னும் அருகில் வரும்படி சொன்னேன். பிறகு என் கையை முடிந்தவரை பெட்டிக்குள் நீட்டி அவளைத் தொட் டேன். முடியை வருடினேன். கன்னங்களை, பிறகு கழுத்தை. அவள் உடைக்குள் என் கையை விட்டு முலைகளில் ஒன்றைக் கசக்க முயன்றேன். ஆனால் கையைப் பெட்டிக்குள் அதிகம் நீட்ட முடிய வில்லை. என் முட்டி பெட்டியின் பக்கவாட்டில் இடித்துக் கொண்டே இருந்தது. வேண்டியபடி என் கையை நகர்த்த முடிய வில்லை. விரல்கள் வலிக்குமளவு போராடினேன். எந்தப் பயனும் இல்லை. அவளிடம் செய்ய நினைத்தது நிறைய இருந்தாலும், என்னால் அவள் இடுப்புக்குக் கீழே எட்ட முடியாது. அவள் கால் களுக்கிடையில் என் கையை நுழைத்து அவளது அந்தரங்க முடியைப் பற்ற வேண்டும். எண்ணற்ற கற்பனை வடிவங்களை உருவகித்துக் கொண்டாலும் பெட்டிகளின் சுவர் என் முன் எழுந்து கொண்டே இருந்தது. அந்தச் சுவருக்கு முன்னால் என்னுடைய கனவுகள் எல்லாம் பயனற்றுப் போயின. சில சமயம் எனக்கு வெறி ஏறி பெட்டிகளின் வரிசையைத் தவிடுபொடியாக்கத் தோன்றும்.

டோலோரெஸ்ஸின் பலப்பல உருவங்கள் என் முன்னால் நெருக்கியடித்தன. அவையெல்லாம் உண்மை போலவே தோன்ற ஆரம்பித்திருந்தன. அடிக்கடி பகல்கனவிலிருந்து விழித்துக் கொண் டதும் அதெல்லாம் என் மனதில் இருந்தவைதான் என்பது தெரிய வரும். கற்பனைக் காட்சிகளுக்கும் நிஜத்திற்கும் வேறுபாடு தெரி யாமல் குழம்ப ஆரம்பித்தேன். டோலோரெஸ்ஸை வருடிய சொட்டைத்தலையனை நிஜமாகவே பார்த்திருக்கிறேனா, அவள் கையைப் பற்றியது மெய்யா என்றெல்லாம் தோன்றும். ஆனால் அத்தகைய சந்தேகங்கள் கட்டுக்கடங்காமல் போகவும் விடவில்லை.

இரண்டு வாரங்களுக்கு முன்பு டோலோரெஸ்ஸுடன் பேசும் போது அவள் எதையோ எண்ணிக்கொண்டு என்னை விநோதமாகப்

பார்த்ததுபோல் தோன்றியது. தணிக்கையாளர்கள் என் கடிதப் போக்குவரத்தில் ஆர்வம் கொண்டிருப்பார்களோ, அது அவளுக்குத் தெரிய வந்திருக்குமோ என்ற எண்ணம் என்னைச் சங்கடப் படுத்தியது. அதன் பிறகு ஜோசஃப் ஜார்ஜிடமிருந்து எனக்கு இரண்டு கடிதங்கள் வந்தன. இரண்டிலும் எழுதப்பட்டிருந்தவை எனக்கு விளங்கவில்லை. கச்சிதமாகப் போடப்பட்ட திட்டத்தைச் செயல் படுத்துவதை விட்டு விட்டு இப்படி அல்பமான விஷயங்களை பரிமாறிக் கொள்வதில் நேரத்தை வீணடித்துவிட்டோமோ என்று தோன்றியது.

8

இரண்டு நாட்களுக்கு முன் திடீரென நகரம் முழுவதும் ஊரடங்கு உத்தரவு பிறப்பிக்கப்பட்டது. எதற்காக இப்படி என்பது எனக்குச் சுத்தமாகப் புரியவில்லை. எனக்குத் தெரிந்தவரை கலகமோ கலவரமோ எதுவும் நடக்கவில்லை. நகரம் வழக்கம்போல் இயங்கிக்கொண்டிருக்கும்போது ஊரடங்கு உத்தரவு போடப்படுவது என்பது தீவிரமான சந்தேகத்தைக் கிளப்பியது. ஏதோ பெரிய சதி பற்றி துப்பறிந்து அதை முறியடிக்கத்தான் அரசாங்கம் அதைச் செய்திருக்கிறது என்றே தோன்றியது. சந்தேகத்திற்குரியவர்கள் கைது செய்யப்படலாம்.

மக்கள் அவசர அவசரமாகத் தங்கள் தேவைகளை வாங்கிக் கொள்வதற்காக, ஒவ்வொரு நாளும் மாலையில் இரண்டு மணி நேரம் ஊரடங்கு உத்தரவு விலக்கிக்கொள்ளப்பட்டது. அது ஐந்து மணிக்கு முன்னால் செய்யப்படாததால் டோலோரெஸ்ஸைப் பார்க்கும் வாய்ப்பே இல்லை. முதலில் அவள் வேலைக்கு வந்திருப்பாளா என்பதே சந்தேகம்தான். அடிப்படை சேவைகளுக்குத்தான் ஆட்கள் வேலை செய்தார்கள். அவளுடையது அந்த வகைதானா என்று எனக்குத் தெரியவில்லை. நேற்று முன் தினம் அவளுடைய மேஜை யில் நான் பார்த்த தபால் குவியல் நேற்றும் இருந்தது. உண்மையில் குவியல் பெரிதாக ஆனதுபோல்தான் இருந்தது. அவள் வேலைக்கு வரவில்லை போலும்.

இரண்டு நாட்கள் என் அறையிலேயே அடைந்துகிடந்தேன். என் கவலை அதிகமாகிக்கொண்டே போகிறது. தெருக்கள் அமைதி யாக இருக்கின்றன. எப்போதாவது போகும் ஜீப்போ டிரக்கோ போடும் சத்தம் மட்டும்தான். டோலோரெஸ் இல்லாதது பெரும் குறையாகத் தெரிந்தது. என் கண் முன்னால் அவள் முகம் எழுகிறது. படத்தின் சட்டம் போல செவ்வகப் பெட்டியால் ஓரம் கட்டப்பட்ட முகம். அவள் என்னை வெறுமனே பார்க்கிறாள். ஓரிரு முறை அவள் கன்னங்களில் கண்ணீர் வழிவதைப் பார்த்ததாகத் தோன்றியது. அழக்கூடாது என்று அவளிடம் சொல்ல நினைத்தேன். சோகமான டோலோரெஸ். அவளைப் பார்த்தே ஆகவேண்டும். அவளிடம் பேச வேண்டும்.

காலம் கடப்பதற்குள் பழுப்புத் தாள் பொட்டலத்தை அஞ்சலகத்திற்கு எடுத்துப்போய்விடுவதா என்று எனக்குள்ளேயே விவாதித்தேன். ஆனால் ஜோசஃப் ஜார்ஜ் என்ன ஆனான்? அவன் அனுப்பிய முக்கிய செய்தி எதுவும் டோலோரெஸ் மேஜையில் உள்ள தபால் குவியலில் காத்திருக்கிறதோ? என்ன செய்வதென்றே தெரியவில்லை.

ஊரடங்கு உத்தரவு அமலுக்கு வந்து இன்று மூன்றாவது நாள்: மனதில் பல உருக்காட்சிகள் தோன்றி ஒன்றுக்குள் ஒன்றாக மறைந்துகொண்டிருந்தன. சேதமடைந்த தபால் அலுவலகம் தெரிகிறது, இடிபாடுகளிலிருந்து டோலோரெஸ்ஸின் முகம் எழுந்து வருகிறது, அல்லது அவள் முகம் முதலில் தோன்றி குண்டு வெடிப்பில் மறைந்துபோகிறது. நேற்றிலிருந்து கூடுதலாக காலடி ஓசைகள் கேட்கத் தொடங்கியிருக்கின்றன. கனமான பூட்ஸுகள் படிகளில் ஏறி வருகின்றன, காலடியோசை பெருகி வந்து என் கதவிற்கு முன்பாக நிற்கிறது. பதைப்போடு தட்டும் ஓசைக்காகக் காத்திருக்கிறேன். அப்படி எதுவும் வரவில்லை. கடந்த இருபத்தி நான்கு மணிநேரத்தில் இப்படிப் பலமுறை நடந்துவிட்டது. இன்று காலையில் பார்த்தால் என் கைகள் நடுங்கிக்கொண்டிருந்தன. காலை உணவின்போது டீக்கோப்பை கைகளில் தடதடத்தது : சரியாக அதே சமயம் படிகளில் ஏறிவரும் காலடியோசை கேட்டது. கோப்பையை இறுகப் பற்றியதால் டீ நலுங்கியது. காலடிகள் என் கதவுக்கு முன்பாக நின்றது. சில நொடிகள் கடந்தன, என் கையிலிருந்த கோப்பை தரையில் விழுந்தது. இப்பொழுது மதியவேளை. கதவைத் திறந்து, படிகளில் ஓடியிறங்கி ஆள் அரவமற்ற தெருக்கள் வழியாக எவ்வளவு தூரம் முடியுமோ ஓடிவிடவேண்டுமென்ற வெறி என்னைப் பிடித்துக்கொண்டது. ஆனால், ஒருவன் என்ன செய்வதென்று தெரியாமல் தவிக்கும் தருணங்களில் ஒன்று அவன் உண்மையை ஏற்றுக்கொள்ளலாம், இல்லையென்றால் தன்னைத் தானே ஏமாற்றிக்கொள்ளலாம். பின் தொடரப்பட்டு பிடிபட்டு விடுவோம் என்பது அபத்தமான எண்ணம். ஏனென்றால் எந்தச் சதியிலும் எனக்குத் தொடர்பு கிடையாது, எந்தக் கடிதமும் எனக்கு வரவில்லை, என் டிரங்க் பெட்டியின் அடியில் இருக்கும் பழுப்புத் தாள் பொட்டலத்தில் அப்படி முக்கியமான பொருள் எதுவும் இல்லை என்று என்னை நானே நம்ப வைத்துக்கொள்கிறேன். வெகு சிலரோடு நட்புகொண்டு, உறவினர்களைத் தவிர்த்து தென்னாட்டில் வாழ்ந்தேன். இப்போது மந்தமான வேலையில் மாட்டிக்கொண்டு வடநாட்டில் இருக்கிறேன். நூற்றுக்கணக்கான பிறரைப் போல குழப்பமான காதற் கனவுகளிலும், விடுதலை பற்றிய கனவுகளிலும் சிக்கிக்கொண்டிருக்கிறேன்.

❍

இரண்டு தளபதிகளின் கதை

1

வலதுபுறம் திரும்பிய தளபதி குர்மா படுக்கையருகே இருந்த கடிகாரத்தைப் பார்த்தார். இருட்டில், நிமிட முள் ஒளிர் மஞ்சள் நிறத்தில் பளிச்சிட்டது. மரியாதை அணிவகுப்பு விழாவில் சிப்பாயின் கையில் நிமிர்ந்து இருக்கும் வாள் போல செங்குத்தாக நின்றிருந்தது. மணி முள் தென்படவே இல்லை. அப்படியென்றால் மணி முள் நிமிட முள்ளுக்கு நேர் பின்னால் நின்றிருக்க வேண்டும். அப்படியென்றால் அது நள்ளிரவு.

உண்மையில் அப்படித்தானா? மணி முள் காணாமலே போயிருந்தால்?

நடு இரவில் மக்கள் மீண்டும் பார்க்க முடியாமல் காணாமல் போகின்றனர். அதே கதிதான் மணி முள்ளுக்கும் ஏற்பட்டதா?

ஒரு கணம் தளபதி குர்மாவில் பதற்றம் குடியேறியது. உண்மையிலேயே மணி முள் காணாமல்தான் போய்விட்டதென்றால் என்ன ஆகும்? வெறும் நிமிட முள்ளை மட்டும் வைத்துக்கொண்டு என்ன செய்வது? தளபதி குர்மா மணிமுள் இல்லாமல், அவர் ஆட்சிக் கவிழ்ப்புக்காகப் போட்டு வைத்திருந்த கால அட்டவணையை எப்படி நடைமுறைப்படுத்துவார்?

மணி முள் மிக மெதுவாக நகர ஆரம்பித்தது. நிமிட முள்ளுக்கு இடதுபுறம் தெரிந்தது. சத்தம் வராமல் கைகளைத் தட்டினார் தளபதி குர்மா.

மணி முள் வாழ்க! புரட்சி வாழ்க!

அவருக்கு முன்னாலும் ஒரு மணி முள் நிற்பதாக அவருக்குத் தோன்றியது. அவரை மூடி மறைத்துக் கொண்டு தளபதி புலவின் வடிவில் அது நின்றது. கடிகாரத்தின் உள்ளே இருந்த நிமிட முள் சில நொடிகளில் நகர்ந்திருந்தது. ஆனால் தளபதி குர்மாவின் முன்னால் நின்றிருந்த நிமிட முள் அடங்க மறுத்தது. அதைத் தள்ளிவிட வேண்டிய நேரம் வந்துவிட்டது. அது புறந்தள்ளப்படும், மணி முள்தான் கடிகாரத்தை ஆள்கிறது என்பது எல்லோருக்கும் தெரியும்.

மணி முள் வாழ்க!

நிமிட முள் மெதுவாகக் கடிகாரத்துக்குள் அமிழ்ந்தது. அது தன் மூக்கு தரையைத்தொடும்படி வீழ்ந்து மறைவதற்காகப் பொறுமையில்லாமல் தளபதி குர்மா காத்துக்கொண்டிருந்தார். அது எப்போதைக்குமாக அங்கு நின்றுபோகும் என்று தளபதி குர்மா நினைத்தார்.

மணி முள் வாழ்க!

தளபதி குர்மா படுக்கைக்கு மறுபுறம் திரும்பி தன் மனைவியைப் பார்த்தார். அளவுக்கதிகமான பெரிய உடலுடன் நல்ல தூக்கத்தில் இருந்தார் மனைவி. அந்தப் பெரிய உடம்பின் மேல் முலைகள் இரண்டும் எதிர்ப்புறமாக பிதுங்கி வழிவது போலிருந்தன. மூச்சு இழுக்கும்போதெல்லாம் குதித்தெழுந்து ஓடிவிடத் துடிப்பவை போல எழுந்தன. அவருடைய தொப்பையும் ஒவ்வொரு இழுப்புக்கும் ஏறி இறங்கியது. தொப்புள் எரிமலை வாய்போல விரிந்து சுருங்கியது. ஜன்னல் வழியாக உள்ளே வந்த நிலவொளி அவருடைய கழுத்து முதல் பிருஷ்டம் வரை ஒளிரச் செய்தது. தலையும் கால்களும் மட்டும் இருட்டில் இருந்தன. நிலவொளியின் கவர்ச்சி மனைவியின் உடலில் வழக்கத்துக்கு மாறான பேரலைகளை உருவாக்குவதாகத் தோன்றியது.

குறைந்தது இன்னும் இரண்டு மணி நேரத்துக்காவது தூக்கம் வராது என்று அவருக்குத் தெரியும். ஓசையில்லாமல் படுக்கையிலிருந்து எழுந்து சமையலறைக்குள் சென்றார். விளக்கைப் போடாமல் ஃப்ரிட்ஜ் இருக்கும் இடத்தைக் கண்டறிந்து கொஞ்சம் தடுமாறி அதைத் திறந்தார். ஒரு வேர்க்கடலைப் பொட்டலத்தை எடுத்து ஒவ்வொன்றாகத் தின்னத் தொடங்கினார். குளிரூட்டப்பட்ட கடலை அவருக்குப் பிடித்தமானது. மனைவி அவரைக் கடலையை அதிகமாகத் தின்னவிட மாட்டார். தன்னுடைய ஆட்சிக்கவிழ்ப்பு திட்டத்தை வெற்றிகரமாக நடத்திமுடித்துவிட்டு மனதார வேர்க் கடலை சாப்பிடவேண்டும் என்ற முடிவுக்கு வந்தார் தளபதி குர்மா. தன் கணவர் நாட்டின் ஜனாதிபதியாகிவிட்டால் எந்த மனைவியால் அவருக்கு ஆணையிட முடியும்?

கொஞ்சமாக வெளிச்சம் இருக்கட்டும் என்பதற்காக தளபதி குர்மா ஃபிரிட்ஜ் கதவை லேசாகத் திறந்து வைத்திருந்தார். ஃபிரிட்ஜின் மெல்லிய 'ம்' ஓசையோடு கடலை கொறிக்கும் சத்தம் இணைந்து கொண்டது. தின்றுகொண்டே ஃபிரிட்ஜைப் பார்த்தார். அதனுள்ளே வேறொரு உலகம் இருந்தது. ஒரு ரகசிய உலகம். சில்லிட்ட, அலட்சியமான உலகம் வேற்று கிரகம் ஒன்றைப் போல. திடீரென்று தளபதி குர்மா தனிமையை உணர்ந்தார். ராணுவத்தி லுள்ள பிற அதிகாரிகள், சிப்பாய்கள் எல்லோரும் முழுமையாகத் தனக்கு துணைநிற்பார்களா?

ஃபிரிட்ஜிலிருந்து சிறிது தண்ணீர் குடித்துவிட்டு படுக்கை யறைக்குத் திரும்பினார். சற்று நேரம் கட்டிலருகே நின்றிருந்துவிட்டு பால்கனிக் கதவை நோக்கிச் சென்றார். பால்கனியில் நடந்தார்.

பிரகாசமான நிலவொளி எங்கும் பரவியிருந்தது. வானத்தில் மேகச் சுவடுகளே இருக்கவில்லை. ஆனால் அது மே மாத இறுதி, மழைக்காலம் நெருங்கிக்கொண்டிருந்தது. என்று வேண்டுமானாலும் மழை பெய்யத் தொடங்கலாம்.

மழைக்காலம் தொடங்குவதற்குள் ஆட்சிக்கவிழ்ப்பை நடத்தி முடித்துவிட வேண்டும். ஒரு புரட்சி என்பது கோடைகாலத்தில்தான் நடத்தப்பட வேண்டும். அப்போதுதான் மக்களின் மண்டைகள் எல்லாம் சூடாகவே இருக்கும். உலகம் முழுக்க புரட்சிகள் எல்லாம் கோடைகாலத்திலேயே நிகழ்ந்துள்ளன.

மழை வந்துவிட்டதென்றால் மக்களின் மண்டைகள் சூடு தணிந்துவிடும். அந்தச் சமயத்தில் புரட்சிக்குப் பெரிய வாய்ப்பில்லை. தளபதி புலவ் கூட நான்குவருடங்களுக்கு முந்தைய கோடை காலத்தில் நடந்த புரட்சிக்குப் பிறகுதான் ஆட்சிக்கு வந்தார்.

கோடையில் ஆட்சிக்கு வந்தவர் கோடையில்தான் வெளியேற வேண்டும். தளபதி குர்மா ஆட்சிக்கு வந்ததும் கோடைகாலத்தை ஒழித்துவிடுவார். அதன் பிறகு கோடைகாலம் என்ற ஒன்றே இருக் காது; யாரும் கோடை பற்றி பேசக்கூட கூடாது. அதுதான் அவரு டைய முதல் ஆணையாக இருக்கும்.

தளபதி குர்மா தன் மாளிகையின் முற்றத்தைப் பார்வை யிட்டார். தோட்டத்தின் நடுவே புதிதாக நிறுவப்பட்டிருந்த ஜனாதி பதி புலவின் சிலை மீது அவர் பார்வை பதிந்தது.

தளபதி புலவும் தளபதி குர்மாவும் ராணுவப் பயிற்சிப் பள்ளியில் ஒன்றாகப் படித்தவர்கள். பல வருடங்கள் நெருங்கிய நண்பர்களாக இருந்தவர்கள். நான்கு வருடங்களுக்கு முன், தளபதி புலவ் ஒரு ஆட்சிக்கவிழ்ப்பை நடத்தி ஜனாதிபதியானார். அதன் பிறகும் தளபதி குர்மா அவரைத் தளபதி புலவ் என்றே கூப்பிடுவார்.

‘தளபதி குர்மா, நான் இப்போது ஜனாதிபதி, நீங்கள் என்னை பிரெஸிடெண்ட் புலவ் என்றுதான் கூப்பிடவேண்டும்’ என்றார் ஜனாதிபதி புலவ்.

‘என்ன செய்வது தளபதி... மன்னிக்க வேண்டும் ஜனாதிபதி புலவ், இத்தனை வருடப் பழக்கத்தை என்னால் விட முடியவில்லை’

‘த்சொ, த்சொ’ என்று சிரித்துக்கொண்டே சொன்னார் ஜனாதிபதி புலவ். ‘நீங்கள் எனக்கு இவ்வளவு உபயோகமானவராக இல்லையென்றால் உங்களை ராஜதுரோகத்திற்காக தூக்கில் போட்டிருப்பேன்.’

தன் பங்குக்கு தளபதி குர்மா தான் ஆட்சிக்கு வந்ததும் எல்லோரும் தன்னை ஜனாதிபதி குர்மா என்றுதான் அழைக்க வேண்டும் என்று கட்டாயப்படுத்துவது என்ற முடிவுக்கு வந்தார். இதில் ஒருவருக்குக்கூட விலக்கு கிடையாது, நிச்சயமாக.

ஜனாதிபதி புலவின் சிலையைப் பார்த்துக்கொண்டிருந்த தளபதி குர்மாவின் புருவம் சுருங்கியது. எல்லா இடங்களிலும் ஜனாதிபதி புலவின் சிலைகளைப் பார்த்துப் பார்த்து சோர்ந்து போயிருந்தார். இப்போது அவருடைய முற்றத்திலேயே ஒன்று முளைத்திருக்கிறது.

கடந்த இரண்டு வருடங்களாக, தன் சிலைகளை நிறுவுவதற்கென ஒரு இயக்கமே நடத்தினார் ஜனாதிபதி புலவ். தலைநகரில் இருந்த எல்லா சதுக்கங்களிலும் அவரது சிலை இருந்தது. அனைத்து அரசு அலுவலகக் கட்டடங்கள், பள்ளிகள், கல்லூரிகள், மருத்துவ மனைகள், விளையாட்டு அரங்கங்கள் என எல்லா இடங்களிலும் அவரது சிலைகள் நிறுவப்பட்டிருந்தன. அதோடு திருப்தியடையாத ஜனாதிபதி புலவ், முக்கிய பிரமுகர்கள் எல்லோருடைய வீட்டிலும் அவருடைய சிலை வைக்கப்பட்டிருக்கவேண்டும் என்று சமீபத்தில் ஒரு ஆணை பிறப்பித்திருந்தார். நகரின் ஒரு முனையில் சிலைகள் உற்பத்தி செய்யும் தொழிற்சாலை ஒன்று நிறுவப்பட்டது. அங்கு உருவான நூற்றுக்கணக்கான சிலைகள் நகரை ஆக்ரமித்துக் கொண்டிருந்தன.

எல்லா சிலைகளும் அச்சு அசலாக ஒன்றே போலிருந்தன. ஒரே அச்சைப் பயன்படுத்தி சிமெண்டில் செய்யப்பட்டவை. முகம், கைகள், உடைகள், ரிப்பன்கள் எல்லாம் ஜனாதிபதி புலவ் போலவே இருக்கும்படி வண்ணம் பூசப்பட்டிருந்தன. சர்வாதிகாரிகளின் தனித்துவமே யதார்த்தவாதம்தான். அப்போதுதான் ஒவ்வொரு குடிமகனும் உண்மையில் ஜனாதிபதி புலவே தன்னைக் கண்காணித்துக்கொண்டிருப்பதாக உணர்வார்கள் என்று ஜனாதிபதி புலவ் நம்பினார்.

வானில் விர்ரென்று சத்தம் கேட்டது. தளபதி குர்மா தனக்கு இடதுபுறம் பார்த்தார். ஒரு ஹெலிகாப்டர் மேற்கிலிருந்து கிழக்காகப் போய்க்கொண்டிருந்தது.

ஜனாதிபதி புலவின் இரவுநேர ஓட்டம். கடந்த சில நாட்களாக இது அதிகமாகியிருந்தது.

தலைநகரில் வெவ்வேறு இடங்களில் ஜனாதிபதி புலவிற்கு ஒன்பது அரண்மனைகள் இருந்தன. ஒவ்வொரு இரவும் ஏதாவது ஒன்றில் தங்குவார். குறிப்பிட்ட இரவில் அவர் எந்த அரண் மனையில் இருப்பார் என்று யாருக்கும் தெரியாது. இப்படிச் செய்வ தால் படுகொலைக்கு ஆளாகாமல் தப்பிவிடலாம் என்று நினைத் தார் ஜனாதிபதி புலவ்.

ஆனால் படுகொலை செய்யப்படுவோம் என்ற பயம் வளர்ந்து கொண்டே போனது. ஒரு இரவு முழுக்க ஒரே அரண்மனையில் இருப்பது பாதுகாப்பானதல்ல என்று அவருக்குத் தோன்றியது. எனவே நடுஇரவில் தங்குமிடத்தை மாற்றிக்கொண்டார். ஒரே இரவில் மூன்று நான்கு முறை அரண்மனையை மாற்றிக் கொள்ளு மளவுக்குச் சென்றது. ஒரு இடத்தில் ஒரு மணி நேரம்கூட தங்காத நிலை ஏற்பட்டது. ஒரே இரவில் ஒன்பது அரண்மனைகளுக்கும் சுற்றிவந்தார். விளைவாக அவர் தூங்கும் நேரம் வெகுவாகக் குறைந்தது.

ஜனாதிபதி புலவின் ஹெலிகாப்டர்தான் வானில் எவ்வளவு சிறியதாக ஏதோ பூச்சி போல தெரிகிறது! அதை கிங் காங் போல தன் முஷ்டியில் பிடித்து நசுக்கித் தூர எறியவேண்டும் என்று தளபதி குர்மாவுக்குத் தோன்றியது.

ஜனாதிபதி புலவின் தூக்கமின்மை எனும் பெரும் நோய் தொடுவானில் மறைந்தது. தளபதி குர்மாவின் தூக்கமின்மை எனும் எதிர்கால பெரும் நோய் பால்கனியில் உலாத்தியது. இரண்டு தூக்க மின்மைகளின் இடையில் நிலவு தன் வரலாற்றுப் பாடலைப் பாடிக் கொண்டிருந்தது.

2

தலைநகரின் தென்கோடியில் மாபெரும் சேரி இருந்தது. அது நகரத்தைவிடப் பெரியது என்று சிலர் சொன்னார்கள். பெரும் பாலான குடிமக்கள் அதை நம்ப விரும்பவில்லை. ஆனால் அது தான் ஆசியாவின் மிகப்பெரிய சேரி என்பதை எல்லோரும் ஒப்புக் கொண்டனர்.

மாபெரும் சேரி சதுப்பு நிலத்தில் பரவியிருந்தது. எப்போதுமே சேறாகவே இருக்கும். சேறு மிக ஆழத்திற்குச் சென்றது. சாதாரண

குடிமகன் சேரிக்குள் நுழைந்தால், மெல்ல மெல்ல சேற்றில் மூழ்கி காணாமல் போய்விடுவான். சேரிவாசிகள் எல்லோரும் கிராமங் களிலிருந்து தலைநகருக்கு குடிபெயர்ந்த அனாதைகள். அவர்கள் சேற்றில் நடக்கையில் மூழ்காத அளவுக்கு மெலிந்தவர்கள், எடை குறைந்தவர்கள். சேரியின் குறுகிய வளைந்த பாதைகளில் இவர்கள் லேசாக மிதப்பார்கள். அவர்கள் கட்டிக் கொண்ட குடிசைகளும் எடையற்றிருக்கும். அவர்களது உடைமைகளும் மிகக்குறைவு, அலுமினியச் சட்டிகள் போல சில. அப்படியிருந்தும், மழைக் காலத்தில், சேறு மிருதுவாகிவிடும்போது பல குடிசைகள் சேற்றின் அடியில் போய்விடும். சில சமயங்களில் குடிசைகளில் தூங்கிக் கொண்டிருப்பவர்கள் மெல்ல சேற்றில் மூழ்கி இரவோடிரவாக காணாமல் ஆவார்கள். நகரத்தில் வேலை செய்த சில சேரிவாசிகள் நன்றாகச் சம்பாதித்து, நன்றாகத் தின்று, எடை கூடிப்போய் அதன் காரணமாக இரவு குடிசையில் தூங்கும்போது சேற்றில் மூழ்கி விடுவார்கள். இப்படிக் குறையும் மக்கள்தொகை புதிதாகக் கிராமப் புறத்திலிருந்து வரும் அனாதை கும்பலால் சரிக்கட்டப்பட்டுவிடும்.

தலைநகரின் கௌரவமான நடுத்தர வர்க்கம் சேரிக்கு அருகில் கூட ஒருபோதும் போகாது. மூழ்கிவிடுவோம் என்ற பயத்தில் போலீஸோ, சிப்பாய்களோ கூட சேரிக்குள் நுழைவதில்லை. கட்டாயம் ஏற்படும்போது பெரிய காஸ் பலூன்களைக் கையில் பிடித்த படி போலீஸ்காரர்கள் உள்ளே செல்வார்கள். சேற்றின் மீது லேசாக நடக்க பலூன்கள் உதவும். ஆனால் கையில் பலூன் இருப்பதால் அவர்களால் சுதந்திரமாக நகரமுடியாது. அதனால் அவர்கள் நோக்கமே நிறைவேறாமல் போகும். ஒருமுறை சேரிச் சிறுவர்கள் பலூன்கள் மேல் சிறு கற்களை எறிந்ததில் பலூன்கள் வெடித்து போலீஸ்காரர் அலறியபடி சேற்றில் புதைந்து மறைந்து போனார். ஒரு வகையில் பார்த்தால் நகரத்தில் இருந்ததைவிட சேரியில் அதிக சுதந்திரம் இருந்தது.

நகரத்தை தனது சிலைகளால் நிரப்பிய பின்னரும் ஜனாதிபதி புலவுக்கு ஒரு குறை இருந்தது. மாபெரும் சேரியில் அவருடைய ஒரு சிலை கூட வைக்கப்படவில்லை. சிலைகளுக்கான அரசுத்துறை அங்கு ஒரு சிலையை நிறுவிவிட வேண்டும் என்று பல முயற்சிகளை மேற்கொண்டது. ஆனால் முடியவில்லை. கற்களையும் சிமெண்ட் மூட்டைகளையும் போட்டு உருவாக்கிய உறுதியான அஸ்தி வாரத்தின் மேல் ஒரு சிலையை நிறுவ முயற்சித்தார்கள். ஆனால் வெகு ஆழத்துக்கு சேறாகவே இருந்ததால் சிலை அதன் அடித்தளத் தோடு அமிழ்ந்து போனது. படிக்காத சேரி ஜனங்கள் பூமியின் நடுப் பகுதி வரை சேறுதான் என்று நம்பினார்கள்.

பின்னர் சிலைகள் துறை ஒரு சிலையில் நூற்றுக்கணக்கான பலூன்களைக் கட்டி விமானத்திலிருந்து இறக்கியது. பலூன்கள் இருந்ததால் சேற்றுக்கு மேலாக அதை உரசியபடி சிலை தொங்கிக் கொண்டிருந்தது. காற்றில் பலூன்கள் அசைந்தபோது சிலையும் உலைந்தது. அதன் கைகளில் நூற்றுக்கணக்கான பலூன்கள் கட்டப் பட்டிருந்த சிலை பார்ப்பதற்கு வேடிக்கையாக இருந்தது. சேரி வாசிகள் அதைப் பலூன்காரன் என்று அழைக்க ஆரம்பித்தார்கள். சில நாட்களில் சிறுவர்கள் கயிற்றை அறுத்து பலூன்களைத் திருட ஆரம்பித்தார்கள். பலூன் எண்ணிக்கை குறையக் குறைய சிலை கீழே போக ஆரம்பித்தது. விரைவிலேயே பலூன்காரன் முழுதுமாக மறைந்துபோனான்.

மாபெரும் சேரியில் தன் சிலை நிறுவப்பட்டேயாக வேண்டும் என்று ஜனாதிபதி புலவ் வற்புறுத்திக்கொண்டே இருந்தார். உண்மையில் சேரிப்பகுதி மீதான கட்டுப்பாடு முழுமையாக அவரிடம் இருக்கவில்லை. சிலைகளை நிறுவிவிட்டால் மனதளவிலாவது திருப்தி ஏற்படலாம். சிலைகள் துறையின் உயரதிகாரிகள் அதற்கு ஒரு வழியைக் கண்டுபிடித்தே ஆக வேண்டும் என்றும் தவறினால் தங்கள் கைகளை இழக்க வேண்டி வரும் என்றும் ஆணை இட்டார்.

சிலைகள் துறை அதிகாரிகளுக்கு பயத்தில் உயிரே போய்விடும் போலிருந்தது; என்ன செய்வதென்று தெரியாமல் தத்தளித்தார்கள். கொஞ்சம் அவகாசம் பெறுவதற்காக 'மழைக்காலம் நெருங்குகிறது. மழைக்காலத்தில் முயற்சி செய்வதில் பயனில்லை. மழைக்காலம் முடிந்தவுடன் எங்கள் திட்டத்தைச் சமர்ப்பிக்கிறோம்' என்று பதில் கொடுத்தார்கள்.

ஜனாதிபதி புலவ் ஒப்புக்கொண்டார்.

3

முதல் மழை தொடங்கிய நாளில் சில மூத்த ராணுவ அதிகாரி களின் உதவியோடு ஜனாதிபதி புலவின் ஆட்சியைக் கவிழ்த்துவிட்டு தளபதி குர்மா ஜனாதிபதி குர்மாவானார்.

வெளியேற்றப்பட்ட ஜனாதிபதி ஒரு ஹெலிகாப்டரில் பக்கத்து நாடொன்றுக்கு தப்பியோட முயற்சி செய்தார். ஆனால் தலைநகரின் மேற்கே இருந்த மலைகளின் அடிவாரத்தில் ஹெலிகாப்டர் சுட்டு வீழ்த்தப்பட்டது. விழுந்த ஹெலிகாப்டர் சில கணங்களில் வெடித்து தீப்பற்றிக்கொண்டது. ஜனாதிபதி புலவின் உடல் கிடைக்கவே இல்லை. உடல் எரிந்து போயிருக்கவேண்டும் என்ற முடிவுக்கு வந்தார்கள்.

ஜனாதிபதி குர்மா பதவியேற்ற உடன் செய்தவற்றில் ஒன்று தலைநகரில் இருந்த ஜனாதிபதி புலவின் சிலைகளை அகற்றியது. நூற்றுக்கணக்கான சிலைகளைப் பெயர்த்தெடுத்து கொண்டுசெல்ல சில வாரங்கள் ஆனது. தலைநகருக்கு மேற்கே இருந்த வெட்ட வெளியில், ஜனாதிபதி புலவின் ஹெலிகாப்டர் நொறுங்கிய இடத்திற்கருகே, சிலைகளெல்லாம் குவிக்கப்பட்டன.

சிலைகள் போனாலும் பீடங்கள் அப்படியே இருந்தன. ஜனாதிபதி குர்மாவின் சகாக்கள் 'பிரெஸிடெண்ட் சார், அந்தப் பீடங்களில் இப்போது உங்களுடைய சிலைகளை வைக்கலாம்' என்றார்கள்.

கோபத்தோடு, 'வேண்டாம், எல்லா இடத்திலும் என் சிலைகளை வைப்பது எனக்குப் பிடிக்கவில்லை' என்றார் ஜனாதிபதி குர்மா.

இதனால் நகரம் முழுக்க காலி பீடங்கள் மட்டும் இருந்தன. பார்க்க அருவருப்பாக இருந்தது. ஜனாதிபதி குர்மாவின் சகாக்கள் 'சிலைகள் வேண்டாம் என்று நீங்கள் நினைத்தால், பீடங்களை இடித்துவிடலாம்' என்றார்கள்.

ஒரு நிமிடம் யோசித்துவிட்டு, 'பீடங்கள் அப்படியே இருக்கட்டும். சிலைகள் போய்விட்டன, இல்லையா? பீடங்களால் யாருக்கு இடைஞ்சல்?' என்று கேட்டார் ஜனாதிபதி குர்மா. இப்போது மறுத்தாலும், சில நாட்கள் கழித்து 'மக்களுடைய கோரிக்கையின்'படி சிலைகளை வைப்பதுதான் ஜனாதிபதி குர்மாவின் எண்ணம் என்பதை அவருடைய சகாக்கள் புரிந்து கொண்டார்கள். காலி பீடங்களைப் பார்த்துப் பார்த்து மக்கள் நொந்துபோயிருந்தார்கள். ஆனால் அவர்கள் செய்யக்கூடியது ஒன்றுமில்லை. மக்கள் தனிப் பேச்சில் ஜனாதிபதி புலவின் ஆட்சியைச் சிலைகளின் ராஜ்யம் என்று சொல்லிக்கொள்வார்கள், இப்போது ஜனாதிபதி குர்மாவின் ஆட்சியைப் பீடங்களின் ராஜ்யம் என்று சொல்லத்தொடங்கினார்கள்.

கார்காலம் முடிந்து பனிக்காலமும் கடந்தது. கோடை மட்டும் வரவே இல்லை. பனிக்காலம் முடிவதற்கு முன்னரே ஜனாதிபதி குர்மா கோடையை ஒழித்து ஆணை பிறப்பித்திருந்தார். கோடை காலம் இல்லாமல் போனதால் யாருக்கும் கோடை விடுமுறை இல்லை என்றானது. ஆனால் தலைநகரில் வெப்பநிலை ஏறிக்கொண்டே போனது. விடுமுறையில் மலைகளுக்குச் செல்வது முடியாமல் போனதால் எல்லோரும், குறிப்பாக மாணவர்களும், அரசு ஊழியர்களும், எரிச்சலடைந்தார்கள். மக்கள் அமைதியிழக்கத் தொடங்கினார்கள். கோடை ஒழிப்பால் மக்கள் கொதித்தெழுந்து

இன்னொரு ஆட்சிக்கவிழ்ப்பு நிகழலாம் என்று ஜனாதிபதி குர்மா வின் புலனாய்வுத் துறை அவருக்கு அறிவுறுத்தியது.

ஜனாதிபதி குர்மாவே மலைகளில் இருந்த தன் அரண்மனைக்கு விடுப்பில் செல்ல வேண்டும் என்று ஆர்வமாக இருந்தார். அவர் கோடையை மீண்டும் நிறுவி ஓர் ஆணை பிறப்பித்தார். ஜனாதிபதி குர்மா உள்பட, அனைவருக்கும் மகிழ்ச்சி. அவர் தன் பைகளை எடுத்துக்கொண்டு மெர்சிடிஸ் கார்களில் பாதுகாப்புத் தொடர் வண்டிகளோடு மலைகளுக்குக் கிளம்பினார்.

4

இப்போதெல்லாம் ஜனாதிபதி குர்மா சமையலறையில் அதிக நேரம் செலவிட்டார். அவருடைய ஜோதிடர், சுவாமி அக்னி மண்டியா அவருக்கு விஷம் வைக்கப்படும் அபாயம் இருக்கிறது என்று சொல்லியிருந்தார். அதன் விளைவாக, ஜனாதிபதி குர்மா தானே சமைக்கத் தொடங்கியிருந்தார். அவர் பதவியேற்றபிறகு அவருடைய மனைவியின் உடல் பரிமாணங்கள் இன்னும் கூடியிருந்ததால் அவரால் எந்த வேலையும் செய்ய முடியவில்லை. ஜனாதிபதி குர்மா தன் உறவினர்களையோ, வேலைக்காரர்களையோ நம்புவதாக இல்லை. அதனால் தன் கையே தனக்கு உதவி என்ற முடிவுக்கு வந்தார். அரசு அலுவல்களுக்கு அவர் போதிய நேரம் ஒதுக்குவதில்லை என்று அவருடைய ஆலோசகர்கள் புகார் சொன்னபோதும் ஜனாதிபதி குர்மா தன் வழிகளை மாற்றிக்கொள்வதாக இல்லை.

அவர் மலைகளில் தங்கியிருந்தபோது இமாலய நாடொன்றின் தூதர் ஜனாதிபதி குர்மாவைச் சந்திக்க வந்தார். அந்த நேரம் ஜனாதிபதி குர்மா சப்பாத்தி இட்டுக்கொண்டிருந்தார். (ஒரு வேளைக்கு பத்து என்ற வீதத்தில் எக்கச்சக்கமாக சப்பாத்தி தின்று கொண்டிருந்தார் அவர்.) கையில் சப்பாத்திக் கட்டையுடன் வரவேற்பறைக்குள் நுழைந்தார் ஜனாதிபதி குர்மா. தூதரின் மனைவி அடிக்கடி கையில் சப்பாத்திக் கட்டையுடன் சமையல் அறையிலிருந்து வெளிவருவது வழக்கம். அப்படி வந்தபோதெல்லாம் நிகழ்ந்தவை தூதரின் இனிய நினைவுகளில் அடங்காது. ஜனாதிபதி குர்மாவைக் கையில் சப்பாத்திக் கட்டையுடன் பார்த்தவர் ஒரே ஓட்டமாக அரண்மனையை விட்டுப் பறந்தார். பின் எப்போதும் அவர் திரும்பி வரவே இல்லை.

ஜனாதிபதி குர்மா தனக்குள் சிரித்துக்கொண்டே சமையலறைக்குத் திரும்பிச் சென்றார். காய்கறி நறுக்கத் தொடங்கினார். சமையலறை ஜன்னல் வழியாக வெளியே பார்த்தவர் அதிர்ந்து போனார். அங்கு, முள்கம்பி வேலிக்கு அப்புறம் இருந்த கற்கள் நிரம்

பிய நிலத்தில் ஒருவர் நின்றுகொண்டு ஜனாதிபதி குர்மாவைப் பார்த்துக்கொண்டிருந்தார். அவருக்குத் தெரிந்தவரை அது வேறு யாருமல்ல, முன்னாள் ஜனாதிபதி புலவேதான்.

முதலில் அது ஜனாதிபதி புலவின் ஆவி என்று ஜனாதிபதி குர்மாவுக்குத் தோன்றியது. ஆனால் ஜனாதிபதி புலவின் உடல் கண்டெடுக்கப்படவே இல்லை என்பது பிறகுதான் நினைவுக்கு வந்தது. ஒருவேளை விபத்தில் பிழைத்து, இன்னும் மறைந்து வாழ்கிறாரோ! புலவ் உயிரோடிருக்கிறார்!

காய் நறுக்கும் கத்தியைக் கையில் தூக்கிப் பிடித்தபடி வெளியே வந்த ஜனாதிபதி குர்மா தளபதி புலவ் இருந்த திசையில் ஓடினார். தளபதி புலவ் திரும்பி ஓடத்தொடங்கினார். ஜனாதிபதி குர்மா முள்கம்பி வேலியைச் சுற்றி வெளியே செல்வதற்குள் தப்பியோடியவர் வெகுதொலைவு சென்றுவிட்டிருந்தார்.

தளபதி புலவ் நீண்ட அடிகள் வைத்து மலையிறங்கி ஓடினார். வழியிலிருந்த கற்களையும் முட்புதர்களையும் பொருட்படுத்தாது அவரைத் தொடர்ந்து ஓடினார் ஜனாதிபதி குர்மா. சில நிமிடங் களில் தளபதி புலவ் நிராகரிக்கப்பட்ட தனது சிலைகள் நூற்றுக் கணக்கில் சிதறிக் கிடந்த வெளியின் விளிம்பை அடைந்தார். ஜனாதிபதி குர்மா மலையடிவாரத்தை அடைந்தபோது தளபதி புலவ் சிலைகளின் காட்டிற்குள் நுழைந்துவிட்டிருந்தார்.

பலமாக மூச்சு வாங்கியபடி ஜனாதிபதி குர்மா சிலைகள் இருந்த காட்டு விளிம்பில் நின்றார். எல்லா சிலைகளும் அச்சு அசலாக தளபதி புலவ் போலவே வடிவமும் வண்ணமும் கொண்டி ருந்ததால் அதில் நிஜமான தளபதி புலவ் எதுவென்று கண்டு பிடிக்க முடியவில்லை. தளபதி புலவ் கொஞ்சம் அசைந்தால் அவர் இருப்பது தெரிந்துவிடும். ஆனால் தளபதி துளியும் அசையாமல் இருந்தார்.

'தளபதி புலவ்!' கையிலிருந்த சமையலறைக் கத்தியைத் தூக்கியபடி ஜனாதிபதி குர்மா கத்தினார். 'ஆண்பிள்ளையாக இருந்தால் வெளியே வாருங்கள்! ஒற்றைக்கு ஒற்றைப் போரிடுவோம்.'

மதிய வெயிலில் சிலைகளிருந்த காட்டின் மீது வெப்ப அலை அடித்தது. அப்போது காட்டிற்குள்ளிருந்து 'ஹ! ஹ! ஹ!' என்று பெரிய சத்தம் கேட்டது.

கோபத்தில் பல்லைக் கடித்தபடி, ஜனாதிபதி குர்மா சுற்றிப் பார்த்தார். சத்தம் எங்கிருந்து வருகிறது என்பதைத் துல்லியமாக அவரால் கண்டுபிடிக்க முடியவில்லை. சத்தம் மீண்டும் எதிரொலித் தது; 'ஹ! ஹ! ஹ!'

கோபம் கொப்பளிக்க ஜனாதிபதி குர்மா சிலைக் காட்டில் புகுந்து மனம்போனபடி சிலைகளைக் கத்தியால் குத்தினார்.

சிமெண்டில் பட்டு கத்தி மொண்ணையாகி வளைந்தது; என்றாலும் விடாமல் வெறியோடு சிலைகளைக் குத்திக்கொண்டே இருந்தார். இதற்குள் சிப்பாய்கள் அந்த இடத்திற்கு வந்துவிட்டிருந்தார்கள். அவர்கள் ஜனாதிபதியை அமைதிப்படுத்தி அங்கிருந்து அழைத்துச் சென்றார்கள். மருத்துவர் அவருக்கு காட்டமான மயக்க மருந்துகளைக் கொடுத்தார்.

மறுநாள் காலை ஜனாதிபதி குர்மா தலைநகருக்குத் திரும்பினார். தளபதி புலவ் பிரச்சனை திருப்தியான உடனடித் தீர்வை கோரியது. ஒன்று, சிலைக் காட்டில் ஒரு குண்டைப் போடுவது. ஆனால் அப்படியும் ஓடிப்போனவர் தப்பிவிட்டால்? அது மட்டுமல்ல, ஜனாதிபதி குர்மா தளபதி புலவை உயிரோடு பிடித்து தானே தன் கையால் துன்புறுத்த வேண்டும் என்று நினைத்தார்.

அப்போது, சிலைகள் எல்லாம் எழுந்து தலைநகர் நோக்கி வந்து கொண்டிருப்பதாகப் புலனாய்வுத் துறை தகவல் தந்தது. தங்களுடைய நீண்ட நாள் தூக்கத்தை உதற முடியாதவை போல, சிலைகள் எல்லாம் தூங்கிவழிந்தபடி நகர்ந்தன. காகங்களுக்கும் சிலைகளுக்கும் தொப்புள்கொடி உறவொன்று இருக்கிறது; சிலைகள் மேல் அமர்வதில் காகங்களுக்கு பெரும் மோகம். சிலைகள் எல்லாம் திடீரென்று தங்கள் சிலைதர்மத்தைக் கைவிட்டது சிலைக்காட்டில் குடியிருந்த காகங்களை அலறவைத்தது. நூற்றுக்கணக்கான காகங்கள் தலைநகர் நோக்கி பறந்தன. கத்திக்கொண்டே இங்குமங்குமாக பறந்த காகங்களின் இந்தப் படையெடுப்பால் தலைநகரவாசிகள் பயந்து போனார்கள். காகம் தோன்றினால் நிச்சயமாக விருந்தினர் வருவார்கள் என்பது மரபான நம்பிக்கை. எந்த விருந்தாளிகளின் படை வரப் போகிறதோ என்று குடிமக்கள் யோசித்தார்கள்.

நகர்ந்துகொண்டிருக்கும் சிலைகளுக்கிடையே, அவற்றை வழி நடத்திக்கொண்டு தளபதி புலவும் இருக்கவேண்டும் என்பது ஜனாதிபதிக்குத் தெரிந்தது. நூற்றுக்கணக்கான சிலைகள் மிகப்பரந்த வெளியில் பரவியிருந்ததால் உருப்படியாக அவற்றின்மீது குண்டு கூட போட முடியாது. சிமெண்ட் சிலைகள் மீது தோட்டாக்கள் பாய்ந்தாலும் பயனில்லை. ஜனாதிபதி குர்மா மிகுந்த கவலைக்குள்ளானார். சிலைகள் கணம் கணமாக முன்னேறிக் கொண்டிருந்தன.

ஜனாதிபதி குர்மா புன்னகை செய்தார். நகரிலிருந்த அனைத்துப் பீடங்களையும் அகற்றி நகர எல்லையில் கொண்டு போடும்படி ஆணை பிறப்பித்தார்.

போர்க்கால அடிப்படையில் அனைத்து ராணுவ, சிவிலியன் வாகனங்களும் வரவழைக்கப்பட்டு பீடங்கள் எல்லாம் நகர எல்லையில் கொண்டு போடப்பட்டன. காவல் கோபுரம் ஒன்றின் மேல் நின்றுகொண்டு ஜனாதிபதி குர்மா வெளியைப் பார்வை

யிட்டார். சிலைப்படையைச் சுடக்கூடாது என்று அவர் ஆணை யிட்டிருந்தார். சிப்பாய்களுக்கு இது வியப்பாக இருந்தது.

சிலைகளின் படை பீடங்கள் இருந்த இடத்துக்கு வந்து சேர்ந் தது. காலியாக இருந்த பீடங்களைப் பார்த்த ஒவ்வொரு சிலையும் ஒரு பீடத்தில் ஏறிக்கொண்டது. ஜனாதிபதி குர்மா எதிர்பார்த் திருந்தது போலவே காலியான பீடங்கள் சிலைகளில் இருந்த அவற்றின் சிலைதர்மத்தைத் தட்டி எழுப்பின. சிலைகளும் தங்கள் தர்மத்தைப் பின்பற்றி இப்போது பீடங்களில் தம்முடைய இடத்தை எடுத்துக்கொண்டிருந்தன.

ஜனாதிபதி குர்மா இதையெல்லாம் வெற்றிக்களிப்போடு பார்த்துக்கொண்டிருந்தார். எல்லா சிலைகளும் தம்முடைய இடத்தை எடுத்துக்கொண்டபிறகு தன் குறிக்கோளை எட்டிவிடலாம் என்பது அவருக்குத் தெரியும். தளபதி புலவ், மெய்யான தளபதி புலவ் மட்டும் தனியாக நிற்க வேண்டி வரும். அப்போது அவர் எளிய இலக்காகிவிடுவார்.

எல்லா சிலைகளும் பீடங்களில் தம்முடைய இடத்தை எடுத்துக் கொண்டன. காலியான இடத்தில் ஒரே ஒரு உருவம் மட்டும் நின்று கொண்டிருந்தது. சிப்பாய்களுக்கு தலைமை தாங்கிய அதிகாரி திரும்பிப் பார்த்து, 'பிரஸிடெண்ட் சார், அது வெறும் சிமெண்ட் சிலைதான்' என்றார்.

'என்ன?' என்றார் ஜனாதிபதி குர்மா. நிஜமான தளபதி புலவ் ஒரு பீடத்தை எடுத்துக்கொண்டுவிட்டதால் இந்த ஒரு சிலை மட்டும் செய்வதறியாமல் நிலத்தில் நின்றுவிட்டது என்பது அவருக்கு உறைத்தது.

'சைத்தான்' என்று முணுமுணுத்தார் ஜனாதிபதி குர்மா. சிப்பாய்களைப் பார்த்துக் கத்தினார்: 'எல்லா சிலைகளையும் சுட்டுத் தள்ளுங்கள்!'

சிப்பாய்கள் சுட ஆரம்பித்தார்கள். சிமெண்ட் சிலைகளிலிருந்து சிராய்கள் பறந்தன. தம்மைச் சுடுகிறார்கள் என்பதைப் பார்த்த சிலைகள் பீடங்களிலிருந்து குதித்து தங்களுடைய துப்பாக்கிகளை எடுத்துச் சுடத்தொடங்கின. ஆனால் அவற்றின் துப்பாக்கிகளில் குண்டுகள் இருக்கவில்லை. சிலைகள் கும்பலாக ஓடத்தொடங்கின. இங்குமங்குமாக ஓடிக்கொண்டிருந்த சிலைகளுக்கு நடுவில் நின்று கொண்டிருந்த தளபதி புலவ் நிலைமையை யோசித்துப் பார்த்தார். சிலைகளோடு சிலையாக ஓடிப்போய் தன்னைக் காப்பாற்றிக் கொள்வது எளிதான விஷயம்தான். ஆனால் வேறொரு கேள்வி அவரை ஆக்ரமித்திருந்தது; அவர் நிஜமான தளபதி புலவ்தானா, அல்லது வெறும் சிலையா? இப்போது அவருக்கு நிச்சயமாகத் தெரியவில்லை. இது அவரைப் பெரிதும் சங்கடப்படுத்தியது. அவர்

தன்னுடைய சதையைத் தொட்டு அழுத்திப் பார்த்துக்கொண்டார். ஆனால் ஹெலிகாப்டர் விழுந்து நொறுங்கிய பிறகிலிருந்தே அவரது உடல் சிமெண்ட் போல இறுகிவிட்டிருந்தது. தான் ஒரு சிலை மட்டும்தானோ என்ற சந்தேகம் வலுத்துக்கொண்டே வந்தது. அந்த இடத்திலிருந்து ஓடிச்செல்வது இந்தப் பிரச்சனைக்கு தீர்வாக இருக்கமுடியாது. முன்னால் நடந்து சென்று தோட்டாக்களை எதிர்கொண்டிருந்தால் கேள்விக்கு விடை கிடைத்திருக்கும். அவர் ஒரு சிலைதான் என்றால், வெறும் சிராய்கள் மட்டுமே பறக்கும்; அவர்தான் நிஜமான தளபதி புலவ் என்றால், தான் மட்டும் இறக்க விரும்பாமல், ஜனாதிபதி குர்மாவையும் அவர் கொல்வார்.

தளபதி புலவ் மெல்ல அடி எடுத்து வைத்து சிலைக் கூட்டத்தி லிருந்து வெளியில் வந்தார். காவல் கோபுரத்திலிருந்து அவரைப் பார்த்துக்கொண்டிருந்த ஜனாதிபதி குர்மா சுடுவதை நிறுத்தும்படி தன் சிப்பாய்களுக்கு ஆணையிட்டார். துப்பாக்கிகள் அமைதியாயின, சிலைகளும் இருந்த இடத்தில் அப்படியே நின்றன. திடீரென்று எல்லாம் அமைதியானது, அசையாது நின்றது. அசைவின்மையின் நடுவில் தளபதி புலவ் அடிமேல் அடி வைத்துச் சென்று கொண்டி ருந்தார். காவல் கோபுரத்தின் காலருகே வந்து நிமிர்ந்து ஜனாதிபதி குர்மாவைப் பார்த்தார். அசையாமல் நின்ற தளபதி புலவின் உருவத் துக்குப் பின்புறம் சிலைகளும் அதேபோல் அசையாமல் நின்றன. தளபதி புலவைக் குறிவைத்த துப்பாக்கிகளில் ட்ரிக்கரில் விரலை வைத்துக்கொண்டு சிப்பாய்கள் எல்லோரும் துளியும் அசையாமல் நின்றனர். மனிதர்களும் சிலைகளும் நிரம்பிய கூட்டத்தின் நடுவில் தளபதி புலவ் தன்னை முற்றும் தனியராக உணர்ந்தார். தான் உண்மையில் தான் தானா இல்லையா என்று அறியாத ஒருவன் உணரும் கொடும் தனிமை உணர்வு அது.

'பிரெஸிடெண்ட் குர்மா, நான்... நான்தான் தளபதி புலவ்!' என்று தளபதி புலவ் கத்தினார். அவ்வளவு உறுதியோடு அவ்வாறு சொல்லிக்கொள்வது அவருக்கே வேடிக்கையாக இருந்தது.

'ஹா! ஹா!' கோபுரத்திலிருந்த ஜனாதிபதி குர்மா சிரித்தார். 'சரணடையப் போகிறீர்களா, புலவ்?'

'முடியாது. நான் சரணடையமாட்டேன்' புலவ் பதில் சொன் னார்.

'முடியாதா? அப்படியென்றால், நானே உங்களை நரகத்திற்கு அனுப்ப வேண்டியிருக்கும் தளபதி புலவ்.' ஜனாதிபதி குர்மா தன் பிஸ்டலை எடுத்துச் சுட்டார்.

தோட்டா தனது இதயத்தைத் துளைத்துவிட்டது, தான் இறந்து கொண்டிருக்கிறோம் என்ற உணர்வோடு தான்தான் நிஜமான

தளபதி புலவ் என்ற அறிவும் சேர்ந்துகொண்டபோது ஈடில்லாத மனநிறைவு தோன்றியது. விழுந்துகொண்டிருக்கும்போதே, தளபதி புலவ் தன் ஆற்றல் முழுவதையும் திரட்டி தன் பிஸ்டலை எடுத்து சுட்டார். தோட்டா ஜனாதிபதி குர்மாவின் மார்பில் பட்டது. அவர் காவல் கோபுரத்திலிருந்து ஸ்லோ மோஷனில் கீழே விழுந்தார்.

5

இரண்டு தளபதிகளும் இறந்துபோக நாடு அராஜகத்தில் சிக்கியது. ஜனாதிபதியாகும் அளவுக்கு ஆற்றல்கொண்ட தளபதிகள் எவரும் இருக்கவில்லை. நாட்டில் ஜனநாயகம் கொண்டுவரப்பட வேண்டும் என்று சிலர் வெளிப்படையாகப் பேசும் அளவுக்கு நிலைமை மோசமானது.

இதே சமயத்தில், மாபெரும் சேரியில் இருந்த மக்களின் இயல்பான பரிணாமவளர்ச்சி அதன் உச்சத்தை அடைந்தது. பல வருடங்களாக சேரி மக்கள் மேலும் மேலும் வலுவற்றவர்களாக ஆகிக்கொண்டிருந்தார்கள். இப்போது அவர்களது உள்ளுறுப்புகள், சதை, தோல் எல்லாம் முழுமையாக வாடிப்போய், வெறும் எலும்புக் கூடுகள் மட்டுமே எஞ்சின. அவர்கள் இறப்பில்லாத எலும்புக்கூடுகளாகி, எப்போதும்போல நடமாடிக்கொண்டிருந்தார்கள். அவர்களால் இனப்பெருக்கம் செய்ய முடியாதுதான்; ஆனால் ஏற்கெனவே எலும்புக்கூடுகளாகிவிட்டதால் அவர்கள் இறந்தும் போகவில்லை. இவர்கள் ஒரு புது ஜாதியாகக் கருதப்பட்டனர்; பிராமணர்களுக்கும் ஒருபடி மேலான ஜாதியாக. ஏனென்றால் அவர்கள் பார்ப்பதற்கு வெள்ளையாக இருந்ததோடு, அரிதான ஒரு தூய்மை கொண்டவர்களாக இருந்தார்கள். தூய்மை அடைவதுதான் எல்லா ஜாதிகளின் குறிக்கோளாக இருந்தது.

நாட்டில் நடந்த அராஜகத்தைப் பார்த்த எலும்புக்கூடுகள் அரசாங்கத்தைத் தங்கள் கையில் எடுத்துக்கொள்வதெனத் தீர்மானித்தனர். இதில் அவர்களுக்கு எதிர்ப்பு என பெரிதாக ஏதும் வரவில்லை. எலும்புக்கூடுகளோடு யார் சண்டை போடுவது? அலைகளோடு மோதுவது போல்தான் அதுவும்.

எலும்புக்கூடுகளுக்கு தங்களுக்கென ஆடம்பரங்கள் – உணவு உட்பட – எதுவும் தேவைப்படாததால் நாட்டில் சம உரிமையையும் நீதியையும் கொண்டுவந்தார்கள். எலும்புக்கூடுகளுக்கு எதிராக யாரும் புரட்சி செய்ய வாய்ப்பில்லை. அரசவை ஜோதிடராக மீண்டும் நியமிக்கப்பட்ட சுவாமி அக்னி மண்டியா, இனி என்றென்றைக்கும் எலும்புக்கூடுகளின் ராஜ்யம்தான் என்று கணித்திருக்கிறார்.

○

சாவு மரம்

எல்லை மரம் ஒவ்வொன்றிலும்
களித்தாடுகிறது பறவைக்கூட்டம்;
இருளில் மூடப்பட்டிருக்கிறது சொர்க்கம்
விரைவில் அது தன் வலிமையைக் காட்டும்

பல்கலைக்கழக நூலகத்திலிருந்து வெளியே வந்த மார்த்தாண்ட் ஜெங்கிஸ் குப்லா கலைக்கூடத்தை நோக்கி நடந்தான். அங்கே புதிய கண்காட்சி எதுவும் நடக்கவில்லை. அங்குள்ள ஆண்கள் அறையை உபயோகிக்கலாமே என்றுதான் சென்றான். அதற்கு பத்து பைசா செலவாகும், அனுமதிச் சீட்டு கூட உண்டு. மும்பையில் கட்டணக் கழிப்பிடங்கள் அதிகம் கிடையாது. இந்தியாவைப் போன்ற ஏழை நாட்டில் சின்னஞ்சிறு இன்பங்களுக்கெல்லாம் எல்லோராலும் செலவு செய்ய முடியாது.

பல்கலைக்கழகத்தில் உள்ள ஆண்கள் அறையையே மார்த்தாண்ட் பயன்படுத்தி இருக்கலாம்; ஆண்கள் அறையில் வாரி இறைக்குமளவு பணமெல்லாம அவனிடம் இருக்கவில்லை. பல்கலைக்கழகக் கழி வறைகளின் நாற்றத்தை அவனால் தாங்க முடியாது.

கலைக்கூட உணவகத்தில், தன் தாடியை நீவியபடி பத்ரா உட்கார்ந்திருந்தான். மார்த்தாண்ட்டை பார்த்ததில் அவனுக்கு மகிழ்ச்சி. அவன் முன்னால் மேஜையில் ஒரு கிளாஸ் தண்ணீர் மட்டுமே இருந்தது. மார்த்தாண்ட் இரண்டு டீ சொன்னான். ‘ஒரு கப் டீ, ஒரு சார்மினார் சிகரெட்டுக்கு பதிலா நான் உனக்கு ஒரு கதை சொல்றேன் நீ கேக்கறதா இருந்தா… உனக்குப் பிடிச்ச ஈக்களைப் பத்தின கதை’ என்றான் பத்ரா. ‘என்னோட ஸ்டுடி யோவில, ஒரு வெள்ளை கான்வாஸ் முன்னால யோசிச்சுட்டு

உக்காந்திருந்தேன். ஒரு ஈ அதுல வந்து வந்து உக்காந்தது. அது எதையோ தேடுற மாதிரி இருந்தது. அது என்ன செய்ய நினைக்குதுன்னே தெரியல, எனக்கு கடுப்பா இருந்தது. அப்புறம்தான் புரிஞ்சது... அந்த கான்வாஸ அது ஒரு திறந்த ஜன்னல்னு நினைச்சு ரூமை விட்டு வெளிய போக முயற்சி செய்யுதுன்னு. செயற்கை வெளிச்சத்துல ஈக்களுக்கு சரியா கண் தெரியாது. வெள்ளை கான்வாஸ ஜன்னல் வழியா வர வெளிச்சம்னு நினைச்சுடுச்சு. பிரஷ்ஷால ஒரு அடி போட்டேன். ஒரே அடில செத்திருச்சு.'

'அந்தக் கறை படிஞ்ச கான்வாஸ ஏன் நீ ஒரு எக்ஸிபிஷன்ல வெக்கல?' என்று மார்த்தாண்ட் கேட்டான். 'விமர்சகர்களுக்கு ரொம்ப பிடிச்சுருக்குமே.'

'எக்ஸிபிஷனல்லாம் மறந்திர வேண்டியதுதான். சீக்கிரமே விளம்பரத்துக்கு வரையப் போக வேண்டியிருக்கும் போல' என்றான் பத்ரா.

'என்னதான் பண்ணிட்டிருக்க நீ?' என்று கேட்டான் மார்த்தாண்ட்.

'நிறைய நேரம் ஈக்களை கொன்னுட்டிருக்கேன்' என்று பதில் சொன்னான் பத்ரா. 'போன வாரம் ஒரு வேலை வந்தது. சங்கர் காட்டன் மில் ஓனர் ஜெயின் சார், விஸ்வரூப் பாபாவோட பெரிய உருவப்படம் ஒண்ண நான் வரையணும்னு கேட்டிருக்காரு. நிச்சயமா நிறைய பணம் கிடைக்கும்.'

கலைக்கூடத்தைவிட்டு வெளியே வந்த மார்த்தாண்ட் திரும்பவும் நூலகத்திற்குப் போகவேண்டுமா என்று யோசித்தான். மணி நாலேகால் ஆகியிருந்தது. மைத்ரேயியை வழியனுப்ப அவன் ஐந்தரை மணிக்கு ரயில்வே ஸ்டேஷனில் இருக்க வேண்டும். இன்னும் அதிக நேரம் இல்லை. ஒரு மணி நேரத்தில் என்ன சாதிக்க முடியும்?

தன் மேஜையைவிட்டுச் செல்வதற்கு ஒரு காரணத்தைத்தான் அவன் தேடிக்கொண்டிருந்தான். கடந்த ஆறு மாதங்களாக முனைவர் பட்டத்திற்காக உழைத்துக்கொண்டிருந்தான். உண்மையில் அவனுக்கு அதில் விருப்பமிருக்கவில்லை. சமஸ்கிருதத்தில், நல்ல மதிப்பெண்களுடன், எம்.ஏ. முடித்திருந்தான். ஆனால் கல்லூரி ஆசிரியர் வேலை கிடைக்கவில்லை. எந்த மூலைக்கும் போகத் தயாராக இருந்தான். ஆனால் சமஸ்கிருத விரிவுரையாளர் பணியிடம் நிறைய இடங்களில் இல்லை. வியாபாரத்தில் அவனுக்கு விருப்பமில்லை. ஏதாவது ஒரு அலுவலகத்தில் வேலைக்குப் போக ஆரம்பித்துவிட்டால் பிறகு ஆசிரியர் வேலை கிடைப்பதற்கான வாய்ப்பு இன்னும் குறைந்துவிடும். என்ன செய்வதென்று அவனுக்குத் தெரியவில்லை. அப்போதுதான் முனைவர் பட்டப்

படிப்புக்கு அரசு உதவித்தொகை கிடைத்தது. அதில் பெரிய வருமானம் இருக்காது என்பதால் போட்டி அதிகம் இருக்கவில்லை. குறைந்தது கல்வித் துறையிலேயே இருக்கவாவது முடியும் என்பதற்காக அதை ஏற்றுக்கொண்டான். நல்லதாக ஏதாவது நிகழும் வரை ஆராய்ச்சி செய்யலாம்.

மார்த்தாண்ட் கேட்வே ஆஃப் இந்தியாவை நோக்கி மெல்ல நடந்தான். கைப்பிடிச்சுவரை ஒட்டி நின்று அலைகள் சுவரில் மோதுவதைப் பார்த்துக்கொண்டிருந்தான். கலையும் அலைகளில் ஏதாவது வடிவம் தெரிகிறதா என்று பார்த்தான். ஒரு அமெரிக்கத் திரைப்படம் நினைவுக்கு வந்தது. அதில் ஒவ்வொரு ஏழாவது அலையும் அதிக உயரம் எழும்பும்; ஒரு தீவில் இருக்கும் சிறைக்கைதி செங்குத்தான பாறை ஒன்றிலிருந்து அதுபோன்ற ஒரு அலையில் குதித்துத் தப்பியோடுவான். அந்தப் படத்தின் இறுதிக்காட்சியில், பரந்துவிரிந்த நீலக்கடல் பின்னணியில் அவன் 'ஐ ஆம் ஃபிரீ' என்று கத்துவது மார்த்தாண்ட்டுக்கு நினைவு வந்தது.

கேட்வே ஆஃப் இந்தியாவின் சுவரை ஒட்டி கடலுக்குள் இறங்கிச் செல்லும் படிக்கட்டுகள் இருந்தன. ஒரு படியில் யாரோ மலம் கழித்திருந்தார்கள். பெரிய அலையொன்று எழுந்து படிகளில் அறைந்து இறுகியிருந்த மலத்தைக் கழுவிச்சென்றது.

விக்டோரியா டெர்மினஸ்ஸில் பெரிய கடிகாரத்தின் கீழே மைத்ரேயி காத்திருந்தாள். 'மைத்ரேயி, நாம் இப்போ சந்திக்கிறதுக்கு நேரம் முன்னாலயே முடிவு பண்ணியிருந்தயா? இப்போ நான் எவ்வளோ லேட்னு குறிச்சு வெச்சுக்கிட்டயா?'

'உன் கிண்டல்லாம் போதும் மார்த்தாண்ட்.'

அவர்கள் அருகிலிருந்த ஒரு உணவகத்துக்குச் சென்றார்கள்.

'உன்னோடதெல்லாம் ஒழுங்கா எடுத்துக்கிட்டயா?'

'ம்'

இருவரும் மௌனமாக காஃபியை உறிஞ்சினார்கள்.

மைத்ரேயி மார்த்தாண்ட்டின் கண்களுக்குள் பார்த்து, 'நான் திரும்பி வர நிறைய நாளாகும், மார்த்தாண்ட்' என்றாள்.

'ம். தெரியும்'

சில நொடிகள் கழித்து அவள், 'ஒருவேளை வராமலேயே போகலாம். ஜவஹர்ல எனக்கு பிடிச்சிருந்தா, ரெண்டு மூணு வருஷம் பழங்குடி ஏரியாவில தங்கி ஹெல்த்கேர் வொர்க் பண்ணலாம்னு இருக்கேன். குருஜி அங்க ஒரு நல்ல அமைப்பை உருவாக்கியிருக்காரு. அங்க அர்ப்பணிப்போட வேலை செய்யிறவங்க இருக்காங்க. பெண்களும் இருக்காங்க.'

‘கேக்க நல்லாத்தான் இருக்கு.’

‘அவ்வளவுதானா? உனக்கு சொல்றதுக்கு வேற ஒண்ணும் இல்லையா?’

‘இல்லையே’

‘நான் சும்மா இப்படியே போயிடணும்னு நினைக்கிறியா? நான் இங்கயே இருக்கணும்னு உனக்கு தோணலயா?’

‘ஐயோ, நீ இங்கயே இருந்துட்டா எனக்கு சந்தோஷம்தான்.’

காஃபி கோப்பையை கீழே வைத்தபடி ‘மார்த்தாண்ட்...’ என்றாள் மைத்ரேயி. கோப்பை சாஸரில் இருந்த ஸ்பூனில் தட்ட அது தரையில் டங்கென்று விழுந்தது.

‘என்னால இந்த ஊர்ல இருக்க முடியல. ப்ளேக் எழுதின லண்டன் மாதிரி இருக்கு இது.’ மைத்ரேயி அப்போதுதான் பி.ஏ. தேர்வுகளை முடித்திருந்தாள். ‘அந்தாளு என்ன சொல்றாரு?...“மனம் உருக்கி வார்த்த கைவிலங்குகள்”. ஆமாம் அது இப்பவும் உண்மை தான். இருநூறு வருஷங்களுக்கு அப்புறமும், இன்னும் மோசமா... இவ்வளவு எம்.என்.சி., மீடியா எல்லாம் வந்த பிறகும்...’

மார்த்தாண்ட் எதுவும் சொல்லவில்லை. மைத்ரேயி தொடர்ந் தாள்: ‘நான் ‘அந்த’ கேள்விய கேட்டா நீ உனக்கு பிடிச்ச நாவல்ல வர ஆளு மாதிரி நடந்துப்பியோன்னு தோணுது.’

மார்த்தாண்ட் அவள் சொல்வது புரியாமல் நிமிர்ந்து பார்த் தான்.

‘அவன் வெறுமனே ‘இல்லை’னு சொன்னான். அப்படித் தானே?’

‘ஏய், இது கொஞ்சம் அதிகம்.’

‘என்ன சொல்ல வர, மார்த்தாண்ட்?’

‘எல்லா விஷயத்தையும் இது இல்லைன்னா அது அப்படிங்கிற மாதிரியே பாக்கணும்னு அவசியமில்ல.’

‘அப்போ?’

‘உலகத்துல இருக்கறது சாத்தியங்கள் மட்டும்தான்.’

‘இல்ல மார்த்தாண்ட், உலகத்துல ஆயிரக்கணக்கானவங்க காதலிக்கிறாங்க; இல்லைன்னா அத விட்டு வெளியேறுராங்க. அவங் களுக்கு தங்களோட மனசு தெரியும்.’

‘இதப் பாரு மைத்ரேயி, காதல், விடுதலை... இந்த இரண்டுல எந்த வார்த்தை அதிகமா துஷ்பிரயோகம் பண்ணப்பட்டிருக்குன்னு எனக்குத் தெரியல.’

மைத்ரேயி போன ரயில் நிதானமாக நகர்ந்தது. புறப்பாட்டு அமளியில் மார்த்தாண்ட் தனித்து விடப்பட்டான். விக்டோரியா டெர்மினஸ்ஸின் குவிமாடங்களுக்கு அடியிலாக நடந்து வெளியே வந்தான். 'விக்டோரியா டெர்மினஸ்' என்ற சொல்லை மனதில் அசைபோட்டான். அதில் ஒரு சோகமான முடிவு இருந்தது.

ஸ்டேஷனின் மாபெரும் கல் கட்டடத்தை விட்டு வெளியே வந்தவன் கண்கூசும் வெயிலில் கண்களைச் சிமிட்டியபடி சற்று நேரம் நின்றான்.

விக்டோரியா டெர்மினஸ்.

மைத்ரேயி போனபிறகு மார்த்தாண்ட்டுக்கு உபரி நேரம் நிறைய இருந்தது. கலைக்கூட உணவகத்தில் பத்ராவைப் பார்த்து வெகு நாட்களாகியிருந்தன. பாபாவின் ஓவியத்தை வரைவதில் முனைந் திருப்பான் என்று தோன்றியது. பின்னர் ஒருநாள், பத்ரா வரைந்த ஓவியத்திலிருந்து விபூதி கிளம்புகிறது என்றும், இந்த அதிசயத்தைப் பார்க்க ஜெயினுடைய வீட்டை மக்கள் மொய்க்கிறார்கள் என்றும் நிஷாங்க் சொன்னான். உண்மையில் இது ஆச்சரியப்படுத்தவில்லை. கைக்கடிகாரம், தங்க மோதிரம், விபூதி போன்ற பலவற்றையும் மாயமாக உண்டுபண்ணும் அதிசயங்களுக்காகவே புகழ்பெற்றவர் பாபா.

ஒரு வழியாக ஒருநாள் பத்ராவைக் கலைக்கூடத்தில் பார்த் தான். அவன் புதிய மனிதனாகத் தெரிந்தான். கையில் மார்ல்பரோ சிகரெட் பாக்கெட் இருந்தது.

'படத்திலிருந்து விபூதி வர ஆரம்பிச்சதும் ஜெயின் எனக்கு கூடுதலா ரெண்டாயிரம் ரூபா கொடுத்தார் தெரியுமா? அதுக்குப் பிறகு இன்னொரு பாபா பக்தருக்காக ஒரு படம் வரைஞ்சேன். மூடநம்பிக்கை ஒழிப்புத் துறை அமைச்சர் யஷ்வந்த் ராவ் ஜெருஜிகர். அதிலயும் விபூதி வந்தது! இப்போ பாபா உருவப் படம் வரைய ஆர்டர் மேல ஆர்டர் வந்துட்டே இருக்கு. ராத்திரி பகலா வரைஞ் சிட்டுருக்கேன். நல்ல காசு வருது.'

'ஒரு வழியா நீ முன்னுக்கு வந்துட்ட, நல்ல விஷயம் பத்ரா.'

'நீ என்ன பண்ற மார்த்தாண்ட்? உன் விதி எப்படி?'

'நான் சின்ன சின்ன வேலை செஞ்சிட்டிருக்கேன். அகாட மிக்காக இந்திய இலக்கியக் களஞ்சியத்துக்கு குறிப்புகள் எழுதிக்கிட்டு இருக்கேன்.'

'ஓ, அவங்க என்ன சில்லறைதானே கொடுப்பாங்க!'

'ஆமாம்'

இரண்டு முட்டியையும் மேஜை மீது வைத்த பத்ரா 'நீ ஏன் இலக்கிய விமர்சகனாத்தான் இருப்பேன்னு அடம் பிடிக்கற? இலக்கியத்துல காசு பார்க்க முடியாது, மார்த்தாண்ட். எழுதி சம்பாதிச்ச வங்க யாரும் கிடையாது. எழுதறத பத்தி எழுதியும் சம்பாதிக்க முடியாது. இப்போல்லாம் பேப்பர்ல புத்தக விமர்சனம் கூட யாரும் எழுதறதில்ல' என்றான்.

'உண்மைதான்'

'என்னைக் கேட்டா இலக்கிய விமர்சகனா இருக்குறதவிட ஓவியக்கலை விமர்சகனா இருக்கலாம்; ஓவியக் கண்காட்சிகளைப் பத்தி விமர்சனம் எழுதலாம்.'

'எனக்கு ஓவியத்த பத்தி அதிகமா தெரியாதே?'

'யாருக்குத்தான் தெரியும்? உங்கிட்ட மொழி இருக்கு. அது போதுமே.'

'அப்படியா சொல்ற?'

'ஆமாம். இதப்பாரு, நீ ஒரு புத்தக விமர்சனம் எழுதினா, எழுத்தாளன் உனக்கு ஒண்ணும் கொடுக்குறதில்ல. ஏன்னா அவனுடைய புத்தகத்தினால அவனுக்கே எதுவும் கிடைக்குறதில்ல. அதே நீ ஓவிய விமர்சனம் எழுதினா எல்லாமே வேற மாதிரி. ஓவியன் தன்னோட ஓவியம் விக்கும்னு எதிர்பார்க்கலாம். ஒரு நல்ல விமர்சனத்துக்கு குறைஞ்சபட்சம் ஒருவேளைக்கு நல்ல சாப்பாடாவது நீ ஓவியன் கிட்ட எதிர்பார்க்கலாம், தண்ணியோட.

'நான் குடிக்கிறதில்ல, உனக்குத்தான் தெரியுமே.'

'அதப்பத்தி கவலைப்படாத. ஒரு ஓவிய நிபுணன்னு நீ ஆயிட்டா பிரபலமான ஓவியர்களை நீ வளர்த்தெடுக்கலாம். அவங்க லட்சக்கணக்குல சம்பாதிக்கிறாங்க. உனக்கு தெரிஞ்சதுதான். இப்போல்லாம் கோடிகள்ல. அவங்களப் பாத்து அவங்க ஓவியங்களப் பத்தி ஒரு பாராட்டு எழுதுறேன்னு சொல்லிப்பாரு. சில ஆயிரம் ரூபாயெல்லாம் அவங்களுக்கு ஒண்ணுமே இல்ல. ஆனா, நீ எழுதறது எல்லாம் பாராட்டா இருக்கணும். புலவர் மொழியில எழுதணும்.'

'என்னால இலக்கியத்துல பால் கறக்கமுடியாது, அதனால ஓவியத்துல கறக்க முயற்சி செய்யணும்னு சொல்றியா?'

'அதேதான்'

கலாச்சாரம் பற்றி பத்ராவின் தடாலடி விமர்சனத்திற்கு மார்த்தாண்ட்டிடம் பதிலில்லை. தூரத்தில் எங்கோ வெறித்துப் பார்த்தான். கம்பி வலைக்கு அப்புறத்தில் இளம் செடிகள் மெதுவாக அசைந்து கொண்டிருந்தன. சில வரிகளின் துணுக்குகள் மங்கலாக

அவன் மனதில் மிதந்தன: 'கடற்பாசியின் ஒரு இலைக்காம்பு... முன்னதாகவே ஒரு தும்பி... இவை குறிப்பது அதீத துயரத்தை.'

'யோசிச்சுப் பாரு, மார்த்தாண்ட்' என்ற பத்ரா தன் மார்ல்பரோ சிகரெட் பாக்கெட்டையும் தங்க லைட்டரையும் எடுத்துக்கொண்டான். பார்த்துக்கொண்டிருக்கும்போதே அவன் உருவம் சிறிதாகி மறைந்தது. அதற்குள்ளாகவே.

அதே வாரத்தில் ஒரு சிறுவனுக்கு சமஸ்கிருதம் சொல்லிக் கொடுக்கும் வேலை மார்த்தாண்ட்டுக்கு கிடைத்தது. ஒரு மாதத்தில் சிறுவனுக்கு பள்ளித் தேர்வுகள் வரவிருந்தன. அதற்கு சிறுவனை தயார் செய்ய வேண்டியதுதான் மார்த்தாண்டின் வேலை. மந்தமான சிறுவன். படிப்பதில் விருப்பமில்லாமல் இருந்த அவனோடு போராட வேண்டியிருந்தது. மார்த்தாண்ட்டின் பிஹெச்.டி. ஆலோசகரின் தூரத்து உறவினன் என்பதால் அவனைத் தேர்வில் தோல்வியடைய விடமுடியாது. ஒரு நாளைக்கு இரண்டு அல்லது மூன்று மணிநேரம் போராடி அவன் தலையில் துளி சமஸ்கிருதத்தைத் திணிக்க வேண்டியிருந்தது.

ஒரு நாள், 'எனக்கு வெறுப்பா இருக்கு. பிரயோஜனமில்லாத ஒரு மொழிக்காக எதுக்கு மண்டைய உடைச்சிக்கணும்?' என்று கேட்டான் சிறுவன்.

'அது கடவுளோட மொழி.'

சிறுவன் மெல்ல சிரித்தான்.

சிறுவன் தேர்வுகளை எழுதி முடித்தபிறகு மார்த்தாண்ட் தன்னுடைய ஆராய்ச்சிக்குத் திரும்பினான். பாணினியின் இலக்கணம் பற்றிய ஆராய்ச்சி. (மார்த்தாண்ட் சமஸ்கிருதக் கவிதையால் கவரப்பட்டுத்தான் சமஸ்கிருதத்தை முதன்மைப்பாடமாக எடுத்திருந்தான். ஆனால் அவனுடைய பிஹெச்.டி. ஆலோசகர் உதவித்தொகைக்கு பரிந்துரைப்பதற்கு முன்பாக, அவன் பாணினியில்தான் ஆராய்ச்சி செய்ய வேண்டும் என்று வற்புறுத்தினார்.) மார்த்தாண்ட்டுக்கு இப்போது அதிக ஓய்வுநேரமும் இருந்தது. நகரத்தில் எங்கும் புகைமூட்டமாக இருப்பதைக் கவனித்தான். முதலில் அது வெறும் தூசி என்று நினைத்தான். ஆனால் கூர்ந்து பார்த்தபிறகுதான் காற்றில் முழுவதும் சாம்பல் துகள்களாக இருப்பது தெரிந்தது. கடலை ஒட்டி சிவாஜி பார்க்கில் இருந்த சுடுகாட்டுக்குப் பின்புறம் அவன் குடியிருந்தது நினைவுக்கு வந்தது. அவன் அறையில் எல்லாவற்றின் மேலும் ஒரு மெல்லிய சாம்பல் படலம் படிந்திருக்கும். சில சமயங்களில் எரியும் சதையின் மணம் வரும். மார்த்தாண்ட்டின் மனதில் அந்த மணம் அறைக்குள் வந்த சாம்பலோடு பிரிக்க முடியாமல் சம்பந்தப்பட்டிருந்தது. இயல்பாகக் காற்றை மோப்பம்

பிடித்தான். தனிப்பட்ட மணம் இருந்தது உண்மைதான், ஆனால் அது பழக்கமான சதை எரியும் மணம் இல்லை. இது இனிய மணமாக இருந்தது, நோய்வாய்ப்பட்ட இனிமை. சுடுகாட்டிலிருந்து கிளம்பும் சாம்பல் எப்படி இவ்வளவு தூரம் வர முடியும்? இப்போது அவன் இருக்கும் இடம் அங்கிருந்து பல மைல்கள் தள்ளி இருப்பது. என்றாலும் நெருப்பில்லாமல் புகையாது. எந்தத் தீக்குழியிலிருந்து சாம்பல் எழுகிறது என்பது அவனுக்குத் தெரியவில்லை. எங்கிருந்தோ எழுந்து மெல்ல காற்றில் பரவியது.

நாட்கள் ஓடின, காற்றில் சாம்பல் அதிகமாகிக்கொண்டே போனது. மெல்ல மெல்ல மார்த்தாண்ட் உள்பட எல்லோரும் அதன் மூலத்தைக் கண்டுபிடித்தார்கள். பத்ரா எண்ணற்ற பாபா ஓவியங் களை வரைந்து விற்றிருந்தான். அவை ஒவ்வொன்றிலுமிருந்து விபூதி உதிர்ந்துகொண்டிருந்தது. அத்தனை ஓவியங்களிலிருந்து இரவும் பகலும் உதிர்ந்த சாம்பல் மெல்ல மெல்ல நகரின் வளிமண்டலத்தில் கலந்தது.

பத்ராவின் வாழ்வே மாறிப்போயிருந்ததால் மார்த்தாண்ட் அவனை மீண்டும் பார்ப்பதற்கு வாய்ப்பில்லை என்றே தோன்றியது. என்றாலும் அவனைப்பற்றிய செய்திகள் நிஷாங்க் போன்ற நண்பர்களிடமிருந்து வந்துகொண்டிருந்தன. அவனுக்கு இப்போது புதிய பெரிய ஸ்டுடியோ இருந்தது என்றும் பாபா ஓவியங்களை இயந்திரங்கள் மூலம் உற்பத்தி செய்துகொண்டிருந்தான் என்றும் கேள்விப்பட்டான். பிறரும் அவன் வழியைப் பின்பற்றினார்கள். ஆனால் வேறு யார் வரைந்த ஓவியத்திலிருந்தும் விபூதி உதிர வில்லை. பத்ராவுக்கு தெய்வீகத் தனியுரிமை ஏதோ கிடைத்ததுபோல் தோன்றியது. ஒரு பாலிவுட் சூப்பர்ஸ்டாருக்கு இணையாக சம்பாதித்துக்கொண்டிருந்தான் பத்ரா.

சாம்பல் பரவிக்கொண்டிருந்தது.

* * *

இருளின் கரையான்கள் தின்றுவிட்டன
சொர்க்கத்தின் கிரணங்களை
தம் துளைகள் வழியாக உதிர்க்கின்றன
மரத்துகள்களை...

மார்த்தாண்ட் புத்தகத்தைக் கீழே வைத்தான். வித்யாகரரின் சுபாஷிதரத்னகோசம் என்ற கவிதைத் தொகுப்பை படித்துக் கொண்டிருந்தான். அவன் படித்துக்கொண்டிருந்தவை ஒன்பதாம் நூற்றாண்டைச் சேர்ந்த முராரியின் வரிகள். யார் இந்த முராரி? அவருடைய சமகாலக் கவிஞர்களெல்லாம் காதலையும், இளம்பெண்

களையும், இன்பத்தையும் பாடிக்கொண்டிருந்தபோது அவர் மட்டும் எப்படி இருட்டைப்பற்றி இப்படிப்பட்ட பளிச்சென்ற வரிகளை எழுதினார்? அவருடைய பல கவிதைகள் இருளைப் பற்றிப் பேசுகின்றன, அல்லது நிழல்களை. 'இருளின் கவியே, நீ என்னிடம் பேசுகிறாய்' தனக்குள் சொல்லிக்கொண்ட மார்த்தாண்ட் நடை சென்றுவரலாம் என்று எழுந்தான்.

நூலகத்தை விட்டு வெளியே வந்த மார்த்தாண்ட் இலக்கில்லாமல் நடந்தான். செங்கிஸ் குப்லா நூலகம் மூடியிருந்தது. எல்லாம் வல்ல சாம்பலுக்கு முன்பாக பணிந்து பின்னடைந்திருந்தது கலை.

நாளுக்கு நாள் நகரின் தோற்றம் மாறிக்கொண்டே இருந்தது. கட்டடங்கள் மேல், கார்கள் மேல், சாலைகள் மேல் சாம்பல் படிந்தது. மரங்கள் மீது, சிலைகள் மீது, விளையாட்டு மைதானங்கள் மீது படர்ந்தது. ரயில் தண்டவாளங்களுக்குக் கீழிருந்த இணைப்புகள் சாம்பலில் காணாமல் போயின. தண்டவாளங்கள் மட்டும் மின்னின. எல்லா இடத்திலும் மெல்ல மெல்ல சாம்பல் அடுக்குகள் வளர்ந்தன. மொத்த நகரமும் சாம்பல்நிறமாக மாறிக்கொண்டிருந்தது.

தெருவில் கடை விரித்திருந்தவர்கள் பாடு திண்டாட்டமானது. அவர்கள் விற்பதற்கு வைத்த பொருட்கள் எல்லாம் உடனே சாம்பல் மூடிப்போயின. அதைத் தட்டுவதிலேயே அவர்கள் நேரம் போனது. மறுபக்கம் ஷூ பாலீஷ் போடும் சிறுவர்கள் பாடு கொண்டாட்டமாக இருந்தது. சிலர் இரண்டு மூன்று மணி நேரத்துக்கு ஒருமுறை பாலீஷ் போட்டுக்கொண்டார்கள். பிறகு, தெருவில் இரண்டு மூன்று அங்குலத்துக்குச் சாம்பல் படிந்தபோது எவரும் அதைப் பொருட்படுத்தவில்லை. அலுவலகங்களில் வேலைபார்த்தவர்கள் காலையில் காரை நிறுத்திவிட்டுச் சென்றால் மாலையில் வந்து பார்க்கும்போது தங்களுடைய வண்டி எது என்றே கண்டுபிடிக்கமுடியாதபடி சாம்பல் மூடியிருந்தது. காதலர்கள் காரை நிறுத்திவிட்டு கண்ணாடியில் சாம்பல் மூடி மறைப்பது வரை காத்திருந்தார்கள். ஆனால் போலீஸ்காரர்கள் விரல்களால் சாம்பலில் ஓட்டை போட்டு எட்டிப்பார்த்தார்கள். உள்ளூர் கால்பந்துப் போட்டி நடக்கும்போது ஒரு அணி சிவப்புச் சட்டையும் மற்றொன்று பச்சைச் சட்டையும் அணிந்திருந்தது. வியர்வை ஊறிய சட்டைகளில் சாம்பல் படிந்து யார் எதிர் அணி என்றே தெரியாமல் விளையாடி ஆட்டமே அலங்கோலமாகிப் போனது. கிரிக்கெட் ஆட்டங்களின் நிலை இன்னும் மோசம். சில சமயம் மைதானத்தில் சாம்பல் மேகங்கள் மிதந்து பாட்ஸ்மேனும் பௌலரும் கண்ணுக்கே தெரியாமல் போனது. சாம்பல் மேகங்களிலிருந்து திடீரென எழும் பந்துக்காக பேட்ஸ்மேன்கள் காத்திருந்தார்கள். ஒரு ஆட்டம் முடிந்து இரண்டு அணியினரும் மைதானத்தைவிட்டு போனபிறகுதான் ஒரு ஃபீல்டருக்கு ஆட்டம் முடிந்து விட்டது என்பதே தெரிந்தது.

ரயில் தண்டவாளங்களில் சாம்பல் நிரம்பி தண்டவாளமே இப்போது தெரியாமல் ஆனது. அதை அகற்றுவதிலும் பயனில்லை, சில மணி நேரங்களில் மீண்டும் படிந்தது. ஒவ்வொருநாளும் மைல்கணக்கில் இருக்கும் தண்டவாளங்களைச் சுத்தப்படுத்துவதென்பது நடக்காத காரியம். ஆக, ரயில் போக்குவரத்தே சுத்தமாக நின்றுபோனது. தெருக்களில் சாம்பல் அகற்றப்பட்டே ஆகவேண்டும் என்பதால் முனிசிபாலிடி ஒவ்வொரு நாள் காலையிலும் சாம்பல் அடுக்குகளை அகற்றியது. பனி அகற்றும் இயந்திரங்கள் வெளி நாடுகளிலிருந்து குறிப்பாக அமெரிக்காவிலிருந்து வரவழைக்கப் பட்டன. விமானம் மூலம், மிகஅவசரம் என்ற அடிப்படையில் கொண்டு வரப்பட்டன.

நகரில் பெரும்பாலானவர்கள் விபூதி மணத்தில் மயங்கிப் போயிருந்தனர். யாரும் காற்றில் மாசு குறித்து புகார் சொல்ல வில்லை. பத்ரா இன்னும் ஓவியங்களை உற்பத்தி செய்துகொண்டே இருந்தான், மேலும் பல வீடுகளில் அவை மாட்டப்பட்டன. சாம்பல் அளவும் விரைவாக ஏறிக்கொண்டே போனது. இந்த விவகாரத்தை ஒழித்துக்கட்ட விரும்பியவர்களும் இருக்கத்தான் செய்தார்கள். ஆனால் எப்படிச் செய்வது? விஸ்வரூப் பாபாவின் சட்டமிடப்பட்ட ஓவியங்களை உடைத்து நொறுக்கினால் சாம்பல் உற்பத்தி நிற்கும். ஆனால் அதைச் செய்யும் துணிச்சல் யாருக்கும் இருக்கவில்லை. ஒரு படத்தை உடைத்தவன் மறுநாளே மாரடைப்பால் இறந்துபோனதாகப் பேசிக்கொண்டார்கள்.

மார்த்தாண்ட்டுக்கு மைத்ரேயியிடமிருந்து ஒரு கடிதம் வந்தது. இப்படி எழுதியிருந்தாள்:

ஜவஹரில் பழங்குடியினரோடு வாழ்க்கை அற்புதமாக இருக்கிறது! அவர்கள்தான் எவ்வளவு வெள்ளந்தியாக, நேர்மையாக, மகிழ்ச்சியாக இருக்கிறார்கள்! மார்த்தாண்ட், ஒரே ஒரு முறை நீ இந்த வாழ்க்கையை அனுபவித்துப் பார்த்தால் என்ன? ஏற்கனவே அது இறந்தவர்களின் நகரமாகத்தான் இருந்தது. இப்போது சாம்பல் மூடியிருக்கும் நகரத்தில்தான் வாழவேண்டும் என்று ஏன் விரும்புகிறாய்? அது மட்டுமில்லாமல், காதலில்லாத, சுதந்திரமில்லாத ஒரு வாழ்க்கையை ஏன் தேர்ந்தெடுக்கிறாய்? எனக்குப் புரியவில்லை, மார்த்தாண்ட். எப்படியானாலும் அன்புடன், மைத்ரேயி.

மார்த்தாண்ட் கடிதத்தை ஓரிரு முறை கவனமாகப் படித்து விட்டு வைத்தான். பின்னர் ஒரு நாள் பல்கலை நூலகத்தில் அவனைப் பார்க்க பத்ரா வந்தான். மார்த்தாண்ட்டுக்கு ஆச்சரியம்.

'உன்ன மாதிரி பிரபலமான ஒரு ஆளுக்கு என்னைப் பார்க்க எப்படி நேரம் கிடைச்சது?' என்று கேட்டான் மார்த்தாண்ட்.

பத்ரா மார்த்தாண்டை கைபர் ரெஸ்டாரெண்டுக்கு அழைத்துச் சென்றான். மலபார் ஹில் பகுதியில் பாபாவின் அரண்மனை போன்ற மாளிகைக்கு அருகில் ஒரு பெரிய வீட்டை பத்ரா வாங்கி யிருப்பதை மார்த்தாண்ட் அறிவான். பத்ரா இப்போது பாபாவுடன் மிக நெருக்கமாக இருந்தான். ஓவியங்களில் கிடைக்கும் பணத்தில் இருபது சதவீதம் அவருக்குக் கொடுத்தான்.

'பாபா அருளால நான் வாழ்க்கையில செட்டில் ஆயிட்டேன் மார்த்தாண்ட். இப்போ உனக்கு அதே வாய்ப்பு வந்திருக்கு. பாபா அவரோட சுயசரிதைய எழுதணும்னு நினைக்கிறாரு. எழுதக்கூடிய வங்க யாரையாவது தெரியுமான்னு என்னைக் கேட்டாரு. எனக்கு உன் நினைவு வந்தது. நீதான் சமஸ்கிருத அறிஞனாச்சே, உன்னால சுத்தமான கண்ணியமான நடையில எழுத முடியும்னு தோணிச்சு. புத்தகத்துக்கு ஓவியங்கள் நானே பண்ணுவேன். இந்த வேலைய நீ எடுத்துக்கிறியா?'

ஒரு நிமிடம் பேசாமலிருந்த மார்த்தாண்ட் பிறகு ஒப்புக்கொண் டான்.

'நல்லது. இப்படி ஒரு வாய்ப்பை நீ விடமாட்டேன்னுதான் நினைச்சேன். ஒரு பாழாய்ப்போன லைப்ரரியில உன் வாழ்க்கைய வீணாக்குறதவிட இது ரொம்ப நல்லது. வெள்ளிக்கிழமை நாலு மணிக்கு என் வீட்டுக்கு வரயா? உன்னை பாபாகிட்ட அழைச்சிட்டு போறேன்' என்றான் பத்ரா.

வெள்ளிக்கிழமை பின்மதியத்தில் மலையேறினான் மார்த் தாண்ட். மேலே சாம்பல் குறைவாகவே இருந்தது. கடலில் இருந்து வந்த காற்று சாம்பலை நகர் நோக்கி பறக்க வைத்தது. இங்கு காற்று தூய்மையாக இருந்தது. மலையிலிருந்து பார்க்கும்போது சாம்பல் மூடிய நகரம் மங்கலாகத் தெரிந்தது.

பாபாவின் தனி உதவியாளர் சுந்தர்லால், பத்ராவையும் மார்த் தாண்ட்டையும் கூடத்தில் காத்திருக்கச் சொன்னார். ஏதோ முக்கிய மான விருந்தாளியோடு பேசிக்கொண்டிருந்தார் பாபா. வேடிக்கை பார்க்க அந்தக் கூடத்தில் விலை அதிகமான, அழகான பொருட்கள் ஏராளமாக இருந்தன. அதனால் மார்த்தாண்ட்டுக்கு அங்கு காத்தி ருந்தது சலிக்கவில்லை.

பாபா கூடத்தில் நுழைந்தார். அவர் தலையைச் சுற்றி ஒளி வட்டம் ஒன்றிருக்கும் என எதிர்பார்த்திருந்த மார்த்தாண்ட் ஏமாந்து போனான். ஆனாலும் அவர் முகம் பளிச்சென்றுதான் இருந்தது. பத்ரா மார்த்தாண்ட்டை பாபாவுக்கு அறிமுகம் செய்து வைத்தான்.

இளமையில் பாபா ஒரு கசாப்புக் கடையில் உதவியாளனாக இருந்தார். ஒருநாள் ஆட்டிறைச்சியில் கால்பகுதியை வெட்டும்போது

ஒரு எலும்புத்துண்டு தெறித்து அவர் நெற்றி நடுவில் அடித்து ஆழ மான வெட்டுக்காயம் ஏற்பட்டது. அந்தக் கணத்தில் அவருக்கு ஒரு தரிசனம் ஏற்பட்டது. அதோடு அவர் வாழ்க்கை மாறிப்போனது. அவர் நிறைய பயணம் செய்து, தான் அறிவொளி பெற்றதை மக்க ளோடு பகிர்ந்துகொண்டார். அவர் புகழ் பரவியது. முதலில் கசாய் பாய் என்றறியப்பட்டவர் பின்னர் தன்னுடைய பெயரை மாற்றிக் கொண்டார்.

பாபாவுக்கு இறைஞானம் கிடைத்திருந்தாலும், பின்னாளில் வாழ்க்கை முழுவதும் எலும்புத்துண்டால் அடிபட்ட இடத்தில் பெரும் வலி அடிக்கடி ஏற்படும். அந்த வலி போக வேண்டுமென் றால் சிரசாசனம் ஒன்றுதான் வழி. இதனால் பாபா தன் பெரும் பாலான நேரத்தைத் தலைகீழாகவே கழித்தார்.

'இதைப் பாரு மார்த்தாண்ட், நீ இதை எழுதும்போது உன்னு டைய கற்பனைய உபயோகப்படுத்தணும். உனக்கு எழுத நிறைய விஷயங்கள் இருக்காது. அத நீ எதிர்பாக்கவும் கூடாது. என்ன தகவல் இருக்கோ அதை சுந்தர்லால்கிட்ட வாங்கிக்க. என்னுடைய பக்தர்கள்ல முக்கியமானவங்க விவரத்தை அவன் கொடுப்பான். அவங்ககிட்ட எல்லாம் பேசி அவங்களுடைய கருத்தையெல்லாம் புத்தகத்துல பயன்படுத்திக்க' என்றார் பாபா. சிறிது நிறுத்தி மார்த் தாண்ட்டை தன் கூரிய கண்களால் பார்த்தார். 'சுயசரிதை நல்ல மொழியில இருக்கணும். உன்னுடைய சமஸ்கிருத அறிவை நல்லா பயன்படுத்து. இதுக்கு முன்னால் இருந்த ஞானிகளோட வாழ்க்கையப் பத்தி படிச்சு அவங்களுடைய வாழ்க்கையில நடந்த சுவாரசியமான கதைகள் எல்லாம் வெச்சு ஒரு நல்ல கதம்பமா கட்டு. மராத்தியோ, இங்கிலீஷோ உனக்கு எது விருப்பமோ அதுல எழுது. எப்படியும் ஒரு பதினைஞ்சு மொழிகள்ல மொழிபெயர்ப்பு வரும்.'

பிறகு ஒரு வேலைக்காரனிடம் குடிப்பதற்கு எடுத்துவரச் சொன்னார் பாபா. 'பின்னால இருக்கற வராண்டாவுக்கு போகலாம் வாங்க' என்றார்.

வராண்டாவில் இருந்த பிரம்பு நாற்காலிகளில் உட்கார்ந்து கொண்டார்கள். வேலைக்காரன் கிளாஸ்களில் விஸ்கி எடுத்து வந்தான்.

'உனக்கு முன்னால் இருக்கறது சாவு மரம்' என்றான் பத்ரா.

அவர்களுக்கு முன்னாலிருந்த முற்றத்தில் சாவு மரம் செழிப்பாக வளர்ந்திருந்தது. அதன் அடிமரமும் கிளைகளும் தண்டுவடங்களால் ஆகியிருந்தன. வட்டுகள் அடிமரத்தின் கீழே பெரிதாகவும் மேலே போகப்போக சிறிதாகவும் இருந்தன. சிறிதும்பெரிதுமான மண்டை யோடுகள் கிளைகளில் தொங்கின. காற்றில் மரம் அசைந்தபோது

வட்டுகளில் உராயும் ஒலி எழுந்தது. மண்டையோடுகளின் வெற்றி டத்தில் காற்று புகுந்து வெளிவந்தபோது சிரிப்பதுபோல் சத்தம் வந்தது.

மார்த்தாண்ட் வெகுநாட்களாகக் குடித்திருக்கவில்லை. அவனு டைய தற்போதைய நிலைமையில் அவனால் மலிவுவிலை நாட்டு சாராயம் மட்டுமே வாங்கிக் குடிக்க முடியும். அது அருவருப்பான விஷயம். அதனால் முழுதாகவே குடிப்பதை நிறுத்தியிருந்தான். இப்போது அவனுக்கு அளிக்கப்பட்ட விலையுயர்ந்த ஸ்காட்சை மளமளவென்று விழுங்கினான்.

பத்ரா பாபாவோடு வியாபாரம் பேசிக்கொண்டிருக்கையில், மார்த்தாண்ட் சாவு மரத்தைப் பார்த்துக்கொண்டிருந்தான். அப்போது மாளிகையின் வலதுபுறத்திலிருந்து ஒரு சிறுமி முற்றத்திற்கு வந்தாள். அடர்சிவப்பு பட்டுப் பாவாடை உடுத்தியிருந்தவள் விளை யாட்டாக மரத்தருகே சென்றாள். அதை நிமிர்ந்து பார்த்துவிட்டு தன்னுடைய சிறு கைகளால் அடிமரத்தை உலுக்கினாள். வட்டுகள் ஒன்றோடொன்று உரசின. மண்டையோடுகள் இப்படியும் அப்படி யுமாக ஆடியதில் அவற்றிலிருந்து சில பற்கள் கீழே உதிர்ந்தன.

சிறுமி மரத்தைச் சுற்றி நடந்து உதிர்ந்த பற்களைப் பொறுக் கினாள். பின் மீண்டும் மரத்தை உலுக்கினாள். இன்னும் சில பற்கள் உதிர்ந்தன. அவற்றையும் பொறுக்கிக்கொண்டாள். சிறிதுநேரத்திற்குப் பிறகு கைநிறைய பற்களைப் பொத்தியபடி பூஜைக்குப் பூக்களை எடுத்துச்செல்வது போல நடந்து சென்றாள்.

பற்களை எல்லாம் திரும்ப மண்டையோடுகளில் பொருத்துவது தோட்டக்காரனுக்கு பெரிய வேலையாக இருக்கும் என்று மார்த் தாண்டுக்கு தோன்றியது.

இருட்டிக்கொண்டு வந்தது. காகங்கள் ஒவ்வொன்றாக வந்து மரக்கிளைகளில் அமர்ந்துகொண்டன. அவை கரைந்தன. பாபா வளர்த்த குண்டான, வெள்ளை நிறப் புறாக்கள் மாளிகையின் உத்தரத்தின் அருகே இருந்த அலங்காரச் சட்டங்களில் அசையாமல் மௌனமாக அமர்ந்து அடைகாத்தன.

பத்ராவிடம் பேசிக்கொண்டிருக்கும்போதே பாபாவின் முகம் திடீரென சிவந்து போனது. நெற்றி நரம்புகள் புடைத்துக்கொண்டன. வலி தொடங்கியிருந்தது. விஸ்வரூப் பாபா எழுந்து கம்பளத்தில் தலைகீழாக நின்றுகொண்டார். பத்ராவும் மார்த்தாண்ட்டும் அமைதி யாகத் தங்களுடைய விஸ்கியை உறிஞ்சினார்கள்.

தலைகீழாய் நின்ற பாபா தலைகீழாக்கப்பட்ட சாவு மரத்தைப் பார்த்தார். அதன் கிளைகள் எல்லாம் வானத்தின் சாம்பல்நிற தடிமனில் பதிக்கப்பட்ட பெரும் வேர்களாகியிருந்தன. அந்த மரம்

பூமிக்குள் வளர்ந்திருந்தது. நிலத்திற்கடியில் இலைகளும் பழங்களும் செறிந்த முற்றிலும் மாறுபட்ட வெளி ஒன்று அங்கிருக்க வேண்டும். தனக்கு மட்டும்தான் சாவு மரத்தின் உண்மைத் தன்மை தெரியும் என்ற அறிதலில் திளைத்தார் விஸ்வரூப் பாபா.

வலி குறைந்ததும் பாபா மீண்டும் தன் காலில் நின்றார். 'நீங்க சாப்பிடுங்க' என்று அவர்களிடம் சொல்லிவிட்டு உள்ளே சென்றார்.

பாபா கண்ணிலிருந்து மறைந்ததும் பத்ராவும் மார்த்தாண்ட்டும் தங்களைத் தளர்த்திக்கொண்டார்கள்.

'இனி பாபா படம் வரையிறத கொஞ்சம் குறைச்சுக்கலாம்னு பாக்கறேன்' என்றான் பத்ரா. 'மாசக்கணக்கா நான் வேற எதையுமே வரையல. மத்ததுக்கும் கொஞ்ச நேரம் ஒதுக்கலாம்னு நினைக்கிறேன். கடல், மலைனு கொஞ்சம் லாண்ட்ஸ்கேப் மாதிரி.'

விஸ்கி கிளாசுகளுக்கு அந்தப்புறம் இருந்த சாண்ட்விச்சுகள் காகங்களைக் கவர்ந்தன. அவை கீழே இறங்கி கைப்பிடிக் கம்பிகளில் உட்கார்ந்துகொண்டன. துணிந்து அருகில் வரவில்லை. பத்ரா அவற்றை விரட்ட முயற்சி செய்தான். அவன் விரட்டியபோது பறந்து சென்று மீண்டும் திரும்பி வந்தன.

மந்தமாகியிருந்த மார்த்தாண்ட்டின் ஆன்மாவில் உறங்கிக் கொண்டிருந்த கொமோடோ டிராகன்கள் மதுக் குருதியினால் புத்துயிர் பெற்றன. ஒரு துண்டு ரொட்டியை விஸ்கியில் தோய்த்து காகங்களுக்கு விட்டெறிந்தான். ஒரு காகம் அதைச் சட்டென விழுங் கியது. மார்த்தாண்ட் தொடர்ந்து ரொட்டித் துண்டுகளை உருண்டை பிடித்து விஸ்கியில் நனைத்து காகங்களுக்கு எறிந்து கொண்டி ருந்தான். காகங்களின் எண்ணிக்கை பெருகிக் கொண்டே போனது. அவை வராண்டாவில் பெரும் கூச்சலை எழுப்பிக் கொண்டிருந்தன. மார்த்தாண்ட் நல்லெண்ண அடிப்படையில் காகங்களோடு விளை யாடிக்கொண்டிருந்தான்.

சிறிது நேரத்தில் விஸ்கி வேலை செய்ய ஆரம்பித்தது. காகங்கள் தட்டுத் தடுமாறி பறந்தன. மரத்தில் உட்கார்ந்தபோது பிடி இளகி கீழே விழுந்தன. குழம்பி அஞ்சி இங்குமங்கும் பறந்தன.

போதை ஏறிய ஒரு காகம் பறக்க முயன்று சமநிலையிழந்து பத்ராவின் தலையில் இறங்கியது. அங்கிருந்து பறந்தெழுந்தபோது பத்ரா வழுக்கைத் தலையில் அணிந்திருந்த 'விக்'கை கால்களில் கவ்விக்கொண்டிருந்தது.

'ஐயோ என் டோப்பா' கால்களில் விக்கோடு தப்பிச்சென்ற காகத்தை நோக்கி கைவீசி அலறினான் பத்ரா.

கண்கள் சிவக்க, சட்டென்று மார்த்தாண்ட்டைப் பார்த்துத் திரும்பினான்.

‘கூமுட்டைக்குப் பொறந்தவனே! உன்னோட கூத்தால நல்ல விக் போச்சு!’

மார்த்தாண்ட் பதில் சொல்வதற்குள் விக்கைப் பற்றிய காகம் இன்னும் அதிகமாகத் தள்ளாடியபடி மரத்தை நோக்கிப் பறந்தது. எப்படியாவது மேலெழுந்துவிட வேண்டும் என்ற முயற்சியில் தோட்டத்தின் மூலையில் குவித்துவைக்கப்பட்டிருந்த ஒரு சாம்பல் குவியலில் போய் விழுந்தது. இன்னும் மிரண்டுபோய் அதிலிருந்து வெளியேற முயற்சி செய்தது. ஒரு வழியாக மேலே வந்தபோது சாம்பலும்வெள்ளையும் கலந்த பேயாக மாறியிருந்தது. ஆனால் காலில் மாட்டியிருந்த பத்ராவின் விக் விடுபட்டிருந்தது. விபூதியில் மூழ்கியதால் அரண்டுபோயிருந்த காகம் சிறகுகளை வெறித்தனமாக அடித்தபடி மரத்திற்கப்பால் வெளுத்த இருளில் தன்னந்தனியாக சென்று மறைந்தது.

அந்த அதிசயக் காட்சியைப் பார்த்த பத்ராவின் கோபம் காணாமல் போனது. வெடித்துச் சிரிக்கத் தொடங்கினான். மார்த் தாண்ட்டுக்கும் சிரிப்பு வந்தது. கண்ணீர் வரும் வரை சிரித்துக் கொண்டிருந்தான்.

❍

V
நிர்வாணத்தின் தரிசனங்கள்

வெற்றிடத்தின் அழகிய மரம் மலர்கள் நிறைந்துள்ளது
பல்வகை அருட்செயல்கள்
பிறருக்கான கனி தன்னிச்சையாகத் தோன்றுகிறது
ஏனென்றால் இந்த இன்பத்திற்கு மற்றோர் எண்ணம் இல்லை

ஆக, வெற்றிடத்தின் அழகிய மரத்திற்கு கருணை இல்லை
தளிர்களோ, மலர்களோ, பசுமையோ இல்லை
அவை அங்கிருப்பதாகக் கற்பனை செய்வோர் விழுகின்றனர்
ஏனென்றால் அங்கே கிளைகள் ஏதுமில்லை.

• சரஹரின் 'தோஹகோஷ'த்திலிருந்து
(சுபாஷிதரத்னகோஷம், 9ஆம் நூற்றாண்டு)

தொலைபேசித் தோழன்

வெள்ளி, 8 ஜனவரி

இந்த அறை நன்றாகவே இருக்கும். (அமெரிக்க விடுதியல்லவா!). எல்லா வசதிகளும் உண்டு. வழுக்கிச்செல்லும் கதவோடு கூடிய உடைமாற்றும் அறை, பெரிய கண்ணாடி, தரைவிரிப்பு... எனக்குப் பிடித்த மாதிரி பெரிய ஜன்னல். சுவரில் ஒரு மரப்பெட்டியில் தொலைபேசி ஒன்று. அதை நான் பக்கத்து அறையில் இருப்பவ னோடு பகிர்ந்துகொள்ள வேண்டியது. அந்தப் பெட்டிக்கு இருபுறமும் ஷட்டர்கள் இருக்கும். தொலைபேசியை இரண்டு பக்கமும் திருப்பிக்கொள்ளலாம். முன்யோசனையோடு செய்யப் பட்ட ஏற்பாடு. முன்பெல்லாம் ஒவ்வொரு அறையிலும் ஒரு தொலைபேசி இருக்கும் என்கிறார்கள். ஆனால் தொலைபேசிக் கட்டணங்கள் அதிகமானபோது செலவைக் கட்டுப்படுத்த இரண்டு அறைகளுக்கு நடுவே ஒரு தொலைபேசி வைத்தார்கள்... பக்கத்து அறையில் இருப்பது யாரென்று இன்னும் எனக்குத் தெரியாது. அவன் பெயர் கதவில் இருக்கவில்லை. நடைவழியிலும் அவனைப் பார்த்ததில்லை. நல்லவனாகத்தான் இருக்க வேண்டும்...

செவ்வாய், 12 ஏப்ரல்

காலை பதினோரு மணி இருக்கும். தொலைபேசி அடித்தது. அல்ஃபிரதோவுக்கு அழைப்பு. கொஞ்சம் ஆச்சரியமாக இருந்தது. அல்ஃபிரதோவுக்கு அழைப்புகளே வருவதில்லை. இப்போது அழைப்பதுகூட அவன் நண்பனாக இருக்காது. 'மிஸ்டர் நவாரோ வோடு பேச முடியுமா?' அழைத்தவன் கேட்டான். 'ஒரு நிமிடம்' என்று சொல்லி விட்டு ஷட்டரைத் தட்டினேன். கொஞ்சம் வலு வாகவே தட்டியதில் அது திறந்துகொண்டது. எட்டிப் பார்த்தேன். அல்ஃபிரதோ கண்களை மூடியபடி படுக்கையில் கிடந்தான்.

‘அல்ஃபிரதோ’ என்றேன். ‘அல்ஃபிரதோ.’ அவன் கண்களைத் திறக்க வில்லை. மீண்டும் தட்டினேன். அவனிடம் அசைவே இல்லை. எனக்கு ஒன்றும் புரியவில்லை. என்ன செய்வதென்று தெரிய வில்லை. கடைசியில் அழைத்தவனிடம் ‘அவர் அறையில் இல்லை’ என்று சொல்லி வைத்துவிட்டேன். பெட்டிக்குள் கைவிட்டு ஷட்டரை நன்றாக விரியத் திறந்தேன். கொஞ்சம் குனிந்து அல்ஃபிர தோவின் அறைக்குள் பார்த்தேன். அவனிடம் அசைவே இல்லை. போர்வை தாடை வரை மூடியிருந்தது. கண்கள் மூடியிருந்தன. பெட்டியின் பக்கவாட்டில் மீண்டும் பலமாகத் தட்டினேன். அப்பொழுது தோன்றியது: அவன் இறந்து போயிருப்பானோ? என்ன ஒரு எண்ணம்! நடுங்கிப் போனேன். ஆனால் அந்த எண்ணம் என் மனதில் ஒட்டிக் கொண்டது. வேறெந்த விளக்கமும் தோன்றவில்லை. அறைக்குள் சுற்றி வந்தேன். பெட்டி வழியாக மீண்டும் பார்த்தேன். மீண்டும் சுற்றி வந்தேன். கடிகாரத்தைப் பார்த்தேன். வகுப்பிற்கு நேரமாகி விட்டது. மேல்கோட்டை எடுத்துக்கொண்டு கிளம்பினேன்.

வகுப்பில் கவனம் செல்லவேயில்லை. மதியத்தில் வகுப்புகள் முடிந்தவுடன் ஏறத்தாழ ஓடியே வந்தேன். கதவைத் திறந்து புத்தகங் களைக் கட்டிலில் வீசிவிட்டு, இதயம் படபடக்க பெட்டி வழியாகப் பார்த்தேன். அங்கே அவன் படுக்கையில் கிடந்தான். காலையில் இருந்தது போலவே. உடலைப் போர்த்தியிருந்த போர்வையில் இருந்த சுருக்கம் எதுவும் மாறியது போலில்லை. பார்த்துக்கொண்டே இருந்தேன்.

இறந்த புறா ஒன்றைப் பார்ப்பதுபோல் இருந்தது.

இது கொஞ்சம் கொஞ்சமாக என் மனதில் இறங்கியது. அடக் கடவுளே! என்று தோன்றியது. நிஜமாகவே அவன் இறந்துதான் போயிருந்தான். நோ... ஷிட்.

வியர்த்துக்கொட்டியது. படுக்கையில் உட்கார்ந்துகொண்டேன். அல்ஃபிரதோ இறந்துவிட்டான் என்பதை முழுக்கப் புரிந்து கொள்ள நெடுநேரமானது. பிறகு நான் என்ன செய்ய வேண்டும் என்று யோசிக்கத் தொடங்கினேன். பொறுப்போடு நடந்துகொள்ள வேண்டுமென்றால் விடுதி உதவியாளரிடம் சென்று சொல்லியிருக்க வேண்டும். இல்லையென்றால் மேலாளர் அலுவலகத்திற்குத் தகவல் கொடுக்க வேண்டும். ஆனால் ஏனோ என்னால் அதைச் செய்ய முடியவில்லை. வெறுமனே உட்கார்ந்திருந்தேன்.

அது நிச்சயம் தற்கொலைதான் என்று தெரிந்தது. அல்ஃபிர தோவுக்கு நோயெல்லாம் எதுவும் கிடையாது. தூக்க மாத்திரை களைச் சாப்பிட்டிருக்க வேண்டும்.

அவனைப் பற்றி அதிகம் எனக்குத் தெரியாது. வெனிசூலாவி லிருந்து வந்தவன். ஆனால் அவன் மற்ற லத்தீன் அமெரிக்கர்களைப் போல் கிடையாது. லத்தீன் அமெரிக்கர்கள் நன்றாகப் பேசிப் பழகு

வார்கள். அவர்கள் எப்போதும் தமக்குள் ஒன்றாகவே இருப்பார்கள். உணவுக் கூடத்தில் ஒரு கும்பலாக உட்கார்ந்து என்ன பாடுபடுத்து வார்கள்! ஆனால் அல்ஃபிரதோவை அவர்கள் நடுவே பார்ப்பது அபூர்வம். பெரும்பாலும் தனியாகவே உட்கார்ந்திருப்பான். கடந்த மூன்று மாதங்களில் நான் அவனோடு மூன்று நான்கு முறைதான் பேசியிருப்பேன். ஆணோ பெண்ணோ அவன் நண்பர்கள் என்று யாரும் அவன் அறைக்கு வந்ததுபோல் தெரியவில்லை. அவனிடம் ஒரு ரிகார்ட் ப்ளேயர் இருந்தது. ஸ்பானிஷ் ரிகார்ட் ஒன்றை அடிக்கடி போடுவான். திரும்பத் திரும்ப அதையே.

இப்போது அவன் இறந்துவிட்டான். அல்ஃபிரதோ.

ஒரு மாதத்திற்கு முன்பு 'டெய்லி ஸ்டூடெண்ட்' இதழில் படித்தது நினைவுக்கு வந்தது. மற்றொரு விடுதியில் ஒரு மாணவன் தன் அறையில் தற்கொலை செய்துகொண்டிருந்தான். போன செமஸ் டரில், ஒருவன் இதே கட்டடத்தில் பதினாலாவது மாடியிலிருந்து கீழே குதித்தான் என்று யாரோ சொன்னார்கள்.

இப்போது அல்ஃபிரதோ, என் தொலைபேசித் தோழன்.

இரவு நன்றாகச் சாப்பிட முடியவில்லை. தொலைக்காட்சியில் செய்திகள் பார்க்கவும் மறந்துபோனேன்.

படிக்கலாம் என்று உட்கார்ந்தால் கவனம் குவியவே இல்லை. ஏதோ வேடிக்கையாக உணர்ந்தேன். குடிக்கலாம் என்று தோன்றியது, ஆனால் அறையில் எதுவும் இருக்கவில்லை. நேற்று முன்தினமே வோட்கா காலியாகி இருந்தது.

இன்றிரவு நல்ல குளிர். அதனால் எதுவும் வாங்கி வர வெளி யில் போகத் தோன்றவில்லை. சீக்கிரமே படுத்துவிடலாம் என்று தோன்றியது.

ஆனால் நாளை என்ன ஆகப்போகிறது? நாளையாவது நான் போய் அலுவலகத்தில் சொல்ல வேண்டும்.

புதன், 13 ஏப்ரல்

நேற்றிரவு வெகுநேரம் தூக்கமே வரவில்லை. அல்ஃபிரதோ வையே நினைத்துக்கொண்டிருந்தேன். இருட்டில் என் படுக்கையில் நான் படுத்திருக்க சுவருக்கு அந்தப் பக்கம் இருளில் அவன் படுக் கையில் அல்ஃபிரதோ.

காலையில் என் முதல் எண்ணமே அல்ஃபிரதோவைப் பற்றித் தான். ஒரு கணம் அவன் விழித்திருப்பான், படுக்கையைவிட்டு எழுந் திருப்பான் என்று தோன்றியது. படுக்கையிலிருந்து குதித்தெழுந்து தொலைபேசிப் பெட்டியை திறந்தேன். அவன் இன்னும் படுக்கை யிலேயே அசையாமல் இருந்தான்.

என்னால் அலுவலகத்திற்குச் சென்று தகவல் சொல்லமுடியும் என்று தோன்றவில்லை. என்னதான் செய்வது? அல்ஃபிரதோ இறந்துவிட்டான் என்பது மற்றவர்களுக்கு எப்போதுதான் தெரிய வரும்? அவனுக்கு நெருங்கிய நண்பர்கள் இருப்பதாகத் தெரிய வில்லை. அவன் அருகில் இல்லை என்பதை யாரும் கவனிக்கப் போவதில்லை. வகுப்பிலும் அவன் இல்லை என்று யாரும் உணரப் போவதில்லை. ஆக, அவன் அங்கேயே கிடக்கப் போகிறான்! ஆனால், அறைகளைச் சுத்தம் செய்ய வேலைக்காரி அடுத்த வாரம், திங்கட்கிழமை, வருவாள். தன்னிடம் இருக்கும் சாவியை வைத்து திறக்கும்போது அவன் இறந்திருப்பதைப் பார்ப்பாள். எப்படி அதிர்ந்து போவாள்! அப்போது அறையில் இருந்து வேடிக்கை பார்க்க வேண்டும். ஷட்டரை இழுத்து உள்பக்கமாக மூடிவிட்டால், எனக்கு அல்ஃபிரதோ இறந்துபோனது தெரியும் என்று யாரும் சொல்ல முடியாது.

மதிய இடைவேளையில் இந்தக் கோடை விடுமுறையில் தன்னோடு கலிஃபோர்னியா வர விருப்பமா என்று கேட்டான் ராகேஷ். பார்க்கலாம் என்றேன். கிழக்குக் கரை பக்கம் போய்வரலாம் என்பது என் எண்ணம். ஆனால் அதற்கு இன்னும் நிறைய நாட்கள் இருக்கின்றன.

பின் மதியத்தில் மார்த்தா ஃப்ரான்ஸ்மானை பார்க்கச் சென்றேன். மைய நூலகத்தின் முன்கூடத்தில் வாசகங்களோடு கூடிய பொத்தான்களை விற்றுக்கொண்டிருப்பவள். அவள் எனக்கு மராத்தி வாசகம் கொண்ட ஒரு பொத்தானைக் கொடுத்திருந்தாள். 'குழந்தை களுக்கும் பிற விலங்குகளுக்கும் போர் ஆரோக்கியமானதல்ல' என்ற வாசகத்தை பல மொழிகளில் நகலெடுப்பாள். ஒரு முறை அவள் செய்திருந்த மொழிகளின் பட்டியலை எனக்குக் காண்பித்தாள். அதில் மராத்தி மட்டும் இருக்கவில்லை. நான் மராத்தி மொழி பெயர்ப்பை அவளுக்குக் கொடுத்தேன். மொழிபெயர்த்துக் கொடுத்த தற்காக வாசகத்தோடு கூடிய பொத்தான் ஒன்றை எனக்கு இலவச மாகக் கொடுத்தாள். என் கையெழுத்தை அச்சு அசலாக நகலெடுத் திருந்தாள். என் கையெழுத்து இன்னும் கொஞ்சம் நன்றாக இருந்தி ருக்கலாம் என்று தோன்றியது. ஆனால் அவள் அப்படியே நகலெ டுப்பாள் என்று எனக்குத் தோன்றியிருக்கவில்லை.

நான் இப்போது இந்தப் பொத்தானை அணிந்தால் யாரால் படிக்க முடியும்? சுற்றியிருப்பவர்கள் யாரும் புரிந்துகொள்ள முடியாத வாசகம் இருக்கும் பொத்தானை அணிவது அற்புதமான செயல். பெரிய செய்தி. ஸ்வாஹிலி மொழி அல்லது கொரிய மொழியில் வாசகத்தோடு ஒரு பொத்தானை மார்த்தாவிடம் வாங்கி மும்பையில் இருக்கும்போது அணிந்துகொள்ள வேண்டும்.

பத்திரிகைப் பிரிவில் நியூயார்க் டைம்ஸை படித்துக்கொண்டு பின்மதியத்தில் பெரும்பொழுதை வீணடித்தேன்.

நூலகத்தில் ஜூடியை பார்த்தேன். நான் அதிகம் பேசவில்லை. 'ஹாய், எப்படி இருக்கே...' இப்படி கொஞ்சம்.

இரவு சாப்பாடு வழக்கத்தைவிட மோசமாக இருந்தது. இந்தக் கோடையில் ஒரு வீட்டை வாடகைக்கு எடுத்துக்கொள்ள வேண்டியதுதான்.

'ஸ்டீக் ஹவுஸி'ல் சாப்பிட்டுவிட்டு அப்போதுதான் திரும்பி வந்தேன். அங்கே சங்கரன் கேத்தியோடு உட்கார்ந்திருந்ததைப் பார்த்தேன். அவன் திருமணமானவன். ஆனால் பெண்களோடு சுற்றிக்கொண்டிருந்தான். அடுத்த செமஸ்டரில் அவன் மனைவி இங்கு வந்தபிறகு அவன் இதையெல்லாம் நிறுத்திக்கொள்ள வேண்டும். ஒரு நாள் கேத்தியோடு பேசிக்கொண்டிருந்தபோது வேண்டுமென்றே சங்கரன் திருமணமானவன் என்பதை அவளிடம் சொன்னேன். அதைப் பற்றி அவனுக்குத் தெரிந்திருக்கும் போல. போகும்போது என்னைப் பார்க்காததுபோல் இருந்தான்.

அன்று பகலில் தொலைபேசிப் பெட்டி வழியாக நாலைந்து முறை எட்டிப்பார்த்தேன். இப்போது கடைசியாக ஒரு முறை.

வியாழன், 14 ஏப்ரல்

பதினோரு மணிக்கு அதே ஆள் மிஸ்டர் நவாரோவைக் கேட்டு அழைத்தான். பார்க்கிறேன் என்று சொல்லி பெட்டியைத் தட்டினேன். N அறையில் இல்லை என்று அவனிடம் சொன்னேன். ஒரு தகவலைச் சொல்லிவிடும்படி கூறினான்: 'தயவுசெய்து ப்ரையன் ஹால் 121இல் மிஸ்டர் தாம்ஸனை வந்து சந்திக்கவும்.' நான் பொறுப்பாக தகவலை எழுதி அல்ஃபிரதோவின் கதவினடியில் நுழைத்தேன்.

வானிலை இன்று நன்றாக இருக்கிறது. 70 டிகிரிக்கும் மேலே. மூன்று மாதங்கள் கழித்து கோட் இல்லாமல் வெளியே செல்வது விநோதமாக இருந்தது. ஓரிடத்தில் கொஞ்சம் பூக்களைக் கூட பார்க்க முடிந்தது. மஞ்சளான வெள்ளை. அது டாக்வுட் என்று மார்க் சொன்னான்.

பிரகாஷிடமிருந்து கடிதம் வந்தது. இங்கு வரவேண்டுமாம்: விவரங்கள் கேட்டிருந்தான். இங்கே எதுவும் சரியில்லை, உரிமை பிரச்சனை இருக்கலாம், வேலை தேடி வருவது நல்லதில்லை என்று சொல்லப்போகிறேன்.

பத்தாவது தெருவில் பட்நாகரை பார்த்தேன். 'எப்போ வேணும்னாலும் கூச்சப்படாம வீட்டுக்கு வா' என்றார். இந்த 'கூச்சப்படாம' என்பது பெரிய தமாஷ். திருமணமானவர்கள் எங்களைப் போன்ற விடுதிவாசிகளைச் சாப்பிடக் கூப்பிடவே மாட்டார்கள். அவர்

களைப் பார்க்கும்போதெல்லாம் ‘கூச்சப்படாம’ என்பார்கள். குறிப்பிட்டு ஒருநாள் வரும்படி சொல்லவே மாட்டார்கள். எங்க ளால் அவர்களைக் கவனிக்க முடியாது; ஆனால் அவர்கள் எங்க ளைக் கவனித்துக்கொள்ள வேண்டாமா?

இன்று பிற்பகல் நான் படித்துக்கொண்டிருக்கும்போது ஒன்று தோன்றியது: இதே கட்டடத்தில் ஆயிரத்து நூறுபேர் அவரவர் அறையில் இருக்கிறார்கள். ஒரே ஒரு அறையில் மட்டும் இறந்துபோன ஒருவன். அவனிருக்கும் அறை எனக்கு மட்டும்தான் தெரியும்.

மாலையில் ஜெஃப் கொடுத்த விருந்துக்குப் போனேன். நள்ளிரவு ஆகும்போது பெண்கள் கிளம்பிச்சென்றார்கள். நாங்கள் தொடர்ந்து குடித்துக்கொண்டிருந்தோம். நான் ஏழு கேன்கள் பியர் குடித்திருந்தேன். ஆறு கேன்கள் மட்டும் என்ற எல்லையைக் கடந்தி ருந்தேன். திரும்பி வந்தவன் படுக்கைக்குச் செல்லாமல் டேப்பில் பகீஜா படப்பாடல்களைப் போட்டுவிட்டு நாற்காலியில் உட்கார்ந் திருந்தேன். மணி இரண்டு முப்பது இருக்கும். டேப்பைக் கொஞ்சம் அதிகமாகவே அலறவிட்டேன். அடுத்த அறையில் இருந்த காரி எரிச்சல்படுவதைப் பற்றி எனக்குக் கவலையில்லை. நல்ல உச்சத்தில் இருந்தேன். என் மண்டைக்குள் இசை உருகி வழிந்துகொண்டிருந்தது. பிறகு எழுந்து சென்று தொலைபேசிப் பெட்டியைத் திறந்தேன். எட்டிப்பார்த்தேன். இருட்டில் அல்ஃபிரதோவின் முகம் மங்கலாகத் தெரிந்தது. நாற்றமடிக்கத் தொடங்கியிருந்தான். இந்தத் தொலைவில் நின்று முகர்ந்தபடி அவனை வெகுநேரம் பார்த்துக் கொண்டி ருந்தேன். தலைக்குள் மிகவும் லேசாக உணர்ந்தேன். அளவுக்கு மீறிய குடியால் எல்லாம் இரண்டிரண்டாகத் தெரியத் தொடங்கியது. ஒன்றோடு ஒன்று கலந்த அல்ஃபிரதோவின் இரண்டு உருவங்கள். இரண்டு முகங்கள். டேப் முடிந்ததும் தொலைபேசிப் பெட்டியை மூடினேன். அறையில் இருந்த எல்லாமே தம்மை இரட்டிப்பாக்கிக் கொள்ளத் தவித்தன. இரண்டு டேப் ரிகார்டர்கள், இரண்டு விளக்குகள், இரண்டு ஆஷ்டிரேக்கள். எல்லா பொருட்களும் இனிமேலும் தனிமையைத் தாங்கமுடியாதென்று தம்மைப்போலவே இன்னொன்றுக்காக ஏங்கியதுபோல் இருந்தது. கண்ணாடியில் பார்த்துக்கொண்டேன். என்னுடைய இரண்டு உருவங்களைப் பார்க்க முடிந்தது. கைகளைத் தூக்கினேன். நான்கு கைகள். ஏதோ ஒரு கடவுள் போல. சிரிப்பு வந்தது.

படுக்கையில் படுத்து சற்று நேரம் ஆகியிருக்கும். வாந்தி வருவது போலிருந்தது. அவசரமாகப் படுக்கையிலிருந்து எழுந்து ஒரு கிளாஸுக்காக சுற்றிலும் பார்த்தேன். அதற்குள் தரைவிரிப்பில் உமிழ்ந்திருந்தேன். அதில் ஏதோ சிவப்பாக இருந்தது. ஒரு கணம் அதிர்ந்து போனேன். பிறகுதான் நான் சாப்பிட்டிருந்த பிட்ஸாவில் இருந்த தக்காளிப் பசை அது என்பது உறைத்தது. கூடத்தின் வழியாக கழிவறைக்குப் போய் வாய்கழுவி வந்து படுத்தேன்.

(இந்தக் கடைசிப் பகுதியை 15ஆம் தேதி எழுதினேன்.)

வெள்ளி, 15 ஏப்ரல்

பதினோரு மணிக்கு எழுந்தேன். தரைவிரிப்பில் ஒரே களேபரம். நாற்றமெடுக்க ஆரம்பித்திருந்தது. அல்ஃபிரதோவின் பிணமும் இப்படித்தான் நாறப் போகிறதா என்று காட்டமான நாற்றத்தை உள்ளிழுத்தபடியே யோசித்தேன். தவறுக்கு வருந்துவதன் நாற்றம்.

இது மிகவும் எரிச்சலான வேலை. ஜனவரியில் ஒரு முறை இப்படி தரைவிரிப்பில் வாந்தி எடுத்திருந்தேன். அப்போது அதைச் சுத்தம் செய்வதற்கு பெரும்பாடு பட்டேன். அதனால் வாந்தி வந்தால் ஒரு கிளாஸில் எடுத்துவிடுவது என்று ஜாக்கிரதையாக இருந்தேன். இருந்தும் நேற்றிரவு இப்படி ஆகிவிட்டது.

தலை சுற்றிக்கொண்டே இருந்தது. வலி நிவாரணி எடுத்துக் கொண்டேன். காலை உணவைத் தவிர்த்தேன். பிறகு சுத்தம் செய்யத் தொடங்கினேன். தரைவிரிப்பு அழுக்கில் ஊறிவிட்டதென்றால் அதை எடுப்பது சுலபமில்லை. ஒரு கிண்ணத்தில் கொஞ்சம் தண்ணீர் வைத்துக்கொண்டு செய்தித்தாள் உருண்டைகள் பிடித்து தண்ணீரில் முக்கித் தேய்த்தேன். முடிந்தவரை சுத்தம் செய்தேன்.

ஃப்ளானிகனின் வகுப்பைத் தவறவிட்டேன்.

மின் தூக்கியில் மைக்கை சந்தித்தேன். கையில் கட்டு போட்டி ருந்தான். கைப்பந்து விளையாடும்போது உடைத்துக் கொண்டேன் என்றான்.

நாள் முழுவதும் குறிப்பிட்ட நேரத்தில் பலமுறை தன் பிரார்த்த னைகளைச் சொல்லும் பக்திமானைப் போல. அல்லது அல்ஃபிரதோ உடலோடு சொர்க்கத்திற்குப் போய்விடுவான் என்று எதிர் பார்த் தேனா?

மாலையில் கரேனோடு சுற்றப் போனேன். மேஜிக் ஃபுளூட் (மொசார்ட்டின் ஓபரா) பார்க்கச் சென்றோம். இது அவளோடு சுற்றுவது நான்காவது முறை. இம்முறை என்னோடு படுப்பாள் என்று எதிர்பார்த்தேன். சென்ற முறை கொஞ்சம் செல்லக் கொஞ்சல்களுக்கு இடம் கொடுத்ததோடு சரி. இம்முறை என்னோடு என் அறைக்கு வந்தாள்.

ஒரு மணிக்கு மின்தூக்கியில் கரேனுக்கு விடைகொடுத்தேன். திரும்பி வந்து தொலைபேசிப் பெட்டியைத் திறந்து அல்ஃபிர தோவைப் பார்த்து புன்னகைத்தேன். கிறுக்குத்தனமாக இருந்தது.

சனி, 16 ஏப்ரல்

ஐயோவாவிலிருந்து திலீப் அழைத்திருந்தான். மே மாதத்தில் தான் சிகாகோவிற்கு போகப்போவதாகவும் நானும் வந்தால் நன்றாக இருக்குமென்றும் சொன்னான். நான் வருவதாகச் சொன்னேன்.

அறிவிப்புப் பலகையில் இதைப் பார்த்தேன்: போர்ட்டபிள் ஒலிம்பியா விற்பனைக்கு. போய்ப் பார்க்க வேண்டும்.

ராகேஷை சந்தித்தேன். அவனிருக்கும் தளத்தில் மூன்றுபேர் தங்கும் அறையொன்றில் முந்தைய இரவில் அவர்கள் தூங்கிக் கொண்டிருந்தபோது திருடுபோனதைச் சொன்னான். கதவைப் பூட்டிக்கொள்ளாமல் தூங்கப்போவது முட்டாள்தனம்.

தவறாக மின்தூக்கியிலிருந்து ஏழாவது தளத்தில் இறங்கி விட்டேன். என்னுடைய அறைக்கு நேர் கீழாக இருந்த அறைக்குச் சென்றேன். சாவியை நுழைத்திருப்பேன். நல்லவேளையாக நான் இருப்பது தவறான அறை முன் என்பதும் தவறான தளத்தில் என்பதும் உறைத்தது.

பின் மதியத்தில் கல்லூரி மாலுக்கு சென்றேன். தள்ளுபடி விற்பனை நடந்துகொண்டிருந்தது. ஒரு நீலநிற ஜீன்ஸ் வாங்கினேன். இந்த நாட்டில் நீங்கள் எதுவும் வாங்குவதென்றால் தள்ளுபடி விற்பனைக்காக காத்திருக்க வேண்டும். நீங்கள் ஒரு நுகர்வோர் மட்டுமே என்பதை எப்போதும் ஞாபகம் வைத்திருக்க வேண்டும்.

அசோக்கை தொலைபேசியில் அழைத்தேன். அவன் அடுத்த மாதம் தாய்நாடு திரும்புகிறான். அவனுக்கு ஒரு விருந்து கொடுக்க வேண்டும். நான் இங்கு வந்த புதிதில் நிறைய உதவியிருக்கிறான்.

இந்தியாவில் வறட்சி என்று தொலைக்காட்சி செய்தி சொன்னது.

கடந்த ஒரு வாரமாக நான் அந்த அறையிலிருந்த பிணத்தைப் பற்றிச் சிந்தித்துக்கொண்டிருக்கிறேன். தெருவில் நடக்கும்போதும், பிறரோடு பேசிக்கொண்டிருக்கும்போதும் மனதில் அந்த உடலின் உருவம் மிதக்கிறது. ஒரு நீர்வண்ண ஓவியத்தைக் கழுவுவது போல, இந்த நாட்கள் அந்தப் பிணத்தின் வண்ணத்தை அடைந்துள்ளன. வருடக்கணக்கில் அந்தப் பிணம் அந்த அறையில்தான் இருக்கிறது என்றும் இன்னும் பல வருடங்கள் அங்குதான் இருக்கப்போகிறது என்றும் உணர ஆரம்பித்திருக்கிறேன். இது அதீதமானதுதான். என்றாலும் அந்த அறையில் ஒரு பிணம் இருக்கிறது, ஒரு ரகசிய மலர் போல.

ஞாயிறு, 17 ஏப்ரல்

நாள் முழுக்க அறையிலேயே இருந்தேன். சாப்பிடுவதற்கும் மற்றவற்றிற்கும் மட்டும் கீழே போய்வந்தேன். அவ்வளவுதான். ஒரு கவிதை எழுதிவிட நாள் முழுவதும் முயன்றுகொண்டிருந்தேன். ஒரு பத்து வரி எழுதியிருப்பேன். நன்றாக வரவில்லை.

நாளை வேலைக்காரி வருவாள்.

○

நிகில் எழுதிய கடிதங்கள்

பத்தேகால் மணிக்கு நான் ஜன்னலருகே போய் நின்று கொள் வேன். தபால்காரன் சுமார் பத்தரைமணிக்கு வருவான். எப்போதும் எனக்கு கடிதம் இருப்பதில்லை. அப்படியே சில சமயம் வந்தாலும் நான் ஏமாந்துதான் போகவேண்டியிருக்கும். நான் இந்த அறைக்கு வருவதற்கு முன் ஒரு மருத்துவர் இங்கு தங்கியிருந்தார். அவர் போய் மூன்று வருடங்களாகின்றன. அப்படியும் பல மருந்து தயாரிக்கும் நிறுவனங்கள் அவர் பெயரில் மருந்துகள் பற்றிய கையேடுகளை அனுப்பிக்கொண்டிருந்தன. இது போல வாரத்திற்கு இரண்டுமுறை யாவது வந்துவிடும். வாசற்கதவுவரை ஓடிச்சென்று கடித உறையைப் பறித்துக் கொண்டு வந்தால் அதில் கேள்விப்படாத, உச்சரிக்க முடி யாத மருந்துகள் பற்றிய விவரங்கள் இருக்கும்.

இதுபோன்றவை என்னை எரிச்சலடையச் செய்யும். ஆனால் எல்லா நிறுவனங்களுக்கும் மருத்துவர் இப்போது இங்கு இல்லை என்பதை எழுதும் அளவுக்கு எனக்குத் தெம்பில்லை. ஆக, இன்னும் இப்படிப்பட்ட தபால்கள் எனக்கு வந்துகொண்டுதான் இருக்கின்றன.

நான் எதிர்பார்க்கும் கடிதங்களும் எனக்கு வரத்தான் செய் கின்றன. எப்போதாவது கொஞ்சமும் எதிர்பார்க்காத கடிதமும் வரும். சில மாதங்களுக்கு முன்பு அப்படி ஒரு கடிதம் எனக்கு வந்தது. அதில் இப்படி எழுதியிருந்தது

16 அக்டோபர்

அன்புள்ள பிரம்மதத்தா,

இந்தக் கடிதத்தைப் பார்த்து நீ ஆச்சரியப்படலாம். உனக்கு என்னை நினைவிருக்காமலே போகலாம். எப்படியிருந்தாலும் நான் உனக்கு எழுதியே ஆக வேண்டும். இது நான் இப்போது தயார் செய்துகொண்டிருக்கும் அறிக்கை பற்றியது.

டிசம்பர் 15ஆம் தேதிக்குள் அறிக்கையைக் கொடுக்க வேண்டும் என்று பொது மேலாளர் சொல்லியிருக்கிறார். அப்படிப் பார்த்தால் எனக்கு இரண்டு மாதங்கள்தான் இருக்கின்றன. அறிக்கையைத் தட்டச்சு செய்ய மேலும் பத்து நாட்கள் போல தேவைப்படும். இதை வேறு யாரிடமும் கொடுத்து தட்டச்சு செய்து தரும்படி கேட்கவும் முடியாது. நான் இரண்டு விரல்களை வைத்துக்கொண்டுதான் தட்டச்சு செய்வேன். அதனால் அதிக நேரம் ஆகும்.

ஒரு வகையில் பார்த்தால் இது என்னுடைய முதல் அறிக்கை இல்லை. இதற்கு முன்பும் அறிக்கைகள் தயார் செய்திருக்கிறேன். ஆனால் இது போன்ற ஒன்றைச் செய்ததில்லை. எல்லாமே இந்த அறிக்கையைப் பொறுத்துதான் இருக்கிறது. பொது மேலாளருக்கு அறிக்கை பிடித்திருந்தால் எனக்கு பதவி உயர்வு எதுவும் தருவாரா என்று தெரியவில்லை. ஜி.எம்.முக்கு அறிக்கை பிடிக்கும் என்று நிச்சயமாக யாரால் சொல்ல முடியும்? சில சமயம் மோசமாக, அவசரமாக எழுதப்பட்ட, முன்னுக்குப்பின் முரணான அறிக்கைகூட அவருக்குப் பிடித்துப் போகும். அவரைக் குறைசொல்வதற்கும் இல்லை. அவருக்குத்தான் குறிப்பாக அந்த அறிக்கை எதற்காக என்பது தெரியும். அவர் நிலையாக இல்லாதது போல தோன்றும். ஏனென்றால் நமக்கு எல்லாம் தெரியாது.

ஆனாலும் நான் இந்த அறிக்கையைக் கவனமாகத் தயாரிக்க வேண்டும். இதே சிக்கலுக்கு ஏற்கனவே இரண்டு மூன்று பேர் அறிக்கைகளைச் சமர்ப்பித்திருக்கிறார்கள் (என்னால் அவற்றைப் பார்க்க முடியவில்லை). எங்களுடைய அறிக்கைகளுக்குள் முரண் பாடு இருந்தால் ஜி.எம். மேற்கொண்டு விசாரணை செய்வார். இன்னும் ஓரிருவர் என்னுடையதைப் போன்ற சிக்கல்களுக்கு அறிக்கை தயார் செய்யப்போவதாக வதந்தி இருக்கிறது. நிச்சயமாக என்னுடையது பிறருடையதோடு ஒப்பிடப்படும்.

எனக்கு இதில் வருத்தமளிக்கும் விஷயம் என்னவென்றால், நான் அறிக்கையைத் தயார் செய்த பிறகு அதன் எந்தத் தடயமும் என்னிடம் இருக்காது. அறிக்கையின் நகலை வைத்துக்கொள்ள எங்களுக்கு அனுமதி இல்லை. தொடக்கநிலை குறிப்புகள், முதல் முன்வரைவுகள் போன்றவற்றைக்கூட அனுப்பிவிட வேண்டும். ஒருவன் இவ்வளவு உழைத்து அக்கறையோடு ஒரு அறிக்கை தயாரித்துவிட்டு நினைவுப் பொருளாகக் கூட எதையும் வைத்துக் கொள்ளக்கூடாது.

அதனால்தான் நான் உனக்கு எழுதுகிறேன். இது மடத்தனமாக இருக்கலாம். சுத்த பைத்தியக்காரத்தனம் என்று சிலர் சொல்லலாம். எனது திட்டங்கள் தவறாகிப் போனால் நான் எதையெல்லாம் எதிர் கொள்ள வேண்டியிருக்கும் என்று என்னால் சொல்ல முடியாது. ரகசியமாக அறிக்கையின் ஒரு நகலை உனக்கு அனுப்பி வைப்பேன். என் உறவினர்கள், நண்பர்கள் எல்லோருடைய விவரங்களும்

நிறுவனத்திடம் உண்டு. அதனால் இதை அவர்களில் ஒருவருக்கு அனுப்புவது விவேகமான செயலாக இருக்காது. உன்னிடம் கொடுத்துவைத்தால் ஆபத்து குறைவு. உன் பழைய பள்ளித்தோழ னுக்காக இதை நீ செய்வாயா?

நான் என்னுடைய முகவரியை எழுதவில்லை. என்னுடைய நிறுவனம் இதைக் கண்டுபிடித்துவிடக்கூடாது என்று நினைக்கிறேன். அதுமட்டுமல்லாமல், புன்ஜ்வானி குழுமத்துக்கு எனது முகவரி கிடைக்கக்கூடாது. (ஒருவேளை ஏற்கனவே அவர்களிடம் அது இருக்கவும் கூடும்) புன்ஜ்வானி குழுமம் எங்கள் நிறுவனத்தின் தொழில் ரகசியங்களை அபகரிக்க முயன்றுகொண்டிருக்கிறது. எங்களுடைய தபால் போக்குவரத்தையெல்லாம் அவர்கள் கண்காணித்துக்கொண்டு இருக்கிறார்கள். இன்னும் சில நாட்கள் கழித்து நீ எந்த முகவரிக்கு எனக்கு எழுதலாம் என்பதைத் தெரிவிக் கிறேன். இப்போதைக்கு இவ்வளவே.

இப்படிக்கு,
நிகில் தேவ்

தேவ். முதலில் இந்தப் பெயர் என்னைக் குழப்பியது. ஆனால் 'பழைய பள்ளித்தோழன்' என்பது மங்கலாக எதையோ நினைவு படுத்தியது. ஜாம்ஷெட்பூரில் தொடக்கப்பள்ளியில் என்னுடன் இரண்டு வருடங்கள் படித்தவன். அவனோடு நெருக்கமாக எல்லாம் பழகியதில்லை. அன்று என்னுடன் நெருங்கிப் பழகியவர்களையே நான் மறந்துவிட்டேன். நிகிலை எப்படி உடனே ஞாபகம் வரும்? நினைவைக் கசக்கி கண்ணாடி போட்ட ஒல்லியான சிறுவனை மீட்டெடுத்தேன். வகுப்பிலேயே கண்ணாடி போட்டவன் அவன் ஒருவன்தான். அதுதான் அவனை என் ஞாபகத்தில் நிறுத்தியது.

அந்தக் கடிதம் தட்டச்சு செய்யப்பட்டிருந்தது. கையெழுத்து கூட. அஞ்சல் முத்திரையைப் படிக்க முயற்சி செய்தேன். ஆனால் அது மிக மங்கலாக இருந்தது. எங்கிருந்து அனுப்பப்பட்டது என்பதை என்னால் கண்டுபிடிக்க முடியவில்லை.

இப்படி ஒரு கடிதம் வந்தால் நீங்கள் என்ன செய்வீர்கள்? நான் அதை மூன்று நான்கு முறை படித்துவிட்டு மேஜை இழுப்பறையில் போட்டேன்.

இரண்டு வாரங்கள் போயிருக்கும். இன்னொரு கடிதம் வந்தது. அதில் இப்படி எழுதியிருந்தது:

28 அக்டோபர்

அன்புள்ள பிரம்மா,

கடந்த நான்கு நாட்களாக உனக்கு எழுத ஒரு வாய்ப்பை எதிர் பார்த்துக்கொண்டிருந்தேன். இதுதான் சமயம். இதை நான் இன்னும் முப்பத்தைந்து நிமிடங்களில் முடித்தாக வேண்டும்.

சில நாட்களுக்கு முன்பாக ஒரு அறிக்கை பற்றி நான் உனக்கு எழுதியிருக்கலாம்.

உண்மையில் நான் எந்த அறிக்கையும் எழுதிக்கொண்டிருக்க வில்லை.

அதனால் நான் உனக்கு எழுதியதெல்லாம் உண்மையில்லை என்றாகாது.

நான் இடம்விட்டு இடம் பயணம் செய்துகொண்டே இருக்கிறேன் என்பதையும் குறிப்பிட்டிருந்தேன் என்று நினைக்கிறேன். நான் கடந்த மூன்று மாதங்களை இதே அறையில் கழித்தேன் என்று சொன்னால் நீ ஆச்சரியப்படக்கூடாது. சில சமயங்களில், இரவும் பகலும் அலைந்துகொண்டே இருக்கும்போது ஒரே இடத்தில் இருப்பது போல் தோன்ற ஆரம்பிக்கும். அதில் பெரிய வேறுபாடு ஒன்றும் இல்லைதான்.

தவறான தகவல்கள் குறித்து இதோடு நிறுத்திக்கொள்கிறேன் (அறியாமை நிறைந்த இக்காலத்தில் தவறான தகவல்தான் தகவலாகக் கருதப்படுகிறது)

நான் இப்போது எழுதிக்கொண்டிருப்பது விளக்கம் கோரும் கடிதம். சில முக்கியமான விஷயங்கள் குறித்து நான் விளக்கம் கேட்க வேண்டியிருக்கிறது. இத்தனை வருடங்களாகப் பணியில் இருக்கிறேன், ஆனாலும் எனக்கு பணி விதிகள் பற்றி எதுவும் தெரிய வில்லை.

பின்வரும் கேள்விகளை எழுப்ப நினைக்கிறேன்:

1. எந்தெந்த அலுவலர்கள், எனக்கு மேல் யாரெல்லாம் எனக்கு கீழ் என்பதைத் தயவுசெய்து விளக்கவும். எனக்கு ஆணைகள் இடும் சில அலுவலர்கள் என்னைவிடக் கீழ்நிலையில் இருப்பவர்களோ என்ற சந்தேகம் எனக்கிருக்கிறது. அவர்களுடைய ஆணைகளை நான் மதிப்பதில்லை. சில சமயங்களில் நான் ஆணையிடும் அலுவலர்கள் என் ஆணைகளை மதிப்பதில்லை. ஒருவேளை அவர்கள் எனக்கு மேலானவர்களாக இருக்கக் கூடும். என்றாலும் நான் மதிக்காத ஆணைகளை இடும் அலுவலர்கள் உண்மையில் எனக்கு மேலானவர்களாக இருக்கும் வாய்ப்பும் இல்லாமல் இல்லை. என் ஆணைகளை மதிக்காதவர்களும் உண்மையில் எனக்குக் கீழானவர்களாக இருக்கலாம். அப்படியென்றால் யாருடைய ஆணைகளை யார் பின்பற்ற வேண்டும்?

2. மேலே சொன்னது தொடர்பாக இன்னொன்று: எனக்கு சமமான நிலையில் இருப்பவர்கள் யாரேனும் உண்டா? உண்டென்றால் எத்தனை பேர்? அவர்களை எப்படி நடத் துவது? அவர்கள் எப்படி நடந்துகொள்வார்கள் என்று எதிர் பார்க்க வேண்டும்?

விலாஸ் சாரங்

3. எங்களுக்கு வந்த சுற்றறிக்கை ஒன்றில் ஒருவருடைய மொத்த ஊதியமும் ஒருவர் ஓய்வு பெறும்போது வழங்கப்படும் என்று சொல்லப்பட்டிருக்கிறது. முன்னதாகவே ஒருவர் ஓய்வு பெற்று விட்டால் என்னாகும்? அவருக்கு ஏதாவது கிடைக்குமா? எவ்வளவு கிடைக்கும்?

4. என்னுடைய மேஜை தெற்கைப் பார்த்தபடி இருப்பதற்கு ஏதேனும் ஆட்சேபணை இருக்கிறதா?

5. ஒருவர் சிவப்பு மை உபயோகிக்கலாமா?

6. ஒவ்வொரு தாளிலும் வாட்டர்மார்க்கைப் பரிசோதிக்க வேண்டுமா?

7. விண்ணப்பதாரர்களை எத்தனை நேரம் வரிசையில் காத்திருக்க வைக்கலாம்?

நிச்சயமாக இன்னும் சில கேள்விகள் என் மனதில் எழுகின்றன. இன்னும் அவற்றிற்கு ஒரு வடிவம் கிடைக்கவில்லை. எனவே, இங்கே எழுதமுடியவில்லை. மேலே பட்டியலிடப்பட்ட விஷயங்கள் குறித்து உன்னுடைய கருத்தை அறிய ஆவலாக இருக்கிறேன்.

இன்னொரு முக்கியமான விஷயம். விளக்கம் கேட்கவேண்டும் என்று நினைத்துக்கொண்டிருந்தேன். ஆனால் அதைச் செய்வதற்கு எது பொருத்தமான காலம் என்று எனக்குத் தெரியவில்லை. எனக்குத் தெரிந்தவரை மழைக்காலம்தான் சிறந்தது. கட்டடங்கள் எல்லாம் சாம்பல் பூத்து ஈரமாக இருக்க, தெருக்களில் குடைகள் மிதக்கும். ஜன்னலில் ஒரு காகம் இருக்கும்.

ஆனால் சிலர் பனிக்காலம்தான் சிறந்தது என்கிறார்கள்.

இதில் மோசமான விஷயம் என்னவென்றால், இப்போது எந்தக் காலம் என்பது எனக்கு நிச்சயமாகத் தெரியவில்லை. 28 அக்டோபர் என்று மேலே எழுதிவிட்டேன் என்றாலும் அதனால் பெரிய வித்தியாசமில்லை. எனது சிறிய ஜன்னலுக்கு வெளியே பார்த்தால் வானத்தில் மேகங்களே இல்லை. இப்போது வெக்கையாக இருக்கிறது என்றும் சொல்லமுடியாது. அதே சமயம் குளிரும் இல்லை. அப்படி யானால் இது கோடை காலமா? கோடையின் ஆரம்பமா? அல்லது முடிவா? மூன்று நாட்களுக்கு முன்பு மாலையில் ஒரு குளிர்காற்று அடித்தது. ஆமாம், எனக்கு கம்பளிச் சட்டையே தேவைப்பட்டது. அதைப் போட்டுக்கொண்ட பிறகு நன்றாக இருந்தது. ஆனால் நான் இரவில் விழித்தபோது ஒரேயடியாக வியர்த்திருந்தது. மிகவும் வெக்கையாக இருந்தது. ஸ்வெட்டரைக் கழற்றித் தூர எறிந்தேன். பிறகு அது தேவைப்படவே இல்லை. என்றாலும் இது பனிக்காலம் இல்லை என்று யார் உறுதியாகச் சொல்ல முடியும்? பல சமயங் களில் பனிக்காலத்தில் குளிர்வதே இல்லை.

இது குளிரில்லாத பனிக்காலம் என்றால் இது மழைக்காலமாக இருக்க முடியாதா? மழையே இல்லாத மழைக்காலம்?

மழையே இல்லையென்று சொல்லிவிடமுடியாது. நேற்று அதிகாலை ஜன்னல் வழியாகப் பார்த்தபோது சதுக்கம் முழுவதும் ஈரமாக இருந்தது. சுவர்களைப் பார்த்தேன்; ஆனால் சுவர்கள் நீரை விரைவில் ஈர்த்துக்கொள்ளும், அதை வைத்து எதுவும் சொல்ல முடியாது. ஒருவேளை அவர்கள் சதுக்கத்தை அதிகாலையில் கழுவி விட்டிருக்கலாம். ஆனால் இப்போதெல்லாம் கழுவுவதை அவர்கள் முற்றாக நிறுத்திவிட்டார்கள் என்பது எனக்கு நினைவிருக்கிறது. மீண்டும் கழுவ ஆரம்பித்திருக்கலாம். முன்பெல்லாம் அதை ஒவ்வொரு நாளும் கழுவுவார்கள். அப்படியென்றால் நாளை நான் பார்க்கும்போது சதுக்கம் ஈரமாக இருந்தால் அவர்கள் மீண்டும் கழுவ ஆரம்பித்துவிட்டார்கள் என்று அர்த்தம். என்றைக்காவது ஒருநாள் கழுவலாம் என்றும் அவர்கள் முடிவு செய்யலாம். ஆக, நேற்று மழைபெய்ததா அல்லது அவர்கள் சதுக்கத்தைக் கழுவி னார்களா எனபதை என்னால் நிச்சயமாகச் சொல்லமுடியாது.

இனி என் வருத்தம் பருவகாலத்தைப் பாதிக்காது

இந்தப் புதிர்களைக் கண்டுபிடிக்க நீ உதவினால் நன்றாக இருக்கும். நீ மும்பையில் வசிப்பதால் இவற்றைப் பற்றி நன்றாக அறிந்திருக்கக்கூடும். உன்னிடமிருந்து பதில் வருவதற்குள் நான் எழுத உத்தேசித்திருக்கும் கடிதம் என் மனதில் ஒரு நிச்சயமான வடிவம் பெற்றிருக்கும்.

இப்போதும் என் முகவரியை நான் எழுதமுடியாது என்பதைத் சொல்லத்தேவையில்லை. ஏன் அப்படி என்று எனது முந்தைய கடிதத்தில் சொல்லியிருந்தேன். ஒவ்வொருமுறையும் புதிதாக மன்னிப்பு கேட்கத் தேவையில்லை.

நீ என்னோடு எப்படித் தொடர்பு கொள்வது என்பதை இன்னும் சில நாட்களில் தெரிவிக்கிறேன். கண்ணோட்டம் சரியாக இருக்கிறது.

பருவகாலம்தான் சரியில்லை.

இந்த இடத்தில் கடிதம் முடிந்தது. முடிக்கப்படாத கடிதம் போலவே இருந்தது. கையெழுத்து எதுவும் இல்லை. நீலநிற நோட்டுத் தாளில் தடியான சாய்வான கையெழுத்தில் எழுதப்பட்டிருந்தது. நிச்சயமாக சொல்லமுடியாதென்றாலும், எழுதியவர் வேண்டு மென்றே தன் வழக்கமான கையெழுத்தில் இல்லாமல் எழுத முயற்சி செய்தது போலிருந்தது.

இந்தக் கடிதத்தில் அஞ்சல் முத்திரையைப் படிக்க முடிந்தது. முந்தைய கடிதத்தில் இருந்த நகரின் பெயர்தான் என்று தெரிந்தது.

இந்தக் கடிதத்தையும் மூன்று நான்கு தடவை படித்துவிட்டு வைத்தேன். சில நாட்கள் கழித்து இன்னொரு கடிதம் வந்தது:

அன்புள்ள பிரம்மா,

நான் ராஜினாமா செய்யத் தயாராகிக்கொண்டிருக்கிறேன். நான் வேலைக்கு சேர்ந்த நாள் முதல் என் மனதில் நான் எண்ணியது இதைத் தவிர வேறு எதுவும் இல்லை.

நான் ராஜினாமா செய்தபிறகு உன்னுடன் வந்து வாழலாமா? நமக்குள் நன்றாக ஒத்துப்போகும் என்று நினைக்கிறேன்.

யோசித்துப் பார்.

மீண்டும் எழுதுவேன்.

கடிதத்தில் தேதி இல்லை. இம்முறை வேறு கையெழுத்தில். வட்டமான எழுத்துக்கள், சொற்களுக்கிடையே அதிக இடைவெளி களோடு. ஒவ்வொரு சொல்லும் ஒரு தீவுபோல் தெரிந்தது.

இந்தக் கடித்தத்தைப் பற்றி யோசித்துக்கொண்டிருந்தேன். எரிச்சலே வந்தது. என்னோடு வந்து வாழும் உரிமையை அவனுக்கு யார் கொடுத்தது? இதெல்லாம் அநியாயம் இல்லையா? ஒருவனு டைய முகவரி உனக்குக் கிடைத்தது என்பதற்காகவே அவனோடு போய் வாழ்வாயா என்ன? என்னைப் பற்றி அவனுக்கு என்ன தெரியும்? எனக்கொரு வேலை இருக்கிறதா? எனக்கு திருமணமாகி விட்டதா? எத்தனை குழந்தைகள் எனக்கு? எத்தனை மகள்கள்? அவர்கள் வயது? என் வீடு எப்படி இருக்கும்? அதில் எத்தனை அறைகள் இருக்கும்? என் தந்தை உயிரோடு இருக்கிறாரா? தாய்? என் நிதிநிலைமை என்ன?

கடிதங்கள் பரவாயில்லை. ஆனால் எலும்பும் சதையுமாக ஒரு மனிதனே என்றால்!

என்னைக் கட்டுப்படுத்திக்கொண்டேன். நிஜமாகவே அவன் வந்து என்னுடன் வாழத்தொடங்கினால் என்ன ஆகிவிடும்? எனக்கு நானே கேட்டுக்கொண்டேன். கடந்த மூன்று ஆண்டுகளாக நான் தனியாக இந்த அறையில் வாழ்கிறேன். இந்த அறையில் என் பக்கத்தில் ஒருவரும் தூங்கியது கிடையாது. நான் முழு நிர்வாண மாகத்தான் தூங்கச் செல்வேன். அவன் இங்கு வந்தால் அது எப்படி நடக்கும்? என் உடல் மீது எதையும் போட்டுக்கொண்டு தூங்குவது என்னால் முடியாது. அப்படியென்றால் எல்லா இரவுகளும் விழித்துக்கொண்டே இருக்க வேண்டியதுதான்.

கவலைப்பட்டுக்கொண்டே இருந்தேன். இரண்டே நாட்களில் இன்னொரு கடிதம் வந்தது.

அன்புள்ள பிரம்மா,

இந்த வேலை கிடைத்தபோது, ராஜினாமா செய்வதைப் பற்றி யோசிப்பதுகூட அபத்தம் என்று நினைத்திருந்தேன். பிறகு ஏன் நான் ராஜினாமா பற்றியே யோசித்துக்கொண்டிருந்தேன்? என் ஆர்வத்தை

இழந்துவிடாமல் இருக்கவோ என்னவோ. ஆனால் நான் உண்மை யாகவே ராஜினாமா கடிதம் பற்றித்தான் எண்ணிக்கொண்டி ருந்தேனா? எனக்கு என்னதான் வேண்டியிருந்தது? அந்தச் சொற்கள் என் மண்டைக்குள் என்ன செய்துகொண்டிருந்தன?

நான் எழுத வேண்டும் என்று நினைத்தது முற்றிலும் வேறானது என்பது இப்போது எனக்கு ஏறத்தாழ நிச்சயமாகத் தெரிகிறது. உண்மையில், எல்லாவற்றையும் சரியான கோணத்தில் பார்க்க உதவும் வகையில் ஒரு குற்றச்சாட்டுக் கடிதத்திற்கு வடிவம் கொடுக்கத்தான் நான் பாடுபட்டுக்கொண்டிருந்தேன்.

இந்த மாதிரி விஷயங்களில் ஒருவன் கவனமாக இருக்க வேண்டும். ஒவ்வொரு சொல்லையும் அளந்துபார்க்க வேண்டும். சொல்ல வருவதை திரும்பத் திரும்பச் சரிபார்க்க வேண்டும். அப்படி ஒரு விஷயத்தை செய்யும் முதிர்ச்சி இப்போது என்னிடம் இருக்கிறது என்று நம்புகிறேன். அதனால்தான் அதைச் செய்தே ஆகவேண்டும் என்று தீர்மானமாக இருக்கிறேன்.

கடந்த சில மாதங்களாக நிறுவனத்தின் விவகாரங்களைக் கூர்ந்து கவனித்துக்கொண்டிருக்கிறேன். குறிப்பாக ஜி.எம்.மின் நடத்தையை. சமீபத்தில் புன்ஜ்வானி குழுமம் எங்களுடைய தொழில் ரகசியங்களைக் கைப்பற்றியிருக்கிறது. அவர்கள் உற்பத்திகூட செய்யத் துவங்கி விட்டார்கள். இதற்குப் பின்னால் இருப்பது ஜி.எம்.தான் என்பது நாளுக்கு நாள் எனக்கு நிச்சயமாகிக்கொண்டே வருகிறது. இவை தவிர வேறு சில விஷயங்களையும் நான் கவனித்தேன்.

எனவே ஒரு நீண்ட, நன்கு ஆவணப்படுத்தப்பட்ட கடிதத்தை நேரடியாக இயக்குநர் குழுவிற்கே அனுப்பலாம் என்றிருக்கிறேன்.

இதில்தான் எனக்கு உன்னுடைய ஒத்துழைப்பு வேண்டும். அந்தக் கடிதத்தை நானே அனுப்புவது எனக்குப் பாதுகாப்பில்லை. எனவே அதை நான் உனக்கு அனுப்புகிறேன். நீ அதைத் தட்டச்சு செய்து தபாலில் அனுப்பிவிட்டு அசலை எரித்துவிடவேண்டும்.

இன்னும் எழுதுவதற்கு விஷயங்கள் இருக்கின்றன. ஆனால் நேரம் இல்லை.

இப்படிக்கு,
சச்சிதானந்த்

இந்தக்கடிதம் தட்டச்சு செய்யப்பட்டிருந்தது. கையொப்பம் தவிர.

இப்போது அவன் என்னுடன் வந்து வாழப்போவதில்லை என்பது எனக்கு வருத்தமாக இருந்தது விநோதம்தான். அவனை அழைத்துவர நான் ரயில்வே ஸ்டேஷனுக்குப் போயிருப்பேன். அவனுடைய பெட்டியைத் தூக்கி வந்திருப்பேன். அவனுடைய ஜாக்

கெட்டை என் அறையில் இருந்த ஒரே துணி ஹாங்கரில் தொங்க விட்டிருப்பேன். அவன் தன் பல்துலக்கும் பிரஷ்ஷை எடுத்துவர மறந்திருந்தால் கீழே ஓடிப்போய் ஒன்று வாங்கி வந்திருப்பேன். அவனை சினிமாக்களுக்கு அழைத்துச் சென்றிருப்பேன். அவனை கேள்விகள் கேட்கவும், அவனோடு கருத்துகளைப் பரிமாறிக் கொள்ளவும் ஆவலோடு இருந்தேன்.

ஒரு இரண்டரை மாதங்களுக்கு அவனிடமிருந்து கடிதம் எதுவும் வரவில்லை. அவனை மறந்துவிடுவது நல்லது என்று தோன்றியது. பின்னர் ஒரு நாள் இன்னொரு கடிதம் வந்தது:

2 பிப்ரவரி 1967

அன்புள்ள பிரம்மதத்தா,

எல்லாம் பொருந்தி வரும் நேரம். ஒரு குற்றச்சாட்டுக் கடிதத்தை எழுதவேண்டும் என்று நான் எப்படி எண்ணினேன்? ஒரு குற்றச் சாட்டு!

நான் குற்றச்சாட்டுகள் என்று எண்ணியதை எழுத உட்கார்ந்த சிறிது நேரத்தில் நான் எழுதிக்கொண்டிருந்தது மன்னிப்புக் கோரல் களை என்பது உறைத்தது.

ஆமாம், நான் மன்னிப்பு வேண்டினேன்.

பென்சிலை சீவுகையில் நிமிர்ந்து பார்த்ததற்கு, மூன்றாவது வளைவில் திரும்பிப் பார்த்ததற்கு, காலையில் வாய் கொப்பளிக்கும் முன்பு 'சத்தியத்தின் தாமரை' என்னும் நூலைப் படித்ததற்கு, ஒரு ஆப்பிளை ஜன்னலில் வைத்து அழுக விட்டதற்கு, புதிதாக வந்த செய்தித்தாளை முகர்ந்து பார்த்ததற்கு, விளக்குக் கம்பத்தை தொடாமல் போனதற்கு, பச்சை வண்ணக் கிளாஸில் குடித்ததற்கு, தேவிதாஸ் பக்ஷியின் பெயரைச் சொன்னதற்கு, நகத்தை மறைத்ததற்கு, பாலர்பள்ளிப் பாடல்கள் எழுத விரும்பியதற்கு, எழுதப்பட்ட சொல்லை அழித்ததற்கு, கண்ணாடியில் ஊதியதற்கு.

உனக்கு கடிதங்கள் எழுதியதற்கு.

இதுதான் கடைசி.

என்னைப் பொறுத்தவரை, காரணமில்லாமல் நான் ஒருபோதும் உனக்கு எழுதியதில்லை என்று என்னால் சொல்ல முடியும். என் கடிதங்களை எல்லாம், இந்தக் கடிதத்தையும் சேர்த்து, எரித்துவிடு என்பதை சொல்லத்தான் இந்தக் கடிதத்தை எழுதுகிறேன். நான் நிறைய அனுபவித்துவிட்டேன்.

(ஒப்பம்)

இந்தக்கடிதம் ஆங்கிலத்தில் கையொப்பமிடப்பட்டிருந்தது. ஆனால் அதைப் படிக்க முடியவில்லை. முதல் பெயரின் முதல் எழுத்து C யோ அல்லது G யோ.

உண்மையிலேயே அவனை நான் இப்போது மறந்தாக வேண்டும் என்று எனக்கே சொல்லிக்கொண்டேன். என்னால் கடிதங்களைக் கிழிக்க முடியவில்லை. மேஜையின் இழுப்பறையில் அடியில் அவற்றைப் போட்டுவிட்டேன்.

பிறகு தாள் பைகள் செய்யத் தொடங்கினேன். கடிதங்களைப் பற்றி மறந்துபோனேன். ஒரு மாதம் கழித்து ஒரு கடிதம் வந்தது:

பிரம்மா,

நான் எழுத ஆரம்பித்தேன். எதுவும் சரியாக வரவில்லை என்று தாள்களைக் கிழித்துப் போட்டேன். மீண்டும் உட்கார்ந்து கொண் டேன். தாள்களை மீண்டும் கிழித்தெறிந்தேன். மண்டையை பலநாட் களாக கசக்கியபிறகு இப்போது மீண்டும் ஒருமுறை தொடங்குகிறேன். இம்முறை என்னைப்பற்றி எனக்கே நிச்சயமாகத் தெரிகிறது. என்னைப் பற்றி எழுத விரும்புகிறேன். என்னைப் பற்றி எல்லா வற்றையும். எனக்காக மட்டுமோ என்னவோ!

எனக்கு முன்னால் காத்திருப்பது என்ன என்பது தெளிவாகத் தெரிகிறது. நான் அதைப் பற்றி சிறிதும் கவலைப்படவும் இல்லை. சில நாட்களுக்கு முன்புதான் எங்கள் நிறுவனத்தின் இயக்குநர் குழுவில் இருப்பவர்களில் பலர் புன்ஜ்வானி குழுமத்தைச் சேர்ந்த வர்கள் என்பது எனக்குத் தெரிந்தது. இனி எனக்கு அதைப்பற்றி எந்தக் கவலையும் இல்லை. உன்னிடம் கடைசியாக ஒரு வேண்டு கோள். என்னைப்பற்றி நான் எழுதும் இது எங்கள் நிறுவனத் தாரிடமோ புன்ஜ்வானி குழுமத்திடமோ அகப்படக்கூடாது. உன்னால் இங்கு வந்து இதை எடுத்துச் செல்ல முடியுமா? நான் இதைத் தபாலில் அனுப்ப முடியாது. மூன்று நாட்கள் கழித்து கீழ்க்கண்ட முகவரிக்கு வா. அதற்குள் முடித்திருப்பேன்.

முகவரி: ‘சஃபல்யா’
டாக்டர் அம்பேத்கர் சாலை
பழைய அந்தவனா
சாஹிப்கன்ஜ், பிஹார்.

என் அறையில் மேஜை இழுப்பறையில் அட்டையில் நேருவின் படம் போட்ட நோட்டுப் புத்தகம் ஒன்று இருக்கும். கோடு போடாத தாள்கள். இதைத்தான் நீ எடுத்துச் செல்ல வேண்டும்.

நீ வரும்போது ஒருவேளை நான் இங்கில்லாமல் போகலாம் என்பதால்தான் இதை எழுதுகிறேன்.

கடிதத்தில் தேதி இடப்படவில்லை, கையொப்பமும் இல்லை. ஒரு நோட்டுப் புத்தகத்திலிருந்து கிழித்தெடுத்த தாளில் எழுதப் பட்டிருந்தது. ஒழுங்கில்லாத கையெழுத்து. ஒவ்வொரு சொல்லின் ஒவ்வொரு எழுத்தும் மெதுவாக மிகுந்த சிரமத்துடன் எழுதப்பட்டது போலிருந்தது.

நான் குழம்பிப்போனேன். என்ன செய்வதென்று தெரிய வில்லை. சாஹிப்கன்ஜுக்குப் போவதா? ஒரு பக்கம் போக ஆவலாக இருந்தேன். இன்னொரு பக்கம் அது முட்டாள்தனமாக இருக்குமோ என்று தோன்றியது. அவனுடைய கடிதத்தை நம்பலாமா? பயனற்ற நீண்ட பயணம் மட்டுமே மிஞ்சலாம். காட்டு வாத்தைத் துரத்திச் செல்வதில் பணத்தை இறைக்கும் நிலையில் நான் இல்லை. தாளில் பைகள் செய்து கொஞ்சம் பணம் சேர்த்திருந்தேன் என்பது உண்மை தான்.

இரண்டு நாட்கள் ஊசலாட்டமாக இருந்தது. தூக்கம் தொலைந் தது. மூன்றாவது நாள் காலை எழுந்து, குளித்துவிட்டு, ஒரு பெட்டி யில் சிலவற்றை எடுத்துக்கொண்டு ரயில்வே ஸ்டேஷனுக்குச் சென்றேன்.

சாஹிப்கன்ஜ் ஸ்டேஷனில் இறங்கி நகருக்குள் சென்றேன். கேவலமான நகரம் என்று தோன்றியது. சாலைகளில் தார் போடப் பட்டிருந்தது. ஆனால் அவை குறுகலாக புழுதி நிரம்பிக் கிடந்தன. நாள் முழுக்க பயணம் செய்ததில் இறுக்கமாக உணர்ந்தேன். கண்கள் கனத்தன. மாலை ஆகியிருந்தபோதும் காற்றில் சூடும் வறட்சியும் இருந்தது.

அம்பேத்கர் சாலைக்குச் செல்ல நேரம் பிடித்தது. யாரும் எனக்கு சரியாக வழிகாட்டவில்லை. மக்கள் நிதானமாக அக்கறை யின்றி திரிந்தார்கள். வீட்டுப் படிகளிலும் முற்றத்திலிருந்த கயிற்றுக் கட்டில்களிலும் வெட்டியாகக் குந்தியிருந்தார்கள்.

பழைய அந்தவனம் நகரின் பழைய பகுதி என்றார்கள். மரங்கள் அடர்ந்த ஆள் அரவமற்ற புறநகர்ப்பகுதி. புத்தர் காலத்திலேயே அந்தப் பெயர் பெற்றிருக்க வேண்டும். ‘அந்தவனம்’ என்றால் ‘குருடர் களின் காடு’ என நினைக்கிறேன். வளர்ச்சி என்ற பெயரில் நகரம் இப்போது அதை மூடிக்கொண்டுவிட்டது.

வீட்டுக்கூரைகளில் பகலொளி மறைந்துகொண்டிருக்கும் நேரத்தில் நான் அம்பேத்கர் சாலையை அடைந்தேன். கொஞ்சம் தள்ளி ஒரு மளிகைக் கடை இருந்தது. இடதுபுறம் வானில் ஒரு புகைப்படலம் மெல்ல நலுங்கிக்கொண்டிருந்தது. தெருவில் இறந்த காக்கை ஒன்றைச் சுற்றிக் குழுமியிருந்த சிறுவர்களை விலக்கிக் கொண்டு நடந்தேன். வலதுபுறம் ஒரு கேட்டில் சஃபல்யா என்று எழுதியிருந்தது. தரைத்தளமும் ஒரு மாடியுமாக இருந்த வீடு மிகப் பழையதாகத் தெரிந்தது. ஆனால் புதிதாக வண்ணம் அடிக்கப் பட்டிருந்தது. கேட்டிற்குள் நுழைந்தேன்.

தாழ்வாரத்தில் சில நொடிகள் காத்திருந்தேன். உள்ளே அமைதி யாக இருந்தது. பின்னர் ஒரு வயதான மனிதர் வந்தார்.

'இங்க தேவ்னு யாரும் இருக்காங்களா?'

'நீங்க யாரு?'

'ஃப்ரெண்ட். பிரம்மதத்தா'

முதியவர் தலையை அசைத்தார். என்னைக் காத்திருக்கச் சொல்லிவிட்டு உள்ளே சென்றார். ஒரு சாவிக்கொத்துடன் வந்தவர் என்னைத் தொடர்ந்துவரச் சொல்லிவிட்டு பின்புறம் இருந்த மாடிப் படி ஏறிச் சென்றார்.

மரப்படிகள் எழுப்பிய சத்தத்திற்கு ஊடாக முதியவரின் குரல் வடிகட்டப்பட்டு வந்தது. 'ஹாஸ்பிட்டல் ஆட்கள் காலையில வந்து எடுத்துட்டுப் போனாங்க. அவன் தன் உடம்பை ஹாஸ்பிட்டலுக்கு கொடுத்துடணும்னு சொல்லியிருந்தான்.'

முதியவர் அறைக்கதவைத் திறந்தார். நான் உள்ளே போனேன். சுற்றிலும் பார்த்தேன். ஒரு படுக்கை. ஒரு மேஜை. புத்தகங்கள். மேஜை மீது ஒரு விளக்கு. ஒரு ஆஷ்ட்ரே. இரண்டு சிகரெட் பாக்கெட்டுகள். சட்டைகளும் டிரவுசர்களும் சுவரில் இரண்டு கொக்கிகளில் தொங்கிக்கொண்டிருந்தன. ஒரு மூலையில் பெரிய டிரங்க் பெட்டி ஒன்று.

இதில் ஒரு ஏமாற்றம் ஏற்பட்டது எனக்கே வேடிக்கையாக இருந்தது. இந்த இடத்தில் ஏதோ அமானுஷ்யமான தாந்த்ரீகம் போல, எட்கர் ஆலன் போவின் கதைகளில் வருவது போல ஒன்றை எதிர்பார்த்திருப்பேனோ?

முதியவர் அருகில் மௌனமாக இருந்தார். நான் முன்னால் சென்று மேஜை இழுப்பறையைத் திறந்தேன். தாள்கள், நோட்டுப் புத்தகங்கள், பேனா பென்சில்கள், கொஞ்சம் சில்லறை. நோட்டுப் புத்தகங்களைப் பார்த்து நேருவின் படம் போட்டிருந்ததை வெளியே எடுத்தேன். எனது பெட்டிக்குள் வைத்துக்கொண்டேன். பெட்டி யைப் பூட்டிவிட்டு முதியவரைப் பார்த்தேன். அவர் நகர்ந்து எனக்கு வழிவிட்டார். அறையை விட்டு வெளியே வந்தேன். முதியவர் அறையைப் பூட்டினார். நான் படியிறங்கினேன்.

பயணத்தில் நோட்டுப் புத்தகத்தை வெளியே எடுக்கவில்லை. வீடு வந்து சேர்ந்த பிறகுதான் அதைத் திறந்தேன்.

நோட்டுப்புத்தகம் முழுக்கக் காலியாக இருந்தது. கடைசிப் பக்கத்தில் கிறுக்கலான கையெழுத்தில் 'நிகில்' என்று எழுதப்பட்டு இருந்தது.

ஒவ்வொரு பக்கமாக மீண்டும் நோட்டுப் புத்தகத்தை புரட்டி னேன். அவன் சொன்ன நோட்டு இதுதானா? அட்டையில் நேருவின் படம் இருக்கிறது. எனக்கு முன்பாக யாராவது அறைக்குள்

சென்று சரியான நோட்டை எடுத்துச்சென்றுவிட்டார்களா? முதிய வரை நம்பலாமா? எனக்கு முன்னால் யாரோ இழுப்பறையைக் கலைத்துப் போட்டுத் தேடியிருப்பார்கள் என்று தோன்றியது. அல்லது அப்போது அப்படித் தோன்றியது என்று இப்போது உணர்கிறேன். நான் நினைத்தது தவறாக இருக்கலாம். அல்லது யாராவது உண்மையிலேயே தேடியிருக்கலாம். முதியவரேகூட, பணத்திற்காக அதைச் செய்திருக்கலாம்.

நான் மீண்டும் நோட்டுப்புத்தகத்தின் கடைசிப் பக்கத்தை புரட்டிப் பார்த்தேன். இதுதான் அவனுடைய சொந்தக் கையெழுத்தா? அதுகூட எனக்கு நிச்சயமாகத் தெரியாது. அவனுடைய முதல் கடிதத்தில் கையொப்பம் தட்டச்சு செய்யப்பட்டிருந்தது. அதன் பிறகு எனக்கு வந்த கடிதங்கள் வெவ்வேறு பெயர்களில் வெவ்வேறு கையெழுத்துகளில் இருந்தன. இந்தக் கடிதங்கள் எல்லாமே அவனால்தான் எழுதப்பட்டது, ஒரே ஆளால் எழுதப் பட்டது என்று என்னால் உறுதியாகச் சொல்ல முடியுமா? எல்லா கடிதங்களையும் நான் யாரிடமாவது இப்போது காட்டினால் அவர்கள் 'இதெல்லாம் நீயே எழுதிக் கொண்டவை' என்று சொன்னால் அது உண்மையல்ல என்று எப்படி நான் நிரூபிக்க முடியும்? அந்தக் கடிதங்கள் எல்லாம் நிகில் வழியாக தாமே தோன்றி யவை என்றுகூட ஒருவர் சொல்லலாம்.

அந்த நோட்டுப் புத்தகம் இன்னும் என்னிடம்தான் இருக்கிறது. விடாமல் புரட்டிக்கொண்டே இருப்பதால் பக்கங்களில் எல்லாம் நாய்க் காதுகள் முளைத்துவிட்டன.

◯

மனுவின் வாழ்வும் சாவும்

பேசுவது யார், கேட்பது யார், ஒப்படைக்கப்படுவது எது?
தூசடைந்த சுரங்கப்பாதையிலிருக்கும் தூசு போல
இதயத்தில் எழுவது இதயத்திலேயே சென்று படிகிறது.

• சரஹர், தோஹகோஷம்
(சுபாஷிதரத்னகோஷம், 9ஆம் நூற்றாண்டு)

1

உயரமான கூரை கொண்ட பெரிய அறை. அறைநடுவே இரவு பகலாக எரிந்துகொண்டிருக்கும் மின் விளக்கு ஒன்று. ஒரு பக்கச் சுவரில் தொங்கிக்கொண்டிருக்கும் மின் கடிகாரம். அதற்கு எதிரே அரசி விக்டோரியாவின் பெரிய ஓவியம். படத்திற்குக் கீழே பெரிய மேஜை ஒன்றில் ஒரு தொலைபேசி இருந்தது. மேஜைக்கு அருகே ஒரு நாற்காலி. நாற்காலியை ஒட்டி புத்தகங்களை வைத்து படிபோல செய்திருந்தான் மனு. இந்தப் படிகளில் ஏறி நாற்காலியில் உட்காரும் இடத்தை அடைவான். பிறகு நாற்காலியின் பின்புறம் உள்ள தண்டு களில் ஒன்றைப் பிடித்து குரங்குபோல ஏறி மேஜையின் பரந்த வெளியில் இறங்குவான். தொலைபேசியின் ரிசீவர் ஸ்டாண்டுக்குப் பக்கத்தில் இருக்கும், மற்றொரு பக்கம் தடிமனான டைரக்டரி. இரண்டுக்கும் நடுவில் ரிசீவர் நிமிர்ந்து படுத்தபடி இருக்கும். சிறு டைரி ஒன்றை டைரக்டரி அருகில் நகர்த்தி டைரக்டரியின் மேல் ஏற படி போல செய்திருந்தான். டைரக்டரியின் மேல் ஏறி குறுக்காக நடந்து ரிசீவரின் கைப்பிடி மேல் தாவுவான்.

மனு முதலில் ரிசீவரின் வாய்முனைக்குப் போய் ஹலோ சொல்லியிருக்க வேண்டும். ஆனால் அவன் மறுமுனைக்குச் சென்று காதுவைத்து கேட்டான். மறுமுனையில் உரையாடுபவர் பல சமயங்களில் ஏற்கெனவே வந்திருப்பார் என்பதைத் தெரிந்து வைத்திருந்தான். மனு சொல்லும் ஹலோ அவர் தனக்குத்தானே பேசிக்கொள்வதற்கு இடைஞ்சல் செய்தால் எரிச்சல்படுவார். அதனால்தான் மனு எப்போதுமே காதுமுனைக்கு முதலில் சென்று அவர் ஏற்கெனவே அங்கிருக்கிறாரா என்று உறுதிப்படுத்திக் கொள்வான். பிறகு தொலைபேசியின் கைப்பிடிமேல் நடந்து வாய்முனைக்குச் சென்று 'ஹலோ, ஹலோ' என்று கத்துவான். அடுத்து மீண்டும் காதுமுனைக்குச் சென்று கேட்பான். 'ஹலோ, குட் மார்னிங்' என்று அவர் சொன்னதைக் கேட்டான். பிறகு வாய்முனைக்குத் திரும்பிச் சென்று 'குட் மார்னிங் ஃபாதர்' என்றான். சில சமயங்களில் மனுவின் முதல் ஹலோவுக்கு மறுமுனையிலிருந்து பதிலே வராது. சில நிமிடங்கள் காத்திருந்துவிட்டு மீண்டும் ஹலோ சொல்வான். திரும்பிச் சென்று காதுமுனையின் வளையத்தின் அருகில் காதை வைத்துக் கேட்பான். சில முறை இப்படிச் செய்த பிறகு மறு முனையில் ஒரு குரல் கேட்கும். ஆனால் சில சமயம் பொறுமை இழக்காமல் முயற்சி செய்துகொண்டே இருக்கவேண்டி வரும்.

தான் எவ்வளவு கத்தினாலும் மறுமுனையில் பதில் வராமலிருக்கக்கூடும் என்பது மனுவிற்கு எப்போதாவது உறைத்திருக்கிறதா? இல்லை, அப்படி ஒரு எண்ணம் அவனுக்குத் தோன்றவே இல்லை. அவனுடைய ஹலோக்கள் ஒருவித அழுத்தத்தை ஏற்படுத்தும் என்ற மங்கலான எண்ணம் அவனுக்கு உண்டு; போதுமான அளவு அழுத்தம் ஏற்பட்டுவிட்டால் மறுமுனையில் பதில் குரல் கேட்கும் என்று நினைத்தான். சில சமயங்களில் அதிக அழுத்தம் தேவை, அவ்வளவுதான். ஆனால் உங்களால் எவ்வளவு நேரம் ஹலோ சொல்லமுடிகிறதோ அதற்குள் ஒரு பதில் வந்தே ஆகவேண்டும். ஒருநாள் மணிக்கணக்கில் ஹலோ சொன்னபிறகு பின்மதியம் நான்கு மணிக்கு மறுமுனையில் பதில் கேட்டது என்பதை நினைத்துக் கொண்டான். தொலைபேசி மேல் முன்னும்பின்னுமாக நாள் முழுக்க நடந்ததில் அன்றிரவு சுத்தமாக ஓய்ந்துபோயிருந்தான். அதிலும் குறுகலான வழுக்கும் பிடியில் நடப்பது எளிதான வேலை யில்லை. ஒரு முறை உரையாடலால் உற்சாகம் பொங்க பிடியின்மீது ஓடியபோது வழுக்கி மேஜைமீது விழுந்தான். நல்ல வேளையாக சின்ன காயங்களோடு தப்பினான். அப்போதிலிருந்து தொலைபேசி கைப்பிடியில் நடக்கும்போது மிகவும் கவனமாக இருப்பான்.

இந்த ஆபத்துகள் எல்லாமே ரிசீவர் நிமிர்ந்து இருப்பதால்தான். பக்கவாட்டில் இருக்குமென்றால் கதையே வேறு. மனு வாய் முனைக்கும் காதுமுனைக்கும் மேஜைமீதே நடந்துபோகலாம். கைப்பிடிமேல் நடக்கும் தொல்லை இல்லாமல் போகும். தன்னால் தொலைபேசியை அப்படித் திருப்பி வைக்கமுடியுமா என யோசித் தான். ஆனால் எவ்வளவு முயன்றும் அவனால் ஸ்டாண்டையோ டைரக்டரியையோ நகர்த்தவே முடியவில்லை. எல்லாவற்றையும் அவை இருப்பதுபோல ஏற்றுக்கொள்ள வேண்டியிருந்தது. இது அவ்வளவு மோசமில்லை என்றுதான் சொல்ல வேண்டும்: இதே ரிசீவர் குப்புற இருந்தால் என்னாகும்?

வழக்கமாக வாய்முனையிலிருந்து காதுமுனைக்கு நடந்துசெல்ல மனுவுக்கு சில நொடிகள் பிடிக்கும். மனு இதை உரையாடுபவரிடம் சொல்லியிருந்தான். அதனால் அவர் வழக்கமாக மனு பேசி முடித்த பின் சில நொடிகள் காத்திருப்பார். ஆனால் பேசிக்கொண்டிருக்கும் விஷயத்தில் மூழ்கிவிட்டால் மனு மௌனமான கணமே பேசத் தொடங்கி விடுவார். இதனால் அவருடைய சிலவார்த்தைகளைத் தவறவிட வேண்டி வரும். சில சமயம் ஏதோ முக்கியமானவற்றைத் தவறவிட்டுவிட்டதாக வருந்துவான். ஆனால் ஒருபோதும் உரையாடு பவரிடம் அவர் சொன்னதை மீண்டும் சொல்லும்படிக் கேட்கும் துணிச்சல் அவனுக்குக் கிடையாது. ஒரே ஒரு முறை மறைமுகமாக அப்படிக் கேட்டுவிட்டு இதயம் படபடக்க பதிலைக் கேட்பதற்காகக் காதுமுனைக்கு ஓடினான். அங்கு முழுதாக நான்கு நிமிடங்களுக்கு மௌனம். பிறகு உரையாடுபவர் அதற்கு சிறிதும் சம்பந்தமில்லாத வேறு எதையோ பற்றி பேசத்தொடங்கியிருந்தார்.

சில சமயம் உரையாடுபவர் பேசும்போது பின்னணியில் இந்தி திரைப்படப் பாடல்கள் கேட்கும். தானியங்கிப் பெட்டிகளில் காசு போட்டால் பாடும் ரிக்கார்டுகள்போல் கரடுமுரடாக கீச்சிடும். உரையாடுபவர் ஏதும் இரானிய உணவகத்திலிருந்து பேசுகிறாரோ என்று மனுவுக்குத் தோன்றும். இரைச்சலான இசைக்கு நடுவில் அவர் பேசுவதைக் கேட்பது கொடுமையாக இருக்கும். ஆனால் சில மாதங்களுக்கு முன்பு வரை மனு அனுபவித்த கொடுமையோடு பார்க்கும்போது அது ஒன்றுமே இல்லை. ஏறத்தாழ ஒரு வருடம், பெரும் இயந்திரங்களின் இரைச்சல் தொலைபேசியில் கேட்கும். எதிர்முனையில் இருப்பவர் பேசுவது எதுவும் மனுவின் காதில் விழாது. அது மனுவுக்கு பெரும் வேதனையான காலம். இயந்திரங் களின் இரைச்சல் ஓய்ந்து இரண்டு மாதங்கள் கழித்து விநோதமான ஒன்று நிகழ்ந்தது. மனுவின் பக்கத்திலிருந்து தட்டச்சு ஒலி கேட்கிறது என்று உரையாடுபவர் புகார் செய்தார். தட்டச்சரை நகர்ந்து போய்

உட்காரும்படி சொல்லச் சொன்னார். மனுவிற்கு ஆச்சரியம். அவசரமாக அங்கு எங்கும் தட்டச்சர் யாரும் கிடையாது என்று சொன்னான். உரையாடுபவர் இதுபற்றி மீண்டும் பேசவில்லை. ஆனால் மனுவிற்கு அது புதிராகவே இருந்தது. மனிதர் வேறு ஏதோ கெட்ட எண்ணத்தோடு இப்படி ஒரு பழியைப் போடுகிறாரா? அல்லது தனக்கு உண்மையிலேயே தட்டச்சு சத்தம் கேட்டது என்று நினைக்கிறாரா? ஒருவருக்கு மாயத்தோற்றங்கள் ஒலிவடிவமாகக்கூட ஏற்படும் என்ற எண்ணமே மனுவை வசீகரித்தது. தட்டச்சு சத்தம் தனக்குக் கேட்கிறது என்று அவர் நினைத்தால் நான் பேசுவதையும் கேட்பதாக அவர் நினைக்கத்தான் செய்கிறாரா? உதவிக்கு அழைக்கும் எண்ணைக் கையாள்வதாக எண்ணமா? முரட்டுத்தனமான எண்ணங்கள். இங்கே மனு தொலைபேசியில் பேசிக்கொண்டிருக்கிறான் என்பது மட்டுமே நிச்சயம்.

2

பொதுவாக உரையாடுபவரோடு மனுவினுடைய உரையாடல்கள் எல்லாமே சுவாரசியமானவைதான். அவ்வப்போது சலிப்பும் ஏற்படும் என்பதில் சந்தேகம் வேண்டாம். குறிப்பாக அவர் தத்துவார்த்தமாகப் பேசும்போது. அதுபோன்ற சமயங்களில் அவர் மணிக்கணக்கில் பேசுவார். ஒரு முறை காதுகளோ, குரலோ, சுவாசமோ, அளவோ இல்லாமல் போனால் என்ன ஆகும் என்பது பற்றி விரிவாகப் பேசினார். மற்றொரு சமயம் அனைத்தும் நானே என்ற நம்பிக்கையை விளாசினார். 'இன்பங்களிலெல்லாம் இணைக்கும் புள்ளி ஆண்குறி, வெளியேற்றங்களிலெல்லாம் இணைக்கும் புள்ளி ஆசனவாய்' என்ற நம்பிக்கையை யாக்ஞவல்கிய முனிவர் கொண்டிருந்தார். உரையாடுபவர் இதில் ஆண்குறி பற்றி யதை ஒப்புக்கொண்டார். ஆனால் ஆசனவாய் பற்றிக் கூறி இருப்பது அபத்தம் என்றார். சிறுநீர், எச்சில், சளி போன்றவற்றையும் அவை வெளியேறும் துளைகளையும் என்ன சொல்வது என்று கேட்டார். அவற்றிற்கென ஒரு பண்பும் மர்மமும் இருக்கிறது என்றும் அவை மலத்திலிருந்து வேறுபட்டவை அல்ல என்பது அநியாயம் என்றும் சொன்னார். எல்லாவற்றையும் வெறும் மலம் என்று சுருக்குவது எப்படிச் சரியாகும்? இந்த இடத்தில் உரையாடுபவர் ஒரு இடைவெளி விட்டார், மனுவால் மறுப்பு எதுவும் சொல்லமுடிகிறதா என்று சவால் விடுவதைப் போல. மனு அடக்கத்தோடு, ஆண்குறி சம்பந்தப்பட்ட அனுபவம் ஏதும் இல்லாததால் அதுபற்றி கருத்து சொல்லத் தனக்கு தகுதி இல்லை என்றும் இரண்டாவது விஷயம்

பற்றி அவருடைய கருத்துகளை ஒப்புக்கொள்வதாகவும் சொன்னான். அது பாராட்டப்படவேண்டிய அருமையான வாதம் என்றும் சொன்னான்.

அந்த மனிதருக்கு நகைச்சுவை உணர்வுக்கும் குறைவில்லை. நிறைய சிரிப்புத் துணுக்குகளைத் தெரிந்து வைத்திருந்தார். அவர் வேடிக்கைத் துணுக்கு ஒன்றைச் சொன்னதும் மனு வாய்முனைக்குச் சென்று சத்தம்போட்டுச் சிரிப்பான். ஆனால் அதில் எப்போதும் ஒரு சங்கடமான உணர்ச்சி இருக்கும். உங்கள் மனதில் ஒரு துணுக்கு வெடித்ததும் சிரிப்பது சரியான விஷயம்தான். ஆனால் தொலை பேசி கைப்பிடியில் கவனமாக நடந்து சென்று பிறகு வெடித்துச் சிரிப்பது அவ்வளவு நேர்மையான விஷயமாகத் தெரியவில்லை. என்றாலும் தன் சிரிப்பை முடிந்த அளவு மனப்பூர்வமானதாக இருக்கும்படி பார்த்துக்கொள்வான். உரையாடல் போய்க்கொண்டே இருக்கும்போது சிலசமயம் மனு சிந்திக்கத்தக்க கேள்விகளைக் கேட்க முயல்வான். ஆனால் எப்போதும் புத்திசாலித்தனமாக அவற்றைத் தவிர்க்கும் பதில்களே கிடைக்கும். அந்த மனிதர் தன்னைப் பற்றி பேசுவதையும் தவிர்ப்பதில்லை. பல சமயங்களில் அவர் தன் வாழ்க்கையைப் பற்றி, தன் குழந்தைப்பருவத்தைப் பற்றி, எதிர்கால திட்டங்கள் பற்றி பேசியிருக்கிறார். மனு சுவாரசியமாகக் கேட்டுக் கொண்டிருப்பான். ஆனால் ஏதோ ஒரு உண்மையில்லாத் தன்மை யையும் அதில் உணர்வான். அவனிடம் கேட்கப்பட்ட கேள்வி களுக்கு முழுமையான பதில்கள் கொடுக்காமல் மனு ஒருபோதும் தப்பிக்க முடிந்ததில்லை. மெதுவாக ஆனால் உறுதியாக தனக்கு வேண்டியதை மனுவிடமிருந்து வரவழைத்துவிடுவார் உரையாடு பவர். புலன் விசாரணை அதிகாரி, பாவமன்னிப்பு கொடுக்கும் பாதிரி, மறைபொருள் விளக்கம் தருபவர் என இந்த மனிதர் பல தலை கொண்ட கடவுள் அல்லது பூதம். வெறுமையின் முடிவிலா கிணற்றில் ஆதிமுதல் குரலாக, புனித பேச்சுதாங்கியாக அவர் குரலைக் கேட்கலாம்.

ஒவ்வொரு நாளும் காலை பத்தரை மணிக்கு மனு புத்தகப் படிக்கட்டில் ஏறி நாற்காலி இருக்கைக்கும் பின் மேஜைக்கும் செல்வான். ஒரு சிறிய மதிய உணவு டப்பாவும் தண்ணீர் பாத்திரமும் எடுத்துச் செல்வான். ஒரு நாளைக்கு ஒரு முறைக்கு மேல் ஏறி இறங்குவதைத் தவிர்ப்பதற்காகவே இதெல்லாம். பிற்பகல் ஒன்று முதல் இரண்டு வரை பேச்சில் ஒரு இடைவேளை உண்டு. அந்தச் சமயத்தில் மனு தன் மதிய உணவை உண்பான். உரையாடல் மாலை ஐந்தரை மணியளவில் முடிவடையும். மனு தன் மேஜையைவிட்டு கீழிறங்குவான். ஒரு நாள் மனுவுக்கு ஒரு கேள்வி தோன்றியது:

உண்மையிலேயே உரையாடல் ஐந்தரை மணிக்கு முடிவடைந்து விடுகிறதா? காலை பத்தரை மணிக்குத்தான் தொடங்குகிறதா? மனு தொலைபேசியில் இல்லாதபோது இணைப்பு அமைதியாகத்தான் இருக்கிறது என்று நினைப்பது எதன் அடிப்படையில்? மனு இல்லாதபோதும் இணைப்பு செயல்பட்டுக்கொண்டுதான் இருக் கிறதோ என்னவோ? இந்த எண்ணம் மனுவின் அமைதியைக் குலைத்தது. ஒரு இரவு படுக்கையைவிட்டு எழுந்து தூக்கக் கலக்கத் தோடு மேஜைக்கு ஏறினான். காதைக் காதுமுனையில் வைத்து சில நிமிடங்கள் கேட்டான். தொலைபேசியில் எந்தச் சத்தமும் இல்லை. வாய்முனைக்குச் சென்று ஹலோ என்று சொல்லிவிட்டு காதுமுனைக்கு வந்து கேட்டான். ஐந்து நிமிடம் கழித்து மறுபடியும் அப்படியே செய்தான். பிறகு, 'இது மடத்தனம். இதையெல்லாம் நான் மறக்க வேண்டும்' என்று தனக்குத் தானே சொல்லிக் கொண்டான். திரும்பிச் சென்று படுத்தான்.

அதோடு முடிந்தது என்று நினைத்தான். ஆனால் முடிய வில்லை. அந்த எண்ணம் மனதைப் பற்றிக்கொண்டது. பின்னர், அதே பரிசோதனையைப் பல முறை செய்துபார்த்தான். ஒரு நாள் அது நிகழ்ந்தது: தொலைபேசியில் அவன் ஒரு குரலைக் கேட்டான்; அப்போது மாலை ஏழரை மணியிருக்கும், அவன் கவனமாகக் கேட்டான். அந்த மனிதர் அலெக்ஸாண்டர் இந்தியா மீது படையெடுத்தது பற்றி பேசிக்கொண்டிருந்தார். சிறிது நேரம் கழித்து, இந்தப் பக்கம் மனு நிச்சயமாகக் கேட்டுக்கொண்டிருப்பான் என்று தெரிந்தவர் போல ஒரு கேள்வி கேட்டார். மனு மிகவும் குழம்பிப் போயிருந்தான். அவனுக்கு வியப்பு கூட தோன்றவில்லை. அவசர மாக வாய்முனைக்குச் சென்று முடிந்த அளவு நல்லவிதமாக பதில் சொன்னான். அவன் மீண்டும் காதுமுனைக்குப் போனபோது, அந்த மனிதர் நிதானமாக தன் உரையைத் தொடர்ந்து நிகழ்த்திக் கொண்டி ருந்தார். அந்த வேளையில் மனு தொலைபேசியில் இருப்பது மிகவும் இயல்பானது என்று அவர் எண்ணினார் போல. அன்றிரவு அவர்கள் நீண்ட நேரம் உரையாடிக்கொண்டிருந்தார்கள். பத்தேகால் மணிக்கு மனிதர் கொஞ்சம் உளற ஆரம்பித்து பின் அமைதியானார். மனு சில நிமிடங்கள் காதுமுனையில் இருந்து விட்டு கீழிறங்கி வந்தான்.

அடுத்த சில நாட்களில் இது மூன்று நான்கு முறை நடந்தது. ஒரு நாள் அழைத்தவர் மனுவைக் காலை ஏழு மணிக்குத் தொலை பேசியில் இருக்கும்படி கூறினார்; இது போல தொடர்ந்து அடிக்கடி கேட்க ஆரம்பித்தார். சில நாட்களில் நடு இரவில் மனு இருக்க வேண்டும் என்று எதிர்பார்த்தார். சில நாட்கள் விடிகாலையில்.

இப்படி நேரங்கெட்ட நேரத்தில் அடிக்கடி செய்வது மனதையும் உடலையும் பாதிப்பதை மனு உணர்ந்தான். ஆனாலும் புகார் சொல்லும் எண்ணம் வரவில்லை. ஒன்று, இப்போது அழைப்பவர் தான் பெரும்பாலும் பேசுகிறார். மனு சொல்வதற்கு அதிகம் இருக்கவில்லை. தன் தாடையைக் காதுமுனையின் வளையத்தில் அழுத்தி வைத்தபடி உற்சாகமில்லாமல் கேட்டுக்கொண்டிருப்பான். ஒரு கட்டத்தில் மனு பகலும் இரவும் முழுக்கவே தொலைபேசியில் இருக்க ஆரம்பித்தான். கைகால்கள் சோர்ந்து, வீங்கிய கண்களோடு வாய்முனைக்கும் காதுமுனைக்குமாக ஓடிக்கொண்டிருந்தான். அழைப்பவர் அரைகுறை மனதோடுதான் அவன் சாப்பிடவும் ஓய்வெடுக்கவும் சில மணிநேரம் அனுமதித்தார். உலகெங்கிலும் உள்ள எல்லா அழைப்பு மையங்களிலும் இதுதான் நடக்கிறது என்பது மனுவுக்குத் தெரிந்திருக்கவில்லை.

3

ஒருநாள் வாய்முனையின் வளையத்தில் சாய்ந்துகொண்டு ஒரு கேள்விக்குப் பதில் சொல்லிக்கொண்டிருந்தபோது, மனு சமநிலை இழந்து உள்ளே விழுந்தான். வாய்முனையில் இருந்த பிளாஸ்டிக் மூடி உடைந்திருந்தது. முயல் பொந்தில் ஆலிஸ் போல மனு நேராக உள்ளே சென்றான். சுற்றி இருண்டிருக்க, என்ன நடந்ததென்றே அவனுக்கு முதலில் புரியவில்லை. அதிர்ந்து போனவன், தலைக்கு மேலே தெரிந்த ஒளிவட்டத்தைப் பார்த்தபடி கிடந்தான். ஒரு கணம் போராடியபிறகுதான் தானாகவே அந்தப் பொந்திலிருந்து வெளியேற முடியாது என்பது அவனுக்கு உறைத்தது. பயத்தில் உறைந்து போன வனுக்கு நல்லவேளையாக காதுமுனையில் விழாமல் வாய்முனையில் விழுந்தோமே என்று தோன்றியது. நடந்ததைச் சொல்லி, உடனடி யாக காப்பாற்றும்படிக் கோரினான். பேசிவிட்டு அமைதியாகச் சாய்ந்துகொண்டான். ஓரிரு மணிநேரத்தில் நிச்சயமாக யாராவது வருவார்கள் என்று நம்பினான். இரண்டு மூன்று மணிநேரம் போயிருக்கும். மீண்டும் தனது வேண்டுதலைச் சொல்லி விட்டுக் காத்திருந்தான். யாரும் வரவில்லை. முதலில் எரிச்சலாக இருந்தது. பிறகு கோபம் வந்தது. இறுதியில் பயந்துபோனான். காகம் போல கீச்சிட்ட குரலில் தொலைபேசிக்குள் ஊளையிட்டான். மயங்கிப் போய் துளைக்குள்ளேயே கிடந்தான்.

நீண்ட இடைவெளிக்குப் பின் மனுவுக்கு நினைவு திரும்பியது. சிரமப்பட்டு தொலைபேசிக்குள் பேசினான். அதுபோல் இன்னும் இரண்டு முறை செய்தான். அதற்கு மேல் அவனால் பேச முடிய வில்லை. ஆனால் அவன் இறந்துபோவதற்கு மேலும் ஆறு நாட்கள் ஆனது.

மனு இறந்த மறுநாள் இரு ஆட்கள் வந்தார்கள். கனமான கம்பளி மேல்கோட்டும், இறுக்கிக்கட்டிய பெல்ட்டும் அணிந்திருந்தார்கள். வெப்பமண்டல நாட்டில் அப்படிப்பட்ட உடையணிந்திருந்தது ஏதோ பொருந்தாமல் இருந்தது. வெளிநாட்டிலிருந்து வந்திருந்த அவர்கள் தங்கள் நாட்டின் கடுங்குளிரை தங்கள் இதயத்திற்குள் பொத்திவைத்துக்கொள்ள விரும்பியது போலிருந்தது.

அவர்கள் படிகளில் ஏறினார்கள். ஒருவன் கதவைத் திறந்து கொண்டு நிற்க மற்றவன் அறைக்குள் நுழைந்து தொலைபேசியை நோக்கிச் சென்றான். வாய்முனைக்குள் எட்டிப்பார்த்தான். பிறகு மிக மெதுவாக மனுவின் உடலை எடுத்து உள்ளங்கையில் வைத்து சில நொடிகள் பார்த்துக்கொண்டிருந்தான். பின்னர் தன் மேல் கோட்டில் இடதுபுறம் இருந்த பாக்கெட்டில் போட்டு பொத்தானை மாட்டினான். வலதுபக்க பாக்கெட்டிலிருந்து சிறிய நோட்டுப் புத்தகம் ஒன்றை எடுத்தான். தொலைபேசியின் டயலைப் பார்த்து எண்ணைக் குறித்துக்கொண்டான். பிறகு ரிசீவரைத் தூக்கி தொலை பேசிமேல் வைத்தான். கதவை நோக்கித் திரும்பினான்.

தொலைபேசி அடித்தது. அவன் நின்று திரும்பிப்பார்த்தான். ரிசீவரை எடுத்துக் கேட்டுவிட்டு தலையாட்டினான். பிறகு, ரிசீவரை அதனிடத்தில் வைக்காமல் முன்பிருந்தது போலவே ஸ்டாண்டுக்கும் டைரக்டரிக்கும் நடுவில் நிமிர்ந்திருக்கும்படி வைத்தான். அவன் வெளியே போனதும் மற்றவன் கதவை மூடிவிட்டு அவன் பின்னால் சென்றான். அவர்கள் பூட்ஸ் படிகளில் தடதடத்தன. சற்று கழித்து வேன் கிளம்பிச்செல்லும் சத்தம் அமைதியில் கரைந்தது.

◯

புறப்பாடு

1

என் கண் முன்னால் ஒரு மின்காப்பு இழை எரிந்துகொண்டிருந்தது. சிறு பொறிகள் பறக்க, அது வலதுபுறத்திலிருந்து இடது புறமாக எரிந்துகொண்டு சென்றது. அது உண்மையில் ஒரு கனவு இல்லை; விழித்துக்கொள்வதற்கு சற்று முன்பாக மனக் கண்களில் மிதக்கும் உருவங்களில் ஒன்று அது. முந்தைய நாள் நான் பார்த்த திரைப்படத்தில் வந்த ஒரு காட்சி அது என்பது உடனே உறைத்தது. படத்தில் எரிந்துகொண்டிருந்தது ஒரு டைனமைட் ஃப்யூஸ். அது எரியத் தொடங்கி சில கணங்களில் மாபெரும் அணை ஒன்றைத் தகர்த்தது.

மூடிய என் கண்களுக்கு முன்பாக ஃப்யூஸ் தொடர்ந்து எரிந்து கொண்டிருந்தது. அது எப்போது டைனமைட் குச்சிகளை அடையும் என்று யோசித்தேன். ஃப்யூஸ் எரிந்துகொண்டே இருந்தாலும் எரியும் புள்ளி என்னுடைய காட்சிப் பரப்பின் மையத்திலேயே இருந்தது. அதாவது ஒரு திரைப்படத்தில் வருவதைப் போல உருவம் வலப் புறத்திலிருந்து இடப்புறமாக பின் தொடரப்படுகிறது. சினிமாவில் எரியும் ஃப்யூஸை குளோஸ் அப்பில் பார்க்கும்போது, இன்னும் சில கணங்களில் திரையில் பெரிய வெடிப்பு நிகழப் போகிறது என்று தெரிவதால் இயல்பாகவே பதற்றம் ஏற்பட்டு விடுகிறது. ஆனால் இப்போது என் கண் முன்னால் எரிகின்ற ஃப்யூஸ் முடிவே இல்லாததுபோல் எரிந்துகொண்டிருக்கிறது. அது இதேபோல் மைல் கணக்கில் எரிந்துகொண்டிருக்கப் போகிறதா? என்னை மந்திரம் போல் கட்டிப்போட்டிருக்கிறது. கரிய நூலொன்றைப் பின்னால்

விட்டுச்சென்றபடி நெருப்பு முன்னோக்கி ஓடிக்கொண்டிருந்தது. எரிந்ததும் எரிந்துகொண்டிருப்பதும் எல்லாம் ஒரே நெருப்புதானா? அல்லது தனித்தனியான, தற்காலிகமான நெருப்புகளின் தொடரா? ஃப்யூஸ் மொத்தமும் ஒரே சமயத்தில் எரியவில்லை, குறிப்பிட்ட கணத்தில் ஒரு குறிப்பிட்ட புள்ளியில் மட்டுமே எரிந்தது. வேறு வகையில் பார்த்தால், ஃப்யூஸின் ஒரு புள்ளியில் எரிவது பொது எரிதலின் ஒரு பகுதிதான், அதை ஒரு தனி நெருப்பாக கருதுவது சரியென்று தோன்றவில்லை. இந்த விஷயம் எனக்குப் புதிராக இருந்தது. ஒரு குறிப்பிட்ட நேரத்தில், நெருப்பு இக்கணத்தில் இந்தப் புள்ளி வரை எரிந்திருக்கிறது என்று மட்டுமே ஒருவர் சொல்லக் கூடும் என்று நினைத்துக்கொண்டேன். இதை எனக்கு நானே சொல்லிக்கொண்டிருக்கையில் நெருப்பு தன்போக்கில் எரிந்து கொண்டே சென்றது.

சிறிது நேரத்தில், எரியும் புள்ளியில் கவனத்தைக் குவித்த சிரமம் தாங்க முடியாமல் போனது. கண்களைத் திறந்தேன். அதன் பிறகும் சில நொடிகளுக்கு அந்த ஃப்யூஸ் எனக்கு முன்னால் எரிந்து கொண்டிருந்தது. அசையாமல் உத்தரத்தைப் பார்த்தபடி படுக்கை யிலேயே கிடந்தேன். பிறகு எழுந்து நாற்காலியின் சாய்மானத்தில் போட்டுவைத்திருந்த சட்டை, டிரவுசரை படுக்கை மேல் போட்டு விட்டு நாற்காலியில் உட்கார்ந்துகொண்டேன். சிறிதுநேரம் நாற்காலியில் ஓய்வெடுத்தபிறகு கழிவறைக்குச் சென்றேன். திரும்பி வந்து படுக்கை மீது கிடந்த சட்டை, டிரவுசரை நாற்காலி சாய் மானத்தில் போட்டுவிட்டு படுக்கையில் சாய்ந்துகொண்டேன். என்னுடைய சட்டை, டிரவுசரின் நிலைமை இப்படித்தான். படுக்கை யிலிருந்து நாற்காலிக்கு, நாற்காலியிலிருந்து படுக்கைக்கு. என் அறையில் உடைமாற்றும் இடமும் அதில் துணி ஹாங்கர்களும் இருக்கவே செய்கின்றன. ஆனால் உடைகளை ஹாங்கரில் போட்டு அங்கே தொங்கவிடும் அளவுக்குத் தேவையான ஆர்வம் எனக் கில்லை. எப்படியும் அன்றைக்கோ மறுநாளோ துணிகளை மீண்டும் எடுக்கத்தான் போகிறோம். அப்படியிருக்க அந்த இடைவேளையில் அதை மாட்டிவைப்பதற்கு எதற்காக மெனக்கிட வேண்டும்? ஒருவேளை உடைகளுக்கே மறைவாக இருட்டில் போட்டு வைப்பது பிடிக்காமல் இருக்கலாம்; வெளியே இருப்பதுதான் பிடித்திருக்கிறதோ என்னவோ? உடுத்திக்கொள்பவனுக்கும் இது நல்லதுதான். படுக்கையில் படுத்தபடி உங்கள் சட்டையும் டிரவுசரும் நாற்காலியின் சாய்மானத்தில் தொங்கிக்கொண்டிருப்பதைப் பார்க்கலாம். அல்லது நாற்காலியில் உட்கார்ந்தபடி படுக்கையில் கிடக்கும் உடைகளைப் பார்த்துக்கொண்டிருக்கலாம். தனிமைப்படுத்தப்பட்ட பேய்கள் போல அவற்றை ஏன் இருட்டில் தொங்கவிடவேண்டும்?

படுக்கையில் படுத்தபடி அறையைச் சுற்றிலும் பார்த்தேன். என்னுடைய பொருட்களையெல்லாம் மூட்டைகட்டி முடித்துவிட்டிருந்தேன். ஏறத்தாழ எல்லாவற்றையும் வீட்டு உரிமையாளர் மகன்மாலிடம் விட்டுவிட்டுத்தான் போகப்போகிறேன். அவரிடமிருந்துதான் பொருட்களைப் போட்டுவைக்க அட்டைப் பெட்டிகளைக் கடன் வாங்கியிருந்தேன். நான் எடுத்துச் செல்லப்போகும் என்னுடைய பெட்டியில் அதிகம் எதையும் வைக்கவில்லை. ஒன்று, நிறைய பொருட்களை என்னோடு நான் எடுத்துச் செல்வதாக இல்லை. இன்னொன்று, பெட்டியில் பொருட்களை வைப்பதற்கு சில நிமிடங்கள்தான் தேவை. அதுமட்டுமில்லை, டூத்பிரஷ் போன்றவற்றையெல்லாம் புறப்படும் அன்று எடுத்து வைக்க முடியாது. அதிகாலையில் கிளம்புவதாக இருந்தால் வேகமாகப் பல் தேய்த்துவிட்டு டூத்பிரஷ்ஷை அவசர அவசரமாகப் பெட்டியில் திணிக்க வேண்டும். பிரஷ்ஷை ஒரு துண்டில் கவனமாகத் துடைத்துவிட்டு வைத்தாலும் – கிளம்பும் அவசரத்தில் அதையெல்லாம் செய்ய நேரமிருக்காது என்றாலும் – மயிர்களின் வேர்ப்பகுதி ஈரமாகத்தான் இருக்கும்.

பொருட்களை மூட்டைகட்டிவிட்டதால் என் அறை வெறிச்சென்று இருந்தது. ஆனால் மேஜை மீது பொருட்கள் குவிந்து கிடந்தன. எடுத்துச் செல்லத் தேவையில்லை என்று நினைத்த பொருட்கள் பல இருந்தன. நான் மகன்மாலிடம் விட்டுச்செல்லப் போகும் பெட்டிகளிலும் அவற்றைப் போடுவதில் எனக்கு விருப்பம் இல்லை. அப்படிப்பட்ட பொருட்களையெல்லாம் மேஜைமீது எறிந்துவிட்டிருந்தேன். விளைவாக இப்போது என் மேஜை அலங்கோலமாகக் கிடக்கிறது. இவற்றையெல்லாம் மகன்மாலிடம் விட்டுச் செல்லப்போவதில்லை என்றால் அவற்றை வைத்துக் கொண்டு என்னதான் செய்யப்போகிறேன்? அது ஒரு சிக்கல். படுக்கையிலிருந்து எழுந்து மேஜை அருகே சென்றேன். குவியலைப் பார்வையிட்டேன். என்னுடைய வங்கிப் புத்தகம், சில சான்றிதழ்கள், பல வருடங்களுக்கு முன் அமெரிக்காவுக்குச் செல்வதற்கென்று எடுத்த பாஸ்போர்ட். உண்மையில் அந்த பாஸ்போர்ட் எப்போதோ காலாவதியாகிவிட்டிருந்தது. அதை இப்போது பிரித்து என்னுடைய புகைப்படத்தைப் பார்த்தேன். எப்படி இருந்திருக்கிறேன்! என்னைப் பற்றிய விவரங்களைப் படித்தேன். பின்னர் எந்தெந்த நாட்டிற்கெல்லாம் செல்ல அனுமதி உண்டு என்ற நீளமான பட்டியலை வாசித்தேன். நான் செல்லக்கூடிய நாடுகளின் நீண்ட பட்டியலை படிக்கத் திருப்தியாக இருந்தது. ஆனால் அந்தப் பட்டியலில் விடுபட்டுப் போயிருந்த பெயர்கள் அதைவிட சுவாரசியமாக இருந்தது. இஸ்ரேலும் சீனக் குடியரசும் அதில் இல்லாததைக் கவனித்தேன்.

பாஸ்போர்ட்டை மூடி மேஜை மேலிருந்த குவியலில் எறிந்தேன். பழைய கடிதங்கள் சிலதும், ஒரு ஃபோட்டோ ஆல்பமும் இருந்தன. ஆல்பத்தைப் பிரித்தேன். அதன் கறுப்புநிறப் பக்கங்களைத் திருப்பு கையில், முடிவில்லாத இரவின் ஆழங்களில் படிந்துபோன அந்த உருவங்களின் உறக்கத்தை நான் தேவையில்லாமல் கலைக்கிறேனோ என்று தோன்றியது. மெதுவாக ஆல்பத்தை வைத்துவிட்டு பிறவற்றை ஆராய்ந்தேன். மேஜை மேல் இருக்கும் அந்தக் குவியலை என்ன செய்வது என்று முடிவெடுக்க முடியாமல் அங்கேயே நின்று கொண்டிருந்தேன். எரிச்சலோடு படுக்கைக்குத் திரும்பினேன். மேஜை யிலிருந்த ஆஷ்ட்ரேவை எடுத்து படுக்கையில் பக்கத்தில் வைத்துக் கொண்டேன். முந்தைய நாள் அதற்குள் போட்டிருந்த நகச்சீவல்கள் புதிய சாம்பல் அடுக்கின் கீழ் மறைந்துபோயிருந்தன.

ஒரு வழியாக நான் என் அறையைவிட்டு, நகரத்தைவிட்டுப் போய்விடப்போகிறேன் என்ற எண்ணம் திடீரெனப் பலமாகத் தாக்கியது. நாளை நான் பயணத்தில் இருப்பேன். பயணம் செய்து எவ்வளவு காலமாகிவிட்டது! நான் மும்பைக்கு வந்ததுதான் கடைசி யாகச் செய்த பயணம். அதன் பின்னர் எங்குமே போனதில்லை. என் அறையில் ஒவ்வொரு மூலை முடுக்கையும் பார்த்தேன். இந்த அறையில் மூன்று வருடங்கள் வாழ்ந்திருக்கிறேன்! எனக்கு முன்பாக பலர் இதில் வாழ்ந்திருக்கிறார்கள், நான் தூங்கிய படுக்கையில் தூங்கியிருக்கிறார்கள். விரிப்புக்கு அடியில் மெத்தையில் இடுப்புப் பகுதியில் மஞ்சளான கறுப்புக் கறைகளின் தேன்கூடு இருந்தது. ஒருவர் பின் ஒருவராக இந்த அறையில் வாழ்ந்தவர்களின் பட்டி யலை யாரோ எங்கோ போட்டுக்கொண்டிருக்க வேண்டும் என்று தோன்றியது. ஆனால், அப்படி ஒரு பட்டியலை எதற்காகப் போட வேண்டும்?

நான் இந்த அறையை வாடகைக்கு எடுப்பதற்கு முன்பாக ஜடேஜா என்பவன் வைத்திருந்தான். அவன் இரவுகளில் பெண் களைக் கூட்டி வர ஆரம்பித்ததும், மகன்லால் காலி செய்யச் சொல்லிவிட்டிருந்தார். ஜடேஜா போவதற்கு முன்பாக ஒரு முறை இந்த அறைக்கு வந்திருக்கிறேன். சுவர் முழுவதும், எளிதில் கிடைக் காத வெளிநாட்டுப் பத்திரிகையான ப்ளேபாய் இதழிலிருந்து எடுத்த பின் அப்கள் மூடியிருந்தன. அந்த நிர்வாணப் படங்கள் இப்போது என் மனதில் மிதந்தன. திரும்பி கடிகாரத்தைப் பார்த்தேன். மணி பத்தேமுக்காலைத் தாண்டியிருந்தது. ஜுன்னர்கர் பதினோரு மணிக்கு வருவதாகச் சொல்லியிருந்தான். அவசரமாகக் குளிக்கச் சென்றேன். குளியலறையில் இருக்கும்போதே கதவு தட்டப்பட்டது. 'ஜக்தாப், மிஸ்டர் ஜக்தாப்...' ஜுன்னர்கர் கத்தினான். யாரும் சத்தமாக என் பெயரைச் சொல்லிக் கூப்பிடுவது எனக்குப் பிடிக்

காது. வேகமாகத் துடைத்துக்கொண்டு குளியலறையைவிட்டு வெளியே வந்து கதவைத் திறந்தேன். ஜுன்னர்கரை உட்காரச் சொல்லிவிட்டு, சட்டை டிரவுசரை அணிந்துகொண்டேன். ஜுன்னர்கர் அறையை நோட்டம் விட்டான். தாங்கள் குடிபுக இருக்கும் இடத்தை மக்கள் எப்படி விசித்திரமான வகையில் ஆராய்வார்களோ அதேபோல் இருந்தது அவன் நோட்டம். மக்கள் இப்படிப்பட்ட விஷயங்களைத் திட்டமிடுவதில் மூழ்கிவிடுகிறார்கள். – மேஜையை அங்கே நகர்த்திவிடலாம், கட்டிலை இந்தப்பக்கம் போடலாம், அலமாரியை அந்த மூலையில் வைக்கலாம் – விநோதம்தான்.

ஜுன்னர்கர் ஒரு வக்கீல் அலுவலகத்தில் வேலை செய்கிறான். சிலநாட்களுக்கு முன்பு வரை நான் வேலை செய்த அலுவலகத்திற்குக் கீழ் தளத்தில்தான் அவன் அலுவலகம். படிக்கட்டுகளில், தாழ்வாரத்தில் அவனைச் சந்தித்திருக்கிறேன். அவனிடம் நான் அறையைக் காலிசெய்யப்போகிறேன், வேலையை விடப்போகிறேன் என்று சொன்னபோது என் அறையை தான் எடுத்துக்கொள்ளலாமா என்று கேட்டான். அறையைப் பார்ப்பதற்காக ஒரு முறை வந்திருந்தான். ஆனால் அப்போது மகன்லால் கடையில் இருக்கவில்லை. அதற்குள் அவனைப்பற்றி மகன்லாலிடம் சொல்லியிருந்தேன். இன்று, ஞாயிற்றுக்கிழமை, அவனை மீண்டும் வரச்சொல்லியிருந்தேன். நான் திங்கட்கிழமை கிளம்புவதாக அவனிடம் சொல்லியிருந்தேன்.

உடையணிந்துகொண்டு படுக்கையில் உட்கார்ந்தேன். ஜுன்னர்கர் இரும ஆரம்பித்தான். வறட்டு இருமலாக ஓரிரு நிமிடங்கள் தொடர்ந்தது. இருமல் நின்றபிறகு, 'இன்னும் பேக்கிங் முடியல போல' என்றான்.

'அதிகமா பேக் பண்ண ஒண்ணுமில்ல' என்றேன். 'எல்லாத்தையும் எடுத்துட்டு போகப்போறதில்ல. கொஞ்ச நாளைக்கு கீழே மகன்லால்கிட்டதான் விட்டுட்டுப் போகப்போறேன். அவருக்கு கடைக்குப் பின்னால பெரிய ஸ்டோர் ரூம் இருக்கு. அங்க இருக்கட்டும்னு சொல்லியிருக்காரு. நான் ஒரு சூட்கேஸ் மட்டும்தான் எடுத்துட்டுப் போகப்போறேன்.'

'நீங்க செய்யிறதுதான் சரி. இப்பவே எல்லாத்தையும் எடுத்துட்டுப் போறதில அர்த்தமே இல்ல. எப்படியும் கொஞ்ச நாள் ஒரு ஹோட்டல்லதான் இருப்பீங்கன்னு நினைக்கிறேன். சாமான்லாம் இடைஞ்சலாத்தான் இருக்கும்.'

பிறகு நான் சேரப்போவதாகச் சொல்லியிருந்த நிறுவனம் எப்படி, என்னுடைய எதிர்காலம் என்ன என்றெல்லாம் விசாரித்தான். எனக்கு நல்ல எதிர்காலம் இருக்கிறது என்று சொன்னேன்.

மீண்டும் இரும ஆரம்பித்தான் ஜுன்னர்கர். அவன் நிறுத்தியதும் 'இருமல் ரொம்ப மோசமாயிருக்கே' என்றேன்.

'ஆமாம்' என்று மூச்சிளைத்தான். 'ஒருவாரமா இப்படித்தான் இருக்கு. போகவே மாட்டேங்குது.'

'டெட்ராசைக்ளின் மாத்திரை எடுத்துக்கிறதுதானே?' என்று கேட்டேன். ரெண்டு நாள்ல சரியாயிடும். இந்த மாதிரி தொற்று நோய்க்கெல்லாம் நல்லது. நல்லா கேக்கும். வேணும்னா இங்கேயே தெருமுனையில மருந்துக்கடையில வாங்கிக்கலாம். ப்ரிஸ்கிரிப்ஷன் இல்லாமலே கொடுப்பான்.'

'வேணாம், வேணாம்' என்று தலையாட்டினான் ஜுன்னர்கர். 'நான் மருந்து மாத்திரையே எடுத்துக்கிறதில்ல. அதுவும் இந்த நச்சு ஆண்டிபயாடிக்கெல்லாம் தொடுறதே கிடையாது. உடம்பு தன்னைத் தானே இயற்கையா சரி செஞ்சுக்க விட்டுடணும். ஒண்ணு ரெண்டு வாரத்துல இருமல் நிச்சயம் போயிடும். எந்த அளவுக்கு உடம்பை கிருமிங்கள எதிர்க்கவிடுறமோ அந்த அளவு உடம்பு வலுவாயிடும். என்ன சொல்றீங்க?'

ஜுன்னர்கர் என்னைப் பார்த்தான். நான் எதுவும் சொல்ல வில்லை. தினமும் நிறைய பால் குடித்து, உடற்பயிற்சி செய்து... அந்த மாதிரி ஆள்போல என்று நினைத்துக்கொண்டேன். உறுதியாக தொடர்ந்து இருமி விடாப்பிடியாக இருந்து குணமாகிவிடுவான். எதையோ நிரூபித்துவிட்ட திருப்தியும் கிடைக்கும்.

'இந்த ரூம்ல அதிக நாள் இருக்க மாட்டேன்னு நினைக்கிறேன்' என்றான் ஜுன்னர்கர். 'அந்தேரில கோ-ஆபரேடிவ் ஹவுசிங் சொசைட்டில கொஞ்சம் பணம் போட்டிருக்கேன். இன்னும் ஒரு வருஷத்துல வீடு முடிஞ்சுடும். சொந்த வீட்டுக்குப் போயிட்டா கல்யாணம் செஞ்சுக்கலாம்னு இருக்கேன்.'

'ஓ, நல்ல விஷயம்' என்றேன்.

'மிஸ்டர் ஜக்தாப், நீங்களும் புது வேலைல செட்டில் ஆயிட்டீங் கன்னா கல்யாணம் செஞ்சுக்கணும். இப்படியே வாழ்றதுல அர்த்தமே இல்ல.'

'பாக்கலாம். யோசிக்கணும்' என்றேன், ஜன்னலுக்கு வெளியே பார்த்தபடி. ஒரு கப் டீ குடிக்கலாமா என்று கேட்டதற்கு, உடனடி யாக மகன்லாலைப் பார்க்கப் போகலாம் என்றான் ஜுன்னர்கர். எழுந்துகொள்வதற்கு முன்பாக செய்வதுபோல முதுகை நிமிர்த்தி யவன் என்னைப் பார்த்தான். திடீரென்று, 'நாளைக்கு போகலாம்னு இருந்தேன். ஆனா இன்னும் ரெண்டு மூணு நாள் இருக்க வேண்டி யிருக்கும் போல' என்றேன். 'ஒண்ணும் பிரச்னையில்ல' என்றான் ஜுன்னர்கர். 'எப்படியுமே இவ்வளவு நாள் ஹோட்டல்லதான் இருந்தேன். இன்னும் மூணு நாள் காத்திருக்கலாம்.'

படி இறங்கும்போது நான் சொன்னதை நினைத்துப் பார்த்தேன். என் புறப்பாட்டை இரண்டு மூன்று நாட்கள் தள்ளிப்போடும் எண்ணமே எனக்குக் கிடையாது. ஏதோ அந்தக் கணத்தில் தோன்றியதைச் சொல்லிவிட்டேன். இன்னும் மூன்று நாட்கள் நான் அறையை வைத்துக்கொள்வதாகச் சொன்னேன். அதற்குப் பிறகான காலத்திற்கு மகன்லாலிடம் முன்பணம் கொடுத்தான் ஜுன்னர்கர். ஆக, சிறிதும் எதிர்பாராமல் நான் சொன்னது நிச்சயமான விஷயமாகிவிட்டது.

2

அன்று பின்மதியத்தில் ஒரு நடை சென்றேன். கடந்த சில நாட்களாகவே நகரை விட்டுப் போய்விடுவது என்று முடிவுசெய்த பிறகு நகரின் பல பகுதிகளில் சுற்றித் திரிந்துகொண்டிருந்தேன், நகரத்திற்கு விடைகொடுப்பதற்கு முன்பாக அதன் ஒவ்வொரு பகுதியையும் கடைசித் தடவையாகப் பார்த்துவிடவேண்டும் என்பது போல. இந்த நாளில் மலபார் ஹில்லுக்கு பேருந்தில் சென்றேன். மலையில் ஹாங்கிங் கார்டன்ஸின் முனை அருகே மதிய வெயிலில் நின்றுகொண்டு கடலையும் கீழே பரந்துவிரிந்திருந்த நகரத்தையும் பார்த்தேன். தொலைவில் விரிகுடாவைத் தாண்டி நரிமன் பாயிண்டிற்கு அப்புறத்தில், அந்தப் பகுதி இந்திய மன்ஹட்டன் என்று சிலரால் சொல்லப்படுவதற்கு காரணமான, புதிய வானளாவிய கட்டடங்களின் காடு இருந்தது. நகரங்கள்தான் எப்படி மாறுகின்றன! என்று நினைத்துக்கொண்டேன். நான் போனபிறகும் நகரம் மாறிக்கொண்டேதான் இருக்கும்.

மலையிலிருந்து இறங்கி சௌபாட்டி கடற்கரையோரமாக நடந்தேன். பின்னர் மரைன் டிரைவ் வழியாகப் போய் சர்ச்கேட் ஸ்டேஷனில் இடதுபுறம் திரும்பி ஃப்ளோரா ஃபவுண்டனுக்கு வந்தேன். நீண்ட நடைதான். தெருக்களில் நடக்கும்போது சுற்றிலும் இருந்த கட்டடங்களை அப்போதுதான் முதல் முறையாகப் பார்ப்பது போல் பார்த்துக்கொண்டு சென்றேன். அன்று ஞாயிற்றுக்கிழமை என்பதால் நகர்ப்பகுதி கிட்டத்தட்ட வெறிச்சோடியிருந்தது. நாளின் இந்தப் பொழுதில் வெப்பம் என்னை எரித்தது. நகரமே எரிந்துகொண்டிருந்ததுபோல் தோன்றியது. அது எரிந்துகொண்டேதான் இருக்கப்போகிறது.

துறைமுகத்துக்கு அருகே இருக்கும் யெல்லோ கேட்டைக் கடந்து போகையில் ஒருவன் வழிமறித்தான். தாள் பை ஒன்றைத் திருட்டுத்தனமாகத் திறந்தபடி, ‘இந்த டிரவுசர் துணி பாருங்க சாப்.

விலாஸ் சாரங் ● 311

ஓரிஜினல் இங்கிலீஷ் துணி சாப். துறைமுகத்தில் இருந்து கடத்திட்டு வந்தது' என்றான். அவனிடம் எனக்கு இனிமேல் உடைகள் தேவையில்லை என்றேன்.

வழியில் எதையோ சாப்பிட்டுவிட்டு என் அறைக்குத் திரும்பி னேன். ஒன்றிரண்டு மணிநேரம் சிகரெட் பிடித்துக்கொண்டு படுக்கையில் உட்கார்ந்திருந்தேன். வழக்கம்போல என் மனம் என்னுடைய புறப்பாட்டிற்குத் திரும்பியது. நேரடியாகத் தில்லிக்கு பயணச்சீட்டு வாங்கப் போகிறேன். தில்லிக்குப் போகும் எண்ணமே எனக்கில்லைதான். வழியில் ஏதாவது ஒரு சிறிய முக்கியமில்லாத ஸ்டேஷனில் இறங்கி, பெயரும் முகவரியும் இல்லாத என் சூட்கே ஸோடு நகருக்குள் சென்று தள்ளி இருக்கும் ஹோட்டல் ஒன்றில் அறை எடுப்பேன். அந்த அறை எப்படி இருக்கும் என்று மங்கலாக யோசித்தேன்.

திடீரென்று என் அறையில் விளக்கு அணைந்தது. அந்தப் பகுதி யில் எல்லா விளக்குகளும் அணைந்துவிட்டிருந்ததால் கும்மிருட்டு. என் விளக்கு மட்டும் ஃப்யூஸ் போயிருந்தால் அறை அவ்வளவு இருட்டாக இருக்காது. பிற வீடுகளிலிருந்தும் தெரு விளக்கிலிருந்தும் வரும் வெளிச்சம் இருக்கும். இப்போது நான் மீண்டும் விளக்குகள் எரியும் வரை அசையாமல் உட்கார்ந்திருக்க வேண்டும். இந்த முழுமையான இருட்டில் என் கையிலிருந்த சிகரெட்டின் எரியும் முனை மட்டும் தெரிந்தது. ஆஷ்டிரேவைப் படுக்கையில் வைத்தது அப்போதுதான் நினைவுக்கு வந்தது. ஆனால் சரியாக எந்த இடத்தில் வைத்தேன் என்பது நினைவில் இல்லை. அதற்காகத் துழாவியிருக்கலாம். ஆனால் அதைக் கவிழ்த்து, கையெல்லாம் சாம்ப லாக்கிக் கொண்டுவிடுவோமோ என்று தோன்றியது. கையெட்டும் தொலைவில் தீப்பெட்டியும் இருக்கவில்லை. சாம்பலைத் தரையில் தட்டியபடி அசையாமல் உட்கார்ந்திருந்தேன். சிறிதுநேரம் கழித்து சிகரெட் முனை வரை எரிந்து விட்டதோ என்று யோசித்தேன். என் விரல்களில் இருந்து எவ்வளவு தூரத்தில் எரியும் புள்ளி இருக்கிறது என்பது இருட்டில் தெரியவில்லை. சுட்டுக்கொள்ளப் போகிறேனோ? கண்களை இடுக்கி சிகரெட்டில் எரியும் புள்ளியைப் பார்த்தேன். இங்கு வரை எரிந்திருக்கிறது என்று சொல்லிக் கொண் டேன். ஆனால் அந்த இங்கு எங்கே இருந்தது? எனக்குத் தெரிய வில்லை. ஆக, 'இங்கு' என்று சொல்வதில் பெரிய பயன் இல்லை.

சிறிது நேரத்தில் விரல்களில் சிகரெட்டின் வெப்பத்தை உணர்ந் தேன். இப்போது அணைத்துவிட வேண்டும் என்பது தெரிந்தது. அதைத் தரையில் போட்டு அணைப்பதா? சில நொடிகள் யோசித் தேன். பின்னர், கட்டைவிரலுக்கும் சுட்டுவிரலுக்கும் இடையில்

சிகரட்டைப் பற்றியபடி அதைப் படுக்கையருகே கொண்டு சென்று காற்றில் சுழற்றினேன். சிகரெட்டின் மங்கலான ஒளியில் படுக்கையில் இருந்த வட்டமான ஆஷ்ட்ரே ஒளிர்ந்தது. தடித்த, வடிவமாக வெட்டப்பட்ட கண்ணாடியில் செய்யப்பட்டது என்பதால் உடனேயே பளிச்செனத் தெரிந்தது. சில நாட்களுக்கு முன்பு, அமெரிக்காவிலிருந்து வந்திருந்த கமலாகர் இந்த அழகான, விலையுயர்ந்த் ஆஷ்ட்ரேவை எனக்குப் பரிசளித்திருந்தான்.

ஒரு சிகரெட் வெளிச்சத்திற்கு உதவக்கூடும் என்று நான் எண்ணியதே இல்லை. சிகரெட் தானாகவே தன்னுடைய ஆஷ்ட்ரேவைக் கண்டுபிடித்துவிட்டதுபோல் தோன்றியது. சிகரெட்டை ஆஷ்ட்ரேவின் அருகில் பிடித்துக்கொண்டு, தலையை இன்னும் அருகில் கொண்டுசென்று சிகரெட்டின் மங்கிய ஒளியில் ஆஷ்ட்ரேவைக் கூர்ந்து பார்த்தேன். சுற்றிலும் இருந்த இருட்டில் மங்கலான வெளிச்சத்தில் ஒளிர்ந்த ஆஷ்ட்ரே இன்னும் அழகாகத் தெரிந்தது. அதனுள்ளே நடுவில், முறுக்கப்பட்ட சிகரெட் துண்டுகளும், எரிந்த தீக்குச்சிகளும் சாம்பல் மீது கிடந்தன. ஆரத்தி காட்டுவதுபோல சிகரெட்டை ஆஷ்டிரேவுக்கு மேலாகச் சுழற்றினேன். இருட்டில் அது விநோதமான காட்சியாக இருந்தது, எரிந்துபோன நகரொன்றை வானிலிருந்து பார்ப்பதுபோல. ஒரு கணம் கழித்து, சிறு பொறிகள் தெறிக்க, இருட்டில் இன்னும் பளிச்சென ஒளிர்ந்த ஆஷ்ட்ரே பின் இருளில் மூழ்கியது, நட்சத்திரக் கூட்டம் ஒன்று பரந்த வெளியில் மறைந்தது போல. ஆஷ்ட்ரே மேல் குனிந்த தலை அப்படியே இருக்கையில், சதை எரியும் மணம் எழுந்தது. சாம்பலுக்கு அடியில் இருந்த நகச் சீவல்களை சிகரெட் எரித்திருந்தது.

ஆஷ்ட்ரேவை எடுத்து கட்டில் அருகில் இருந்த மேஜையில் வைத்துவிட்டு இருளில் உட்கார்ந்திருந்தேன். பின்னர் நீட்டிப்படுத்து தூங்கிப்போனேன். இரவில் எப்போதோ விளக்குகள் உயிர் பெற்றிருந்தன. ஸ்விட்சை அணைக்க மறந்துபோனதால், அறையில் இருந்த வெளிச்சம் என்னை விழிக்கச் செய்தது. படுக்கையிலிருந்து எழுந்து விளக்கை அணைத்தேன். தூக்கம் தடைபட்டதாலோ என்னவோ மீண்டும் தூக்கம் வரவே இல்லை. மீதமிருந்த இரவு முழுவதும் விழித்தபடியே படுக்கையில் கிடந்தேன்.

❍

தொழில்முறை எழுத்தாளரின் குறிப்புகள்

i. எழுத்தை இயற்றுதல்

இந்தத் தொகுதியில் உள்ள பெரும்பாலான கதைகள் மராத்தியில் எழுதப்பட்டவை. பின்னர் ஆங்கிலத்தில் 'மறு ஆக்கம்' செய்யப் பட்டவை. ஏன் 'மறு ஆக்கம்' என்று சொல்கிறேன் என்றால் நான் செய்ததை மொழிபெயர்ப்பு என்று சொல்வது சரியாக இருக்காது. ஒவ்வொரு கதையும் மூலக்கதையோடு ஒப்பிடாமல் எழுதப்பட்டது. ஏனென்றால், அந்த நிலையில் கதை ஆங்கிலத்தில் எடுபடுகிறதா என்பதுதான் என் கவலையாக இருந்தது. இப்படிச் செய்வது எனக்கு எளிதாகவே இருந்தது. ஏனென்றால், நான் மராத்தியில் எழுதும்போது, பெரும்பாலும் என் மனதில் ஆங்கிலத்தில் தோன்றிய தொடர்களை மனதளவில் மொழிபெயர்த்து எழுதுவதே வழக்கம்.

'தீவிரவாதி' கதையில் இறுதியில் வரும் நீளமான வாக்கியத்தை இதற்கு மிகச்சிறந்த உதாரணமாகச் சொல்வேன். மிக விரிவான, பல மடிப்புகளை உள்ளடக்கிய, இன்றியமையாதது என நான் எண்ணும் இந்தத் தொடர் ஆங்கிலத்தில் எழுதப்பட்டு பின் மிகவும் பாடுபட்டு மராத்தியில் மறு ஆக்கம் செய்யப்பட்டது. இத்தகைய கனமான தொடரமைப்பைக் கையாள்வது ஆங்கிலத்தில்தான் எளிதானது என்பதால் அதை முதலில் ஆங்கிலத்தில் எழுதவேண்டியிருந்தது. மராத்தி மொழியில் இறுதி வினை தொடரின் இறுதியில்தான் வரவேண்டும். இதனால் மராத்தியில் எழுதும்போது குறுகிய தொடர்களையே எழுதுவது வழக்கம். பஸ்ராவில் என்னுடைய சிறிய வீட்டில் அந்த நீளமான இறுதி வாக்கியத்தை மராத்தியில் எழுத ஒரு பகல் முழுக்கப் போராடியது என் நினைவில் இருக்கிறது. அதற்குப் பிறகுதான் அந்தக் கதையை (மராத்தியில்) முதலில் இருந்து எழுதினேன். மேலே சொன்ன தொடரியல் காரணத்திற்காகத்தான் ஆங்கிலத்தில் கதைகளை மறு ஆக்கம் செய்த போது பாணியில்

பெருமளவு மறு வடிவமைப்பு செய்யவேண்டி இருந்தது. ஆங்கில வாக்கியங்களின் லயத்திற்கு அதிகம் பழகியிருக்கிறேன் என்றும், மராத்தியைவிட ஆங்கிலத்தில் என் சொற்தேர்வு அதிக நயமுள்ளதாக இருக்கிறது என்றும் துணிச்சலோடு எண்ணிக்கொள்ள விரும்புகிறேன். நிறைய கதைகளை மறு ஆக்கம் செய்கையில், எழுத்தாளருக்கே உரிய உணர்ச்சி வேகத்தை கட்டுப்படுத்த முடியாமல் மாற்றங்கள் செய்த தோடு புதிய விஷயங்களையும் புகுத்தியிருக்கிறேன். சில கதைகளில் ஆங்கிலத்தில் எழுதப்பட்ட பெரும் பகுதிகள் உண்டு (உதாரணம்: 'சுற்றுலா'). 'ஃபேர் ட்ரீ ஆஃப் த வாய்ட்' தொகுப்பில் உள்ள கதைகள் பாதி ஆங்கிலத்தில் எழுதப்பட்டவை. நான் கதைகளை அமெரிக்க இதழ்களுக்கு அனுப்பிக் கொண்டிருந்ததால் இண்டியானா பல்கலைப் பேராசிரியரான என் நண்பர் பிரியோன் மிட்சலின் உதவியை நாடுவது நல்லது என்று நினைத்தேன். ஆரம்ப காலத்தில் அச்சமும் தயக்கமும் இருந்தது. பிரியோன் தான் நம்பிக்கையூட்டினார். கூடுதல் சுதந்திரம் எடுத்துக்கொள்ளாமல் கதைகளை அவர் மெருகூட்டினார். பிரியோனுக்கு என் மனமார்ந்த நன்றி என்றும் உண்டு. என்றாலும் காலப்போக்கில், நான் ஆங்கிலத்தை நோக்கி நகர்ந்திருக்கிறேன். நல்ல வேளையாக, அதற்கு ஒரு தனித்துவமான இந்திய அடையாளமும் இருக்கிறது.

ii. நீளமானதும் குறுகியதும்

ஆங்கிலத்தில் சிறுகதை என்பது ஓரங்கட்டப்படுகிறது, உண்மை யில் அது ஒரு வடிவமாகக் கண்டுகொள்ளப்படுவதே இல்லை என்பது விநோதம். ஆனால் இந்திய மொழிகளில் சிறுகதைகள் நாவல் அளவுக்கே முக்கியமானதாகக் கருதப்படுகிறது.

இது முக்கியமாக பொருளாதாரத்தோடு சம்பந்தப்பட்டது. இங்கி லாந்திலோ, அமெரிக்காவிலோ ஒரு எழுத்தாளர் எழுதிப் பிழைப்பு நடத்த முடியும். செல்வந்தராகக்கூட ஆக முடியும். ஆனால் நாவல்கள் தான் லாபம் தருபவை; சிறுகதைத் தொகுப்புகள், கவிதைத் தொகுப் புகள் போலவே லாபம் தருவதில்லை. இந்திய மொழிகளில் எழுதிப் பிழைப்பவர்கள் மிக அரிதானவர்கள். நாவல்களோ சிறுகதைகளோ எதுவானாலும் பொருளாதாரம் சொல்லிக் கொள்ளும்படி இருக்காது.

1990இல் வெளிவந்த என்னுடைய 'ஃபேர் ட்ரீ ஆஃப் த வாய்ட்' புத்தகத்தில் எழுத்தாளர் பற்றிய குறிப்பில், அதில் இருக்கும் கதைகள் பதினைந்தாண்டு காலத்தில் எழுதப்பட்டவை என்று இருந்ததைப் பார்த்த என் பிரிட்டிஷ் நண்பர் ஒருவர் ஆச்சரியப்பட்டார். மேற்கில் ஒரு தொழில்முறை எழுத்தாளருக்கு அந்த எண்ணிக்கை பரிதாப கரமானது. என்றாலும், அதை ஒரு கவிஞருடைய படைப்போடு

315

ஒப்பிட்டால் அது பெரிய பிழையாகத் தெரியாது. முன்னூறு பக்கங் களில் எழுதப்பட்ட கவிதை ஒரு வாழ்நாளுக்குப் போதுமானது. எனவே புனைவுக் கலைஞனுக்கும் இது பொருந்தும்.

நாம் புனைவை ஒரு கலையாகவே கருதுவதில்லை என்பதுதான் சிக்கல். இலக்கியம் என்பது கலைகளில் ஒன்றாகக் கருதப்பட்ட காலம் ஒன்றிருந்தது. ஆனால், நாவல் தொடக்கத்திலிருந்தே இருமுகப் போக்கு கொண்டதாக இருக்கிறது. நாவல் என்பது ஒரு பகுதி இலக்கியம், இன்னொரு பகுதி சமூகவியல். அதனால்தான் மார்க்சிய விமர்சகர் களால் தூக்கிப்பிடிக்கப்பட்டது. பொதுவாக நாவல் சமூக வரலாறும், வாழ்க்கை வரலாறும் கலந்த கலவை. வழக்கமாக, மைய கதாபாத்தி ரத்தின் வாழ்க்கை வரலாற்றின் பெரும் பகுதி பலநூறு பக்கங்களில் சொல்லப்படும். ஒரு இலக்கிய வடிவமாக, நாவலின் முதன்மையான செல்லுபடியாகும் புள்ளி, தகவல். முக்கியமாக சமூக வழக்கங்கள், மரபுகள் பற்றிய தகவல். அதுமட்டுமல்லாமல் வெவ்வேறு நிலப் பகுதிகள், நாடுகள், தொழில்கள், வரலாறு போன்ற அறிவுப்புலங்கள் பற்றிய தகவல்களும் அதில் அடங்கும். இலக்கியத்தைச் சர்க்கரை பூசிய மாத்திரை என்று சொல்லும் கோட்பாடு ஒன்று முன்பு இருந் தது. இன்று அந்தச் சர்க்கரை பூசிய மாத்திரை முழுங்கச்செய்வது அறநெறிகளை அல்ல, தகவல்களை. மார்க்சிய விமர்சகர் லூசியன் கோல்ட்மான் பச்சையாக, 'கலை என்பது அறிவின் தரம்தாழ்ந்த வடிவம்' என்று சொல்வார்.

நாவல் என்பது பல விஷயங்களைக் கொண்டதென்பதில் சந்தேகம் இல்லை. தகவல் என்பது உயர்தொழில்நுட்பம் சார்ந்ததாக ஆகிவிட்ட காலகட்டத்திலும், நாவல் பிழைத்திருப்பது அதனால்தான். நாவலின் பயன்களில் ஒன்று, நெடுநாட்களுக்கு முன் ஃப்ராய்ட் நமக்குச் சொன்னது: பகல்கனவு. திரைப்படம் ஒன்றுதான் இந்த விஷயத்தில் நாவலைத் தோற்கடிக்க முடியும்.

ஆனால் இன்றும் நாவலின் மையம் தகவல்தான். பொது ரசனையின் அளவுகோலில் இது துல்லியமாகத் தெரியும்: அதிக விற்பனையாகும் புத்தகங்களின் பட்டியல் இரண்டுவகை. ஒன்று புனைவு. அதாவது நாவல். மற்றொன்று அ-புனைவு. இரண்டும் இணையானவை, உண்மையில் ஒன்றுக்கொன்று மாற்றாக கருதத் தக்கவை. இரண்டு வகையுமே ஒரே தேவையை நிறைவேற்றுபவை. இரண்டுக்குமிடையே வெளிப்படையாகத் தெரியும் தொடர்பு, நாவலின் முக்கிய உறுப்பாக ஏற்றுக்கொள்ளப்பட்ட, வாழ்க்கை வரலாறு. வாழ்க்கை வரலாறும் குறிப்பாக சுயசரிதையும் அ-புனை வின் முக்கியமான உட்பிரிவு. அ-புனைவு எவ்வித புனைவு அலங் காரங்களும் இல்லாமல் தகவலை அளிக்கிறது. ஆனால் பொதுப் பார்வையில், இரண்டுக்கும் இடையில் சிறிது வேறுபாடு உள்ளது.

13 செப்டம்பர் 2004 டைம் இதழில் ஒரு திறனாயவாளர் நாவல் 'அ–புனைவின் பொய்க் குதிரையாக' ஆகிவிட்டது என்கிறார். அவர், இந்திய ஆங்கில நாவலாசிரியர் அமிதவ் கோஷை சில கல்வித் துறை சம்பந்தப்பட்ட விஷயங்களைச் சர்க்கரை பூசிய புனைவாக விற்பவர் என்று சொல்கிறார். டைம் இதழின் திறனாய்வாளர் ஹோரேஸும் லூக்ரடியஸும் தொடங்கி வைத்த கருத்தைச் சிறிது மாற்றம் செய்து பயன்படுத்துகிறோம் என்பதை அறிந்திருக்கவில்லை போலும்.

ஆக, தேவாலயங்களில் யேசுவின் வாழ்வு குறித்த ரகசியங்களைத் தேடும் பயணிகளைப் பார்த்தீர்களென்றால் அதற்குத் தூண்டலாக ஏதோ ஒரு அ–புனைவுதான் இருக்கும் என்று எண்ண வேண்டாம்; ஒரு நாவலாகவும் இருக்கலாம்.

நாவலின் வலிமை நீளம்தான். நீளம் வேண்டுமென்றால் நாவல் கூடுதல் சுமையை – வாழ்க்கை வரலாறு, சமூக வரலாறு என்ற வடிவில் அதற்குள்ளேயே கட்டமைக்கப்பட்டுள்ளதை – சுமக்க வேண்டும். ஆனால் அது, எந்தக் கலைவடிவமும் அடைய முயலும் தீவிரத்தையும் செறிவையும் அடைய முடியாமல் செய்துவிடுகிறது. இந்த வகையில் சிறுகதை அதிக உயிர்ப்புடையது, நுண்மையானது: இதில் தகவல் உண்டு, ஆனால் மிகவும் தந்திரமாகத் தேர்ந்தெடுக்கப் பட்ட தகவல் மட்டும். 'கச்சிதமான கதை' ஒன்றை எழுதிவிட வேண்டும் என்று சிறுகதை எழுத்தாளன் ஆசைப்படுவதில் நியாயம் இருக்கிறது. எந்த நாவலாசிரியனும் 'கச்சிதமான நாவலை' எழுதிவிட முடியும் என்று நம்புவதில்லை.

ஆனால், சிறுகதையின் மேன்மையான குறிக்கோள் அழகியல் கவர்ச்சியாக இருக்காது. இருக்கக்கூடாது. காஃப்காவின் சிறுகதைகள் அழகியல் கச்சிதம் பற்றிக் கவலைப்படுவதில்லை. ஹெமிங்வேயின் ஆரம்பகாலக் கதைகளும், போர்ஹேஸின் கதைகளும் அப்படியே. இந்த எழுத்தாளர்களின் கவனம் வடிவ அழகில் இல்லை, ஒரு வகை அறிவில் இருக்கிறது. மாபெரும் சிறுகதை எழுத்தாளர்கள் நமக்கு அளிப்பது ஒரு ஒற்றைத் தரிசனத்தை. சிறுகதை நமக்கு அறிவைத் தருகிறது, ஆனால் அதை ஒரு தகவலாக அல்ல. சிறந்த சிறுகதை சமூகவியல், வாழ்க்கை வரலாறு, அனைத்துவகை தகவல் என எல்லா வற்றையும் கடந்து அப்பால் செல்கிறது. அரிஸ்டாட்டிலின் கூற்றைக் கொஞ்சம் திருகி, பெரும்பாலான நாவல்கள் தத்துவத்தைவிட வரலாற்றுக்கு நெருக்கமாக இருக்கிறது என்று சொல்லலாம். ஆனால் கதை சொல்வது என்ற விவகாரத்தைச் சிறிதும் மதிக்காமல், சிலசமயம் மிகவும் விளையாட்டுத்தனமாகக்கூட, ஒரு தரிசனத்தை வெறிகொண்டு பின்தொடரப் பொருத்தமானதாக இருப்பது சிறுகதை. என்றாலும் புனைவிலக்கியத்தை ஒரு கலை வடிவம் என்று கருத வேண்டு

மென்றால் அது நேரடியான தத்துவமாகவோ வரலாறாகவோ இருக்க முடியாது; மானுடப் புரிதல் எனும் இந்தக் களங்களையெல்லாம் கடந்து செல்லக்கூடியதாக இருக்க வேண்டும்.

iii. சிறுகதையாசிரியர் என்ற கொரில்லா

'சிறுகதை ஒரு கொரில்லா படை' என்கிறார் பிரெஞ்சு எழுத்தாளரான ஆலைன் நதவ்த். இந்தக் கவர்ச்சியான விளக்கம் சிறுகதையின் நிரந்தரமான குறிக்கோளைக் கச்சிதமாகச் சுட்டுகிறது. நமக்குத் தெரிந்த இலக்கிய மரபில் சிறுகதை 'வாழ்க்கையின் ஒரு துண்டு' மட்டுமே. ஒரு கோப்பை தேநீர் பருகும்போது படித்து மகிழ்வதற்கானது. ஆனால் அது எப்போதுமே இப்படிக் கருதப்பட வில்லை; நிச்சயமாக பிரான்சிலோ, ஜெர்மனியிலோ (மாப்பசானையும் காஃப்காவையும் நினைவில் கொள்ளுங்கள்), அல்லது லத்தீன் அமெரிக்காவிலோ (போர்ஹேஸ், கொர்த்தசார்) நிச்சயம் அவ்வாறு இல்லை. சிறு புனைவின் வெடித்தெழக்கூடிய சாத்தியங்களை அங்கீகரிக்கும், மதிக்கும் இந்திய மொழிகளிலும் அப்படி இல்லை. உலகின் இந்தப் பகுதிகளில் சிறுகதை எழுத்தாளர் என்பவர் வலுவிழந் தவற்றைக் கண்டுபிடிக்கவும், புதிய இணைவுகளைக் கண்டறியவும் கொரில்லா போராளியாக, எல்லைகளைக் கடந்து செல்லப் போராடு பவராக இருக்கிறார். சிலசமயம் எழுத்தாளர் வெற்றி பெறுகிறார்.

சிறுகதையின் பங்கு பற்றிய இந்தக் கருத்து சிறுகதையை இதழ் களுக்கான தீவனமாகக் கருதுவதற்கு மாற்றானது. இலக்கியச் சூழலில் சிறுகதை ஆற்றக்கூடிய முக்கியமான பங்கைத் தூக்கிப் பிடிப்பது அவசியம். மேலே சொன்ன நதவ்த்தின் கூற்று எலியட் சொல்வதை எதிரொலிக்கிறது: 'ஒவ்வொரு துணிகர முயற்சியும் தெளிவாகச் சொல்லப்படாததன் மீதான தாக்குதல்'. எலியட் சொல்வது கவிதை குறித்து; ஆனால் அது பொருத்தமற்றதல்ல. சிறுகதையும் கவிதையும் புனையப்படும் முறையில் நிறைய ஒற்றுமைகள் உண்டு. மிகச் சிறந்த சிறுகதை கவிதை போலவே செயல்படுகிறது. தன்னுடைய படைப்பை சிறுகதை எழுத்தாளர் அணுகும் முறை ஒரு கவிஞருடையதைப் போன்றதுதான். தீவிரத்தை முக்கியமாகக் கருதும் ஒரு நீண்ட கவிதை எழுதப்படுவதற்கான சாத்தியமே இல்லை என்று வலியுறுத்திய எட்கர் ஆலன் போ, புதிய களம் கண்ட முதன்மை புனைவு கொரில்லாக் களில் ஒருவர். அவர் 'தூய கவிதை' (பிரெஞ்சு குறியீட்டுக் கவிஞர்கள் கைக்கொண்ட கருத்து) மீது நம்பிக்கை கொண்டிருந்தார்; சிறுகதையை அவர் 'தூய புனைவு' என்று சொல்லியிருக்கக் கூடும். மேலும், நாவல், எவ்வளவு மேன்மையானதாக இருந்தாலும், 'தூய்மையற்ற புனைவாக' மட்டுமே இருக்க முடியும். ஏனென்றால், அத்தனை நீளத்திற்கு யாராலும் தீவிரத்தையும் செறிவையும் தக்க வைக்க முடியாது. 'கடலும்

கிழவனும்' போன்ற மிகச்சில குறு நாவல்கள் மட்டுமே சிறு கதையின் 'தூய்மை'யை எட்ட முடியும்.

பிரெஞ்சு குறியீட்டுக் கவிகள் எழுதுவதை முடிவில்லாத பரிசோதனையாகக் கருதினார்கள். இவர்களிடமிருந்துதான் இக்கருத்தை எலியட் பெற்றுக்கொண்டார். உரைநடைப் புனைவின் கொரில்லாக்கள் இத்தகைய உந்துவிசையால் முன்செலுத்தப்பட்டார்கள். உரைநடைப் புனைவின் கொரில்லாக்கள் தொடக்கத்தில் தீண்டத் தகாதவர்களாகவே கருதப்படுகிறார்கள், அல்லது வெறுக்கத்தக்கவர்களாக, எரிச்சல் மூட்டுபவர்களாக. கொரில்லா என்ற வரையறைக்கு கச்சிதமாகப் பொருந்துபவர் 'போ'. பொதுவாக 'ஏமாற்றுக்காரர்' என்று ஒதுக்கப்பட்ட அவர் தூரதேசங்களில் அவதூதராகக் கொண்டாடப்பட்டார். பாதலேரும் மல்லார்மேவும் அவரைப் பாராட்டிய போது, ஆங்கிலம் பேசும் உலகம் 'போ' மேதையாகத்தான் இருக்க வேண்டும் என்று மனமில்லாமல் ஒப்புக்கொண்டது. ஹெமிங்வே, பாரிஸ் நகரத்தில் வறுமையில் உழன்றபோது, அவர் கதைகள் வெறும் கோட்டுச் சித்திரங்கள் என்று இதழாசிரியர்களால் புறந்தள்ளப்பட்டன. ஆனால் இந்தக் கொரில்லாதான் ஆங்கிலப் புனைவின் உரைநடைப் பாணியை என்றென்றைக்குமாக மாற்றியமைத்தது.

பிரான்சு போன்ற நாடுகள் எல்லாவிதமான புரட்சிகளையும் ஏற்றுமதி செய்வதில் தனித்துவம் பெற்றவை; ஆங்கில மனநிலைக்கு சே குவேரா வகையறா மேல் நம்பிக்கை கிடையாது. எட்கர் ஆலன் போ, ஹெமிங்வே, காஃப்கா, போர்ஹேஸ் போன்ற அசல் தன்மை கொண்ட சிறுபுனைவு கொரில்லாக்களை நாம் இங்கிலாந்தில் பார்க்க முடியாது. இ.எம்.ஃபார்ஸ்டர், ஹெச்.ஜி. வெல்ஸ், கிப்ளிங், காதரின் மேன்ஸ்ஃபீல்ட், வி.எஸ்.பிரிட்செட் என இங்கிலாந்தின் சிறுகதை எழுத்தாளர்களின் பட்டியல் வேறு வகை.

ஆனால், சாகசத்தன்மையற்ற ஆங்கில இலக்கியச் சூழலில்கூட புதிய களங்களைப் பரிசோதித்துப் பார்க்க முயன்றது ஒரு கொரில்லாதான். டப்ளினர்ஸ் எழுதிய ஜாய்ஸும் (அவர் அயர்லாந்துக் காரர்தான்) வெர்ஜினியா உல்ஃபும்; அண்மையில் இயான் மக்இவான் போன்ற ஒருவரும்தான். பொதுவாகவே, ஆங்கிலேயர்கள் புதியனவற்றுக்கு விரோதமானவர்கள். கட்டடக்கலையின் புதிய பாணிகளை ஒரு தரிசனமாகக் கண்ட 'ஆடன்' பின்னர் 'நான் விரும்புவது பழைய பாணிகளையே' என்று சொல்லிப் பின்வாங்கியதோடு அதையே வலியுறுத்தினார். நவீனத்துவம் ஒருபோதும் ஆங்கில மரபுக்கு ஏற்புடையதாக இருந்ததில்லை. இருபதாம் நூற்றாண்டைத் திரும்பிப் பார்த்துவிட்டு ஃப்ராங்க் கெர்மோட் கூறுவது: 'ஒரு கட்டத்தில் நாவலில் மிகப்பெரிய தொழில்நுட்பப் புரட்சி ஏற்படப்போவதுபோல் தோன்றியது. ஆனால் அது நிகழவே இல்லை. ஜாய்ஸ்கூட அதை ஏற்படுத்தவில்லை.'

நாவல் சந்தையின் கைதி என்பதால் ஜாய்ஸ் வெற்றி பெற வில்லை. நாவலாசிரியர்கள் வாழ்நாள் முழுக்க ஓரிரு நாவல்களுக் கென, வறுமைச் சூழலில், பாடுபட்டு உழைக்கத் தயாராக இருப்ப தில்லை. ஆனால், இங்கிலாந்துக்கு வெளியேதான் அவருடைய தாக்கம் அதிகமாக இருந்தது என்றாலும், 'டப்ளினர்ஸ்' நாவலை எழுதிய ஜாய்ஸ் ஒரு உண்மையான கொரில்லாதான்.

சிறுகதைக்கும் நாவலுக்கும் இடையில் இருக்கும் இனிய உறவு தீவிரமாக எடுத்துக்கொள்ளப்பட வேண்டிய ஒன்றாகும். புனைவெழுத் தாளர்கள் பலரும் நீண்ட படைப்புகளில் இறங்குவதற்கு முன்பு கொரில்லாவாகச் செயல்பட்டிருக்கிறார்கள். மிகச்சிறந்த சிறுகதைகள் எல்லாமே புனைவெழுத்தாளர்களுக்கு கூர்தீட்டும் கல் போல.

இந்திய ஆங்கில எழுத்தாளர்கள் பிரிட்டிஷ் மாதிரிகளை அடியொற்றிச் செல்வதை விரும்புகிறார்கள். கெர்மோட் சொல்வதைப் போல, 'பத்தொன்பதாம் நூற்றாண்டின் ஆங்கில நாவலையே அவர்கள் பற்றிக்கொண்டிருக்கிறார்கள். அவர்களது படைப்புகளில் நவீனத் துவத்தின் அல்லது பின்நவீனத்துவ மாய யதார்த்தவாதத்தின் மாறு பட்ட திரிபுகளைப் பார்க்க முடிவதில்லை.' இதனால் இந்திய ஆங்கிலச் சிறுகதைகளில் சாகசங்கள் ஏதுமில்லை. 'த கில்லர்ஸ்' அல்லது 'த க்ரேட் வால் ஆஃப் சைனா' அல்லது 'த டெட்' அல்லது 'த ஓவர்கோட்' போன்ற செவ்வியல் படைப்புகள் நம்மிடம் இல்லை. புதிதாக எழுதவருபவர்களுக்கு அரிச்சுவடியாக, 'பெஸ்ட்செல்லர்' என்னும் மயக்கமருந்தைத் தாண்டிச் செல்லும் துணிச்சலுடைய வாசகர்களுக்கு வெகுமதியாக இருக்கக்கூடிய ஒட்டுமொத்தத் தொகுதிகள் எதுவும் இல்லை. உதாரணத்திற்கு ஷெர்வுட் ஆண்டர் சனின் 'வைன்ஸ்பர்க்' மற்றும் 'ஓஹையோ', போர்ஹேஸின் 'லாபிரிந்த்ஸ்', நபக்கோவின் 'டஜன்', ராப்கிரில்லடின் 'இன்ஸ்டண் டேன்ஸ்' போல. இந்திய ஆங்கில இலக்கியம், 'ஒரு மனிதனுக்கு எவ்வளவு நிலம் வேண்டும்?' அல்லது 'இவான் இலியிச்சின் மரணம்' போன்ற ஒன்றைப் படைக்க முயல்வதற்கு முன்பே ஒரு 'போரும் அமைதியும்' எழுதிவிடமுடியும் என்று நம்புகிறதா என்ன?

❍